ഗ്രീൻ ബുക്സ്
ലോകോത്തര നോവലുകൾ
ജനറൽ എഡിറ്റർ: ഏ.വി. ഗോപാലകൃഷ്ണൻ

ബേദൻ ബേദനിലെ ഗ്രീഷ്മകാലത്ത്

ലിയോനിഡ് ട്സിപ്കിൻ (Leonid Tsypkin)

സോവിയറ്റ് സാഹിത്യകാരൻ, ഭിഷഗ്വരൻ.
യു.എസ്.എസ്.ആറിലെ മിൻസ്കിൽ 1926 മാർച്ച് 20ന് ജനിച്ചു.
റഷ്യൻ-ജൂതവംശജരായിരുന്നു മാതാപിതാക്കൾ;
വൈദ്യശാസ്ത്രത്തിൽ വിദഗ്ദ്ധരുമായിരുന്നു.
മിൻസ്കിലെ മെഡിക്കൽ സ്കൂളിൽനിന്നും
ട്സിപ്കിൻ 1947-ൽ ബിരുദം നേടി. പോളിയോ, കാൻസർ
തുടങ്ങിയ മേഖലകളിൽ ഗവേഷകനെന്ന ഖ്യാതി ലഭിച്ചു.
ഈ വിഷയങ്ങളുമായി ബന്ധപ്പെട്ട് റഷ്യനിലും വിദേശത്തുമുള്ള
ശാസ്ത്ര പ്രസിദ്ധീകരണങ്ങളിൽ 100 പ്രബന്ധങ്ങൾ
പ്രസിദ്ധം ചെയ്തു. വൈദ്യവിദ്യ പഠിച്ചുകൊണ്ടിരിക്കെത്തന്നെ
സാഹിത്യ വിദ്യയിലും തത്പരനായിരുന്നു. 1982 മാർച്ച് 20ന്,
56-ാം വയസ്സിൽ, മോസ്കോയിൽവച്ച് അന്തരിച്ചു.
സമ്മർ ഇൻ ബേദൻ ബേദൻ
മരണാനന്തരമാണ് പ്രസിദ്ധം ചെയ്തത്.

കെ.പി. ബാലചന്ദ്രൻ: വിവർത്തകൻ, ചരിത്രകാരൻ.
1939ൽ മണലൂരിൽ ജനനം. പിതാവ് വിദ്വാൻ കെ. പ്രകാശം.
എഞ്ചിനീയറിങ്ങിൽ ബിരുദവും ചരിത്രത്തിൽ
ബിരുദാനന്തര ബിരുദവും. കൊച്ചിൻ ഷിപ്പ്‌യാർഡിൽ
അസിസ്റ്റന്റ് ജനറൽ മാനേജരായിരുന്നു.
ഇപ്പോൾ സാഹിത്യകൃതികളുടെ വിവർത്തനങ്ങളിലും
വാട്ടർ തീം പാർക്കുകളുടെ രൂപകല്പനയിലും മുഴുകിയിരിക്കുന്നു.

ലോകോത്തര നോവലുകൾ

ബേദൻ ബേദനിലെ ഗ്രീഷ്മകാലത്ത്

ലിയോനിഡ് ട്സിപ്കിൻ

പരിഭാഷ:

കെ.പി. ബാലചന്ദ്രൻ

സംശോധനം:

കൃഷ്ണദാസ്

ഗ്രീൻ ബുക്സ്

green books private limited
gb building, civil lane road, ayyanthole,
thrissur- 680 003, kerala, ph: +91 487-2381066, 2381039
website: www.greenbooksindia.com
e-mail: info@greenbooksindia.com

original title in english
summer in bedan bedan

malayalam
bedan bedanile greeshmakalathu
(novel)
by
leonid tsypkin

translated by
k.p. balachandran

edited by
krishnadas

first published february 2010
reprinted october 2019

cover design : rajesh chalode

branches:
thrissur 0487-2422515
palakkad 0491-2546162
thiruvananthapuram 0471-2335301
calicut 0495 4854662
ernakulam 8589095007

isbn : 978-81-8423-175-5

GBPL/320/2010/X001

മുഖക്കുറി

ബേദൻ-ബേദനിലെ ഗ്രീഷ്മകാലം ഒരു ഫുൾസ്റ്റോപ്പിൽ അവസാനിക്കുന്നില്ല. ഡോസ്റ്റോയെവ്സ്കിമാരെയും വഹിച്ചുകൊണ്ട് അതു കാലത്തിലൂടെ, നൂറ്റാണ്ടുകളിലൂടെ കടന്നുപോകുകയാണ്. മഞ്ഞുകൂമ്പാരങ്ങളിലൂടെ കടന്നു പോകുന്ന ആ തീവണ്ടിയുടെ കോച്ചുകൾ ശക്തമായി ആടിയുലയുന്നു. ഓരോ സ്റ്റേഷനിലും വണ്ടി നിർത്തുമ്പോൾ ശബ്ദഘോഷങ്ങളോടെ വാതിലുകൾ തുറക്കുകയും അടയുകയും ചെയ്യുന്നു. തണുത്ത നീരാവി ട്രെയിനിലേക്ക് തള്ളിക്കയറുന്നു. "പിന്നെ ജനൽപ്പാളികളിൽ എന്റെയും സീലിങ് ലൈറ്റോടുകൂടിയ കോച്ചിന്റെയും ഇരിക്കുന്ന യാത്രക്കാരുടെയും പ്രതിബിംബങ്ങൾ മാത്രമായി" എന്ന് എഴുത്തുകാരൻ കുറിച്ചിടുമ്പോൾ അതയാളുടെകൂടി ജീവിതകഥയായി നാം വായിക്കുന്നു. ഈ ട്രെയിൻ യാത്രയിൽ കാലങ്ങളിലൂടെ നിങ്ങൾ നഗരങ്ങളെ തൊട്ടറിയുന്നു. കൂർമ്പൻ തൊപ്പികൾ പോലെ ഗോഥിക് മാതൃകയിൽ വാർത്തെടുത്ത ബേദൻ-ബേദനിലെ നഗരസമുച്ചയങ്ങൾ; പശ്ചാത്തലത്തിൽ ശാന്തമായി ഒഴുകുന്ന റൈൻ നദി, ബെൽ ടവറുകളും പള്ളികളും നിറഞ്ഞ, മഞ്ഞു മൂടിക്കിടക്കുന്ന മോസ്കോ തെരുവുകൾ, കട്ടപിടിച്ച ഇരുട്ടുമായി അനന്തമായ മഞ്ഞിലുറങ്ങുന്ന പീറ്റേഴ്സ്ബർഗിലെ ശിശിരകാലരാത്രികൾ....

ഇതിലെ 'അയാൾ' എന്ന പ്രയോഗം എന്നെയും നിങ്ങളെയും കുറച്ചൊന്നു വിഭ്രമിപ്പിക്കുന്നുണ്ട്. വായന അല്പം നിർത്തി നിങ്ങൾ അല്പം പിറകോട്ടു

നടക്കുന്നു, എന്നിട്ട് പരിശോധിക്കുന്നു. ഈ അയാൾ ഡോസ്റ്റോയെവ്സ്കിയാണോ, ലിയോനിഡ് ട്സിപ്കിനാണോ, ടർജെനീവാണോ, ഒരു മൂളിപ്പാട്ടുമായി പോസ്റ്റ്മാസ്റ്ററുടെ മകളെക്കുറിച്ചുള്ള പ്രേമചിന്തകളും പേറി കുതിരവണ്ടിയിൽ ഗമിക്കുന്ന പുഷ്കിൻ എന്ന കവിയാണോ, അല്ലെങ്കിൽ രാജ്യഭ്രഷ്ടനായി അമേരിക്കയിലെ ഒരു മഞ്ഞുമലയിൽ കയറിനിന്ന് ക്ഷീണിതനായി സ്വന്തം രാജ്യത്തെ നോക്കിനില്ക്കുന്ന സോൾഷെനിത്സൻ എന്ന എഴുത്തുകാരനാണോ? പിന്നെ സാവധാനം നിങ്ങൾ കാര്യങ്ങൾ ശരിയായിത്തന്നെ ഗ്രഹിക്കുന്നു. മഞ്ഞുപാളികൾ ഭേദിച്ചുകൊണ്ട് ചരിത്രത്തിലൂടെയാണ് നിങ്ങൾ മുന്നോട്ടു പോകുന്നത്. ഒന്നുകിൽ യൂറോപ്പിലേക്കോ പീറ്റേഴ്ബർഗിലേക്കോ പോകുന്ന തീവണ്ടിയാകാം. അല്ലെങ്കിൽ ലെനിൻ ഗ്രാഡിലൂടെ കടന്നുപോകുന്ന, കിറുകിറെ ശബ്ദമുതിർക്കുന്ന ഒരു ട്രാമാകാം. ഇവിടെയെല്ലാം തെരുവുവിളക്കുകളുടെ അനന്തമായ നിരയുണ്ട്. അവ ഉരുകി ഒരു നാടപോലെയായി പരിണമിക്കുന്നുവെന്ന് ട്സിപ്കിൻ എഴുതുന്നു.

പത്തൊമ്പതാം നൂറ്റാണ്ടിലെ പീറ്റേഴ്സ്ബർഗിലെ ഒരു പള്ളിക്കാര്യസ്ഥന്റെ മുഖമുള്ള ഡോസ്റ്റോയെവ്സ്കി എന്ന മനുഷ്യനെ കേന്ദ്രീകരിച്ച ഈ നോവൽ ഇരുപത്തൊന്നാം നൂറ്റാണ്ടിലിരുന്നു വായിക്കുമ്പോൾ ചരിത്രത്തിന്റെ അലംഘനീയമായ വിധികളിലൂടെ കാലം പാഞ്ഞുപോകുകയാണെന്ന് വായനക്കാരനും ഒരു ഞെട്ടലോടെ അറിയുന്നു. എഴുത്തുകാരൻ ലെനിൻ ഗ്രാഡിലേക്കാണ് പോകുന്നത്. അവിടെ ഡോസ്റ്റോയെവ്സ്കി ജീവിച്ച പീറ്റേഴ്സ്ബർഗിന്റെ പുനർനിർമ്മിതിയിൽ അയാളേർപ്പെടുന്നു. എന്നാൽ ഇരുപതാം നൂറ്റാണ്ടിന്റെ തളർച്ചയിൽ ട്സിപ്കിൻ എന്ന എഴുത്തുകാരന്റെ മരണശേഷം, ആ നഗരം വീണ്ടും പീറ്റേഴ്സ്ബർഗായി മാറി എന്നൊരു അത്ഭുതസമാപ്തിയും

സംഭവിക്കുന്നു. ചിലർക്കിത് ആഹ്ലാദകരമാകാം. മറ്റു ചിലർക്ക് അവരുടെ സ്വപ്നങ്ങളുടെ തകർച്ചയാകാം.

ഈ നോവലിലെ കഥാപാത്രങ്ങളുമായി ആത്മബന്ധം പുലർത്തിക്കൊണ്ട് ഡോസ്റ്റോയെവ്സ്കിയുടെ നോവലുകളും കഥാപാത്രങ്ങളും ഒരു കുത്തൊഴുക്കായി നിങ്ങളുടെ മുമ്പിലേക്കെത്തുന്നു. *വൈറ്റ് നൈറ്റ്സ്, ദി ഡബിൾ, നിന്ദിതരും പീഡിതരും, അധോലോകത്തിൽനിന്നുള്ള കുറിപ്പുകൾ, ചൂതാട്ടക്കാരൻ, കാരമസോവ് സഹോദരന്മാർ, മരിച്ചവരുടെ വീട്ടിൽ നിന്നുള്ള ഓർമ്മക്കുറിപ്പുകൾ, ഭൂതാവിഷ്ടർ....* അവസാനം ട്സിപ്കിൻ വായിക്കുന്നത് 'എഴുത്തുകാരന്റെ ഡയറി'യാണ്. "നീ ഇപ്പോഴും ഡോസ്റ്റോയെവ്സ്കിയിൽ വല്ലാതെ ആകൃഷ്ടനാണോ?" എന്ന ഗില്യായുടെ ദുർബലസ്വരം അദ്ദേഹം കേൾക്കുന്നു. അവിടെ എഴുത്തുകാരൻ ഒരാത്മപരിശോധനയ്ക്ക് ഒരുങ്ങുകയാണ്. പാറിപ്പറക്കുന്ന നീളൻ തലമുടിയുമായി, ഇടുങ്ങിയ തെരുവുകളിലൂടെ ഭാര്യമാരൊത്ത് സഞ്ചരിക്കുന്ന, വൃത്തികെട്ട ജൂതന്മാരെപ്പറ്റി ഒരു ജീവിതം മുഴുവനെഴുതിയ ഡോസ്റ്റോയെവ്സ്കി; എന്നാൽ ചരിത്രത്തിന്റെ ഗെട്ടോകളിലെ കൂട്ടക്കൊലകളിൽനിന്ന് പരിരക്ഷ നേടാൻ പരക്കം പാഞ്ഞുനടന്ന ട്സിപ്കിൻ എന്ന എഴുത്തുകാരനടക്കമുള്ള ജൂതസമൂഹം. ഡോസ്റ്റോയെവ്സ്കിയെ നിശിതമായി കീറിമുറിച്ചു പഠിച്ചത് ഈ ജൂതസമൂഹത്തിലെ ബുദ്ധിജീവികളും എഴുത്തുകാരുമായിരുന്നു. എന്തുകൊണ്ടാണിങ്ങനെ സംഭവിച്ചത്?

മുറിവുകളും നിന്ദനങ്ങളും ദുഃഖങ്ങളും ചേർത്തുവച്ച ഒരു മനസ്സാണ് ഫെഡ്യായുടേത്. മനസ്സിന്റെ ഈ മുറിപ്പാടുകളും ജീവിതം സമ്മാനിച്ച (ആസ്ത്മ) രോഗത്തിന്റെ പൂക്കളും ഒത്തുചേരുമ്പോൾ ആ മാനസിക നില ഒരു ശരാശരി മനുഷ്യനിൽനിന്ന് വിഭിന്നമാകുന്നുണ്ട്.

പിതാവിന്റെ പീഡനങ്ങളും അവ അമ്മയുമായി പങ്കിടുന്ന ഒരു ബാലന്റെ ഗദ്ഗദവും; ബിർച്ചുമരത്തിന്റെ വടികൊണ്ടുള്ള അടിയേറ്റു പുളയുന്ന ജയിൽ കുറ്റവാളി; ഒബ്സെസ്സീവ് കംപൽസീവ് ന്യൂറോസിസ് എന്ന മാനസികരോഗത്തിന്റെ പരിണതിയായ ചൂതുകളി ഭ്രാന്ത്; ടർജെനീവും ബെലിൻസ്കിയും അടങ്ങുന്ന റഷ്യൻ സാഹിത്യലോകത്തിന്റെ പരിഹാസവും ഒറ്റപ്പെടുത്തലും; അന്നയും ഫെഡ്യായും തമ്മിൽ പങ്കുവയ്ക്കുന്ന വിശ്വാസങ്ങളും അവിശ്വാസങ്ങളും; ദാമ്പത്യ ജീവിതത്തിലെ പുരുഷമേധാവിത്തവും യുക്തിവിചാരമില്ലാത്ത കലഹങ്ങളും യാചനകളും; ഇതിലെല്ലാമുപരിയായി ഒരു കുടുംബനാഥന്റെ സ്നേഹപ്രകടനങ്ങളും അന്നയോടുള്ള നിലയ്ക്കാത്ത പ്രണയലഹരിയും (അവളെ മറ്റൊരാൾ നോക്കുന്നതു പോലും അയാൾക്കിഷ്ടമല്ല) എന്നിങ്ങനെ ഡോസ്റ്റോയെവ്സ്കിയെ കേന്ദ്രീകരിച്ച ജീവിതകഥ ഈ നോവലിന്റെ കഥാതന്തുവായി ഒഴുകുന്നു. അന്നാ, ഞാൻ മരിക്കാൻ പോവുകയാണ് എന്നു പറയുന്ന ഫെഡ്യാ നിങ്ങളുടെ കണ്ണുകളെ നനയ്ക്കുന്നു. പിന്നീട് ഡോസ്റ്റോയെവ്സ്കി മരിച്ചുകിടക്കുന്ന ആ ചിത്രം ഒരു മുക്കാലിയും ചുമന്നുവന്ന് ക്രാംസ്കോയി എന്ന ചിത്രകാരൻ ചരിത്രത്തിനു സമ്മാനിച്ചു.

റഷ്യൻ വിപ്ലവഭരണ കാലഘട്ടത്തിന്റെ അവസാന നാളുകളിൽ അല്ലെങ്കിൽ ഇരുപതാംനൂറ്റാണ്ടിന്റെ അന്ത്യകാലഘട്ടത്തിലാണ് ഈ നോവൽ എഴുതി തീർത്തത്. ഡോസ്റ്റോയെവ്സ്കിയുടെ പീഡിതമായ ഓർമ്മകളും ജീവിതവും തന്റേതു കൂടിയാണെന്ന് നോവലിസ്റ്റായ ട്സിപ്കിൻ എന്ന എഴുത്തുകാരൻ തിരിച്ചറിയുന്നു. ഗില്യ എന്ന തന്റെ അമ്മയുടെ കൂട്ടുകാരി യുമൊത്തിരുന്ന് അവർ പഴയ കാര്യങ്ങൾ ഓർമ്മിക്കുന്നു. രണ്ടാം ലോകമഹായുദ്ധത്തിനു ശേഷമുള്ള

പീറ്റേഴ്സ്ബർഗിന്റെ തെരുവുകൾ, ലോകയുദ്ധം തകർത്ത റഷ്യയിലെ മിൻസ്ക് നഗരം, ആന്റിസെമിറ്റിക് വിരോധത്തിലാർന്ന ജൂതപീഡനകാലം എന്നിങ്ങനെ. അപ്പോൾ പീറ്റേഴ്സ്ബർഗിനെ പിടിച്ചു കുലുക്കിക്കൊണ്ട് ട്രാമുകൾ കടകട ശബ്ദത്തോടെ കടന്നുപോകുന്നു. അവരുടെ വീടിനെയടക്കം പിടിച്ചുകുലുക്കിക്കൊണ്ട് കടന്നുപോകുന്നത് ജീവിതത്തിന്റെ ശോകമയമായ ഓർമ്മകൾകൂടിയാണെന്ന് വായനക്കാരൻ തിരിച്ചറിയുന്നു.

ഇതിനെ ഒരു സ്വപ്നാത്മക നോവൽ എന്നു കൂടി വിളിക്കാം. ബേദൻ-ബേദനിലെ ഗ്രീഷ്മകാലത്തിലൂടെ കടന്നുപോകുമ്പോൾ വ്യത്യസ്തമായ ഒരു വായന നിങ്ങളെ കാത്തിരിക്കുന്നു. സാഹിത്യത്തിന്റെ അത്യപൂർവ്വമായ ഒരു പങ്കിടലാണത്.

കൃഷ്ണദാസ്
മാനേജിങ് എഡിറ്റർ

വേനൽക്കാലത്തെ പ്രണയം

വി. രാജകൃഷ്ണൻ

വായനയുടെ അറിയപ്പെടാത്ത ഭൂഖണ്ഡങ്ങൾ തേടിപ്പോകുന്നതിൽ എന്നും കൗതുകം കാണിച്ചുപോന്ന പ്രശസ്ത സാഹിത്യവിമർശക യായ സൂസൻ സൊൺടാഗ് ഒരിക്കൽ ലണ്ടനിൽ പേപ്പർബാക്കുകൾ വില്ക്കുന്ന ഒരു പുസ്തകക്കടയിൽ ഒട്ടും അറിയപ്പെടാത്ത ഒരു റഷ്യൻ സാഹിത്യകാരനെഴുതിയ ഒരു നോവൽ കണ്ടെത്തുകയുണ്ടായി. അതു വായിച്ചപ്പോൾ ഇരുപതാം നൂറ്റാണ്ടിലെ മികച്ച രചനകളുടെ കൂട്ടത്തിൽ ഇടംപിടിക്കാൻ അർഹതയുള്ള ദീപ്തവും മൗലികവുമായ ഒരു കൃതി യിലാണ് താൻ ചെന്നുതടഞ്ഞതെന്ന് അവർക്കു തോന്നി. അതിനെ ത്തുടർന്ന് സൊൺടാഗ് ഗ്രന്ഥകർത്താവിന്റെ ജീവിതത്തെക്കുറിച്ചും സാഹിത്യപ്രവർത്തനത്തെക്കുറിച്ചുമുള്ള വിവരം ശേഖരിച്ചുതുടങ്ങി. അങ്ങനെ പ്രധാനമായും സൊൺടാഗിന്റെ ശ്രമഫലമായാണ് ലിയോ നിഡ് ട്സിപ്കിന്റെ "ബേദൻ-ബേദനിലെ വേനൽക്കാലം" എന്ന കൃതി (Leonid Tsypkin, Summer in Baden-Baden) സാഹിത്യലോകത്തിൽ ശ്രദ്ധ പിടിച്ചുപറ്റിയത്.

സാഫല്യമടയാത്ത രചനാസാഹസങ്ങളുടെ ഒരു ചെറു പരമ്പരയാ യിരുന്നു, തൊഴിൽകൊണ്ട് ഡോക്ടറായിരുന്ന ലിയോനിഡ് ട്സിപ്കിന്റെ അത്രയൊന്നും ദീർഘമല്ലാത്ത സാഹിത്യജീവിതം. 1971-ലാണ് അദ്ദേഹം "ബേദൻ-ബേദനിലെ വേനൽക്കാല"ത്തിന്റെ പണി തുടങ്ങിയത്. 1977-ൽ അദ്ദേഹം ഇതു പൂർത്തിയാക്കി. കമ്മ്യൂണിസ്റ്റ് റഷ്യയിൽ അക്കാലത്തു നിലവിലുണ്ടായിരുന്ന സാഹചര്യങ്ങളിൽ തന്റെ കൃതി പ്രസിദ്ധീകരിക്കുക അസാദ്ധ്യമായിരിക്കുമെന്ന് ട്സിപ്കിന് അറിയാമായിരുന്നു. ഒടുവിൽ അമേരിക്കയിൽ താമസ മുറപ്പിച്ച അദ്ദേഹത്തിന്റെ മകന്റെ ഉത്സാഹഫലമായി റഷ്യൻ പ്രവാസി കളുടെ വകയായി ന്യൂയോർക്കിൽനിന്ന് പുറത്തിറക്കിയിരുന്ന ഒരു

വാരിക ഇതു പ്രസിദ്ധീകരിക്കാൻ തയ്യാറായി മുമ്പോട്ടു വന്നു. നോവലിന്റെ ആദ്യ ലക്കം വെളിച്ചം കണ്ടത് 1982 മാർച്ച് പതിമൂന്നിനായിരുന്നു. മാർച്ച് ഇരുപതാം തീയതി പെട്ടെന്നുണ്ടായ ഹൃദയാഘാതത്തെത്തുടർന്ന് ട്സിപ്കിൻ അന്തരിച്ചു. അങ്ങനെ കൃത്യം ഒരാഴ്ചക്കാലമാണ് അച്ചടിമഷി പുരണ്ട ഒരു പുസ്തകത്തിന്റെ രചയിതാവായി ഈ ഭൂമിയിൽ കഴിയുന്നതിലെ ചാരിതാർത്ഥ്യം അദ്ദേഹം അനുഭവിച്ചത്.

“ബേദൻ-ബേദനിലെ വേനൽക്കാല”ത്തിലൂടെ കടന്നുപോകുന്ന ഒരാളെ സംബന്ധിച്ചിടത്തോളം ആദ്യം കണ്ണിൽത്തടയുന്നത് രണ്ടു തലങ്ങളിലൂടെ നീങ്ങുന്ന ഇതിലെ ആഖ്യാനരീതിയാണ്. നോവലിലെ കഥ നടക്കുന്നത് ഒരു ശിശിരകാലത്താണ്. നിർത്താതെ മഞ്ഞു പൊഴിയുന്ന ഡിസംബർമാസത്തിന്റെ രണ്ടാംപകുതി. തീയതികളൊന്നും കൊടുത്തിട്ടില്ല. പക്ഷേ കഥ നടക്കുന്നതു വർത്തമാനകാലഘട്ടത്തിലാണെന്നു സ്പഷ്ടം. അതായത് ആയിരത്തിത്തൊള്ളായിരത്തി എഴുപതുകളിൽ. നോവൽ ആരംഭിക്കുമ്പോൾ നാം കാണുന്നത് ഇതിലെ പേരില്ലാത്ത ആഖ്യാനകാരൻ - അയാൾ സ്രഷ്ടാവിന്റെ ആത്മാംശം പേറുന്ന ഒരാളാണെന്നതു പ്രകടമാണ് - ലെനിൻ ഗ്രാഡിലേക്ക് (പണ്ടത്തേയും ഇന്നത്തേയും സെന്റ് പീറ്റേഴ്സ്ബർഗ്) ഒരു തീവണ്ടിയിൽ യാത്ര ചെയ്യുന്നതാണ്. യാത്രയുടെ ആരംഭത്തിൽ അയാൾ തന്റെ സ്യൂട്ട്കേസിൽനിന്ന് ഫിയഡോർ ദസ്തേയെവ്സ്കിയുടെ (നോവലിലുടനീളം ‘ഫെദ്യ’ എന്നാണ് ദസ്തേയെവ്സ്കി സംബോധന ചെയ്യപ്പെടുന്നത്) ഭാര്യയായ അന്ന ഗ്രിഗൊറ്യേവ്നയുടെ (Anna Grigoryevna) “ഡയറി” പുറത്തെടുത്തു വായിച്ചു തുടങ്ങുന്നു. പോയ കുറെ നാളുകളായി ഈ കൃതി അയാളുടെ ചിന്തകളുടെ പശ്ചാത്തലത്തിലുണ്ടായിരുന്നതായി നമുക്ക് അനുമാനിക്കാം. ആഖ്യാനകാരൻ ഒരു സ്വപ്നത്തിലെന്നവണ്ണം അന്നയുടെ ഡയറിക്കുറിപ്പുകളിൽ ആണ്ടിറങ്ങുകയും അങ്ങനെ ഒരു ഭൂതകാലപരിസരത്തിൽ എത്തിപ്പെടുകയും ചെയ്യുന്നതായി വായനക്കാരനു തോന്നുന്നു. നോവലിലെ തൊട്ടടുത്ത ഖണ്ഡികയിൽ നാം കാണുന്നത് ദസ്തേയെവ്സ്കിയും അന്നയും 1867 ഏപ്രിൽ മധ്യത്തിൽ പീറ്റേഴ്സ്ബർഗിൽ നിന്നു പുറപ്പെട്ടു എന്ന പ്രസ്താവനയാണ്. ഡ്രെസ്ഡെൻ ലക്ഷ്യമാക്കിയായിരുന്നു അവരുടെ യാത്ര. തുടർന്നു വരുന്നത് ദസ്തേയെവ്സ്കി ദമ്പതികളുടെ ഊരുചുറ്റലിന്റെ വിവരണമാണ്. ബേദൻ-ബേദനാണ് പ്രധാന കഥാപശ്ചാത്തലമെങ്കിലും ദസ്തേയെവ്സ്കിയും ഭാര്യയും പശ്ചിമയൂറോപ്പിലുടനീളം നടത്തിയ സഞ്ചാരത്തിന്റെ ചിത്രങ്ങൾ ആഖ്യാനകാരൻ സൂക്ഷ്മതയോടെ ഒപ്പിയെടുക്കുന്നു.

ദസ്തേയെവ്സ്കി ദമ്പതികളുടെ യാത്രാനുഭവത്തിന്റെ രൂപത്തിൽ ചുരുളഴിയുന്നതെല്ലാം സത്യമാകണമെന്നില്ല. വാസ്തവവും ഭാവനയും യഥാർത്ഥ സംഭവങ്ങളും കല്പിതകഥയും കൗതുകകരമായ രീതിയിൽ ഇവിടെ ഇടകലരുന്നു. ഒരർത്ഥത്തിൽ ട്സിപ്കിൻ എന്ന ആഖ്യാനകാരൻ ലെനിൻഗ്രാഡിലേക്കു യാത്ര ചെയ്യുമ്പോൾ തന്റെ ആരാധനാപാത്രമായ പത്തൊമ്പതാംനൂറ്റാണ്ടിലെ മഹാസാഹിത്യകാരന്റെയും അദ്ദേഹത്തിന്റെ പ്രണയിനിയുടെയും ശരീരത്തിലൂടെയും ഹൃദയത്തിലൂടെയും കൂടി എല്ലാം മറന്നുകൊണ്ടുള്ള ഒരു വിശുദ്ധ സഞ്ചാരത്തിന് ഒരുമ്പെടുകയാണ് ചെയ്യുന്നത്. അയാളെ ഇതിനു പ്രേരിപ്പിക്കുന്നത് അഗാധമായ സഹാനുഭൂതിയിൽനിന്നുടലെടുത്ത വൈകാരികമായ ഒരുതരം അടുപ്പമാണ്. ദസ്തേയെവ്സ്കിയുടെ ജീവിതത്തിലെ ഇരുളും വെളിച്ചവും മാറി മാറി പതിയുന്ന ഒരേട് പുനഃസൃഷ്ടിക്കാൻ ശ്രമിക്കുന്നതിലൂടെ അയാൾ ഒരുപക്ഷേ തന്റെതന്നെ ആത്മവത്തയുടെ ചില കോണുകളെ സ്പർശിച്ചറിയുന്നു. സാറിസ്റ്റ് റഷ്യയുടെയും ആധുനികകാലഘട്ടത്തിലെ സോവിയറ്റ് യൂണിയന്റെയും ചിത്രങ്ങൾ ചേർത്തുവയ്ക്കുന്നതു വഴി അയാൾ നിശിതമായ ചില ഉൾക്കാഴ്ചകളിൽ ചെന്നുമുട്ടുന്നു. നോവലിന്റെ അവസാനഭാഗമടുക്കുമ്പോൾ ആഖ്യാനകാരൻ കഥയിൽ വീണ്ടും പ്രത്യക്ഷപ്പെടുകയും, ലെനിൻഗ്രാഡിൽ എത്തിയതിൽപ്പിന്നെയുള്ള തന്റെ അനുഭവങ്ങൾ രേഖപ്പെടുത്തുകയും ചെയ്യുന്നു. ഈ വിധത്തിൽ വർത്തമാനകാലത്തിൽനിന്നു ഭൂതകാലത്തിലേക്കും ഉത്തമപുരുഷനിൽനിന്നു തൃതീയപുരുഷനിലേക്കും (ദസ്തേയെവ്സ്കിയും അന്നയും കടന്നുവരുന്ന രംഗങ്ങളിൽ 'അയാൾ', 'അവർ', 'അവൾ' എന്നീ സംബോധനകളാണ് ഉപയോഗിച്ചിരിക്കുന്നത്) തെന്നി നീങ്ങുന്ന രീതിയിലാണ് നോവലിസ്റ്റ് തന്റെ ആഖ്യാനപദ്ധതി ഒരുക്കൂട്ടിയിരിക്കുന്നത്. ഇവിടെ ശ്രദ്ധിക്കേണ്ട വേറൊരു കാര്യം ദസ്തേയെവ്സ്കിയുടെ ഭൂതകാലത്തിന്റെ (1867-ൽ നിന്നു തുടങ്ങി 1881-ൽ അദ്ദേഹം മരിക്കുന്നതുവരെയുള്ള കാലഘട്ടം) ചിത്രീകരണം നേർവരയിലൂടെ നീങ്ങുന്ന ഒന്നല്ല എന്നതാണ്. ഇതിൽ കഥാനായകന്റെ സ്മൃതിമണ്ഡലത്തിൽ തെളിയുന്ന രംഗങ്ങളും, തന്റെ മുൻകാല ജീവിതത്തിൽനിന്ന് അദ്ദേഹം വീണ്ടെടുക്കുന്ന ചില തീക്ഷ്ണ മുഹൂർത്തങ്ങളും ഇടകലരുന്നു. ആഖ്യാനകാരൻ തന്റെ വർത്തമാനാനുഭവങ്ങൾ പകർത്തുന്നതിനിടയിൽ തന്റെ കുട്ടിക്കാലത്തു നടന്ന ചില സംഭവങ്ങളുടെയും, സ്റ്റാലിനിസ്റ്റ് കാലഘട്ടത്തിൽ തന്റെ കുടുംബാംഗങ്ങളും പരിചയബന്ധത്തിൽപ്പെട്ടവരും അനുഭവിച്ച ദുരിതങ്ങളുടെയും നുറുങ്ങുചിത്രങ്ങൾ ആവാഹിക്കുന്നതായി കാണാം. "ബേദൻ-ബേദനിലെ വേനൽക്കാല"ത്തിന് ഇഴയടുപ്പം

സമ്മാനിക്കുന്നത്, പല പാളികളുള്ള ഓർമ്മയും, ഋജുവായ യാഥാർത്ഥ്യവും കൂടിപ്പിണയുന്ന ഈയൊരു വിവരണസമ്പ്രദായമാണ്.

നോവലിലെ 'ദസ്തേയെവ്സ്കി ഖണ്ഡ'ത്തിൽ നാം കാര്യങ്ങൾ നോക്കിക്കാണുന്നതു പ്രധാനമായും 'ഫെദ്യ'യുടെ കാഴ്ചപ്പാടിലൂടെയാണ്. എങ്കിൽക്കൂടി ഇവിടെ പതിഞ്ഞുകിടക്കുന്ന അന്നയുടെ വീക്ഷണം നമ്മുടെ സഹാനുഭൂതി തട്ടിയുണർത്തുന്ന ചില ലോലനിമിഷങ്ങളുണ്ട്. എന്തുതരം കാമുകനായിരുന്നു ദസ്തേയെവ്സ്കി? അന്നയെപ്പോലെ അനുഭവസമ്പത്ത് കുറവായ, ആരാധനയിൽനിന്നു രൂപം കൊണ്ട ആത്മസമർപ്പണമനോഭാവത്തോടെ ഒരു മഹാപ്രതിഭാശാലിയുടെ ജീവിതപങ്കാളിയാവാൻ ഇറങ്ങിത്തിരിച്ച ഒരുവളെ സംബന്ധിച്ചിടത്തോളം, ഉലയാതെ പിടിച്ചുനില്ക്കാനും മുന്നോട്ടുപോകാനുമുള്ള പ്രേരണ എവിടെനിന്നു കൈവന്നു? ഇതിന്റെ ഉത്തരം ദസ്തേയെവ്സ്കിയും അന്നയും നടത്തുന്ന യാത്രകൾക്കിടയിൽ തങ്ങളുടെ പരസ്പരവിശ്വാസം പരീക്ഷിക്കപ്പെടുന്ന സന്ദർഭങ്ങളോട് അവർ പ്രതികരിക്കുന്ന വിധത്തിൽനിന്ന് നമുക്കു വായിച്ചെടുക്കാം. പാതാളത്തിന്റെ മുഴക്കവും ആകാശത്തിൽനിന്ന് അടർന്നുവീഴുന്ന നിശ്ശബ്ദതയും ഒരുപോലെ ഏറ്റുവാങ്ങിയ ദസ്തേയെവ്സ്കിയുടെ സദാ പ്രക്ഷുബ്ധവും, അസ്ഥിരവുമായ വ്യക്തിത്വത്തിന്റെ ചിത്രം നോവലിസ്റ്റ് കടുംനിറങ്ങളിൽ കോറിയിടുന്നു. തല ചുറ്റിക്കുന്ന ഉയരങ്ങളിലും വഴുവഴുപ്പുള്ള കുത്തനിടുക്കുകളിലും അദ്ദേഹത്തെ ചുഴറ്റിയെറിയുന്ന ആവേശങ്ങൾക്കൊപ്പം വായനക്കാരനും, അറിയാതെ നീങ്ങുന്നു. ചൂതുകളിയോടുള്ള ഒടുങ്ങാത്ത ആസക്തി. ചുഴലിദീനം സമ്മാനിക്കുന്ന അലൗകിക വിസ്മൃതി. പെട്ടെന്ന് ഉയർന്നുപൊങ്ങുന്ന കാമജ്വരം. സ്വയം നിന്ദിക്കാനും പശ്ചാത്താപത്താൽ ഉരുക്കാനുമുള്ള വാസന. ദസ്തേയെവ്സ്കി കലയിലും ജീവിതത്തിലും ഒരുപോലെ കടന്ന നില കാംക്ഷിച്ച ഒരാളായിരുന്നു. മിതത്വത്തേയും ഔചിത്യത്തേയും അദ്ദേഹം അവജ്ഞയോടെ നോക്കിക്കണ്ടു. വലിയൊരു ആശയത്തിന്നായി സ്വയം സമർപ്പിക്കാൻ കഴിയാത്തവണ്ണം സങ്കോചിച്ച മനസ്സുള്ള ശരാശരി മനുഷ്യരാണ് തങ്ങളുടെ ജീവിതത്തെ ഭൗതികമായ പരിഗണനകൾക്കു കീഴ്പ്പെടുത്തിക്കൊണ്ട് കരുതലും കണക്കുകൂട്ടലുമായി മുന്നോട്ടു പോവുന്നതെന്ന് അദ്ദേഹം കരുതുകയുണ്ടായി. പടിഞ്ഞാറൻ സാഹിത്യലോകത്തിലെ ആദ്യത്തെ ഏറ്റവും വലിയ അന്യൻ എന്നു വിമർശകന്മാർ പില്ക്കാലത്തു വിശേഷിപ്പിച്ച ഈ മനുഷ്യനോടൊപ്പം ഇറങ്ങിത്തിരിച്ചപ്പോൾ തന്നെ കാത്തിരിക്കുന്നത് എത്ര കൊടിയ ഉത്തരവാദിത്തമാണെന്ന് അന്നയ്ക്ക് ഒരുപക്ഷേ സങ്കല്പിക്കാൻ കഴിയുമായിരുന്നില്ല.

ദസ്തേയെവ്സ്കി ദമ്പതികൾ ഒരുപാട് സ്ഥലങ്ങളിലൂടെ നീങ്ങുന്നതു നാം കാണുന്നു: ഡ്രെസ്ഡെൻ, ബേദൻ-ബേദൻ, ബേസൽ, ഫ്രാങ്ക് ഫർട്ട്, പാരീസ്. പോകുന്നിടത്തെല്ലാം അവർക്ക് അലോസരങ്ങൾ സൃഷ്ടിക്കാനും അവരെ അവഹേളിക്കാനും തയ്യാറായി ഒരു പറ്റം വിദേശികൾ നില്പുണ്ട്. പോർട്ടർമാരും കടയുടമകളും വീട്ടുടമസ്ഥ കളും ചൂതാട്ടകേന്ദ്രം നടത്തുന്നവരും ഇതിലുൾപ്പെടും. ഇവർ സൃഷ്ടി ക്കുന്ന ശല്യങ്ങൾക്കു പുറമെയാണ് ദസ്തേയെവ്സ്കിയുടെ ഇളകി ത്തുടിക്കുന്ന മനസ്സിൽ നാമ്പിടുന്ന കൊതികൾ വരുത്തിവയ്ക്കുന്ന വിനകൾ. ചൂതുകളിയോടുള്ള കമ്പം അദ്ദേഹത്തെ സംബന്ധിച്ചിട ത്തോളം തടുക്ക വയ്യാത്ത ഒരു ബലഹീനതയാണ്. ചെറിയൊരു പ്രേരണ മതി, കടമായോ അന്നയുടെ ആഭരണങ്ങൾ വിറ്റുപെറുക്കിയോ കിട്ടുന്ന കാശുമായി അദ്ദേഹം തൊട്ടടുത്തുള്ള ചൂതാട്ടശാലയിൽ പാഞ്ഞുചെല്ലും. കളിയിൽ തോറ്റ് നാണംകെട്ട് വീട്ടിൽ മടങ്ങിയെ ത്തിയാലുടൻ അദ്ദേഹം മാറത്തടിച്ചു നിലവിളിക്കാനും അന്നയുടെ കാല്ക്കൽ വീണു മാപ്പിരക്കാനും തുടങ്ങും. അവമതിയുടെ ചെളി ക്കുണ്ടിൽ താഴാനും, അവനവനെ വിലയിടിച്ചു സംസാരിക്കാനും, പ്രായശ്ചിത്തം ചെയ്യാനുമുള്ള ദസ്തേയെവ്സ്കിയുടെ വികൃത വാസന, തന്റെ പുഷ്പിച്ചു തുടങ്ങിയ ദാമ്പത്യത്തിന്റെ നാളുകളിൽ അന്നയെ വലയ്ക്കുന്നതിന്റെ ദൃഷ്ടാന്തങ്ങൾ പലതും നോവലിലുണ്ട്.

ഈ വൈരക്കേടുകൾക്കു നടുവിൽ ദസ്തേയെവ്സ്കി ദമ്പതികളുടെ അനുരാഗസാഫല്യം കുറിക്കുന്ന ഒരു മാദകമുഹൂർത്തം നോവലിസ്റ്റ് ചോരാതെ ചേർത്തുപിടിക്കുന്നതു ശ്രദ്ധിച്ചില്ലേ? ബേദൻ-ബേദനിൽ വച്ച് ഒരു സായാഹ്നവേളയിൽ ദസ്തേയെവ്സ്കിയും അന്നയും സമുദ്ര സ്നാനത്തിനിറങ്ങുന്നു. തീരം കാഴ്ചയിൽനിന്ന് അപ്രത്യക്ഷമാകുന്ന തുവരെ അവർ കടലിൽ നീന്തിക്കളിക്കുന്നു. താളാത്മകമായി ശ്വസിച്ചു കൊണ്ട്, ആഴത്തിൽ മുങ്ങിത്താണ്, കടൽപ്പക്ഷികളെപ്പോലെ അനാ യാസമായി അവർ ജലോപരിതലത്തിൽ പാറിക്കളിക്കുന്നു. കഷ്ടപ്പാടും ദുരിതാനുഭവവുമേറ്റുവാങ്ങി തളർന്ന കഥാനായകന്റെ മനസ്സിന്റെ അടി ത്തട്ടിൽ നുരയിട്ടുയരുന്ന കാമവികാരത്തിന്റെ സാക്ഷാത്കാരം വിളി ച്ചോതുന്ന ഈ നിമിഷം നോവലിലെ മൊത്തം ഭാവഘടനയിൽ വേർതിരിഞ്ഞുനില്ക്കുന്നതുപോലുണ്ട്.

“ചൂതാട്ടക്കാരൻ”, “കുറ്റവും ശിക്ഷയും”, “കാരമസോവ് സഹോദര ന്മാർ”, “ഭൂതാവിഷ്ടർ” തുടങ്ങിയ ദസ്തേയെവ്സ്കിയുടെ പ്രശസ്ത രചനകളെപ്പറ്റി നോവലിൽ പരാമർശങ്ങളുണ്ട്. ഈ കൃതികളിലെ ചില പ്രധാന കഥാപാത്രങ്ങളും അവർക്കു മാതൃകയായി വർത്തിച്ച

വ്യക്തികളും വായനക്കാരന്റെ കൺമുമ്പിൽ മിന്നിമറയുന്നു. ദസ്തേയെവ്സ്കിയുടെ ആന്തരലോകത്തിലൂടെയുള്ള യാത്രയുടെ ഭാഗമായി ആഖ്യാനകാരൻ അദ്ദേഹത്തിന്റെ നോവലുകൾക്കു പശ്ചാത്തലമായി വർത്തിച്ച ചില തെരുവുകളും കെട്ടിടങ്ങളും സന്ദർശിക്കുന്നതു നാം കാണുന്നു. ദസ്തേയെവ്സ്കിയെ കണ്ടെത്താൻ ശ്രമിക്കുന്നതിലൂടെ കഴിഞ്ഞ ഒന്നര നൂറ്റാണ്ടിന്നിടയിലെ റഷ്യൻ സാഹിത്യത്തിൽ ആവർത്തിച്ചു കടന്നുവരുന്ന ചില പ്രമേയങ്ങളും ധ്വനിചിഹ്നങ്ങളും ആഖ്യാനകാരൻ എത്തിപ്പിടിക്കുന്നു. റഷ്യൻ സാഹിത്യചരിത്രത്തിൽ ദസ്തേയെവ്സ്കിക്കുള്ള സ്ഥാനം അടയാളപ്പെടുത്തുന്നതുവഴി അത്യപൂർവ്വമായ സംവേദനതീവ്രതയുൾക്കൊണ്ട അദ്ദേഹത്തിന്റെ സ്വകാര്യജീവിതത്തിലെ പോരാട്ടങ്ങളും സർഗ്ഗാത്മകജീവിതത്തിലെ അന്വേഷണവും പിന്നീടുവന്ന സാഹിത്യത്തലമുറകൾക്കു കൈമാറിയ വ്യഥിതമായ സന്ദേശത്തിന്റെ പൊരുൾകൂടി ട്സിപ്കിൻ തൊട്ടറിയുന്നു.

ഏതാണ്ട് ഒരേ കിടയിലുള്ള നാലഞ്ചു സാഹിത്യനായകന്മാരുടെ സാന്നിധ്യം മൂലം ദീപ്തമായ ഒന്നായിരുന്നു, ദസ്തേയെവ്സ്കി ജീവിച്ച പത്തൊമ്പതാം നൂറ്റാണ്ടിന്റെ ഉത്തരാർദ്ധത്തിലെ റഷ്യയിലെ അക്ഷരലോകം. ഈ എഴുത്തുകാർക്കിടയിൽ നിലനിന്നിരുന്ന പിണക്കവും സ്പർദ്ധയും പില്ക്കാലത്ത് സാഹിത്യചരിത്രകാരന്മാർക്ക് കൗതുകം പകർന്നതായി തെളിഞ്ഞിട്ടുണ്ട്. ദസ്തേയെവ്സ്കിയും അദ്ദേഹത്തിന്റെ സമകാലികരായ ചില എഴുത്തുകാരും - തുർഗനേവ്, ഗൊഞ്ചറോവ്, ബെലിൻസ്കി - തമ്മിലുണ്ടായിരുന്ന സ്നേഹ-ദ്വേഷബന്ധത്തിലേക്കു വെളിച്ചം വീശുന്ന ഒരു ഭാഗം നോവലിലുണ്ട്. ദസ്തേയെവ്സ്കിയും തുർഗനേവും തമ്മിൽ നടന്ന അസുഖകരമായൊരു കൂടിക്കാഴ്ചയുടെ പൊലിമയാർന്ന വിവരണം പെട്ടെന്നു വായനക്കാരന്റെ ശ്രദ്ധ പിടിച്ചുപറ്റുന്നു. (ചരിത്രവസ്തുതകളെ ഏതാണ്ട് പൂർണ്ണമായി ആശ്രയിച്ചുകൊണ്ടുള്ള ഒന്നാണ് ഇതെന്നു തോന്നുന്നു.) ഉന്നതകുലജാതനായ തുർഗനേവിന്റെ സംസാരത്തിലും പെരുമാറ്റത്തിലും തുളുമ്പിനിന്നിരുന്ന അഹന്തയും പരിഹാസവും, ഒപ്പം തുർഗനേവിന്റെ മുമ്പിൽ എത്തിപ്പെട്ടപ്പോൾ ദസ്തേയെവ്സ്കി അനുഭവിച്ച അസ്വസ്ഥതയും അതിൽനിന്നുടലെടുത്ത അദ്ദേഹത്തിന്റെ പൊട്ടിത്തെറിയുമെല്ലാം രാകി കൂർപ്പിച്ച വിശദാംശങ്ങളോടുകൂടി ആഖ്യാനകാരൻ രേഖപ്പെടുത്തുന്നു. ദസ്തേയെവ്സ്കിക്കും തുർഗനേവിനുമിടയിൽ കൊടുമ്പിരിക്കൊണ്ട ശീതസമരത്തെ രണ്ട് എഴുത്തുകാർ തമ്മിലുള്ള കേവലമായ കിടമത്സരത്തിന്റെ രൂപത്തിലല്ല ട്സിപ്കിൻ അവതരിപ്പിച്ചിരിക്കുന്നത്. റഷ്യ ഏതു ദിശയിലേക്കു നീങ്ങണം എന്നതിനെ

ക്കുറിച്ചുള്ള, അതല്ലെങ്കിൽ റഷ്യയുടെ മുമ്പിലുള്ള അടിസ്ഥാനപരമായ തെരഞ്ഞെടുപ്പുകൾ സംബന്ധിച്ച വ്യത്യസ്തമായ രണ്ടുതരം കാഴ്ചപ്പാടുകൾക്കു പ്രാതിനിധ്യം വഹിച്ചവരായിരുന്നു ദസ്തേയെവ്സ്കിയും തുർഗനേവും. 'പടിഞ്ഞാറുനോക്കി'കളും കടുത്ത സ്വദേശഭക്തന്മാരും (slovophiles) തമ്മിൽ, പത്തൊമ്പതാം നൂറ്റാണ്ടിന്റെ രണ്ടാംപകുതിയിൽ അരങ്ങേറിയ വാഗ്വാദത്തിലേക്ക് ആഖ്യാനകാരൻ വിരൽചൂണ്ടുന്നു. ഇവിടെനിന്ന് ഒരു സിനിമാറ്റിക് മൊൺടാഷിലെന്നപോലെ ആഖ്യാനകാരൻ കുതിച്ചെത്തുന്നത് അലക്സാണ്ടർ സോൾഷെനിത്സന്റെ റഷ്യയിൽനിന്നുള്ള പലായനത്തിന്റെയും തുടർന്നുള്ള പ്രവാസാനുഭവത്തിന്റെയും ദൃശ്യങ്ങളിലാണ്. തൊഴിലാളിവർഗ്ഗത്തിന്റെ പറുദീസയിൽനിന്ന് നിഷ്ക്കരുണം പുറന്തള്ളപ്പെട്ട്, ബേദൻ-ബേദനിലേക്കുള്ള യാത്രാമധ്യത്തിൽ ദസ്തേയെവ്സ്കി സഞ്ചരിച്ച അതേ തെരുവീഥികളിലൂടെ നടന്നുനീങ്ങി, ഫ്രാങ്ക്ഫർട്ടിലെ വിമാനത്താവളത്തിൽ നിന്നു പുറപ്പെട്ട് ഒരു വിദേശരാജ്യത്ത് എത്തിപ്പെടുകയും ഒടുവിൽ അവിടത്തെ നിത്യസന്ദർശകനായി മാറുകയും ചെയ്ത സോൾഷെനിത്സന്റെ രൂപം വായനക്കാരന്റെ മുമ്പിൽ പെട്ടെന്നു തെളിഞ്ഞു വരുന്നു. താൻ താമസമുറപ്പിച്ച അമേരിക്കയിലെ വടക്കൻ സംസ്ഥാനങ്ങളിലൊന്നിലെ ഭൂപ്രകൃതി സോൾഷെനിത്സനെ ഓർമ്മിപ്പിച്ചത് തന്റെ ജന്മരാജ്യത്തിലെ മഞ്ഞും കാടുകളും നിറഞ്ഞ ഭൂഭാഗത്തെയായിരുന്നുവെന്നും, ഇക്കാരണത്താൽ ആ പ്രദേശം വാസ്തവത്തിൽ ഉള്ളതിനെക്കാൾ ചേതോഹരമായി അദ്ദേഹത്തിനു തോന്നിയിരിക്കാനിടയുണ്ടെന്നും ട്സിപ്കിൻ പറഞ്ഞു വയ്ക്കുന്നു.

ഒരു നല്ല വായനക്കാരനെ സംബന്ധിച്ചിടത്തോളം ദസ്തേയെവ്സ്കിയിൽനിന്ന് സോൾഷെനിത്സനിലേക്കുള്ള തുടർച്ചയെപ്പറ്റിയുള്ള ഈ സൂചന അർത്ഥപൂർണ്ണമായ ഒന്നാണ്. ഏതാണ്ട് സമാനസ്വഭാവമുള്ള വിപരീതാനുഭവങ്ങളാണ് ഇരുവരുടെയും സംവേദനശീലത്തെയും പ്രപഞ്ചവീക്ഷണത്തെയും രൂപപ്പെടുത്തിയത് : തടവുശിക്ഷ, നാടുകടത്തൽ, രോഗാനുഭവം, വിട്ടൊഴിയാത്ത പീഡാഭയം. (ഈ നോവലിൽ ദസ്തേയെവ്സ്കിയുടെ മനസ്സിൽ അടിക്കടി ഉയർന്നുവരുന്ന ഒന്നാണ് താൻ സൈബീരിയയിൽ അനുഭവിച്ച തടവുശിക്ഷയുടെ ദുഃസ്വപ്നസമാനമായ ഓർമ്മ) സംശയവും പേടിയും അനിശ്ചിതത്വവും നിഴൽ പരത്തിയ ഒരു വൈകാരിക കാലാവസ്ഥയിലായിരുന്നു രണ്ടുപേരുടെയും സൃഷ്ടിപ്രേരണകൾ കരുത്താർജ്ജിച്ചു വളർന്നത്. ദസ്തേയെവ്സ്കി അപസ്മാരബാധയാൽ ആടിയുലഞ്ഞ തന്റെ ശരീരത്തെ എഴുതിയതുപോലെ സോൾഷെനിത്സൻ അർബുദത്തിന്റെ ആക്രമണത്തിന് ഇരയായിത്തീർന്ന തന്റെ ശരീരത്തിന്റെ അവസ്ഥകളെ

എഴുത്തിലേക്കു സംക്രമിപ്പിച്ചു. ദസ്തേയെവ്സ്കിയെ സംബന്ധിച്ചിടത്തോളം തന്റെ ചുഴലിദീനം സാധാരണ മനുഷ്യർക്ക് അപ്രാപ്യമായ പ്രത്യേകതരം ആധ്യാത്മികമായ ഉൾക്കാഴ്ചയിലേക്ക് അദ്ദേഹത്തെ നയിച്ചുവെങ്കിൽ, ക്യാൻസർ രോഗിയുടെ ശരീരത്തിൽ വളർച്ചകൊള്ളുന്ന മുഴകൾ സോൾഷെനിത്സനെ ഓർമ്മിപ്പിച്ചത് സ്റ്റാലിനിസ്റ്റ് വ്യവസ്ഥിതിയിൻകീഴിൽ സോവിയറ്റ് യൂണിയനിലുടനീളം ഉയർന്നുപൊങ്ങിയ തടങ്കൽപ്പാളയങ്ങളെയും കോൺസൻട്രേഷൻ ക്യാമ്പുകളെയും കുറിച്ചാണ്. വേറൊരു രീതിയിൽ പറഞ്ഞാൽ, ഒറ്റപ്പെടലും നാടുകടത്തലും തന്റെ വിധിയായി സ്വീകരിച്ച, പീഡിതനും വ്രണിതഹൃദയനുമായ കലാകാരന്റെ ഉന്നതമായ ആദിമാതൃകയായാണ് റഷ്യൻ സാഹിത്യത്തിന്റെ പശ്ചാത്തലത്തിൽ ദസ്തേയെവ്സ്കിയെ ട്സിപ്കിൻ വായനക്കാരന്റെ മുമ്പിൽ അവതരിപ്പിക്കുന്നത്. കാമുകനും ഭർത്താവുമായ ദസ്തേയെവ്സ്കിയുടെ തരളഭാവങ്ങൾ ചിത്രീകരിക്കുന്നതിൽ കാണിക്കുന്ന അതേ മിഴിവോടുകൂടിയാണ് നോവലിസ്റ്റ് അദ്ദേഹത്തിന്റെ പ്രവാചകസദൃശമായ മുഖം തെളിച്ചുകാട്ടുന്നത്.

കഥാപുരുഷൻ നടന്ന വഴികളിലൂടെയും അവിടെ കലമ്പൽകൂട്ടുന്ന മുഖച്ഛായകൾക്കിടയിലൂടെയുമുള്ള അന്വേഷണത്തിനിടയിൽ തന്നെ അമ്പരപ്പിക്കുന്ന, തനിക്ക് ഒരിക്കലും രാജിയാവാനാകാത്ത ഒരംശം അദ്ദേഹത്തിന്റെ വ്യക്തിത്വത്തിൽ മുഴച്ചുനിന്നിരുന്നതായി ആഖ്യാനകാരൻ കണ്ടെത്തുന്നു: ജൂതവിരോധം. തന്റെ നോവലുകളിൽ സഹജീവികളുടെ വേദനയുടെ നേർക്ക് ഇത്രയേറെ അലിവു കാണിച്ച ഈ മനുഷ്യൻ, നിന്ദിതരുടെയും പീഡിതരുടെയും ഭാഗത്ത് അളവറ്റ സഹാനുഭൂതിയോടെ നിലയുറപ്പിച്ച ഈ പോരാളി, എങ്ങനെ ജൂതന്മാരെ വെറുക്കാനിടയായി? "ബേദൻ-ബേദനിലെ വേനൽക്കാല"ത്തിലുടനീളം ശാഠ്യത്തോടെ കടന്നുവരുന്ന ഒരു വിഷയമാണ് ദസ്തേയെവ്സ്കിയുടെ 'ആന്റി-സെമിറ്റിസം'. നോവലിലൊരിടത്ത് ട്സിപ്കിൻ പറയുന്നുണ്ട്, അനേകായിരം വർഷക്കാലം വേട്ടയാടപ്പെട്ട ജൂതരെക്കുറിച്ച് ദസ്തേയെവ്സ്കി അനുകമ്പയോടെ ഒരു വാക്കു പോലും എഴുതുകയുണ്ടായില്ല എന്നതു വിചിത്രവും അവിശ്വസനീയവുമായി അനുഭവപ്പെടുന്നു എന്ന്. ദസ്തേയെവ്സ്കി ജൂതന്മാരെ ഒരു ജനത എന്ന നിലയ്ക്കുപോലുമല്ല കണ്ടിരുന്നത്, നേരെമറിച്ച് അവർ ഒരു ഗോത്രമാണ് എന്ന മട്ടിലുള്ളവയായിരുന്നു അദ്ദേഹം നടത്തിയ പരാമർശങ്ങൾ. എന്നിട്ടും ജൂതന്മാർ അദ്ദേഹത്തെ എന്നും സ്നേഹിച്ചിരുന്നു. ദസ്തേയെവ്സ്കി ജൂതന്മാരോടു പുലർത്തിയിരുന്ന ശത്രുതാമനോഭാവം അദ്ദേഹത്തെ ഇഷ്ടപ്പെടുന്നതിൽനിന്നും അദ്ദേഹത്തെപ്പറ്റി

പഠിക്കുകയും ഗവേഷണം നടത്തുകയും ചെയ്യുന്നതിൽ നിന്നും ജൂതന്മാരായ വായനക്കാരെയും വിമർശകന്മാരെയും ഗവേഷകരെയും തടഞ്ഞതായി തെളിവില്ല. ഇതിനെ എങ്ങനെ വ്യാഖ്യാനിക്കാൻ കഴിയും? ഈ വൈരുധ്യം വിശദീകരിക്കാൻ ശ്രമിക്കുന്നതിനിടയിൽ ആഖ്യാനകാരൻ ചെന്നെത്തുന്ന നിഗമനം, ദസ്തേയെവ്സ്കിയെ സ്നേഹിക്കുക എന്നുവച്ചാൽ സാഹിത്യത്തെ സ്നേഹിക്കുക എന്നു തന്നെയാണ് അർത്ഥമെന്നാണ്. ട്സിപ്കിന്റെ കഥാനായകൻ, അദ്ദേഹത്തിന്റെ തീർത്തും അസന്തുലിതമായ വ്യക്തിത്വഘടനയിൽ കടന്നു കൂടിയ എല്ലാ ഏങ്കോണിപ്പോടും കൂടി, റഷ്യൻ സാഹിത്യത്തിന്റെ നിത്യമായ അഭിമാനമായി മാറിനില്ക്കുന്നു.

നോവലിന്റെ മൂന്നിൽ രണ്ടു ഭാഗം പിന്നിടുമ്പോൾ ലെനിൻഗ്രാഡിൽ എത്തിച്ചേരുന്ന ആഖ്യാനകാരൻ തന്റെ അമ്മയുടെ ഒരു പഴയ കൂട്ടുകാരിയായ ഗില്യ താമസിക്കുന്ന ഒരു 'കമ്മ്യൂണൽ അപാർട്മെന്റി'ൽ തങ്ങുന്നു. ആഖ്യാനകാരനും ഗില്യയും തമ്മിൽ നടക്കുന്ന സംഭാഷണങ്ങളിൽ രണ്ടാംലോക മഹായുദ്ധത്തിനടുപ്പിച്ച വർഷങ്ങളിലും യുദ്ധാനന്തരദശകങ്ങളിലും മോസ്കോ നിവാസികളും സോവിയറ്റ് ജനത മൊത്തത്തിലും കടന്നുപോയ കരാളമായ അനുഭവങ്ങളെക്കുറിച്ചുള്ള സൂചനകൾ കടന്നുവരുന്നതു കാണാം. 1934-37 കാലഘട്ടത്തിൽ സ്റ്റാലിൻ അഴിച്ചുവിട്ട കൊടുംഭീതി (Great Terror) തൊട്ട് വർത്തമാന കാലഘട്ടത്തിലെ അസ്വതന്ത്രമായ ജീവിതാന്തരീക്ഷം വരെയുള്ള സംഗതികൾ ഇവിടെ പതിഞ്ഞ രീതിയിൽ അനുസ്മരിക്കപ്പെടുന്നു. നോവലിൽ പല ഭാഗത്തായി കടന്നുവരുന്ന ഇരുപതാംനൂറ്റാണ്ടിലെ റഷ്യൻ സാഹിത്യത്തിലേയും ചിന്താലോകത്തിലേയും സവിശേഷ വ്യക്തിത്വമാർന്ന പ്രതിഭാശാലികളുടെ പേരുകൾ കൂടി ശ്രദ്ധിക്കേണ്ടതാണ്: സ്വെതയേവ, സോൾഷെനിത്സൻ, സഖാറോവ്. തങ്ങളുടെ ദുരന്തഭാഗധേയത്തിന്റെ ഭാഗമായി ആത്മഹത്യയും നാടുകടത്തലും വീട്ടുതടങ്കലും ഏറ്റുവാങ്ങിയ ഈ വിമതബുദ്ധിജീവികൾ നടത്തിയ ധാർമ്മികമായ ചെറുത്തുനില്പിന്റെ ഓർമ്മയുണർത്തുന്നതു വഴി, ട്സിപ്കിൻ സോവിയറ്റ് യാഥാർത്ഥ്യത്തിന്റെ ചുറ്റുവട്ടത്തിൽ ഒരു ജൂതൻ എന്ന നിലയിലും, ഭരണകൂടത്തിന് അസ്വീകാര്യനായ വ്യക്തി എന്ന നിലയിലും, സാഹിത്യലോകത്തിലെ കമ്മിസ്സാർമാരുടെ അനുമതിയോടെ പ്രസിദ്ധപ്പെടുത്താൻ കഴിയുമെന്ന് ഒട്ടും പ്രതീക്ഷിക്കരുതാത്ത ഒരു കൃതിയുടെ രചനയിലേർപ്പെട്ടിരിക്കുന്ന ഭാഗ്യഹീനനായ ഒരെഴുത്തുകാരൻ എന്ന നിലയിലുമൊക്കെയുള്ള തന്റെ സന്ദിഗ്ദ്ധമായ നിലനില്പിനെക്കുറിച്ച് വായനക്കാർക്കു സൂചന നൽകുകയാണ് ചെയ്യുന്നതെന്നു തോന്നുന്നു.

ലെനിൻഗ്രാഡിൽ എത്തിയതിനുശേഷം ആഖ്യാനകാരൻ വറ്റാത്ത ജിജ്ഞാസയോടുകൂടി ദസ്തേയെവ്സ്കിയുടെ ജീവിതത്തിന്റെ അവസാനഘട്ടവുമായി ബന്ധപ്പെട്ട സ്ഥലങ്ങളും സ്മാരകങ്ങളും സന്ദർശിക്കുന്നു. ഹേമന്തത്തിലെ ഉത്സവത്തിനു സാക്ഷ്യം വഹിക്കുന്ന ഒരു നദിയുടെ പ്രതീതി ജനിപ്പിച്ചുകൊണ്ട്, പച്ചയും ചുവപ്പും നിറങ്ങളിലുള്ള നൂറുകണക്കിനു ദീപങ്ങൾ തെന്നിയകലുന്ന തണുത്തുറഞ്ഞ മൂടൽമഞ്ഞ് തങ്ങിനില്ക്കുന്ന 'നെവ്സ്കി'യിലൂടെ നടക്കുന്നതിനിടയിൽ അയാളുടെ ഭാവനയിൽ ദസ്തേയെവ്സ്കിയുടെ സാന്നിദ്ധ്യത്താൽ അനുഗൃഹീതമായ തെരുവീഥികളും വീടുകളും ഒപ്പം അദ്ദേഹം ജന്മംകൊടുത്ത കഥാപാത്രങ്ങളും ഒരിക്കൽക്കൂടി ജീവൻ വയ്ക്കുന്നു. കഥാനായകൻ മരണക്കിടക്കയിൽ കിടക്കുന്നതിന്റെ വിവരണവുമായി നോവൽ സമാപ്തിയിലേക്കു നീങ്ങുന്നു. പ്രധാനമായും അന്നയുടെ കാഴ്ചപ്പാടിലൂടെയാണ് ദസ്തേയെവ്സ്കിയുടെ മരണരംഗം ചിത്രീകരിക്കപ്പെട്ടിരിക്കുന്നത്. ദസ്തേയെവ്സ്കി മരിക്കുന്നതിനു തൊട്ടുമുമ്പ് കുടുംബത്തിൽ അരങ്ങേറിയ ചില്ലറ വക്കാണങ്ങളും അദ്ദേഹത്തിന്റെ വേർപാട് ബന്ധുക്കളിലും സന്ദർശകരിലുമുളവാക്കിയ പ്രതികരണവുമെല്ലാം വികാരാർദ്രമായ ഭാഷയിൽ നോവലിസ്റ്റ് പകർത്തിക്കാട്ടുന്നു. പടിഞ്ഞാറൻ നോവൽ സാഹിത്യത്തിൽ നേർത്തതും കടുപ്പം കൂടിയതുമായ ചായക്കൂട്ടുകൾ ഉപയോഗിച്ച് മരണരംഗങ്ങൾ വർണ്ണിക്കുന്നതിൽ മികവു കാണിച്ചിട്ടുള്ള ചില എഴുത്തുകാരുണ്ട്. ഇവരുടെ കൂട്ടത്തിൽ ആദ്യം പറയേണ്ട പേർ ടോൾസ്റ്റോയിയുടേതാണ്. ("ഐവാൻ ഇല്ലിച്ചിന്റെ മരണം" എന്ന നീണ്ട കഥയിലും, "അന്ന കരിനീന"യിലും "യുദ്ധവും സമാധാന" ത്തിലുമുള്ള മരണരംഗങ്ങൾ ഓർമ്മിക്കുക.) ഇറ്റാലിയൻ സാഹിത്യകാരനായ ഗൂസപ്പി ലാംപഡൂസ തന്റെ "വ്യാഘ്രം" (The Leopard) എന്ന നോവലിൽ കഥാനായകന്റെ അന്ത്യരംഗത്തിനു നല്കുന്ന പൊലിമ ആർക്കു മറക്കാൻ കഴിയും? ഏതാണ്ട് ഈ വിതാനത്തിൽ എത്തിനില്ക്കുന്ന ഒന്നാണ് ട്സിപ്കിൻ തന്റെ കഥാനായകൻ അപസ്മാരബാധയാൽ ഇളകിമറിഞ്ഞ ശരീരവും കനൽപാറുന്ന ഹൃദയവുമായി നിത്യശാന്തിയിൽ ലയിക്കുന്ന മുഹൂർത്തം ചിത്രീകരിച്ചിരിക്കുന്ന രീതി.

ഫോട്ടോഗ്രാഫിയിൽ സജീവതാത്പര്യമുണ്ടായിരുന്ന ഒരാളായിരുന്നു ട്സിപ്കിൻ. അദ്ദേഹം ചെറിയ തോതിൽ ഒരു ഫോട്ടോഗ്രാഫറായിരുന്നു. "ബേദൻ-ബേദനിലെ വേനൽക്കാലം" എന്നെങ്കിലും പുസ്തകരൂപത്തിൽ പുറത്തുവരികയാണെങ്കിൽ അതിൽ ദസ്തേയെവ്സ്കിയുടെ ജീവിതവുമായി ബന്ധപ്പെട്ട് താൻ എടുത്തുവച്ചിട്ടുള്ള ചിത്രങ്ങൾ കൂടി ഉൾപ്പെടുത്തിക്കാണാൻ അദ്ദേഹം ആഗ്രഹിച്ചിരുന്നു. ഒരുപക്ഷേ

ട്സിപ്കിന്റെ വിവരണകലയിൽ ദൃശ്യാത്മകമായൊരു മാനം ഉൾച്ചേർന്നിട്ടുണ്ട്. തന്റെ കഥാനായകന്റെ ജീവിതത്തിലെ സ്തോഭ പൂർണ്ണവും മാദകഭംഗി കലർന്നതുമായ പല രംഗങ്ങളും അദ്ദേഹം സംവിധാനം ചെയ്തിട്ടുള്ളതു ദൃശ്യരൂപത്തിലാണ്. സ്ഥല-കാലങ്ങ ളിലൂടെ മാറി മാറി സഞ്ചരിച്ചുകൊണ്ട് ആഖ്യാനകാരൻ കഥ പറയുന്ന രീതി വായനക്കാരനു പ്രയാസം കൂടാതെ വഴങ്ങിക്കിട്ടുന്നതിന്റെ കാര ണങ്ങളിലൊന്ന് ഇതാവാം.

ഈ നോവലിന്റെ ശില്പസവിശേഷതകളിലൊന്നാണ് ഇതിലെ സങ്കീർണ്ണമായ ഭാഷാരീതി. ഖണ്ഡികയോളം നീളുന്ന നീണ്ട വാക്യ ങ്ങൾ കൊരുത്തുകൊണ്ടാണ് ട്സിപ്കിൻ തന്റെ ആഖ്യാനരൂപം ചിട്ട പ്പെടുത്തിയിരിക്കുന്നത്. ഒഴുകിപ്പരക്കുന്ന ഈ വാക്യഘടനയുടെ പ്രധാന ഗുണം, പല സമയത്തു നടന്ന സംഭവങ്ങളെ ഭാവപരമായ ബന്ധപരമ്പരയാൽ (association) തമ്മിൽ ചേർക്കാനും ഒറ്റ ശ്വാസ ത്തിൽ അവതരിപ്പിക്കാനും അത് ആഖ്യാനകാരന് അവസരമൊരു ക്കുന്നു എന്നതാണ്. ഉദാഹരണത്തിന് ദസ്തേയെവ്സ്കിയും തുർഗ നേവും തമ്മിൽ നടന്ന സംഘർഷാത്മകമായ കൂടിക്കാഴ്ചയുടെ വിവ രണത്തിന്റെ ഒടുവിൽ ഒരു പരിവർത്തനഘട്ടത്തിൽ റഷ്യയുടെ ആത്മാവ് കൈക്കലാക്കാൻ വേണ്ടി മത്സരിച്ച രണ്ടുതരം സാംസ്കാ രികവീക്ഷണങ്ങൾക്കു പ്രാതിനിധ്യം വഹിച്ചവരായിരുന്നു ഈ എഴു ത്തുകാർ എന്ന് നോവലിസ്റ്റ് ചൂണ്ടിക്കാട്ടുന്നു. വിപരീത വീക്ഷണങ്ങൾ തമ്മിലുള്ള ഈ ഏറ്റുമുട്ടൽ ഒരു നൂറ്റാണ്ടിനുശേഷം വർദ്ധിച്ച കരു ത്തോടെ പുനരാരംഭിക്കുന്നതു കാണാം എന്നു പറഞ്ഞുകൊണ്ട് നോവലിസ്റ്റ് ചില അംശങ്ങളിൽ ദസ്തേയെവ്സ്കിയുമായി രൂപസാ ദൃശ്യം പോലുമുണ്ടായിരുന്ന സോൾഷെനിത്സൻ ജന്മരാജ്യ ത്തിൽനിന്ന് ബഹിഷ്കൃതനായതിന്റെ വർണ്ണനയിൽ കൂപ്പുകുത്തുന്നു. ദസ്തേയെവ്സ്കിയും അന്നയും ഡ്രെസ്ഡനിൽ കഴിച്ചുകൂട്ടിയ നാളു കളെപ്പറ്റി പറഞ്ഞുകൊണ്ടാരംഭിക്കുന്ന ഒരു വാക്യം കഥാനായകൻ തടവുശിക്ഷ അനുഭവിച്ച വർഷങ്ങളിലേക്കും പോളിനയുമായുള്ള പ്രണയബന്ധത്തിന്റെ കാലത്ത് അദ്ദേഹത്തെ പിടികൂടിയ ചൂതാട്ട ഭ്രമത്തിലേക്കും തിരിഞ്ഞുനോട്ടം നടത്തിക്കൊണ്ട്, ആഖ്യാനകാരൻ ഒരു മെഡിക്കൽ വിദ്യാർത്ഥിയായിരുന്ന കാലഘട്ടത്തിന്റെ ഓർമ്മയി ലേക്കും പുഷ്കിന്റെ ഗൃഹാതുരത്വം കലർന്ന കവിതാശകലത്തി ലേക്കും ഈണമിട്ട് ചെന്നണയുന്നു. ട്സിപ്കിന്റെ പദവാക്യവിന്യാ സരീതിയിൽ അടങ്ങിയിട്ടുള്ള സംഗീതാത്മകത്വം കാരണമാവാം, ആഖ്യാനത്തിലെ തോന്ന്യവാസത്തിന്റെ മട്ടിലുള്ള ഇത്തരം ഗതിമാറ്റ ങ്ങൾ വായനയ്ക്കിടയിൽ നമുക്ക് അലോസരം സൃഷ്ടിക്കുന്നില്ല.

ദസ്തേയെവ്സ്കിയുടെ ജീവിതത്തെ ആസ്പദമാക്കി പല ലോക ഭാഷകളിലും നോവലുകളുണ്ടായിട്ടുണ്ട്. ഇക്കൂട്ടത്തിൽ ഏറെ ചർച്ച ചെയ്യപ്പെട്ട ഒരു സമീപകാല രചനയാണ് ദക്ഷിണാഫ്രിക്കൻ നോവലെഴുത്തുകാരനായ ജെ.എം. കൂറ്റ്സിയുടെ "പീറ്റേഴ്സ്ബർഗിലെ നായകൻ" (J.M. Coetzee, The Master of Petersburg). ദസ്തേയെവ്സ്കിയുടെയും അന്നയുടെയും പ്രണയജീവിതം മുഖ്യപ്രതിപാദ്യമായി സ്വീകരിച്ചിട്ടുള്ള ഈ കൃതി ട്സിപ്കിന്റെ നോവലുമായി താരതമ്യമർഹിക്കുന്ന ഒന്നാണ്. അന്നയുടെയും ദസ്തേയെവ്സ്കിയുടെയും അനുരാഗകാലം പുനഃസൃഷ്ടിക്കുമ്പോൾ കൂറ്റ്സി രേഖപ്പെടുത്തിയിട്ടുള്ള വസ്തുതകളിൽ ഊന്നുന്നതിനു പകരം സ്വപ്നത്തെയും ഭ്രമകല്പനയെയും കൂട്ടുപിടിക്കുന്നു. കൂറ്റ്സിയെ പ്രധാനമായും ആകർഷിക്കുന്നതു തന്റെ നായികാനായകന്മാരുടെ ബന്ധത്തിൽ അടങ്ങിയിട്ടുള്ള ലൈംഗികതയുടെ രഹസ്യാത്മകസ്വഭാവമാണ്. ദസ്തേയെവ്സ്കിയുടെ രോഗബാധിതമായ ശരീരത്തിന്റെ അവസ്ഥകളും അദ്ദേഹത്തിന്റെ മനസ്സിൽ തുടികൊട്ടുന്ന കാമനയും തമ്മിലുള്ള വിചിത്രമായ വേഴ്ചയെക്കുറിച്ചുള്ള നീണ്ടൊരു അനുധ്യാനമാണ് "പീറ്റേഴ്സ്ബർഗിലെ നായകൻ" എന്നു പറഞ്ഞാൽ തെറ്റുണ്ടാവില്ല. ട്സിപ്കിന്റെ കാര്യമെടുത്താൽ, എങ്ങുമെത്താതെ പോയ തന്റെ സാഹിത്യജീവിതത്തിന്റെയും, ചുറ്റുപാടുകളുമായി ഇണങ്ങാനാവാതെ ഏതോ ആശങ്കയുടെ നിഴലിൽ കഴിച്ചുകൂട്ടിയ തന്റെ സ്വകാര്യജീവിതത്തിന്റെയും അവസാനഘട്ടത്തിൽ സ്വയം വീണ്ടെടുക്കാനുള്ള ഉത്ക്കടമായ പ്രേരണയാണ് 'മെറ്റാ-ഫിക്ഷൻ' എന്ന വിഭാഗത്തിൽ ഉൾപ്പെടുത്താവുന്ന ഒരു നോവലിന്റെ രചനയിൽ അദ്ദേഹത്തെ കൊണ്ടെത്തിച്ചത് എന്നു കാണാം. ട്സിപ്കിനെ പോലെ സോവിയറ്റ് വ്യവസ്ഥിതിയുടെ വിളുമ്പിൽ അവഗണന പേറി കയറേണ്ടിവന്ന അറിയപ്പെടാത്ത ഒരെഴുത്തുകാരന്റെ മുമ്പിൽ, 'ഭ്രാന്താലയത്തിലെ ഷേക്സ്പിയർ' എന്നു വിശേഷിപ്പിക്കപ്പെട്ട, പോയ നൂറ്റാണ്ടിലെ ഈ പ്രതിഭാശാലി തന്റെ വിയർപ്പിൽനിന്നും കണ്ണീരിൽനിന്നും സൃഷ്ടിച്ചെടുത്ത ഇതിഹാസസമാനമായ സർഗ്ഗപ്രപഞ്ചം ഒരേ സമയം മോഹിപ്പിക്കുകയും പേടിപ്പെടുത്തുകയും ചെയ്യുന്ന ഒരു യാഥാർത്ഥ്യമായി നിലകൊണ്ടുകാണണം.

കുറിപ്പ്: ഈ പഠനത്തിൽ തുർഗനേവ്, ഫെദ്യ, ദസ്തേയെവ്സ്കി എന്നീ കഥാപാത്രങ്ങൾ യഥാക്രമം ടർജനീവ്, ഫെഡ്യാ, ഡോസ്റ്റോയെവ്സ്കി എന്നീ പേരുകളിലാണ് നോവലിൽ പരാമർശിച്ചിട്ടുള്ളത് – പത്രാധിപർ

ട്സിപ്കിൻ എന്ന എഴുത്തുകാരന്റെ ദുഃഖപൂർണ്ണമായ ജീവിതത്തെക്കുറിച്ച്

സൂസൻ സൊണ്ടാഗ്

അമ്പതുകൾക്കു ശേഷമുള്ള ഇരുപതാംനൂറ്റാണ്ടിന്റെ സാഹിത്യ സംഭാവനകൾ ഇനിയും വിശദമായി വിലയിരുത്തപ്പെടേണ്ടതാണ്. ലോകത്തെ മുഖ്യഭാഷാധാരകളിൽ മാസ്റ്റർപീസുകളുണ്ടാകാനുള്ള സാധ്യത പ്രായേണ ദുർല്ലഭമാണെന്നാണ് വിലയിരുത്തുന്നത്. എന്നാൽ ഏതാണ്ട് പത്തുവർഷം മുമ്പ് ലണ്ടനിലെ *ചാരിങ്ക്രോസ്* തെരുവിലെ ഒരു പുസ്തകഷോപ്പിന്റെ പുറത്ത് കൂട്ടിയിട്ട വീർത്തു കെട്ടിയ സെക്കൻഡ് ഹാൻഡ് പേപ്പർബാക്ക് പുസ്തകങ്ങൾക്കിടയിൽ ഞാൻ അത്തരമൊരു പുസ്തകം കണ്ടെത്തി. *സമ്മർ ഇൻ ബേദൻ ബേദൻ* എന്ന ആ പുസ്തകം ഒരു നൂറ്റാണ്ടിലെ സാഹിത്യ ചരിത്രത്തിലെ മനോഹരവും ഉത്കൃഷ്ടവും മൗലികവുമായ സംഭാവനകളിലൊന്നായി ഞാൻ കരുതുന്നു.

അജ്ഞാതമായ ഏതോ കോണിൽ ഈ പുസ്തകം മറഞ്ഞു കിടന്ന കാരണത്തിലേക്ക് ആണ്ടിറങ്ങുക എന്നത് വലിയൊരു ബാലികേറാമലയൊന്നുമല്ല. ആ പുസ്തകത്തിന്റെ ഗ്രന്ഥകർത്താവിന് എഴുത്ത് ഒരു ജീവിതമാർഗ്ഗമായിരുന്നില്ല. ലിയോനിഡ് ട്സിപ്കിൻ ഒരു ഡോക്ടറായിരുന്നു. അറിയപ്പെടുന്ന ഒരു ശാസ്ത്രഗവേഷകൻ. സോവിയറ്റ് യൂണിയനിലും പുറത്തുമായി നൂറോളം ശാസ്ത്രലേഖനങ്ങൾ പ്രസിദ്ധപ്പെടുത്തിയ ആൾ. *ചെക്കോവും ബൾഗോക്കോവു*മായി ഒരു വിധത്തിലും താരതമ്യമില്ല. എങ്കിലും ഈ റഷ്യൻ ഡോക്ടർ എഴുതിയ സാഹിത്യത്തിന്റെ ഒരു പേജെങ്കിലും സ്വജീവിതകാലത്ത് പ്രസിദ്ധീകരിച്ചു കാണാൻ അദ്ദേഹത്തിനു കഴിഞ്ഞില്ല.

സെൻസർഷിപ്പുകളും ഭീഷണികളും ഈ കഥയുടെ ഒരു ഭാഗം മാത്രം. *ട്സിപ്കിന്റെ* ഗദ്യം തീർച്ചയായും ഔദ്യോഗിക പ്രസിദ്ധീകരണത്തിന് അർഹത നേടിയിരുന്നില്ല. എന്നാൽ അറുപതുകളുടെയും എഴുപതു

കളുടെയും റഷ്യൻ സാഹിത്യചരിത്രത്തിലുണ്ടായിരുന്ന, ഒളിവിൽ പ്രവർത്തിച്ചിരുന്ന സാഹിത്യവലയങ്ങളോട് ട്സിപ്കിൻ വൈമുഖ്യം പുലർത്തിയിരുന്നു. ആയതിനാൽ അദ്ദേഹം ആ നിലയിലും പ്രശസ്തനായില്ല. ഗർവ്വുകളില്ലാതെ, ശാഠ്യം നിറഞ്ഞ വിഷാദവുമായി, അനൗദ്യോഗിക സാഹിത്യവലയങ്ങളാൽ ത്യജിക്കപ്പെടുമോ എന്ന ചിന്തയിലെ പൊരുത്തക്കേടുമായി സന്ധി ചെയ്യാതെയും അദ്ദേഹം ജീവിച്ചു. താനെഴുതുന്നതു തനിക്കുവേണ്ടി അല്ലെങ്കിൽ സാഹിത്യത്തിനുവേണ്ടി എന്നു സങ്കല്പിക്കാൻ പ്രേരിതമായ ഒരു കാലഘട്ടം.

ബേദൻ ബേദനിലെ ഗ്രീഷ്മകാലത്ത് എന്ന കൃതി കാലത്തെ അതിജീവിച്ചുവെന്നത് ഒരു തരത്തിൽ മഹാത്ഭുതം തന്നെയാണ്. ഈ മഹാത്ഭുതം വിശദീകരിക്കാനും ഈ നോവൽ പിറന്നുവീണ കാലത്തെ വിലയിരുത്തുവാനും ഗ്രന്ഥകാരന്റെ ജീവിതത്തെപ്പറ്റി ചിലതു പറയാതെ വയ്യ. ട്സിപ്കിന്റെ മകനായ *മിഖായേലിനോടും* മരുമകളായ *എലീനയോടും* ഞാൻ കടപ്പെട്ടിരിക്കുന്നു. അവരാണ് വിവരങ്ങൾ ഉദാരപൂർവം എനിക്കു നല്കിയത്. 1977ൽ ഐക്യനാടുകളിലേക്കു കുടിയേറിയ അവർ കാലിഫോർണിയയിൽ കഴിയുന്നു. *അസാറി മൊഡ്ഡർ* എന്ന മറ്റൊരു കുടിയേറ്റക്കാരനോടും ഈ കടപ്പാടുണ്ട്. അദ്ദേഹമാണ് "Death of a writer Refusink" എന്ന ലേഖനമെഴുതിയത്. ലിയോനിഡ് ട്സിപ്കിന്റെ മരണത്തെത്തുടർന്ന് 1983ൽ എറ്റ് സെറ്റ്ര (Et Cetera) എന്ന ജൂതമാസികയിൽ ഈ ലേഖനം പ്രസിദ്ധീകരിച്ചു. ഞാനറിഞ്ഞേടത്തോളം ഇംഗ്ലീഷിൽ ട്സിപ്കിന്റെ ജീവിതത്തെപ്പറ്റി രേഖപ്പെടുത്തിയ ചരിത്രം ഇതു മാത്രമാണ്.

മിൻസ്കിൻ റഷ്യക്കാരനായ ഒരു ജൂതദമ്പതികളുടെ മകനായി 1926ൽ ട്സിപ്കിൻ ജനിച്ചു. മാതാപിതാക്കൾ ഇരുവരും ഭിഷഗ്വരന്മാരായിരുന്നു. അമ്മ വേരാ പോളിയാക്ക് Pulmonary Tuber-culosisൽ മെഡിക്കൽ വൈദഗ്ദ്ധ്യം നേടിയവളായിരുന്നു. പിതാവ് ബോറിസ് ട്സിപ്കിനാകട്ടെ Orthopaedicsൽ സർജ്ജനായിരുന്നു. 1934ലെ *ഭീകരത*യുടെ പ്രാരംഭകാലത്ത് അദ്ദേഹം അറസ്റ്റ് ചെയ്യപ്പെട്ടു. പതിവനുസരിച്ച് തോന്നുംപടി കുറ്റങ്ങൾ ചുമത്തിക്കൊണ്ടുള്ള ഒരു അറസ്റ്റ്. പിന്നീട് സ്വാധീനമുള്ള ഒരു സുഹൃത്തിന്റെ ഇടപെടൽ മൂലം വിട്ടയക്കപ്പെട്ടു. തടവറയിലെ പടികൾ നിറഞ്ഞ കിണറ്റിലേക്ക് എടുത്തുചാടി ആത്മഹത്യയ്ക്കു ശ്രമിച്ചതിനെത്തുടർന്ന് ഒടിഞ്ഞ മുതുകുമായി ഒരു സ്ട്രെച്ചറിലാണ് അദ്ദേഹം മടങ്ങി വീട്ടിലെത്തിയത്. പക്ഷേ, ദുർബലനാകാതെ അദ്ദേഹം ജീവിച്ചു. 64-ാം വയസ്സിൽ മരിക്കുംവരെ സർജൻ എന്ന നിലയിൽ തന്റെ പ്രാക്ടീസ് തുടർന്നു. 1961ൽ ആണ് മരിച്ചത്. ബോറിസ് ട്സിപ്കിന്റെ രണ്ടു സഹോദരിമാരും ഒരു സഹോദരനും

ആ ഭീകരകാലത്തു തടവിലാക്കപ്പെട്ടിരുന്നു. അവരാകട്ടെ തടവറയിൽത്തന്നെ ജീവിതം ഹോമിച്ചു.

1941ലെ സോവിയറ്റ് യൂണിയന്റെ മേലുള്ള ജർമ്മൻ ആക്രമണത്തെത്തുടർന്ന് *മിൻസ്ക്* നഗരം കീഴടക്കപ്പെട്ടു. ബോറിസ് ട്സിപ്കിന്റെ മാതാവും ഒരു സഹോദരിയും രണ്ടു മരുമക്കളും ഗെട്ടോയിൽവച്ച് വധിക്കപ്പെട്ടു. ട്സിപ്കിന്റെ കുടുംബം - ബോറിസും അദ്ദേഹത്തിന്റെ പത്നിയും പതിനഞ്ചു വയസ്സുള്ള ലിയോനിഡും നഗരം വെടിഞ്ഞ് ഒരു കൂട്ടുകൃഷി ഫാമിലെ ചെയർമാനായിരുന്ന സുഹൃത്തിന്റെയരികിൽ അഭയം തേടി. അയാൾ *ബോറിസ് ട്സിപ്കി*നോട് കടപ്പാടുള്ള ഒരു പഴയ രോഗിയായിരുന്നു. ഈ ഭിഷഗ്വരനും കുടുംബത്തിനും പാർപ്പിട സൗകര്യം ഏർപ്പെടുത്തിയത് ട്രക്കിന്മേലുണ്ടായിരുന്ന നിരവധി അച്ചാർ ഭരണികൾ നീക്കം ചെയ്തുകൊണ്ടാണ്.

ഒരു വർഷത്തിനുശേഷം ലിയോനിഡ് ട്സിപ്കിൻ അദ്ദേഹത്തിന്റെ വൈദ്യപഠനം തുടർന്നു. യുദ്ധം അവസാനിച്ചപ്പോൾ *മിൻസ്കി*ലെ മാതാപിതാക്കളോടൊപ്പം ചേർന്നു. 1947ൽ മെഡിക്കൽ സ്കൂളിൽ നിന്നു ബിരുദം നേടി. 1948ൽ നടാലിയ മിഷ്നികോവ എന്ന സാമ്പത്തിക വിദഗ്ദ്ധയെ വിവാഹം ചെയ്തു. 1950ലാണ് *മിഖായേൽ* എന്ന അവരുടെ ഏക മകൻ ജനിച്ചത്. തലേ വർഷം തുടങ്ങിവച്ച സ്റ്റാലിന്റെ *ആന്റി സെമറ്റിക്* പ്രചാരണം ആ കാലമായപ്പോഴേക്കും അവർക്കുവേണ്ട ഇരകളെ വാർത്തെടുത്തിരുന്നു. ആയതിനാൽ ഒരു ഗ്രാമീണ മാനസിക ആശുപത്രിയുടെ ജോലിക്കാരോടൊപ്പം അദ്ദേഹം ഒളിവിൽ താമസിച്ചു. 1953ൽ ഭാര്യയും മകനുമൊത്ത് മോസ്കോവിൽ താമസിക്കാൻ അദ്ദേഹത്തിന് അനുമതി ലഭിച്ചു. *ഇൻസ്റ്റിറ്റ്യൂട്ട് ഫോർ പോളിയോ മൈജിറ്റിസ് ആന്റ് വൈറൽ എൻസെഫാലിറ്റിസ്* എന്ന പ്രശസ്ത സ്ഥാപനത്തിൽ ഒരു പാത്തോളജിസ്റ്റായി അദ്ദേഹം ജോലിയിൽ പ്രവേശിച്ചു. സോവിയറ്റ് യൂണിയനിൽ *സബീൻ പോളോ* വാക്സിൻ പരിചയപ്പെടുത്തിയ ടീമിലെ അംഗമായിരുന്നു ലിയോനിഡ് ട്സിപ്കിൻ. ഇൻസ്റ്റിറ്റ്യൂട്ടിലെ അദ്ദേഹത്തിന്റെ തുടർന്നുള്ള ഗവേഷണങ്ങൾ താത്പര്യമുണർത്തുന്ന വിഷയങ്ങളിലേക്കു വ്യാപിച്ചു. ട്യൂമർ ടിഷ്യുക്കളെയും കുരങ്ങന്മാരുടെ ബയോളജിയെയും പാത്തോളജിയെയും സംബന്ധിച്ചുള്ള പഠനങ്ങൾ അതിൽപെടുന്നു.

സാഹിത്യത്തോട് എന്നും ട്സിപ്കിന് ഭ്രമമായിരുന്നു. എന്നാൽ ഗദ്യവും കവിതയും തനിക്കുവേണ്ടി അദ്ദേഹം വളരെക്കുറച്ചു മാത്രമാണ് രചിച്ചിട്ടുള്ളത്. ഇരുപതുകളിലെ ആദ്യകാലത്ത് തന്റെ വൈദ്യപഠനം സമാപിക്കുമ്പോൾ അതു വലിച്ചെറിഞ്ഞ് സാഹിത്യത്തിലേക്കു തിരിയണമെന്ന് അദ്ദേഹം അഭിലഷിച്ചു. പൂർണ്ണമായും എഴുത്തിലേക്കു

തിരിയുക എന്നതുതന്നെയായിരുന്നു അദ്ദേഹത്തിന്റെ ചിന്ത. പത്തൊമ്പതാംനൂറ്റാണ്ടിലെ ആത്മാവ് സംബന്ധിച്ച റഷ്യൻ ചോദ്യങ്ങളിൽ ആകൃഷ്ടനായി - *വിശ്വാസം കൂടാതെ, ദൈവമില്ലാതെ എങ്ങനെ ജീവിക്കാം* - അദ്ദേഹം ടോൾസ്റ്റോയിയെ ഉദാത്തവത്ക്കരിച്ചു; പിന്നീട് അവിടെ ഡോസ്റ്റോയെവ്സ്കിയെ പ്രതിഷ്ഠിച്ചു. സിനിമ സംബന്ധിച്ചും അദ്ദേഹത്തിന് ശക്തമായ അഭിവാഞ്ഛകളുണ്ടായിരുന്നു. ഉദാഹരണത്തിന് *അന്റോണിയോണി* എന്ന സംവിധായകൻ പക്ഷേ, ഒരിക്കലും *ടാർക്കോവ്സ്ക്കി* ആയിരുന്നില്ല. അറുപതുകളുടെ ആദ്യത്തിൽ ഇൻസ്റ്റിറ്റ്യൂട്ട് ഓഫ് സിനിമാട്ടോഗ്രാഫിയിൽ ഒരു ഫിലിം ഡയറക്ടറാകാൻ രാത്രി ക്ലാസ്സുകളിൽ ചേർന്നു പഠിക്കാൻ തീരുമാനിച്ചു. പക്ഷേ, തന്റെ കുടുംബത്തെ പിന്താങ്ങുവാനായി ആ കൃത്യത്തിൽനിന്ന് പിന്തിരിഞ്ഞുവെന്ന് പില്ക്കാലത്ത് അദ്ദേഹം പറയുകയുണ്ടായി.

അറുപതുകളുടെ ആദ്യത്തിൽ എഴുത്തിൽ അദ്ദേഹം കൂടുതൽ ആകൃഷ്ടനായി. മിഖായേലിനെ ഉദ്ധരിക്കുകയാണെങ്കിൽ *സ്വറ്റേവയും പാസ്റ്റർനാക്കു*മായിരുന്നു അദ്ദേഹത്തിന്റെ ഇഷ്ടകവികൾ. അവരുടെ ചിത്രങ്ങൾ അദ്ദേഹത്തിന്റെ മേശയ്ക്കുമേൽ തൂങ്ങിക്കിടന്നിരുന്നു. 1965 സെപ്തംബറിൽ തന്റെ ചില ഗീതങ്ങൾ *ആൻഡ്രി സിനായ്വെസ്കി*യെ കാണിക്കണമെന്ന് അദ്ദേഹം തീരുമാനിച്ചു. പക്ഷേ, കാണാൻ തീരുമാനമെടുത്തതിന്റെ ഏതാനും ദിവസങ്ങൾക്കു മുമ്പ് സിനായ്വെസ്കി അറസ്റ്റു ചെയ്യപ്പെട്ടിരുന്നു. സമപ്രായക്കാരായിരുന്ന അവർ ഇരുവരും പിന്നെ തീരെ കണ്ടുമുട്ടുകയുണ്ടായില്ല. അദ്ദേഹം കൂടുതൽ ജാഗരൂകനായി ജീവിച്ചു. മിഖായേൽ പറയുന്നു: "എന്റെ പിതാവ് രാഷ്ട്രീയത്തെക്കുറിച്ച്, സംസാരിക്കാനോ ചിന്തിക്കാനോ വിമുഖത പ്രകടിപ്പിച്ചിരുന്നു. എന്നാൽ ഞങ്ങളുടെ കുടുംബം ഒരു ചർച്ചയും കൂടാതെ സോവിയറ്റ് ഭരണകൂടം നന്മയുടെ പ്രതീകമല്ലെന്നു ചിന്തിച്ചിരുന്നു. തന്റെ കൃതികൾ പ്രസിദ്ധം ചെയ്യാനുള്ള നിരവധി ഉദ്യമങ്ങൾ പരാജയപ്പെട്ടതിനെത്തുടർന്ന് അദ്ദേഹം കുറച്ചുകാലം എഴുത്തുനിർത്തി. സയൻസ് ബിരുദത്തിനുവേണ്ടിയുള്ള ഒരു പ്രബന്ധരചന പൂർത്തീകരിക്കുന്നതിൽ മുഴുകി. അദ്ദേഹത്തിന്റെ നേരത്തെയുള്ള പി.എച്ച്ഡി പ്രബന്ധം നിരന്തരമായ ശസ്ത്രക്രിയകൾ നേരിട്ടു. കണ്ടെയ്നർ ട്യൂമറുകളുടെ വളർച്ചയെക്കുറിച്ചായിരുന്നു അത്. രണ്ടാമത്തെ പ്രബന്ധത്തോടെ അദ്ദേഹം വിജയശ്രീലാളിതനായി. 1969ൽ ട്സിപ്കിന് ശമ്പള വർദ്ധനവ് ലഭിച്ചു. തുടർന്ന് ഒരു ചെറിയ ആശുപത്രിയിലെ പാത്തോളജിസ്റ്റായി തുടരുന്നതിൽനിന്ന് വിരമിച്ചു. തന്റെ നാല്പതുകളിൽ അദ്ദേഹം എഴുത്ത് പുനരാരംഭിച്ചു. പക്ഷേ, പദ്യമല്ല ഗദ്യമായിരുന്നു അദ്ദേഹത്തിനു പഥ്യം.

പിന്നീടദ്ദേഹം ജീവിച്ചത് പതിമൂന്നു വർഷങ്ങൾ മാത്രമാണ്. അദ്ദേഹം രൂപപ്പെടുത്തിയ എഴുത്തിന്റെ ചെറുമാതൃകകൾ - വിശാലവും എന്നാൽ അതിസങ്കീർണ്ണവുമായിരുന്നു അതിന്റെ ഘടനകൾ, ഒരുപിടി ചെറിയ കഥകളിൽ തുടങ്ങി സുദീർഘമായ നീണ്ട കഥകൾ, ആത്മകഥാപര മായ രണ്ടു പുസ്തകങ്ങൾ The Bridge Across the Neroch, Norartakir എന്നിവ. പിന്നീടെഴുതിയ അവസാനത്തേതും നീണ്ടതുമായ നോവ ലാണ് ബേദൻ ബേദനിലെ ഗ്രീഷ്മകാലത്ത്. ഒരു സ്വപ്നാത്മകമായ ഒരു കൃതിയാണിത്. അതിലെ സ്വപ്നാടകൻ ട്സിപ്കിൻ തന്നെയാണ്. വികാരതീവ്രമായ ഒരു ആഖ്യാനത്തിലൂടെ തന്റെ ജീവിതവും ഡോസ്റ്റോയെവ്സ്കിയുടെ ജീവിതവും കോർത്തിണക്കുകയാണ് ഗ്രന്ഥകാരൻ. എഴുത്ത് പീഡനാത്മകവും ഒറ്റപ്പെടലുമാണ്. മിഖായേൽ ഓർമ്മിക്കുന്നു: തിങ്കൾ മുതൽ വെള്ളി വരെ എന്റെ പിതാവ് കാലത്ത് എട്ടുമണിക്ക് പതിനഞ്ചുമിനിറ്റുള്ളപ്പോൾ ജോലിക്കു തിരിക്കും. *നുക്കോവ്* വിമാനത്താവളത്തിനടുത്തുള്ള മോസ്കോയിലെ വിദൂരമായ ഒരു പ്രാന്തപ്രദേശത്താണ് ജോലി. വൈകുന്നേരം ആറു മണിക്കു തിരിച്ചുവരും. അത്താഴം കഴിഞ്ഞാൽ കണ്ണടച്ച് ഒരു ചെറിയ വിശ്രമം. പിന്നെ എഴുതാനിരിക്കും, പത്തു മണിക്ക് ഉറങ്ങാൻ പോകുന്നതുവരെ. ഒന്നുകിൽ തന്റെ ഗദ്യം അല്ലെങ്കിൽ ഗവേഷണ ലേഖനം. ഉറങ്ങുന്ന തിനുമുമ്പ് അദ്ദേഹം ഒരു നടത്തവും കഴിച്ചെന്നിരിക്കും. എല്ലാ വാരാ ന്ത്യങ്ങളിലും അദ്ദേഹം എഴുത്തിൽത്തന്നെ മുഴുകി. എഴുതാനുള്ള ഏത് അവസരവും അയാൾ പാഴാക്കിയില്ല. പക്ഷേ, എഴുത്ത് തീവ്രവും വേദനാജനകവുമായിരുന്നു. ഓരോ വാക്കിന്റെയും മേൽ അദ്ദേഹം പ്രാണവേദനയോടെ അടയിരുന്നു. എന്നിട്ട് തന്റെ കയ്യെഴുത്തുകോപ്പി അനന്തമായി തിരുത്തിക്കൊണ്ടിരുന്നു. ഒരിക്കൽ എഡിറ്റിംഗ് കഴിഞ്ഞാൽ പഴയതും എന്നാൽ തിളക്കം നഷ്ടപ്പെട്ടതുമായ ഒരു ജർമ്മൻ ടൈപ്പ്റൈറ്ററിൽ പകർത്തി. രണ്ടാം ലോകമഹായുദ്ധകാലത്ത് കൊള്ളയടിക്കപ്പെട്ട ഒരു മെഷീനായിരുന്നു അത്. 1949ൽ ഒരദ്ധ്യാപ കൻ അദ്ദേഹത്തിനു നല്കിയതാണത്. അദ്ദേഹത്തിന്റെ രചനകൾ ആ രീതിയിൽ മാത്രം നിലനിന്നു. അദ്ദേഹം ഒരു പ്രസാധകനും തന്റെ കൃതി അയച്ചില്ല. തന്റെ ഗദ്യം ഒളിവിൽ പ്രചാരമുള്ള മാഗസിനിൽ പ്രസിദ്ധീകരിക്കുവാനും ശ്രമിച്ചില്ല. കെ.ജി.ബി. (രഹസ്യപോലീസ്) പ്രശ്നങ്ങൾ സൃഷ്ടിച്ച് തന്റെ ജോലിയെങ്ങാനും നഷ്ടപ്പെടുത്തി യാലോ? പ്രസിദ്ധപ്പെടുത്താനാവാത്ത എഴുത്ത്. സാഹിത്യത്തിലെ വിശ്വാസം സംബന്ധിച്ച എന്തു പ്രത്യുത്പാദനപരതയാണ് അതു ധ്വനി പ്പിക്കുന്നത്? ട്സിപ്കിൻ എന്ന എഴുത്തുകാരന്റെ വായനക്കാർ അദ്ദേ ഹത്തിന്റെ പത്നിയും മകനും മോസ്ക്കോ സർവ്വകലാശാലയിലെ

മിഖായേലിന്റെ ഏതാനും സഹപാഠികളും മാത്രമായി ഒതുങ്ങി. മോസ്കോയിലെ സാഹിത്യലോകത്ത് അദ്ദേഹത്തിന് യഥാർത്ഥ സുഹൃത്തുക്കളാരുമില്ലായിരുന്നു.

ഒരു നോവലിൽ ട്സിപ്കിന്റെ ഏറ്റവും അടുത്ത കുടുംബബന്ധുവായ *ലിഡിയാ പോളിയാക്* എന്ന അമ്മായിയുടെ, അമ്മയുടെ ഇളയ സഹോദരി, ഒരു വിശിഷ്ട ചിത്രം വരച്ചുവയ്ക്കുന്നുണ്ട്. ആദ്യപേജിൽ ത്തന്നെ അവരുമായി കൺതുറന്ന് നിങ്ങൾക്ക് ഇടപഴകാം. ലെനിൻ ഗ്രാഡിലേക്കുള്ള ഒരു ട്രെയിൻ യാത്രയിൽ, അലങ്കാരചിത്രങ്ങൾ ആലേ ഖനം ചെയ്ത ബുക്ക്മാർക്കുള്ള ബൈൻഡ് ചെയ്ത ആ ഗ്രന്ഥം എന്ന് അനുരാഗപൂർവം ഓമനിക്കുന്ന ഗ്രന്ഥം ഡോസ്റ്റോയെവ്സ്കി യുടെ രണ്ടാംപത്നിയായ അന്നയുടെ ഡയറിക്കുറിപ്പുകളാണ്. ട്സിപ്കിന്റെ കയ്യിൽ വന്നപ്പോൾ കുത്തഴിഞ്ഞ ഒരു പുസ്തകമായി രുന്നു അത്. പേരു പറയാത്ത ഒരമ്മായിയുടേതായിരുന്നു ആ പുസ്തകം. ആ അമ്മായി ലിഡിയാ പോളിയാക് ആണ്. ട്സിപ്കിൻ എഴുതുന്നു. “വലിയൊരു ഗ്രന്ഥപ്പുര സ്വന്തമായുള്ള എന്റെ അമ്മായി യിൽനിന്ന് കടംവാങ്ങിയ പുസ്തകമാണത്. എന്റെ ഉള്ളിന്റെ ഉള്ളിൽ, അതവർക്കു തിരിച്ചുകൊടുക്കണമെന്ന യാതൊരു ഉദ്ദേശ്യവുമുണ്ടാ യിരുന്നില്ല.”

അദ്ദേഹം പിന്നെ അതു വെട്ടി ശരിപ്പെടുത്തി വീണ്ടും ബൈൻഡ് ചെയ്തു.

മിഖായേലിനെ ഉദ്ധരിച്ചുകൊണ്ട് പറയുകയാണെങ്കിൽ അദ്ദേഹത്തിന്റെ പിതാവിന്റെ കഥകളിലെല്ലാം അസ്ഥിരതയുള്ള പോളിയാക്കിനെ സംബന്ധിച്ച പരാമർശമുണ്ട്. അരനൂറ്റാണ്ടോളം മോസ്കോ ഇന്റലി ജൻസുമായി ഗാഢബന്ധമുള്ളവൾ. 1930 മുതൽ ഗോർക്കി ലോക സാഹിത്യ ഇൻസ്റ്റിറ്റ്യൂട്ടിൽ ഗവേഷണ പദവി വഹിച്ചിട്ടുള്ളവൾ. ആന്റി സെമറ്റിക് ശുദ്ധീകരണ കാലത്ത് മോസ്കോയിലെ അദ്ധ്യാപകപദ വിയിൽനിന്ന് ആദ്യ അമ്പതുകളിൽ മാറ്റിനിർത്തപ്പെട്ടവൾ. എങ്കിലും ഗോർക്കി ഇൻസ്റ്റിറ്റ്യൂട്ടിലെ തന്റെ പദവി തുടർന്നു. അവിടെയാണ് പില്ക്കാലത്ത് സിനായെവ്സ്കി അവളുടെ ജൂനിയറായി ജോലിയിൽ പ്രവേശിച്ചത്. അന്ന് ട്സിപ്കിനും സിനായെവ്സ്കിയും തമ്മിൽ ഒരു സമാഗമം പ്ലാൻ ചെയ്യപ്പെട്ടിരുന്നു എങ്കിലും നടന്നില്ല. പിന്നീട് പോളി യാക്ക് തന്റെ സഹോദരിയുടെ മകന്റെ എഴുത്തിനെ അംഗീകരി ക്കാതെ എന്നാൽ അയാളുമായി കനിവോടെ ഇടപഴകിയെങ്കിലും അയാൾ അവർക്കൊരിക്കലും മാപ്പു കൊടുത്തില്ല. 1979ൽ ട്സിപ്കിന്റെ മകനും മരുമകളും സോവിയറ്റ് യൂണിയനിൽനിന്ന് പുറത്തേക്കുള്ള

വിസയ്ക്ക് അപേക്ഷകരായി. ട്സിപ്കിന്റെ പത്നിയായ നടാല്യ മിച്നിക്കോവ് മകന്റെ സെക്യൂരിറ്റി ക്ലിയറൻസ് സുഗമമാക്കാൻ മെറ്റീരിയൽ ആന്റ് ടെക്നിക്കൽ സപ്ലൈസിലെ തന്റെ ഉദ്യോഗം രാജിവച്ചു. മിഖായേലിനും എലീനയ്ക്കും വിസ നല്കപ്പെട്ടു. അവർ അമേരിക്കയിലേക്കു കുടിയേറി. ഈ വിവരം കെ.ജി.ബി. പോലീസ് കണ്ടുപിടിച്ചു വിവരം കൈമാറിയതിനെത്തുടർന്ന് ട്സിപ്കിനെ ജൂനിയർ ഗവേഷകനായി വീണ്ടും തരംതാഴ്ത്തി. മികച്ച ഒരു ബിരുദമില്ലാത്തയാൾക്കും വഹിക്കാവുന്ന ഒരു സാധാരണ ഉദ്യോഗം. എന്നാൽ ഇരുപതു വർഷം മുൻപ് സർവീസ്സിൽ കയറുമ്പോൾ ലഭിച്ച അതേ റാങ്ക്. ട്സിപ്കിൻ ദമ്പതികളുടെ ഏകവരുമാനമായ ശമ്പളം എഴുപത്തഞ്ച് ശതമാനത്തോളം വെട്ടിക്കുറക്കപ്പെട്ടു. അദ്ദേഹം എല്ലാ ദിവസവും ഇൻസ്റ്റിറ്റ്യൂട്ടിൽ ജോലിക്കു പോയി. പക്ഷേ, ലബോറട്ടി ഗവേഷണങ്ങളിൽ നിന്ന് മാറ്റി നിറുത്തപ്പെട്ടു. ഇനി തനിക്കൊരിക്കലും ഒരു റിസർച്ച് ജോലി ലഭിക്കുകയില്ല. കാരണം പുതിയ അപേക്ഷകളിൽ തന്റെ മകൻ കുടിയേറ്റക്കാരനാണ് എന്നദ്ദേഹത്തിന് സത്യവാങ്മൂലം നല്കേണ്ടി വന്നു.

1979ൽ ട്സിപ്കിനും ഭാര്യയും അവരുടെ മാതാവും സോവിയറ്റ് യൂണിയനിൽനിന്ന് പുറത്തുപോകാനുള്ള വിസയ്ക്ക് അനുമതി തേടി. രണ്ടു വർഷം കാത്തിരുന്നു. 1981ൽ മറുപടി കിട്ടി. അപേക്ഷകൾ അനുചിതമായതിനാൽ വിസ നല്കാനാകില്ലെന്നായിരുന്നു മറുപടി. ഈ കാലഘട്ടത്തിലാണ് ബേദൻ-ബേദനിലെ ഗ്രീഷ്മകാലത്ത് എഴുതാൻ ആരംഭിച്ചത്. 1977ൽ തുടങ്ങിയ പുസ്തകം 1980ൽ പൂർത്തീകരിച്ചു. പുരാവസ്തു വക്താക്കളുമായി ആലോചിച്ചും ബന്ധപ്പെട്ട സ്ഥലങ്ങൾ ഫോട്ടോഗ്രാഫ് ചെയ്തും അദ്ദേഹം എഴുതാനാരംഭിക്കുന്നതിനു മുമ്പേ വർഷങ്ങൾ നീണ്ടുനിന്ന തയ്യാറെടുപ്പ് നടത്തിയിരുന്നു. ഡോസ്റ്റോയെവ്സ്കിയുടെ ജീവിതവും നോവലിൽ പ്രത്യക്ഷപ്പെടുന്ന അദ്ദേഹത്തിന്റെ കഥാപാത്രങ്ങളായും ബന്ധപ്പെട്ടതായിരുന്നു ആ പ്രവർത്തനം. 1950 മുതലേ ക്യാമറ സ്വന്തമായുള്ള സമർപ്പിതനായ ഒരു ഫോട്ടോഗ്രാഫറായിരുന്നു ട്സിപ്കിൻ. ബേദൻ-ബേദനിലെ ഗ്രീഷ്മകാലത്ത് എന്ന കൃതി പൂർത്തിയാക്കിയശേഷം ട്സിപ്കിന്റെ ഡോസ്റ്റോയെവ്സ്കിയുമായി ബന്ധപ്പെട്ട ഫോട്ടോഗ്രാഫുകൾ നിറഞ്ഞ ഒരു ആൽബം ലെനിൻഗ്രാഡിലെ ഡോസ്റ്റോയെവ്സ്കി മ്യൂസിയത്തിൽ സമർപ്പിച്ചു.

റഷ്യയിൽ തന്റെ പുസ്തകം പ്രസിദ്ധീകരിക്കാനുള്ള സാധ്യത മങ്ങിയിരുന്നുവെങ്കിലും വിദേശത്ത് പുസ്തകം പ്രസിദ്ധീകരിക്കാനുള്ള സാധ്യത ഉണ്ടായിരുന്നു. മികച്ച എഴുത്തുകാർ അങ്ങനെയൊരു വഴി സംജാതമാക്കിയിരുന്നു. ട്സിപ്കിൻ ഈ മാതൃക അവലംബിച്ച്

ആസാരി മെസെസ്സർ എന്ന പത്രപ്രവർത്തകനായ തന്റെ സുഹൃത്തിനോട് കൂടിയാലോചിച്ചു. 1981ൽ സോവിയറ്റ് യൂണിയനിൽനിന്ന് കുടിയേറിയ ഈ വ്യക്തി വഴി തന്റെ നോവലിന്റെ ഒരു കയ്യെഴുത്തു കോപ്പിയും ബന്ധപ്പെട്ട ഡോസ്റ്റോയെവ്സ്കി ഫോട്ടോഗ്രാഫുകളും അദ്ദേഹം പുറത്തേക്കു കടത്തി. ആസാരി മെസെസ്സർ തന്റെ രണ്ട് അമേരിക്കൻ സുഹൃത്തുക്കളെ ആശ്രയിച്ചു. മോസ്കോ കേന്ദ്രീകരിച്ച് പ്രവർത്തിച്ചിരുന്ന ദമ്പതിമാരായിരുന്നു. യു.പി.ഐയുടെ മുൻകാല അമേരിക്കൻ പത്രപ്രവർത്തകരായിരുന്ന അവർ.

1981ൽ ട്സിപ്കിനും ഭാര്യയും അവരുടെ മാതാവും വീണ്ടും രാജ്യത്തിന്നു പുറത്തേക്കുള്ള വിസയ്ക്ക് അപേക്ഷിച്ചു. ഒക്ടോബർ 19ന് മാതാവ് വേരാപോളിയാക് തന്റെ എൺപത്താറാമത്തെ വയസ്സിൽ മരിച്ചു. വിസയ്ക്കു വേണ്ടിയുള്ള മൂന്ന് അപേക്ഷകളും തള്ളപ്പെട്ടത് ഇതിനുശേഷമായിരുന്നു. ഇത്തവണ ഒരു മാസത്തിൽ കുറഞ്ഞ സമയത്തിനുള്ളിൽത്തന്നെ അധികൃതർ തീരുമാനം അറിയിച്ചു.

1982ൽ മാർച്ചിലെ ആദ്യ ആഴ്ചയിൽ മോസ്കോ വിസാ ആപ്പീസിലെ തലവനെ കാണാനെത്തിയ ട്സിപ്കിനോട് അദ്ദേഹം തുറന്നു പറഞ്ഞു: "ഡോക്ടർ താങ്കൾക്കൊരിക്കലും കുടിയേറാൻ അനുമതി ലഭിക്കില്ല." മാർച്ച് 15ന് ട്സിപ്കിന് തന്റെ ഇൻസ്റ്റിറ്റ്യൂട്ടിലെ ജോലിയും നഷ്ടമായി. ആ ദിവസം തന്നെയാണ് ഹാർവാർഡ് ഗ്രാജ്വേറ്റ് സ്കൂളിൽ ജോലി ചെയ്തിരുന്ന മിഖായേൽ തന്റെ പിതാവ് പ്രസിദ്ധീകൃതനായ എഴുത്തുകാരനായി മാറിയെന്ന വിവരം അറിയിച്ചത്. ന്യൂയോർക്കിലെ റഷ്യൻ കുടിയേറ്റക്കാരുടെ പ്രസിദ്ധീകരണമായ നോവായ ഗസറ്റിൽ ഖണ്ഡം ഖണ്ഡമായി ഈ നോവൽ പ്രസിദ്ധീകരിക്കപ്പെട്ടു. ട്സിപ്കിന്റെ ഫോട്ടോഗ്രാഫുകൾ ഉൾക്കൊള്ളുന്ന ആ ലക്കം മാർച്ച് 13ന് പുറത്തിറക്കി. മാർച്ച് 20ന് ഒരു ശനിയാഴ്ച കാലത്ത് തന്റെ 56-ാം പിറന്നാൾ ദിനത്തിൽ ഇംഗ്ലീഷിൽ നിന്ന് റഷ്യനിലേക്ക് മെഡിക്കൽ ടെക്സ്റ്റുകൾ വിവർത്തനം ചെയ്യുകയായിരുന്നു ട്സിപ്കിൻ. റഫ്യൂസനിക് എന്നറിയപ്പെട്ട (വിസ നിഷേധിക്കപ്പെട്ടവരും പിൽക്കാലത്തു ജോലി നഷ്ടപ്പെട്ടവരുമായ ജൂതന്മാർ) ഒരു വിഭാഗത്തിന് ജീവിതം മുന്നോട്ടു നീക്കാൻ അവശേഷിച്ച ഒരു മാർഗ്ഗമായിരുന്നു അത്. പെട്ടെന്ന് അസ്വസ്ഥനായി അദ്ദേഹം തറയിൽ ഇരുന്നു. ഭാര്യയെ വിളിച്ചു. എന്നിട്ട് ഈ ലോകത്തോടു വിട പറഞ്ഞു. ഹൃദയസ്തംഭനമായിരുന്നു. പ്രസിദ്ധീകൃതനായ ഒരു എഴുത്തുകാരൻ എന്ന നിലയിൽ ഒരാഴ്ചയുടെ ജീവിതമേ അദ്ദേഹത്തിനുണ്ടായുള്ളൂ. ■

ബേദൻ ബേദനിലെ
ഗ്രീഷ്മകാലത്ത്

ഡിസംബർ ഒടുവിലെ തണുപ്പ് തുളച്ചുകയറുന്ന ഒരു ശീത കാലത്ത്, പകൽ, ഞാൻ ഒരു ട്രെയിനിൽ യാത്ര ചെയ്യുക യായിരുന്നു. യാത്ര ഉത്തരദിശയിലേക്കാണ്; ലെനിൻഗ്രാഡിലേക്ക്. ജനലുകൾക്കപ്പുറത്ത് പെട്ടെന്ന് ഇരുട്ട് വ്യാപിക്കുന്നു. ഏതോ അദൃ ശ്യമായ കരം പിന്നിലിരുന്നു പ്രവർത്തിക്കുന്നതുപോലെ. മോസ്കൊ സ്റ്റേഷനിലെ പ്രകാശം പരത്തുന്ന വിളക്കുകൾ പെട്ടെന്നു മിന്നുകയും മാഞ്ഞുപോകുകയും ചെയ്തുകൊണ്ടിരിക്കുന്നു. സബർബൻ സ്റ്റേഷ നിലെ മഞ്ഞുമൂടിയ ഓരോ പ്ലാറ്റ്ഫോമിലെയും നിരനിരയായി നില കൊള്ളുന്ന വെളിച്ചങ്ങൾ ഉരുകി ഒഴുകുന്ന ഒറ്റ നാടപോലെ പ്രത്യ ക്ഷപ്പെടുന്നു. ട്രെയിൻ വിജനമായൊരു സ്റ്റേഷൻ കടന്നുപോകെ, ഏതോ ഘോരശബ്ദം പാലത്തിലൂടെ അലറിപ്പായുമ്പോഴുള്ളതു പോലെ തോന്നി. പാതി മഞ്ഞ് മൂടിയ ജനലുകളിൽ ഉറപ്പിച്ചിട്ടുള്ള ഇരട്ടഗ്ലാസ് കതകുകൾ ശബ്ദം കേറാതിരിക്കാനായി ചോർച്ചയി ല്ലാത്തവിധം ഉറപ്പിച്ചിരുന്നില്ല. അവയിൽ സ്റ്റേഷനിലെ ലൈറ്റുകൾ ചിത്രവേല ചെയ്തുകൊണ്ടിരുന്നു. അതിനപ്പുറം മഞ്ഞിൻകൂമ്പാര ങ്ങളാണ്. ഒരു വശത്തുനിന്ന് മറ്റൊരു വശത്തേക്ക് കോച്ച് ശക്തമായി ആടി ഉലയുകയും ഉയരുകയും താഴുകയും ഉരുളുകയും ചെയ്യുന്നു. പ്രത്യേകിച്ച്, അവസാനത്തെ ഇടനാഴി. പിന്നെ പൂർണ്ണമായും ഇരു ട്ടായി. അപ്പോൾ വെളുത്ത മഞ്ഞ് മാത്രം കാണാൻ കഴിഞ്ഞു. നഗര പ്രാന്തം അവസാനിച്ചു. ജനൽപ്പാളികളിൽ എന്റെയും സീലിംഗ് ലൈറ്റുകളോടുകൂടിയ കോച്ചിന്റെയും, ഇരിക്കുന്ന യാത്രക്കാരുടേയും പ്രതിബിംബങ്ങൾ മാത്രമായി.

എന്റെ മുകളിലെ റേക്കിൽ വച്ചിരുന്ന സൂട്ട്കേസിൽനിന്ന് ഞാൻ ഒരു പുസ്തകമെടുത്തു. മോസ്കൊയിൽവച്ച് അതു വായിക്കാൻ തുട ങ്ങിയതാണ്. ലെനിൻഗ്രാഡിലേക്കുള്ള ഈ യാത്രയ്ക്കിടയിൽ പ്രത്യേകം കൊണ്ടുവന്നതാണ്. പൗരസ്ത്യമായ നനുനനുത്ത

വരകൾകൊണ്ട് ചൈനീസ് ചിത്രങ്ങൾ ആലേഖനം ചെയ്ത പുസ്തകാടയാളം മാറ്റി, വായിച്ചു നിർത്തിയ പേജ് എടുത്തു. വലിയൊരു ഗ്രന്ഥപ്പുര സ്വന്തമായുള്ള എന്റെ അമ്മായിയിൽനിന്ന് കടം വാങ്ങിയ പുസ്തകമാണത്. എന്റെ ഉള്ളിന്റെ ഉള്ളിൽ, അതവർക്കു തിരിച്ചുകൊടുക്കണമെന്ന യാതൊരു ഉദ്ദേശ്യവുമുണ്ടായിരുന്നില്ല. അതൊരു കുത്തഴിഞ്ഞ പുസ്തകമായിരുന്നു. ഞാൻ ഒരു ബൈന്ററുടെ അടുക്കൽ പോയി; പുറത്തേക്കുന്തിനില്ക്കുന്ന പേജുകൾ അയാൾ ഭംഗിയായി വെട്ടി ശരിപ്പെടുത്തി. കട്ടിയുള്ള ചട്ടകൾ പിടിപ്പിച്ച് അതിന്മേൽ യഥാർത്ഥ തലക്കെട്ടുള്ള പേജ് ഒട്ടിച്ചു. *അന്ന ഗ്രിഗൊറ്യേവ്ന ഡോസ്റ്റോയെവ്സ്കിയുടെ ഡയറി.* അന്ന് അപൂർവമായി കണ്ടേക്കാവുന്ന ഉത്പതിഷ്ണുവായ ഏതോ പബ്ലിഷിംഗ് ഹൗസാണ് ആ പുസ്തകം പ്രസിദ്ധീകരിച്ചത്. *ലാന്റ് മാർക്കോ,* അല്ലെങ്കിൽ *ന്യൂലൈഫോ* അതിലേതോ ഒന്ന്. പഴയ ശൈലിയിലും പുതിയ ശൈലിയിലും തീയതികൾ കൊടുത്തിരിക്കുന്നു; പല വാക്കുകളും വാക്യങ്ങളും ജർമനിയിലോ ഫ്രഞ്ചിലോ പരിഭാഷയില്ലാതെ. വിദേശത്തുവച്ച് നടന്ന അന്നയുടെ വിവാഹശേഷം ഗ്രീഷ്മകാലത്ത് ഒരു ഗ്രാമർ സ്കൂൾ വിദ്യാർത്ഥിയുടെ ശുഷ്കാന്തിയോടെ അവർ എഴുതിയ 'ഷോർട്ട്ഹാന്റ്' കുറിപ്പുകളുടെ സ്വതന്ത്ര പരിഭാഷയാണത്.

1867 ഏപ്രിൽ മധ്യത്തിൽ ഡോസ്റ്റോയെവ്സ്കിമാർ പീറ്റേഴ്സ്ബർഗ് വിട്ടു. പിറ്റേന്നു രാവിലെ *വിൽന*യിലെത്തി. അന്നാ ഗ്രിഗൊറ്യേവ്നയും ഫയദോർ മിഖായലോവിച്ചും സഞ്ചരിച്ചിരുന്ന ഒറ്റക്കുതിരവണ്ടിയുടെ പിന്നാലെ വൃത്തികെട്ട ജൂതന്മാർ ലഗ്ഗേജ് എടുക്കാൻ ഓടി വന്നു. ലഗ്ഗേജ് ഹോട്ടലിന്റെ മുകളിലേക്ക് കൊണ്ടുപോകാനും സിഗററ്റ് പൈപ്പ് വില്ക്കാനും മറ്റുമായി അവരുടെ ശല്യം സഹിക്കേണ്ടിവന്നു. പാറിപ്പറക്കുന്ന നീളൻ തലമുടിയുള്ള അതേ ജൂതന്മാർ സായാഹ്നങ്ങളിൽ തങ്ങളുടെ ഭാര്യമാരെയും കൂട്ടി പഴയതും ഇടുങ്ങിയതുമായ തെരുവുകളിലൂടെ നടക്കുന്നതു കാണാമായിരുന്നു. പിന്നീട്, ഡോസ്റ്റോയെവ്സ്കിമാർ ഒന്നുരണ്ടു ദിവസത്തിനുശേഷം *ബർലിനി*ലേക്കും പിന്നെ *ഡ്രെസ്ഡെനി*ലേക്കും പോയി. അവിടെ താമസിക്കാനായി ഒരു ഫ്ളാറ്റ് അന്വേഷിച്ചു. ജർമൻകാർ, പ്രത്യേകിച്ച് ജർമൻ സ്ത്രീകൾ ആയിരുന്നു എല്ലാ ബോർഡിംഗിന്റേയും ഉടമസ്ഥർ.

സാധാരണ ഫർണീച്ചറുള്ള മുറികൾക്കുപോലും കടുത്ത ചാർജ് ആണ് അവർ ഈടാക്കിയിരുന്നത്. പുതുതായി എത്തിയ റഷ്യക്കാർക്ക് ശരിയാംവണ്ണം ഭക്ഷണവും നല്കിയിരുന്നില്ല. വെയിറ്റർമാരാകട്ടെ ചില്ലറ തിരിച്ചുനല്കാതെ അവരെ പറ്റിച്ചു. നർമബോധമില്ലാത്ത വർഗ മാണ് ജർമൻകാർ. ഒട്ടും മര്യാദയില്ലാത്തവർ. ബുദ്ധിശൂന്യർ. മറ്റൊരു തെരുവിലേക്കു പോകാനുള്ള മാർഗംപോലും വേണ്ടരീതിയിൽ *ഫെഡ്യയ്ക്കു* വിവരിച്ചുകൊടുക്കാൻ അവർക്കു കഴിഞ്ഞിരുന്നില്ല. ഒരു പക്ഷേ അതു മനപ്പൂർവമാകാം. യഹൂദരുടെ സ്ഥലത്തെക്കുറിച്ച് *അന്നാ ഗ്രിഗൊറ്യേവ്നയ്ക്ക്* നേരത്തെ അറിയാം. *കുറ്റവും ശിക്ഷയും* എഴു തുന്ന കാലത്ത് *ഫെഡ്യയെ* ആദ്യം അവൾ *ഒലോങ്കിൻ* ഭവനത്തിൽ വച്ചാണ് കണ്ടത്. പിന്നീട് അവൾ ഓർത്തു. *റസ്കോൾ നിക്കോവ്* താമസിച്ച വീട്. ജൂതന്മാർ അവിടെ എത്തിനോക്കും. മറ്റ് താമസക്കാർ ക്കിടയിലൂടെ കോണിപ്പടിയിൽ പരക്കം പാഞ്ഞുകൊണ്ടിരിക്കും. എന്നാൽ, നേര് പറയണമല്ലൊ, വിപ്ലവത്തിന് അടുത്തായി അന്നാ ഗ്രിഗൊറ്യേവ്ന എഴുതിയ ഓർമക്കുറിപ്പുകളിൽ കോണിയിൽ പരക്കം പാഞ്ഞു നടക്കാറുള്ള വൃത്തികെട്ട ജൂതന്മാരെക്കുറിച്ച് സൂചിപ്പിച്ചിട്ടേ ഇല്ല. ഒരുപക്ഷേ *ലിയോനിഡ് ഗ്രോസ്മാനെ** പരിചയപ്പെട്ട ശേഷമാകാം.

'ഡയറി'യിൽ ഒട്ടിച്ചു ചേർത്ത അന്നാ ഗ്രിഗൊറ്യേവ്നയുടെ ഫോട്ടോ അവളുടെ യുവത്വം വിളിച്ചോതുന്നുണ്ട്. തിളങ്ങുന്ന ആ മുഖത്ത് ദൈവഭക്തി ദർശിക്കാനാകും. എന്നാൽ 'ഫെഡ്യാ'യ്ക്ക് പ്രായാധിക്യമുണ്ട്. അത്രയ്ക്ക് ഉയരമില്ല. കുറിയ കാലുകളുമായി കസേരയിൽനിന്നെഴുന്നേല്ക്കുമ്പോൾ അതു മനസ്സിലാകും, വെറും സാധാരണ മനുഷ്യന്റെ മുഖമാണദ്ദേഹത്തിന്റേത്. തന്റെ ഫോട്ടോ എടുക്കുന്നത് ഇഷ്ടപ്പെട്ടിരുന്നുവെന്നു വ്യക്തം. പ്രാർത്ഥനകളിൽ അദ്ദേഹം കടുത്ത വിശ്വാസമർപ്പിച്ചിരുന്നു.

അതു പറയാൻ എനിക്കൊരു വിഷമവുമില്ല. എന്തിനാണ് ആ 'ഡയറി'യും പിടിച്ച്, ഒരു 'ബൈണ്ട'റെ കണ്ടെത്തുന്നതുവരെ വികാര വിവശനായി ഞാൻ മോസ്കൊ നഗരത്തിൽ ഓടിനടന്നത്? എന്തി നാണ് യാത്രക്കാർക്കിടയിൽവച്ച്, ഒരു ട്രാമിൽ, അത്യാർത്തിയോടെ

* ലിയോനിഡ് ഗ്രോസ്മാൻ - ഡോസ്റ്റോയെവ്സ്കിയുടെ ജീവചരിത്രകാരൻ, ഒരു ജൂതന്റെ കുറ്റസമ്മതങ്ങൾ എന്നീ കൃതികളുടെ കർത്താവ്.

അതിലെ പേജുകൾ മറിച്ചുനോക്കിക്കൊണ്ടിരുന്നത്? മുമ്പ് വായിച്ചു നോക്കി കണ്ടിട്ടുള്ള അതിലെ സ്ഥലങ്ങൾ അന്വേഷിച്ചു നടന്നതെന്തിനാണ്? ആ പുസ്തകം ബൈന്റു ചെയ്തശേഷം ബൈബിൾ പോലെ എന്റെ ഡെസ്കിൽ രാവും പകലും സൂക്ഷിച്ചുവച്ചതെന്തിനാണ്? എന്തിനാണ് ഞാനിപ്പോൾ പീറ്റേഴ്സ്ബർഗിലേക്ക് ഒരു ഡീസൽ ചക്രവണ്ടിയിൽ യാത്രചെയ്തുകൊണ്ടിരിക്കുന്നത്? യാത്ര ലെനിൻഗ്രാഡിലേക്കല്ല, ശരിക്കും പീറ്റേഴ്സ്ബർഗിലേക്കു തന്നെ. ഒരു പക്ഷേ, പത്തൊമ്പതാം നൂറ്റാണ്ടിലെ മറ്റേതൊരു പീറ്റേഴ്സ്ബർഗ് നിവാസിയേക്കാളേറെ ഒരു പള്ളി കാര്യസ്ഥന്റെയോ, റിട്ടയർഡായ യോദ്ധാവിന്റെയോ മുഖഭാവമുള്ള ആ കുറിയ മനുഷ്യൻ നടന്നിരുന്ന തെരുവിലേക്ക്. വെളിച്ചം അണയുകയും ചിലപ്പോൾ വല്ലാതെ പ്രകാശിക്കുകയും ചെയ്യുന്ന, രണ്ടറ്റത്തുള്ള വാതിലുകളിലൂടെ കുട്ടികൾക്കായി ഗ്ലാസ് നിറയെ വെള്ളവുമായി നടക്കുന്നവരും പഴങ്ങൾ കഴുകാൻ പോകുന്നവരും പുകവലിക്കുന്നവരും വാതിലുകൾ കൊട്ടിയടച്ച് ശബ്ദമുണ്ടാക്കുന്നവരും നിറഞ്ഞ, അങ്ങോട്ടുമിങ്ങോട്ടും ആടിക്കൊണ്ടിരിക്കുന്ന ഒരു കോച്ചു വണ്ടി. പണ്ടെങ്ങോ വിടപറഞ്ഞ കൽക്കരിയുടെയും ആവിയുടെയും ഗന്ധം ഇപ്പോഴും തങ്ങിനിൽക്കുന്ന, ആ കോച്ചിലിരുന്ന് ട്രെയിനിന്റെ വേഗത്തിനനുസരിച്ച് പ്രകാശിക്കുകയും മങ്ങുകയും ചെയ്യുന്ന ബൾബുകൾക്കു താഴെയിരുന്ന് എന്തിനാണ് ഞാൻ ഈ പുസ്തകം ഇപ്പോൾ വായിക്കുന്നത്?

ഒടുവിൽ പൊക്കമുള്ളവളും മർക്കടമുഷ്ടിക്കാരിയുമായ മാഡം സിമ്മർമാൻ എന്ന സ്വിസ്സ് ലേഡിയിൽനിന്ന് അവർ ഒരു മുറി വാടകയ്ക്കെടുത്തു. എന്നാൽ അന്നുതന്നെ അവർ മെയിൻ സ്ക്വയറിലെ ഒരു ഹോട്ടൽ മുറിയും ബുക്ക് ചെയ്യുകയുണ്ടായി. വേഗംതന്നെ അവർ 'ചിത്ര ഗാലറി'യിലേക്കു പോയി.

മോസ്കൊയിലെ പുഷ്കിൻ മ്യൂസിയത്തിൽ കേന്ദ്രീകരിച്ച വലിയൊരു ക്യൂ. ചെറിയ ഗ്രൂപ്പുകളായാണ് ഉള്ളിലേക്കു കടത്തി വിട്ടുകൊണ്ടിരുന്നത്. ഇരുനിലകൾക്കുമിടയ്ക്കുള്ള കോണിയുടെ പ്രഭവസ്ഥാനത്ത് *സിസ്റ്റീൻ മഡോണ** തൂക്കിയിട്ടിരിക്കുന്നു. പിന്നിൽ ഒരു ഭടൻ നില്ക്കുന്നുണ്ട്. വർഷങ്ങൾക്കു ശേഷം അതേ മ്യൂസിയത്തിൽ *മോണാലിസ* ആയിരുന്നു പ്രദർശിക്കപ്പെട്ടിരുന്നത്; *ബുള്ളറ്റ് പ്രൂഫ്*

* റാഫേലിന്റെ പ്രശസ്തമായ പെയിന്റിങ്

ഗ്ലാസ്സിനുള്ളിലാണതു വച്ചിരുന്നത്. അതിൽ നല്ല ലൈറ്റിട്ട് പ്രകാശിപ്പിച്ചിരിക്കുന്നു. ക്യൂ, പാമ്പുപോലെ ഇഴഞ്ഞ് പെയിന്റിങ്ങിന്നരികിലേക്കു നീങ്ങി. പുരാതനകാലത്തെ ശിലാനിർമിതമായ ശവപ്പെട്ടിയിൽ സുഗന്ധ ദ്രവ്യങ്ങൾ പുരട്ടിയ ഒരു ശവശരീരം. പ്രകൃതിദൃശ്യത്തിന്റെ പശ്ചാത്തലത്തിൽ മഡോണ; ശരിക്കും നിഗൂഢമായൊരു പുഞ്ചിരി ഉതിർക്കുന്നുണ്ട്. പെയിന്റിംഗിന്റെ അടുത്ത് മറ്റൊരു ഭടനുണ്ട്. അയാൾ ക്യൂവിലുള്ളവരോട് 'മുന്നോട്ട് നീങ്ങൂ, മുന്നോട്ട് നീങ്ങൂ' എന്ന് അന്തസ്സോടെ വിളിച്ചുപറഞ്ഞുകൊണ്ടിരിക്കുന്നു. തീർച്ചയായും അവരെല്ലാവരും, പ്രശസ്ത കലാകാരന്മാരോ പ്രത്യേക അതിഥികളോ ആയിരിക്കും. പരമാവധി സമയം പെയിന്റിംഗിനടുത്തു ചെലവഴിക്കാനാഗ്രഹിക്കുന്നവർ. നിർബന്ധമായി നീങ്ങേണ്ടിവന്നാലും തല നൂറ്റിയെൺപതു ഡിഗ്രിവരെ തിരിച്ചുകൊണ്ട് ചിത്രത്തിലേക്കു തന്നെ കണ്ണയച്ചുകൊണ്ടിരിക്കുന്നവർ. *സിസ്റ്റീൻ മഡോണ* രണ്ടു ജനലകൾക്കിടയിലുള്ള ചുമരിലാണ് തൂങ്ങിക്കിടക്കുന്നത്. പാർശ്വങ്ങളിലേക്ക് പ്രകാശം വന്നു വീഴുന്നു. കാർമേഘങ്ങൾകൊണ്ട് ഇരുണ്ടുകൂടിയ ദിവസമായിരുന്നു അത്. പെയിന്റിംഗ് ആകെ മഞ്ഞുമൂടിയതുപോലെ അവ്യക്തമായിരുന്നു. *മഡോണ* മേഘങ്ങൾക്കിടയിൽ പൊങ്ങിക്കിടക്കുന്നു. അവളുടെ ഉടുപ്പിന്റെ പറക്കുന്ന അരിക് പോലെയുണ്ട് കാർമേഘങ്ങൾ. താഴെ ഇടതുവശത്ത് ഒരു അപ്പോസ്തലൻ മുകളിലേക്ക് ഭക്തിപൂർവം നോക്കിനില്ക്കുന്നു. അയാളുടെ ഒരു കൈയിൽ ആറ് വിരലുകളുണ്ട്. ശരിക്കും ആറ്. ഞാനത് എണ്ണിനോക്കി. *ഡ്രെസ്ഡെൻ* സന്ദർശനം കഴിഞ്ഞ് വളരെ വർഷങ്ങൾക്കുശേഷം ആരോ ചിലർ ഡോസ്റ്റോയെവ്സ്ക്കിക്ക് ഏറ്റവും പ്രിയപ്പെട്ടതാണെന്നു കരുതി, സിസ്റ്റീൻ മഡോണയുടെ ആ ചിത്രം ജന്മദിനസമ്മാനമായി അയച്ചുകൊടുത്തു. അദ്ദേഹത്തിന്റെ മരണത്തിന് കുറച്ചുനാൾ മുമ്പായിരുന്നു അത്. ഡോസ്റ്റോയെവ്സ്ക്കിക്ക് പ്രിയപ്പെട്ട ചിത്രം ഇതാണെന്നു ചിലർ ഊഹിച്ചിരുന്നു. എന്നാൽ അദ്ദേഹത്തിന് ഇഷ്ടപ്പെട്ട ചിത്രം ഒരുപക്ഷേ, *ഹോൾബീന്റെ കുരിശിലേറ്റിയ യേശു* ആയിരിക്കണം. എന്തായാലും റാഫേലിന്റെ മരപ്പലകയിൽ സൃഷ്ടിച്ച *സിസ്റ്റീൻ മഡോണ*, ലെനിൻഗ്രാഡിലെ ഡോസ്റ്റോയെവ്സ്കി മ്യൂസിയത്തിൽ അദ്ദേഹം കിടന്നു മരിച്ച തുകൽ കട്ടിലിനു മുകളിൽ തൂങ്ങിക്കിടക്കുന്നുണ്ട്. വായുവിൽ തങ്ങിനില്ക്കുന്ന മഡോണ, പാതി അവളുടെ കൈയിലും

മറ്റെ പാതി വായുവിലുമായി തങ്ങിനില്ക്കുന്ന കുഞ്ഞ്, ഒരുപക്ഷേ, എല്ലാവരുടെയും മുന്നിൽവച്ച് കുഞ്ഞിന് മുലകൊടുക്കുന്ന ജിപ്സി പ്പെണ്ണിനെപ്പോലെ, അവളും മുലകൊടുക്കുകയാകാം. മോണാലിസ യെപ്പോലെ അവളുടെ ഭാവവും നിഗൂഢമാണ്. അതേമാതിരിയുള്ളൊരു ചെറിയ ഫോട്ടോ, എന്റെ അമ്മായിയുടെ ഗ്ലാസുകൊണ്ടുള്ള ബുക്ക് കേസ്സിലുമുണ്ട്. പുത്തൻ പ്രിന്റുപോലെ അത്ര നല്ലതല്ല, അശ്രദ്ധയോ ടെയാണത് വച്ചിട്ടുള്ളത്.

ഡോസ്റ്റോയെവ്സ്കിമാർ എല്ലാ ദിവസവും ആർട്ട് ഗാലറി കാണാൻ പോകും. *കിസ്ലോവോഡ്സ്കി*ലെ ആളുകൾ *കുർസാലിൽ* വെള്ളമെ ടുക്കാൻ പോകുന്നതുപോലെ. പതിവായി സന്ധിക്കുന്ന ഒരു സ്ഥലം. വന്നു പോകുന്നവരെ വെറുതെ നിരീക്ഷിച്ചുനില്ക്കാൻ വേണ്ടിയാകാം. പിന്നെ ഉച്ചഭക്ഷണത്തിന്നായി പോകും. ചെലവ് കുറഞ്ഞ റസ്റ്റോറന്റാ ണവരുടെ ലക്ഷ്യം. എന്നാൽ, നല്ല ഭക്ഷണവും നല്ല വെയിറ്റർമാരുമാ യിരിക്കണം. രണ്ടോ മൂന്നോ വെള്ളിനാണ്യം അവരെപ്പോഴും തങ്ങളെ പറ്റിക്കാറുണ്ടെന്ന് ഡോസ്റ്റോയെവ്സ്കിമാർ കണ്ടെത്തിയിട്ടുണ്ട്. എല്ലാ ജർമൻകാരും തത്ത്വദീക്ഷയില്ലാത്തവരാണെന്നത് സത്യമായ കാര്യമാണ്. ഗാലറിയിലെ പതിവ് സന്ദർശനത്തിനുശേഷം അവർ *ബ്രുൽഷെ ടെറാസ്സി*ലാണ് ഭക്ഷണം കഴിക്കാൻ പോയത്. *എൽബി*ക്കു മീതെ മനോഹരമായൊരു സ്ഥലം. ആ വെയിറ്ററെ മുമ്പൊരിക്കൽ വന്നപ്പോൾ കണ്ടിട്ടുള്ളതാണ്. കാഴ്ചയിൽ അയാൾ ഒരു രാജ്യതന്ത്ര ജ്ഞനെപ്പോലുണ്ട്; അതുകൊണ്ട് അവർ *ഡിപ്ലോമാറ്റ്* എന്ന പേര് നൽകി. വിലപേശിയപ്പോഴാണവർ മനസ്സിലാക്കുന്നത് ഒരു കപ്പ് കാപ്പി ക്കയാൾ ഇരട്ടിക്കാശാണ് ഈടാക്കിയതെന്ന്. രണ്ടര വെള്ളിനാണ്യ ത്തിനുപകരം അഞ്ച് വെള്ളിനാണ്യം. എന്നാൽ, അന്നാ ഗ്രിഗൊറ്യേ വ്ന രണ്ടര വെള്ളിനാണ്യം അവന്റെ കൈയിൽ വച്ചുകൊടുത്തു. അവൻ അന്തംവിട്ടപോലെ നിന്നു. അഞ്ചിനുപകരം രണ്ടര വെള്ളി നാണ്യം അവൾ ടിപ്പായും നല്കി. ഇപ്രാവശ്യം അവർക്ക് നല്ല വിശപ്പുണ്ടായിരുന്നു, പ്രത്യേകിച്ച് ഫെഡ്യായ്ക്ക്. അവരെ ശ്രദ്ധിക്കു ന്നതിനു പകരം *ഡിപ്ലോമാറ്റ്* പിന്നീടെത്തിയ ഏതോ ഒരു സേക്സൻ പട്ടാള ഓഫീസറെ പരിചരിക്കുകയാണ്. ചുകന്നു തടിച്ച മൂക്കും മഞ്ഞക്കണ്ണുകളുമുള്ള അയാൾ ഒരു മദ്യപാനിയെപ്പോലുണ്ട്. ഫെഡ്യാ വെയിറ്ററെ വിളിച്ചെങ്കിലും അയാൾ യാതൊരു ഭാവഭേദവുമില്ലാതെ

ഓഫീസർക്കുള്ള പരിചരണം തുടർന്നു. അലക്കിത്തേച്ച് വടിവു വരുത്തിയ നാപ്കിൻ ഓഫീസറുടെ മുറുകിക്കിടക്കുന്ന കോളറിനുതാഴെ പിടിപ്പിക്കുകയാണ് ആ വെയിറ്റർ. കഴിഞ്ഞ പ്രാവശ്യത്തെ ഏറ്റുമുട്ടലിന് പ്രതികാരം. ഫെഡ്യ കത്തികൊണ്ട് മേശമേൽ കൊട്ടി. ഒടുവിൽ ഡിപ്ലോമാറ്റ് എത്തി. തനിക്കു ചെവി കേൾക്കാമെന്നും മേശമേൽ ഇട്ട് ചെണ്ട കൊട്ടേണ്ട ആവശ്യമില്ലെന്നും പറയാൻവേണ്ടി മാത്രമായിരുന്നു അയാൾ വന്നത്. വീണ്ടും ചിക്കനും ബീഫ് കട്‌ലറ്റും ഓർഡർ ചെയ്തു. വളരെ നേരത്തിനുശേഷം ഒരു കഷണം ചിക്കൻ മാത്രം എത്തി. 'എന്താണിതിന്റെ അർത്ഥം?' 'ഡിപ്ലോമാറ്റ്' അങ്ങേഅറ്റം വിനീതനായി മറുപടി നല്കി, 'ഒരു കഷണമേ അങ്ങ് ഓർഡർ ചെയ്തിരുന്നുള്ളൂ.' ബീഫ് കട്‌ലറ്റിന്റെ കാര്യത്തിലും അതുതന്നെ.

അടുത്ത ഡൈനിംഗ് റൂമിൽ നാല് വെയിറ്റർമാർ ഇരുന്നു ചീട്ട് കളിക്കുന്നുണ്ട്. ഡോസ്റ്റോയെവ്സ്കി ഭക്ഷണം കഴിച്ചുകൊണ്ടിരുന്ന മുറിയിലിരുന്ന് വളരെ കുറച്ച് ആളുകളേ ഭക്ഷണം കഴിച്ചിരുന്നുള്ളൂ. അയാൾ മനപ്പൂർവം ചെയ്യുന്നതായിരിക്കണം. ഫെഡ്യായുടെ മുഖം ചുകന്നു തുടുത്തു. താൻ ഒറ്റയ്ക്കായിരുന്നെങ്കിൽ കാണിച്ചുകൊടുത്തേനെ എന്ന് അയാൾ ഭാര്യയോട് ഉറക്കെ പറഞ്ഞു. എന്നിട്ട് ഭാര്യയ്ക്കുനേരെ അട്ടഹസിക്കാൻ തുടങ്ങി; ഇങ്ങനെ സംഭവിച്ചത് തങ്ങൾ ഒന്നിച്ചുപോയതുകൊണ്ടാണെന്ന മട്ടിൽ. കത്തിയും മുള്ളും പ്ലേറ്റിലിട്ട് ഫെഡ്യാ കുത്താൻ തുടങ്ങി. ആത്മനിയന്ത്രണത്തിന്റെ വഴികൾ തിരയുകയായിരുന്നു അയാൾ. പ്ലെയിറ്റ് പൊട്ടാറായി. ആളുകൾ തുറിച്ചുനോക്കാൻ തുടങ്ങി. അവസാനം ഇരുപത്തിമൂന്ന് വെള്ളിനാണ്യത്തിനു പകരം നൂറിന്റെ ഒരു നോട്ട് മേശപ്പുറത്ത് വലിച്ചെറിഞ്ഞ് ചുറ്റുപാടും നോക്കാതെ ഫെഡ്യാ ഭാര്യയെയും കൂട്ടി ഇറങ്ങി. അയാൾ വാതിൽ ശക്തിയായി വലിച്ചടച്ചു. അപ്പോൾ ചില്ലുപാളികൾ കുലുങ്ങി. എന്നിട്ട് ഇരുവശവും 'ചെസ്റ്റ്നട്ട്' മരങ്ങൾ നിറഞ്ഞ പാതയിലേക്കു നടന്നു. ദൃഢനിശ്ചയത്തോടെ അയാൾ മുന്നിൽ. ഭർത്താവിന്റെ ഒപ്പം എത്താൻ പാടുപെട്ടുകൊണ്ടവൾ പിന്നാലെയും. അവളില്ലായിരുന്നെങ്കിൽ അയാൾ സ്വന്തം മാർഗത്തിലൂടെ നീങ്ങി ആ ഇടപാട് ഭംഗിയായി നിർവ്വഹിച്ചേനെ. എന്ന മട്ടിൽ പരമനീചനായ ഒരു വെയിറ്ററാൽ അപമാനിതനായിട്ടാണയാൾ ഇപ്പോൾ നടക്കുന്നത്. തീർച്ചയായും എല്ലാ വെയിറ്റർമാരും കള്ളന്മാരാണ്.

മനുഷ്യപ്രകൃതത്തിലെ ഏറ്റവും നികൃഷ്ടമായ ഭാവത്തിന്റെ മൂർത്തീകരണമാണത്. എന്നാൽ, കഷ്ടം! ഈ നശിച്ച *വെയിറ്റർമാരുടെ* പീഡനത്തിന്റെ ഓർമകൾ നമ്മളിലെല്ലാവരിലും തങ്ങിനില്ക്കുന്നുണ്ട്. പൂച്ചക്കണ്ണനും തടിച്ച് ചുകന്ന മൂക്കുള്ളവനുമായ വൃത്തികെട്ട കള്ളുകുടിയൻ കമാൻഡൻഡിനെ പോലും അയാൾ ജയിലിൽ വച്ച് വെറും ഒരു പാദസേവകനെപ്പോലെ തുറിച്ചുനോക്കി നിന്നിട്ടില്ലേ? റസ്റ്റോറന്റിൽ വച്ച്, സേക്സൻ പട്ടാള ഓഫീസറെ കണ്ടപ്പോൾ ആ ഓർമയാണ് അയാളുടെ മനസ്സിലേക്ക് ഉയർന്നുവന്നത്. മരംകൊണ്ട് നിർമിക്കപ്പെട്ട അവരുടെ ബാരക്കിലേക്ക് ഗാർഡുമാരുടെ അകമ്പടിയോടെ കടന്നുവന്ന ഒരു കുടിയൻ. ചാരനിറത്തിലുള്ള ജേക്കറ്റ് ധരിച്ച് സുഖമില്ലാതെ കട്ടിലിൽ കിടന്നിരുന്ന തടവുപുള്ളിയെ നോക്കി തൊണ്ട പൊട്ടുമാറ് അലറുന്നു: "എണീക്കെടാ! നിനക്കിവിടെ എന്തു കാര്യം?" ആ തടവുപുള്ളി അയാളായിരുന്നു. *എൽബി*ക്കു മീതെ മനോഹരമായ പരിസരത്ത് സ്ഥിതിചെയ്യുന്ന ഒരു റസ്റ്റോറന്റിൽ നിന്നും പുറത്തിറങ്ങി, ഇപ്പോൾ ചെസ്റ്റ്നട്ട് മരങ്ങൾ നട്ടുപിടിപ്പിച്ച പാതയിലൂടെ നടന്നുനീങ്ങുന്ന ആ മനുഷ്യൻ! ജയിലിൽ വച്ചു നടന്നത് ഒരു സ്വപ്നമായിട്ടാണയാൾക്കു തോന്നിയിരുന്നത്. അല്ലെങ്കിൽ മറ്റാർക്കോ സംഭവിച്ചത്. അയാൾക്കവിടെവച്ച് ശാരീരികപീഡനങ്ങൾ അനുഭവിക്കേണ്ടിവന്നു. ബിർച്ച്വടികൊണ്ടുള്ള അടി സഹിച്ച് അന്ന് ആ കുറ്റവാളി നിശ്ചലനായി കിടന്നു. പിൻഭാഗത്തും ചന്തിയിലും അടിയുടെ നിണമണിഞ്ഞ പാടുകൾ പതിഞ്ഞുകിടന്നു. പിന്നെ തടവുപുള്ളി മെല്ലെ എഴുന്നേറ്റ് ശ്രദ്ധയോടെ ജേക്കറ്റിലെ ഓരോ ബട്ടനും ഇട്ട് നിശ്ശബ്ദനായി മുറിവിട്ടു പോന്നു; അടുത്തു നിന്നിരുന്ന *ക്രിവ്ത്സോവി*നെ നോക്കാതെ. എങ്ങനെ അയാൾക്കു നിശ്ശബ്ദനായി അന്തസ്സ് പാലിച്ചുകൊണ്ട് ഗാർഡ് റൂം വിട്ടുപോകാൻ കഴിഞ്ഞു? അയാൾ കട്ടിലിൽനിന്ന് ചാടി എഴുന്നേറ്റ് ചാരനിറമുള്ള ജേക്കറ്റ് വിറകൈകളോടെ അണിഞ്ഞു. എന്നിട്ട് വാതില്ക്കൽ നിന്നിരുന്ന *ക്രിവ്ത്സോവി*നുനേരെ തലതാഴ്ത്തിയിട്ട് നടക്കുകയല്ല, അപമാനഭാരത്തോടെ ഓടുകയായിരുന്നു. ഓഫീസറുടെ മുന്നിലെത്തിയപ്പോൾ അയാളുടെ മുഖത്തേക്കു തുറിച്ചുനോക്കി. ദാർഢ്യത്തോടെയല്ല. ദയനീയതയോടെ, യാചിക്കുന്ന കണ്ണുകളോടെ. *ക്രിവ്ത്സോവി*ന്റെ ശിഷ്യന്മാരിൽനിന്ന് അയാൾ മനസ്സിലാക്കിയ രീതി ഇതായിരുന്നു.

തന്റെ പ്രവൃത്തി തനിക്കുതന്നെ വിചിത്രമായി അയാൾക്കു തോന്നിയിരുന്നു. അടിമ മനഃസ്ഥിതിക്ക് ഇതുമായി എന്തു ബന്ധമാണുള്ളത്? ഇതു ഭയം, കേവലമായ ഭയം. എന്നാൽ ഈ ഭയം അടിമമനോഭാവമല്ലേ?

അന്നാ ഗ്രിഗൊറ്യേവ്ന ധൃതിയിൽ നടന്ന് അയാളോടൊപ്പമെത്തി. പിന്നിയ ഗ്ലൗസിട്ട തന്റെ കൈകൊണ്ട് അയാളുടെ കൈമുട്ടിനു താഴെ പിടിച്ചു. എന്നിട്ട് കുറ്റബോധത്തോടെ അയാളുടെ കണ്ണുകളിലേക്കു നോക്കി. അവളില്ലായിരുന്നെങ്കിൽ ആ വെയിറ്ററെ എന്താണ് വേണ്ടതെന്ന് അയാൾ കാണിച്ചുകൊടുത്തേനെ, എല്ലാവരെയും നിർത്തേണ്ടിടത്ത് നിർത്തിയേനെ എന്ന മട്ടിൽ അയാളുടെ കണ്ണുകൾ അവളുടെ മുഖത്തുനിന്നും സാവധാനം മാറി. എന്നിട്ട്, തന്നെ പിടിച്ചിരുന്ന അവളുടെ കൈയിൽ തുറിച്ചുനോക്കി. ഭംഗിയായി വേഷം ധരിച്ച സ്ത്രീക്ക് അനുയോജ്യമല്ല ഇത്തരം ഗ്ലൗസുകൾ, എന്നയാൾ പതുക്കെ പറഞ്ഞു. വീണ്ടും അയാളുടെ ദൃഷ്ടി അവളുടെ മുഖത്തേക്കു തിരിഞ്ഞു. ചുണ്ടുകൾ വിറച്ച്, ചീർത്ത കൺപോളകളുമായി അവൾ അയാളോടൊപ്പം നടത്തം തുടർന്നു, അയാൾ പറഞ്ഞത് തന്നെക്കുറിച്ചല്ലെന്ന ഭാവത്തിൽ. അല്ലെങ്കിൽ, അയാൾ അവളോടായിരിക്കില്ല അതു പറഞ്ഞത് എന്ന മട്ടിൽ അവൾ വേഗം നടന്നു; അല്ലെങ്കിൽ ചെസ്റ്റ്നട്ട് മരങ്ങൾ ഉള്ള മറ്റൊരു പാർശ്വമാർഗത്തിലൂടെ ഓടുകയായിരുന്നു. എന്നിട്ട് നിറഞ്ഞ കണ്ണുകളോടെ, ഇലകൾക്കിടയിലൂടെ തിരിഞ്ഞു നോക്കി. അയാൾ റോഡിലൂടെ ദൃഢനിശ്ചയത്തോടെ നടക്കുന്നുണ്ട്. ബർലിനിൽനിന്ന് വാങ്ങിയ കടുംചാരനിറത്തിലുള്ള സൂട്ടാണ് ധരിച്ചിരിക്കുന്നത്. അന്ന് അവളോട് പുതിയ ഗ്ലൗസ് വാങ്ങിക്കണമെന്നു പറയാനയാൾ ഓർത്തില്ലല്ലോ. അവളുടെ ഗ്ലൗസുകളുടെ അരികുകൾ പിന്നിയതാണ്; അയാളുടെ സാന്നിധ്യത്തിൽത്തന്നെ യാത്രയ്ക്കിടെ രണ്ടു പ്രാവശ്യം അവ തുന്നി ശരിപ്പെടുത്തേണ്ടിവന്നു. അവരുടെ യാത്രയ്ക്കുള്ള പണം ഉണ്ടാക്കിയത് തന്നെ അവളുടെ അമ്മയുടെ കൈവശമുള്ള വസ്തുക്കൾ പണയം വച്ചിട്ടാണ്. എന്നാൽ ഇപ്പോൾ ഗ്ലൗസിന്റെ പേരിൽ അയാൾ അവളെ ശകാരിക്കുന്നു.

അവൾ റോഡിലൂടെ അതിവേഗം നടന്ന്, കെട്ടിടത്തിന്റെ മതിലിന്നരികിലെത്തി. കരഞ്ഞുവീർത്ത തന്റെ മുഖം കാണാതിരിക്കാനായി ശിരോവസ്ത്രംകൊണ്ട് മറച്ചു. ബൗളർ തൊപ്പി ധരിച്ച മാന്യനായൊരു

ജർമൻകാരൻ ഭാര്യയോടൊപ്പം തനിക്കുനേരെ നടന്നുവരുന്നു. അവരുടെ മുഖങ്ങൾക്ക് ഇളംചുകപ്പ് വർണമാണ്. സംതൃപ്തർ. കുട്ടികളുടെ കൈപിടിച്ചാണ് നടത്തം. സുന്ദരമായി വസ്ത്രധാരണം ചെയ്തിരിക്കുന്നു. അവർക്ക് 'ലഞ്ചി'ന്റെയോ 'ഡിന്നറിന്റെ'യോ പണച്ചെലവോർത്തു വിഷമിക്കേണ്ടതില്ല. അവർ പരസ്പരം ശബ്ദമുയർത്തുന്നില്ല. ഫെഡ്യയാകട്ടെ റസ്റ്റോറന്റിൽവച്ച് അവളുടെ നേരെ ഒച്ചവയ്ക്കുന്നു. ആരും കാണാത്ത രീതിയിൽ വാതിലിലൂടെ അവൾ വീട്ടിലേക്കു പ്രവേശിച്ചു. ഡൈനിംഗ്റൂം ആയി ഉപയോഗിക്കുന്ന വലിയ മുറിയിലേക്കാണവൾ ആദ്യം കടന്നത്. ചില നദികളുടെ എണ്ണച്ചായച്ചിത്രങ്ങൾ ചുമരുകളിൽ പതിച്ചിരിക്കുന്നു. ഒരുപക്ഷേ, 'റൈൻ' നദിയായിരിക്കണം. അതിൽ മരങ്ങളുടെ പ്രതിഫലനം, മലകളുടെ മുകളിൽ സ്ഥാപിക്കപ്പെട്ട കോട്ടകൾ എന്നിവയുമുണ്ട്. നീലാകാശമാണ് പശ്ചാത്തലം. രണ്ടാമത്തെ മുറി, രണ്ട് കട്ടിലുകളുള്ള അവരുടെ കിടപ്പുമുറിയാണ്. പിന്നെ മൂന്നാമത്തേത് ഒരു കൊച്ചുമുറി, ഫെഡ്യായുടേത്. അതിലൊരു ഡെസ്ക് ഉണ്ട്. വൃത്തിയുള്ള ഒരു കെട്ട് വെള്ളക്കടലാസും കുറച്ച് *പാപിരോസ* സിഗററ്റുകളും. പുകയിലപ്പൊടി പുറത്തേക്കു ചിതറുന്നുണ്ട്. താൻ വീട്ടിലെത്തുന്നതിനുമുമ്പയാൾ ഇവിടെ എത്തിക്കാണും എന്ന വിശ്വാസത്തിലായിരുന്നു അവൾ. പെട്ടെന്ന് ഓർത്തു, ഒരുപക്ഷേ, അവൾക്കുവേണ്ടി അയാളിവിടെ കാത്തിരിക്കുന്നുണ്ടാകും. അവൾ പോസ്റ്റാഫീസിലേക്കു പോയി. അവിടേയ്ക്ക് ഫെഡ്യ എപ്പോഴും ചെല്ലാറുള്ളതാണ്. എന്നാൽ, അയാളവിടെ ഇല്ലായിരുന്നു, കത്തുകളുമില്ല. അവൾ വീണ്ടും വീട്ടിലേക്കു തിരിച്ചുനടന്നു. തീർച്ചയായും അയാൾ ഇപ്പോൾ വീട്ടിലെത്തിക്കാണും. മാഡം സിമ്മർമാനെ കോണിപ്പടിയിൽവച്ചു കണ്ടു. ഫെഡ്യ വീട്ടിൽ വന്നശേഷം എങ്ങോട്ടോ പോയി എന്നു പറഞ്ഞു. അവൾ വീണ്ടും പുറത്തേക്ക് ഓടി. പെട്ടെന്നയാളെ അവൾ കണ്ടു. അവളുടെ അടുത്തേക്കു തന്നെയാണ് അയാൾ വരുന്നത്. വിളർത്ത മുഖത്ത് കുറ്റബോധത്തോടെയുള്ളൊരു പുഞ്ചിരിയുണ്ട്; യാചനാഭാവവും. അവളേയും തേടി അയാൾ *ടെറസ്സി*ലേക്കു തിരിച്ചുപോയിരിക്കയായിരുന്നു. സ്വന്തം സ്വാതന്ത്ര്യം പ്രകടിപ്പിക്കാൻ വേണ്ടി അവൾ അവിടേക്കു മടങ്ങിപ്പോയിട്ടുണ്ടാകുമെന്ന് വിചാരിച്ചു. പിന്നെ, വായനശാലയിൽ പോയി നോക്കി.

അങ്ങനെ അവർ മുറിക്കുള്ളിൽ കയറി. ഉടുപ്പ് മാറ്റാൻ പോയി. കാരണം, മഴ പെയ്യാൻ പോകുകയാണ്. പുറത്തു വന്നപ്പോഴേക്കും

കോരിച്ചൊരിയുന്ന മഴ. എന്തായാലും അവർക്കു ലഞ്ച് കഴിക്കണം. ഹോട്ടൽ വിക്ടോറിയയിലെ ഭക്ഷണത്തിന് രണ്ട് *തെയിലറും* പത്ത് വെള്ളി *ഗ്രോഷനും* ചെലവായി. ഭയങ്കര വിലതന്നെ. ഒരു കട്‌ലറ്റിന് പത്തു വെള്ളി *ഗ്രോഷനാണ്* വില. നിങ്ങൾ എപ്പോഴെങ്കിലും ഇങ്ങനെ കണ്ടിട്ടുണ്ടോ! തികച്ചും നിർഭാഗ്യകരമായ ദിവസം! റസ്റ്റോറന്റ് വിട്ടപ്പോൾ രാത്രി എട്ടുമണിയായി; നല്ല ഇരുട്ടും മഴയും. അതുകൊണ്ട് അവൾ കുട നിവർത്തി. എന്നാൽ, അതു വീണ്ടുവിചാരത്തോടെ യുള്ള ജർമൻ ശൈലിയിലായിരുന്നില്ല. അടുത്തുകൂടെ കടന്നുപോയ ഒരു ജർമൻകാരന്റെ മേൽ ഉരസി. അവളുടെ പ്രാകൃതത്വം വിമർശി ക്കപ്പെട്ടെങ്കിലോ എന്നു കരുതി ഫെഡ്യാ അവൾക്കു നേരെ അലറി. അവളുടെ കണ്ണുകൾ വീണ്ടും നിറഞ്ഞൊഴുകാൻ തുടങ്ങി; എന്നാൽ, ഇരുട്ടായതിനാൽ ആരും അതു ശ്രദ്ധിച്ചില്ല; ദൈവത്തിനു സ്തുതി! വീണ്ടും വീട്ടിലെത്തി. അടുത്തടുത്താണ് നടന്നതെങ്കിലും സംസാരി ച്ചില്ല; അപരിചിതരെപ്പോലെ. വീട്ടിൽ എത്തി. അപ്പോൾ ചായയെ ച്ചൊല്ലി വഴക്ക്. മുമ്പ് പറഞ്ഞു തീർത്ത കാര്യമായിരുന്നെങ്കിലും. അയാളുടെ *ബാദ്ഹോംബർഗ്* യാത്രയെക്കുറിച്ചവൾ സൂചിപ്പിച്ചു. അയാൾ വീണ്ടും അലറാൻ തുടങ്ങി, അവളും തിരിച്ച് ഒച്ചവച്ചു. അവൾ കിടപ്പറയിലേക്കു പോയി. അയാൾ പഠനമുറിയിൽ അടച്ചിരുന്നു. എന്നാൽ, പിന്നീടവളെ ഗുഡ്നൈറ്റ് പറഞ്ഞ് ചുംബിക്കാനായി അയാൾ എത്തി.

രാത്രിയിലെ ഒരു ശീലമാണത്. പ്രത്യേകിച്ചും, വഴക്കോ അഭി പ്രായവ്യത്യാസമോ ഉണ്ടാകുമ്പോൾ. അവളെ ലാളിക്കാനോ ചുംബി ക്കാനോ ഉള്ള വിനീതമായ ഒരു തിരിച്ചറിവ്. കാരണം അവൾ അയാ ളുടേതാണ്. അവളുടെ സുഖദുഃഖങ്ങൾ അയാളെ ആശ്രയിച്ചു നില്ക്കുന്നു. അവളുടെ മേലുള്ള ഈ മേധാവിത്വവും, തോന്നിയതു പോലുള്ള പെരുമാറ്റവും ചെറിയ നായകളോട് എനിക്കു തോന്നാറുള്ള ഒരു മനോഭാവത്തെയാണ് ഓർമിപ്പിച്ചിരുന്നത്. അടിക്കാൻ കൈ ഓങ്ങി യാൽ, അവ പരിഭ്രമിച്ച് വാൽ ആട്ടി യാചിക്കുന്ന മട്ടിൽ നിലത്തുകിടന്നു വിറയ്ക്കാൻ തുടങ്ങും. ഒരു ചുംബനത്തോടെ തുടങ്ങി, പിന്നെ ചുണ്ടു കൾ സ്തനങ്ങളിൽ അമർന്നു, പിന്നെ നീന്തൽ ആരംഭിച്ചു. ഐക മത്യത്തോടെ അവർ കൈകൾ ചലിപ്പിച്ച്, വെള്ളത്തിനു മുകളിൽ നിന്നും ശ്വാസം വലിച്ചുകേറ്റാൻ ശ്രമിച്ചുകൊണ്ട്, കടൽത്തീരത്തു

നിന്ന് വളരെ ദൂരെ, നീലക്കടലിന്റെ അഗാധമായ ഭാഗത്തേക്കു നീണ്ട തുഴയലോടെയുള്ള നീന്തൽ. എതിർദിശയിലുള്ള ഒഴുക്കിൽ പെട്ടെന്നയാൾ കുഴഞ്ഞു. അയാൾക്കു പിടിച്ചുനില്ക്കാനായില്ല. പക്ഷേ, അവളുടെ കരങ്ങൾ തുഴഞ്ഞുകൊണ്ടിരിക്കയായിരുന്നു, ഒരു താളക്രമത്തിൽ വിദൂരതയിലേക്ക് അപ്രത്യക്ഷമാകാനെന്നോണം. എന്നാൽ അയാൾക്ക് ഇനി നീന്താനാവില്ലെന്നു തോന്നി. കാല് നീങ്ങാത്തതുപോലെ. അവ താഴേയ്ക്കുപോകുന്നു. വിചിത്രമെന്നു പറയട്ടെ, ഈ ഒഴുക്ക് അയാളെ മാറ്റിക്കൊണ്ടു പോകുന്നു, അവളോടൊപ്പം എത്താനാകുന്നില്ല. അയാളുടെ മനസ്സിൽ പൂച്ചക്കണ്ണൻ കമാൻഡന്റിന്റെ രൂപം തെളിഞ്ഞുവന്നു. ഗാർഡ്ഹൗസിന്റെ മധ്യത്തിലിട്ട ഉയരംകുറഞ്ഞ ഓക്കുമേശയ്ക്കു മുന്നിൽ നിന്നുകൊണ്ട് 'കുറ്റവാളി' ജേക്കറ്റ് ഊരുകയാണ്, കാലുപിടിച്ചപേക്ഷിക്കുവാൻ. ബിർച്ച്മരത്തിന്റെ ലാത്തി തുരുതുരെ പുറത്തു വർഷിക്കുന്നു. അയാൾ നിലവിളി അടക്കാൻ പാടുപെടുന്നു. മാംസപേശിയിലും എല്ലിലും ചുട്ടുപഴുത്ത കമ്പി അമർത്തിവച്ചതുപോലെ. അടികിട്ടിയശേഷമുള്ള അസഹ്യമായ വേദന. പരിഹസിക്കുന്നതും പരിതപിക്കുന്നതുമായ കാണികളുടെ മുഖങ്ങൾ. ഡോക്ടറെ വിളിക്കാൻ ഉത്തരവിട്ട കമാൻഡന്റിന്റെ സംതൃപ്തമായ പുഞ്ചിരി. ഗാർഡ്റൂമിൽനിന്ന് പുറത്തുപോകാനുള്ള ശ്രമം.

ഇതുതന്നെയാണ് മറ്റു സ്ത്രീകളുടെ കാര്യത്തിലും അയാൾക്കു സംഭവിച്ചത്. അന്നയെപ്പോലെ അവരെല്ലാവരും അദൃശ്യരായ സാക്ഷികളാണ്. ഇരുമ്പ് കമ്പികളിട്ട ജനലിലൂടെയോ ഗാർഡ് ഹൗസിലെ വാതിലിലൂടെയോ ഒളിഞ്ഞുനോക്കിയവർ. അയാൾക്കുവേണ്ടി യാചിക്കാനായി ഉള്ളിലേക്കു വരാൻ താത്പര്യപ്പെടുന്നവർ. എന്നാൽ, അവർ തടയപ്പെട്ടു. അയാൾ സഹിച്ച അപമാനത്തിന്റെ ദൃക്സാക്ഷികളാണവർ. അയാളവരെ വെറുക്കുന്നു. കാരണം, തന്റെ വികാരം പൂർണ്ണനിലയിലെത്തുമ്പോഴുള്ള അനുഭവജ്ഞാനം അതുമൂലം നിഷേധിക്കപ്പെടുന്നു. ഇന്നുണ്ടായ വെയിറ്ററുടെ ഔചിത്യമില്ലാത്ത നോട്ടവും സേക്സൻ ഓഫീസറുടെ മുഖവും ആ കമാൻഡന്റിന്റേതുപോലെ തന്നെയുണ്ട്.

സി*സ്റ്റീൻ മഡോണ*യെ തൂക്കിയിട്ട ഗാലറിക്കു മുന്നിൽ ഒരു പ്രത്യേകതരം കസേര ഒഴിഞ്ഞുകിടക്കുന്നത് അയാൾ കുറച്ചുമുമ്പ് ശ്രദ്ധിച്ചിരുന്നു; വളഞ്ഞ പിൻഭാഗമുള്ള മൃദുവായൊരു കസേര. അതു

മാറ്റിയിട്ടിരിക്കുന്നു. ഒരുപക്ഷേ, സന്ദർശകർക്ക് ഇരിക്കാൻ വേണ്ടി ആയിരിക്കാം, അതല്ലെങ്കിൽ അതിലിരുന്ന് ചിത്രം ആസ്വദിക്കാൻ വേണ്ടിയാകാം. ഈ ഒരു കസേരയിൽ മാത്രം ആരും ഇരിക്കുന്നതു കാണാനില്ല. ഒരുപക്ഷേ അറ്റൻഡന്റിനുവേണ്ടി ആയിരിക്കും, അതല്ലെങ്കിൽ ചരിത്രപ്രാധാന്യമുള്ളതാകാം ഈ കസേര. തന്റെ ഉള്ളിൽ പെട്ടെന്ന് ഉയർന്ന ഒരു ചിന്ത വളരെ സുതാര്യമായി അയാൾക്കു തോന്നി. ഒപ്പം നട്ടെല്ലിലൂടെ ഒരു വിറയലും. അത്രയ്ക്കു ചങ്കൂറ്റമുള്ള കാര്യമാണത്. അചിന്തനീയം. അയാൾ സ്വയം അക്കാര്യം ചെയ്യാൻ തയ്യാറെടുത്തു. എന്നിട്ട് കസേരയുടെ അടുത്തുചെന്ന് അതിനു മുകളിൽ കാലെടുത്തുവയ്ക്കാൻ തുനിഞ്ഞു. അപ്പോൾ ആ മുറിയിൽ ഒരു പാട് പേർ ഉണ്ടായിരുന്നു. വീരസ്വഭാവമുള്ള യൂനിഫോം ജേക്കറ്റ് ധരിച്ച അറ്റൻഡന്റ് ആകട്ടെ ചുമര് ചാരിനില്ക്കുന്നു. എല്ലാവരുടെ മുന്നിലും വച്ചായിരിക്കാം അയാൾ അപ്രകാരം ചെയ്യുന്നത്. അതു തടയലായിരിക്കും ഒരു അറ്റൻഡന്റിന്റെ ചുമതല. കസേരയ്ക്കരികിലെത്തിയപ്പോൾ തന്റെ ഹൃദയസ്പന്ദനം നിലച്ചതുപോലെ അനുഭവപ്പെട്ടു. രണ്ടാമതും ഒന്നറച്ചുനിന്ന ശേഷം, കസേര ചുറ്റിപ്പോകുന്നത് ഏതു ഭാഗത്തുകൂടെയാകണം എന്നു ചിന്തിക്കുകയാണെന്ന ഭാവത്തിൽ അയാൾ മെല്ലെ നടന്നു. അമിതതാത്പര്യത്തോടെ *മഡോണ*ചിത്രത്തെ മിഴിച്ചുനോക്കി. ആ രാത്രിയാണ് തനിക്ക് അന്യമായ വിദൂരതയിലേക്കു അയാൾ നീന്തിപ്പോയതും, നിലം തൊടാനാവാതെ പിടഞ്ഞുകൊണ്ട് കരയ്ക്കണഞ്ഞതും. അന്നു രാത്രി ആ സാഹസം ചെയ്യാനയാൾ ശപഥമെടുത്തു. പിറ്റേന്ന് ഗാലറിയിലെത്തിയ ഉടനെ *മഡോണ*യെ തൂക്കിയിട്ടിരിക്കുന്ന മുറിയിലേക്കയാൾ നടന്നു. തന്റെ ഹൃദയമിടിപ്പ് സ്വന്തം കാതുകളിൽ മുഴങ്ങുന്നതു കേൾക്കാം. പെയിന്റിംഗിനു നല്ലൊരു ജനക്കൂട്ടം ഉന്തിത്തള്ളി നീങ്ങുന്നുണ്ട്. ചിലർ നില്ക്കുന്നു. മറ്റു ചിലർ കുറച്ചുദൂരെ മാറി 'ഓപ്പറ ഗ്ലാസി'ലൂടെ വീക്ഷിക്കുന്നു (പെയിന്റിംഗ് അതിലൂടെ ഏകാഗ്രതയോടെ നോക്കിക്കാണാനാകും. ദൃഷ്ടി മറ്റിടത്തേക്കു പായുകയില്ല). ആദ്യം, ആ കസേര കണ്ടില്ല. അപ്പോൾ അയാളുടെ അമിതവേഗത്തിലുള്ള ഹൃദയമിടിപ്പ് ശാന്തമായി. ഒന്ന് ഉള്ളാലെ സന്തോഷിച്ചു. എന്നാൽ, ജനക്കൂട്ടം മൂലം അതു മറയ്ക്കപ്പെട്ടതായിരുന്നു. തിളങ്ങുന്ന ബട്ടനുകളോടുകൂടിയ യൂണിഫോം ധരിച്ച അറ്റൻഡന്റ് അവിടെത്തന്നെ ഉണ്ട്. സന്ദർശകരെ തള്ളിമാറ്റി അയാൾ മനഃപൂർവം കസേരയ്ക്കരികിലേക്കു പ്രവേശിച്ചു. അന്നാ

ഗ്രിഗൊറ്യേവ്ന ഒരു ഭാഗത്തു മാറിനിന്ന്, ചിത്രം വീക്ഷിക്കാനായി ഓപ്പറ ഗ്ലാസ് എടുക്കുകയാണ്. അയാൾ കണ്ണുകളടച്ച് ഒരു കാലെടുത്തു കസേരയിൽ വച്ചു. ഒരുപക്ഷേ, ആ സമയത്ത് അയാൾക്കു കണ്ണു കാണാതായിപ്പോയിരിക്കാം. പിന്നെ രണ്ടാമത്തെ കാലും കസേരയിൽ പൊക്കിവച്ചു. ആ മൃദുവായ കുഷനിൽ ഷൂസുകൾ അമർന്നുതാഴ്ന്നു. ഇപ്പോൾ സന്ദർശകരുടെ തലകൾക്കുമീതെ പെയിന്റിംഗ് ഭംഗിയായിക്കാണാം. കുഞ്ഞിനെ കൈയിലേന്തി 'മഡോണ' മേഘങ്ങളിൽ തങ്ങിനില്ക്കുന്നു; താഴെനിന്ന് അപ്പോസ്തലൻ ഭക്തിപൂർവം നോക്കുന്നു, മുകളിൽ മാലാഖകൾ. ഈ സുതാര്യതയായിരുന്നു കസേരയിൽ കേറിനില്ക്കാനയാൾ കണ്ടുപിടിച്ച കാരണം. എന്നാൽ തന്നെ താഴെ വലിച്ചിറക്കാൻ വരുന്ന ശിപായിക്ക് എന്തെങ്കിലും വിശദീകരണം നല്കണമല്ലോ എന്നോർത്തായിരുന്നു അയാളുടെ ആശങ്ക. "ഫെഡ്യാ, നിങ്ങൾക്കു ഭ്രാന്തുപിടിച്ചോ!" താഴെനിന്ന് അദ്ഭുതം നിറഞ്ഞ കണ്ണുകളോടെ ഭർത്താവിനെ നോക്കിക്കൊണ്ട് അന്നാ ഗ്രിഗൊറ്യേവ്ന പറഞ്ഞു. എന്നിട്ട് അയാളുടെ ഉടുപ്പിന്റെ കൈ ദേഷ്യത്തോടെ പിടിച്ചു വലിക്കുകയും ചെയ്തു.

എല്ലാവരുടെയും മുകളിലാണയാളിപ്പോൾ. മറ്റെല്ലാവരും പിഗ്മികളാണ്. അപ്പോൾ ഒരു പിഗ്മി അയാൾക്കുനേരെ പാഞ്ഞുവരുന്നു - ആ അറ്റൻഡന്റ്. പെയിന്റിംഗിന്റെ സ്ഥാനത്ത്, തടിച്ച കഴുത്തും തൂങ്ങിക്കിടക്കുന്ന ശരീരവുമുള്ള ജെയിൽ കമാൻഡന്റിന്റെ മുഖമാണയാൾക്ക്. വിനയത്തോടെ, യാചനാഭാവത്തിലാണ് പുഞ്ചിരി. എന്നാൽ ആ ശരീരം, അതിശയകരമായ വിധത്തിൽ ക്ഷീണിച്ചിരിക്കുന്നു, അഭിമാനം വെടിഞ്ഞു കെഞ്ചുന്നു. സന്ദർശകർ നിന്നിടം ഒരു കടലായി കാണപ്പെട്ടു. അയാളും ഭാര്യയും ആ നീലക്കടലിലെ അഗാധതയിലേക്ക് താളാത്മകമായി കൈവീശി തുഴഞ്ഞുകൊണ്ട്, വായ തുറന്ന് ശ്വാസമെടുത്തു നീന്തുന്നു. കടൽത്തീരത്തുനിന്ന് വിദൂരത്തേക്കു നീങ്ങുകയാണ് അവർ. പിന്നെ ജെയിൽ കമാൻഡന്റ് അപ്രത്യക്ഷനായി. അയാളുടെ ദയനീയമായ കുനിഞ്ഞ ശരീരം, യാചിക്കുന്ന ഭിക്ഷക്കാരന്റെ രൂപം പോലെ വിദൂരതയിലേക്ക് അലിഞ്ഞുപോയി. 'കസേരയിൽ കയറിനില്ക്കുന്നത് ഈ ഗാലറിയിൽ നിഷിദ്ധമാണ്, സർ.' കസേരയിൽ നില്ക്കുന്ന മാന്യമായി വേഷം ധരിച്ച ആളെ ദേഷ്യത്തോടെ തുറിച്ചുനോക്കിക്കൊണ്ട് അറ്റൻഡന്റ് വിളിച്ചുപറഞ്ഞു.

എന്നിട്ട് മുന്നോട്ടുചെന്ന് അയാളെ ഇറങ്ങുവാൻ സഹായിക്കാനെന്നോണം കൈപൊക്കി. അയാളാകട്ടെ അറ്റൻഡന്റിന്റെ കൈ തട്ടിമാറ്റിക്കൊണ്ട് ചാടിയിറങ്ങി. ഓപ്പറ ഗ്ലാസിലൂടെ ഒരു ചിത്രം സൂക്ഷ്മപരിശോധന നടത്തുകയാണെന്ന ഭാവത്തിൽ അന്നാ ഗ്രിഗൊറ്യേവ്ന ആ മുറിയുടെ മൂലയിൽ നില്ക്കുന്നതയാൾ കണ്ടു. അവൾ ഗ്ലാസ് പിടിച്ചിരുന്ന കൈകൾ വിറച്ചിരുന്നു. 'ദൈവത്തെ ഓർത്ത്, നമ്മൾക്കിവിടെനിന്ന് പുറത്തുകടക്കാം.' അയാൾ അടുത്തെത്തിയപ്പോൾ അവൾ പറഞ്ഞു. ദേഷ്യംകൊണ്ടവളുടെ സ്വരം പരുക്കനായിരുന്നു. സന്ദർശകർ അവരെ നോക്കി എന്തൊക്കെയോ പിറുപിറുത്തു. അവൾ അയാളുടെ കൈപിടിച്ച് അടുത്ത മുറിയിലേക്കു നടന്നു. കടുത്ത നടപടികളെന്തെങ്കിലും നേരിടേണ്ടിവരുന്നതുവരെ, അറ്റൻഡന്റിന്റെ ശകാരം വകവയ്ക്കാതെ അയാൾ ആ കസേരയിൽ നിലയുറപ്പിച്ചേനെ. പിന്നീട് അയാൾ അതു സ്വയം വേണ്ടെന്നുവച്ചു, താഴെ ഇറങ്ങി.

ആ മുറിയുടെ വിശാലമായ ജനാലയ്ക്കൽ പ്രത്യക്ഷപ്പെട്ട കമാൻഡന്റിന്റെ മുഖത്ത് അവജ്ഞ നിറഞ്ഞ ഒരു പുഞ്ചിരി പൊട്ടിവിരിഞ്ഞു. അദ്ദേഹം വിജയഭാവത്തോടെ തന്റെ തടിച്ചുകൊഴുത്ത കൈകൊണ്ട് മീശയിൽ തലോടി. ജനങ്ങളാകട്ടെ, തടവുപുള്ളിയുടെ സുഹൃത്തുക്കളും സ്ത്രീകളും. അവർ ഗാർഡ് റൂമിന്റെ ജനലകളിലൂടെ തുറിച്ചുനോക്കി. അവരുടെ കണ്ണുകളിൽ ദയയും ഉത്ക്കണ്ഠയും നിറഞ്ഞുതുളുമ്പി. അയാൾ ട്രൗസർ താഴോട്ടിറക്കി മേശമേൽ കിടക്കുകയാണ്, ഗാർഡ് മുറപ്രകാരം പ്രഹരിക്കയും. അന്നാ ഗ്രിഗൊറ്യേവ്നയുടെ കൈ മര്യാദയില്ലാത്ത രീതിയിൽ പിൻവലിക്കപ്പെട്ടു. തല താഴ്ത്തിക്കൊണ്ടവൾ ദൃഢനിശ്ചയത്തോടെ അടുത്ത മുറിയിലേക്കു നടന്നു. കസേര ഒഴിച്ചിടാൻ പാടില്ലാത്തതാണ്. ഒഴിഞ്ഞ കസേര, അത് അസ്വാഭാവികമാണ്. നടുമുറിയിലേക്കു വേഗത്തിൽ ചെന്ന അയാളുടെ കാലുകൾ വീണ്ടും മൃദുവും സ്പ്രിംഗ്പോലെയുള്ളതുമായ എന്തിന്റെയോ മീതെ പതിച്ചു. തനിക്കിഷ്ടമുള്ളിടത്തോളം നേരം അവിടെ നില്ക്കാം. വേലക്കാരനിൽനിന്നേറ്റ നിന്ദ തരണം ചെയ്യാം. അയാൾ അതിര് കടന്നോ? കർട്ടൻ പൊങ്ങുന്നതിനു മുമ്പവർ ചെയ്യുന്നതുപോലെ ജനം നിശ്ശബ്ദരായിരുന്നു. പെയിന്റിംഗ് വച്ച സ്ഥലത്തുനിന്ന് വീണ്ടും കമാൻഡന്റിന്റെ മുഖം ധിക്കാരത്തോടെ അയാളെ നോക്കി കണ്ണിറുക്കി. അവന്റെ കവിളത്ത് കൈ വീശിക്കൊണ്ട് അയാൾ

ആഞ്ഞടിച്ചു. അപ്പോൾ ആ മുഖം അപ്രത്യക്ഷമായി. കമാൻഡന്റിന്റെ മറ്റു ശരീരഭാഗങ്ങളോടൊപ്പം അതു കുഴഞ്ഞുവീണു. പോളിഷ് ചെയ്ത മേശയ്ക്കടുത്ത്, നിലത്ത്, അയാൾ കിടക്കുന്നു. അയാൾ ശിക്ഷിക്കാൻ ശ്രമിച്ച തടവുപുള്ളി വിജയഭാവത്തിൽ നില്ക്കുന്നു. കമാൻഡന്റിന്റെ വയറ്റത്ത് കാൽ ഉറപ്പിച്ചു. നോക്കിനിന്ന കാണികൾ ഉറക്കെ കൈയ ടിച്ചു. സ്ത്രീകൾ, പ്രത്യേകിച്ച് അടുപ്പമുള്ളവർ ആഹ്ലാദത്തോടെ അയാളെ നോക്കി പറക്കുന്ന ചുംബനങ്ങൾ നല്കി. ധൃതിപിടിക്കാതെ കസേരയിൽനിന്ന് മെല്ലെ ഇറങ്ങി. ചാടുകയല്ല, സൂക്ഷിച്ച് ഇറങ്ങി. മനപ്പൂർവം അടുത്ത മുറിയിലേക്കു ചെന്നു. വാതിൽ കടന്ന് അറ്റൻഡ ന്റിനെ ലക്ഷ്യമാക്കി നടന്നു; എന്നാൽ, അയാൾ മുറിക്കു പുറത്ത് മറ്റെ വിടെയോ ആയിരുന്നു; ശിപായി ഭവ്യതയോടെ അയാളെ പോകാന നുവദിച്ചു.

അന്നുരാത്രി അന്നയെ ചുംബിക്കാൻ ചെന്നപ്പോൾ, അവർ ഒന്നിച്ച് വീണ്ടും തുഴഞ്ഞു. താളലയത്തോടെ കൈവീശി തലപൊക്കി ശ്വാസം ഉള്ളിലേക്കു വലിച്ചു. ഒഴുക്ക് അയാളെ ദൂരേയ്ക്കു തള്ളിക്കൊണ്ടു പോയില്ല. പിന്നോട്ടു മാറുന്ന ചക്രവാളത്തിലേക്കവർ നീന്തി, അജ്ഞാ തമായ കടുംനീലനിറമുള്ള ആഴക്കടലിലേക്ക്, പിന്നെ അയാളവളെ വീണ്ടും ചുംബിക്കാൻ തുടങ്ങി. തലകീഴായ ഇരുണ്ട ഒരു ത്രികോണം പ്രത്യക്ഷപ്പെട്ടു. അതിന്റെ ശിഖരം താഴെ കൂർമ്മയുള്ളതാണ്; ഒരി ക്കലും എത്തിപ്പിടിക്കാനാവാത്തതാണ്. കാർമേഘങ്ങളിൽ അപ്രത്യ ക്ഷമാകുന്ന വലിയ ഒരു പർവതത്തിന്റെ തല കീഴായ കൊടുമുടി; അല്ലെങ്കിൽ ഒരു അഗ്നിപർവതത്തിന്റെ അന്തർഭാഗം. അപ്രാപ്യമായ ഈ അന്തർഭാഗം ചില ഉത്തരം പേറുന്നവയാണ്. സങ്കല്പിക്കാനാ വാത്തതും പറയാനാവാത്തതുമായ കാര്യങ്ങൾ അസാമാന്യ വൈശി ഷ്ട്യവും തീവ്രതയുമുള്ള കാര്യങ്ങൾ; ജീവിതം മുഴുവൻ അവൾക്ക യച്ച കത്തുകളിൽ അവയുണ്ട്. അവിടെ ചെന്നെത്താനുള്ള യത്നം തുടരുന്നതായും കാണാം; എന്നാൽ ഈ കൊടുമുടി അഥവാ അന്തർഭാഗം എന്നും അപ്രാപ്യമായിത്തന്നെ നിലനിന്നു. വാസ്തവ ത്തിൽ ആഗ്രഹിച്ചത്ര സമയം അയാൾ ആ കസേരയിൽ നിന്നുവോ? എന്തായാലും, അയാൾ രണ്ടാംപ്രാവശ്യം നിന്നപ്പോൾ അറ്റൻഡന്റ് അവിടെ ഇല്ലായിരുന്നു. അതുകൊണ്ട് അറ്റൻഡന്റിന്റെ ആജ്ഞയ്ക്കെ തിരായിട്ടാണയാൾ കസേരയിൽ കയറിനിന്നതെന്നു പറയാൻ കഴിയില്ല.

ഓടിപ്പിക്കുന്നതുവരെ അവിടെ നില്ക്കാനയാൾ ദൃഢനിശ്ചയം എടുത്തിരുന്നെങ്കിലും. അറ്റൻഡന്റോ പോലീസുകാരനോ ആ മുറിക്കകത്തുകൂടെ അയാളെ ഓടിച്ചിരുന്നെങ്കിൽ, അന്ന അടക്കമുള്ള എല്ലാ സന്ദർശകരുടെയും മുന്നിലൂടെ അയാൾ വലിച്ചിഴക്കപ്പെട്ടേനെ. ഉത്തുംഗമായൊരു മലയിൽനിന്ന് ഇടിഞ്ഞു പൊളിഞ്ഞുവീഴുന്നതുപോലെ എല്ലാം തരിപ്പണമായേനെ. പെട്ടെന്ന്, വളരെ പെട്ടെന്ന്, അയാൾക്കു മുകളിൽ അടികൊണ്ടിരുന്ന മേശപ്പുറത്തുനിന്ന് അയാൾ എഴുന്നേറ്റു. തുടുത്തു, ചുകന്ന പന്തുപോലെ, ചോര കുടിച്ചു വീർത്ത കൊതുകിന്റെ വയറുപോലെ കമാൻഡന്റിന്റെ മുഖം. ആ ജീവിതം കടുത്ത പീഡനമായി മാറിയേനെ. എന്തുകൊണ്ടെന്നാൽ ആ അപമാനം അസഹ്യമായിരുന്നു. എന്നാൽ, ഒന്നും സംഭവിച്ചില്ല. സ്വമേധയാ, അറ്റൻഡന്റ് വരാൻ കാത്തുനില്ക്കാതെതന്നെ അയാൾ താഴെ ഇറങ്ങി. വഷളായൊരു പരിതഃസ്ഥിതി സംജാതമാക്കാനയാൾ ഇടവരുത്തിയില്ല. അപ്പോൾ വിലക്കപ്പെട്ട പർവതശിഖരം കാർമേഘങ്ങൾക്കുള്ളിൽ മറയുകയും ഉരുകുന്ന പാറകൾ സ്ഥിരമായി തിളച്ചുകൊണ്ടിരിക്കുന്ന ഭൂമിക്കടിയിലേക്ക് അപ്രത്യക്ഷമാകുകയും ചെയ്തു. ആ കൊടുമുടി അപ്രാപ്യമായിത്തന്നെ നിലനിന്നു.

അന്നാ അയാളുടെ മുഖത്തു മൃദുവായി തലോടിയെങ്കിലും, പതിവ് 'ഗുഡ്നൈറ്റ്' പോലും പറയാതെ അയാൾ സ്വന്തം മുറിയിലേക്കു പോയി. അരമണിക്കൂറിനുശേഷം വിചിത്രമായൊരു ഒച്ചകേട്ടവൾ ഉണർന്നു. ഒരു നിമിഷം വിമ്മിട്ടപ്പെട്ട് ശ്വാസോച്ഛ്വാസം ചെയ്യുന്ന സ്വരം, പിന്നെ ഗുളുഗുളു ശബ്ദം. വിറകൈകളോടെ മെഴുകുതിരി കത്തിച്ച് അവൾ ഭർത്താവിന്റെ കിടക്കയ്ക്കരികിലേക്കു പറന്നെത്തി. അയാൾ അറ്റത്തു കിടക്കുകയാണ്. എഴുന്നേല്ക്കാനായി കിടന്നു പുളയുന്നു, അദൃശ്യമായൊരു കയറ് അയാളെ കട്ടിലിനോടു ബന്ധിപ്പിച്ചതുപോലെ. മുഖം നീലനിറമായിരിക്കുന്നു. വായിൽനിന്ന് പത വരുന്നുണ്ട്. സർവശക്തിയുമുപയോഗിച്ച് അവൾ അയാളെ കിടക്കയുടെ നടുവിലേക്കു വലിച്ചുനീക്കി, അല്ലെങ്കിൽ താഴെ വീണേനെ. മുട്ടുകുത്തിയിരുന്ന് ഒരു ടവലെടുത്ത് അയാളുടെ ചുണ്ടുകളിൽനിന്നും പത തുടച്ചുകളഞ്ഞു. നെറ്റിയിൽനിന്നൊഴുകുന്ന വിയർപ്പ് തുടച്ചു. അപ്പോളയാൾ ശാന്തനായി. മുഖം മൃതശരീരത്തിന്റേതുപോലെ വിളർത്തിരുന്നു. എഴുന്നേറ്റിരിക്കാനയാൾക്കു കഴിഞ്ഞില്ല. ഇയാൾ ശരിക്കും അവളുടെ

ഭർത്താവാണോ? ഇരിക്കാൻ പാടുപെടുന്ന ഈ നീലക്കണ്ണുകളുള്ള മനുഷ്യൻ. അദൃശ്യമായ ബന്ധനത്തിൽനിന്ന് വിമുക്തനാകാൻ വേണ്ടി പൊരുതുന്നവൻ, അധരങ്ങളിലൂടെ പത വമിച്ചുകൊണ്ടിരിക്കുന്നവൻ, ഒരു ഭാഗത്തേക്ക് ചിതറിക്കിടക്കുന്ന താടിമീശയുള്ളവൻ. വെറും ഒന്നര വർഷങ്ങൾക്കു മുമ്പ് ആ കുത്തനെയുള്ള, ഇടുങ്ങിയതും ഇരുട്ടു നിറഞ്ഞതുമായ കോണികയറി കാണാൻ ചെന്നത് ശരിക്കും ഈ മനുഷ്യനെത്തന്നെയായിരുന്നോ? തെല്ലു വിഭ്രാന്തിയോടെ, ശിരോ വസ്ത്രം വലിച്ചിട്ട്, ചെരുപ്പിന്റെ ശബ്ദം ഉയരാനിടവരുത്താതെ, മഹാ ത്ഭുതത്തോടെ നിശ്വസിച്ചുകൊണ്ട്, തന്റെ സഞ്ചിയിൽ പെൻസിലും കടലാസും ഉണ്ടോ എന്ന് ഒരു നൂറുപ്രാവശ്യം പരിശോധിച്ചുറപ്പു വരു ത്തിക്കൊണ്ടായിരുന്നു അന്ന് അവളുടെ പ്രവേശനം. 'ഷോർട്ട് ഹാന്റി'ൽ നിപുണ ആയിരുന്ന തന്റെ സഹപാഠി എത്തുന്നതിന് ഒരു മണിക്കൂർ മുമ്പേ അവൾ എത്തിയിരുന്നു. കാരണം, അയാൾക്കൊരു സ്റ്റെനോഗ്രാഫർ വേണമെന്നറിഞ്ഞ നിമിഷം മുതൽ അവളുടെ ലോകം ആടാനും കറങ്ങാനും തുടങ്ങിയിരുന്നു. കൊടുങ്കാറ്റിലകപ്പെട്ട കപ്പലിലെ കയറുകളും കൈവരികളും കൂറ്റൻ തിരമാലകളടിച്ച് തകർന്ന് ഒഴുകിപ്പോയിരുന്നു, 'പായ്മരം' മാത്രം ബാക്കിയായി. 'ഡക്കി'ലുണ്ടാ യിരുന്നവരെല്ലാം കഷ്ടപ്പെട്ട് ഓടിയെത്തി ഈ പാമരത്തിൽ പിടിച്ചു നില്ക്കാൻ ശ്രമിച്ചു, കടലിലേക്ക് തൂത്തെറിയപ്പെടാതിരിക്കാനായി. എന്നാൽ ഒരാൾക്കു മാത്രമേ അതിനു കഴിഞ്ഞുള്ളൂ, ആ ഒരാൾ ഇവൾ.

പ്രവേശനഹാളിൽവച്ചയാൾ അവളെ കണ്ടു. ഏതോ വിചിത്ര ജീവിയെ നിരീക്ഷിക്കുന്ന മട്ടിൽ തല ചെരിച്ചുകൊണ്ടയാൾ അവളെ നിരീക്ഷിച്ചു. വൃത്തികെട്ട, കോപിഷ്ഠനായൊരു യുവാവ് വാതില്ക്കൽ പ്രത്യക്ഷപ്പെട്ടു, അയാളുടെ 'സ്റ്റെപ്പ് മകൻ' (ഭാര്യയുടെ മുമ്പത്തെ വിവാഹത്തിലുണ്ടായ മകൻ). അയാൾ കോപവും ഗർവവും സ്ഫുരി ക്കുന്ന ഒരു പുഞ്ചിരി നല്കി, മെല്ലെ ഒന്നു വണങ്ങി, ചെറിയൊരു മുറിയിലേക്ക് അവളെ കൊണ്ടുപോയി. ഒരു ഡസ്കും ചെറിയൊരു വട്ടമേശയും നിറംമങ്ങിയ കുഷ്യൻ പിടിപ്പിച്ച ഏതാനും മരസ്സാമാന ങ്ങളുമാണതിന്നകത്തുണ്ടായിരുന്നത്. അവളെ വട്ടമേശയ്ക്കരികിൽ ഇരുത്തി, അയാൾ ഡിക്റ്റേഷൻ പറഞ്ഞു കൊടുക്കാൻ തുടങ്ങി. അന്നത്തെ ദിവസം അയാൾ അവൾക്കുനേരെ നോക്കിയതേയില്ല. ദിവസം മുഴുവൻ മുറിയിൽ ഉലാത്തിക്കൊണ്ട്, അസുഖകരമായ

അടക്കിയ ശബ്ദത്തിൽ പറഞ്ഞുകൊടുത്തുകൊണ്ടേ ഇരുന്നു. ഏതെങ്കിലും വാചകം ആവർത്തിക്കണമെന്നു പറയാനവൾ ഭയപ്പെട്ടു. കാരണം, അയാൾ ഉടനെ അവളെ പറഞ്ഞുവിട്ടെങ്കിലോ! അങ്ങനെ എല്ലാവരേക്കാളും മുമ്പ് ആ പായ്മരത്തിൽ തൂങ്ങിപ്പിടിച്ചുനില്ക്കാനായി അവൾക്കു പാടുപെടേണ്ടിവന്നു. ആടി ഉലഞ്ഞും വീണും മെല്ലെ മെല്ലെ, എന്നാൽ, ഉറപ്പോടെ അവൾ മുന്നേറി.

മൂന്നുനാലു ദിവസങ്ങൾ അവൾ ജോലി ചെയ്തു. അപ്പോഴാണ് പ്രകാശിക്കുന്ന കണ്ണുകൾ തന്നെ ഉറ്റുനോക്കുന്നതവൾ കണ്ടുപിടിച്ചത്. അയാൾക്ക് അടുത്തുവന്ന് എന്തോ പറയുവാനോ ചോദിക്കുവാനോ ഉണ്ടെന്നു തോന്നി. എന്നാലയാൾ താത്പര്യപൂർവം, അത്ഭുതത്തോടെ, അവളുടെ 'ഷോർട്ട്ഹാന്റ്' നോട്ടുകളിലേക്കാണ് ഉറ്റുനോക്കിയിരുന്നത്. അവൾ പായ്മരത്തെ എത്തിപ്പിടിക്കാറായിരുന്നു. എന്നാൽ, ബഹളം പിടിച്ച് ഓടിച്ചെല്ലരുത്, അവസാനനിമിഷത്തിൽ അടിതെറ്റരുത്. ഓരോ പ്രാവശ്യവും അയാൾ കൂടുതൽ കൂടുതൽ അടുത്തുവന്നു. ഇപ്പോൾ മുമ്പത്തെപ്പോലെ മുറിയുടെ ഒരു മൂല മുതൽ മറ്റേ മൂലവരെ നടക്കുന്നില്ല; അതിപ്പോൾ അവളുടെ ചുറ്റുമാണ്. വലയം ഓരോ പ്രാവശ്യവും ചുരുങ്ങിവന്നു. ഒരു ചിലന്തി ഈച്ചയ്ക്കുചുറ്റും വല കെട്ടുന്നതുപോലെ. തടഞ്ഞുനിർത്താനാവാത്ത ഒരു പ്രവൃത്തി. എന്തോ വിലക്കപ്പെട്ട ഒരു സവിശേഷത ഇരുവർക്കും അനുഭവപ്പെട്ടു. വല്ലാതെ ആകർഷിക്കുന്നതായിരുന്നു ആ ഉറ്റുനോട്ടം. അതൊഴിവാക്കാനായി അവൾ കണ്ണുകളടച്ചു. അവളാണോ ഈ ചിലന്തിവല കെട്ടിയത്? അല്ല, ഒരുപക്ഷേ, അവർ ഒന്നിച്ചാകാം. ആ ചിലന്തിവലയുടെ നൂലുകൾ വളയാൻ തുടങ്ങി. ഏതു നിമിഷവും പൊട്ടിയേക്കാമെന്നു തോന്നി. എന്നാൽ ഈ 'ഏതു നിമിഷവും' എന്നത്, 'സ്റ്റെപ്പ് മകന്റെ' പഠനമുറിയുടെ വാതിൽ തുറന്നുള്ള എത്തിനോട്ടവും പരിഹാസച്ചിരിയുമായിരുന്നു, ധിക്കാരം നിറഞ്ഞ കുറ്റപ്പെടുത്തുന്ന പുഞ്ചിരി. നടത്തം ഉടനെ 'വട്ട'ത്തിൽനിന്ന് 'കോണോടുകോണായി മാറും. നോട്ടുകൾ പറഞ്ഞു കൊടുക്കുന്നയാൾ സ്റ്റെനോഗ്രാഫറെ ഉറ്റുനോക്കാതിരിക്കാനായി കഠിനശ്രമം ചെയ്തു, അതു തന്റെ കഴിവിന്നപ്പുറത്താണെങ്കിലും. 'സ്റ്റെപ്പ് മകൻ' വാതില്ക്കൽ പ്രത്യേക്ഷപ്പെടുമ്പോൾ അവൾ അയാളെ ഭീഷണിപ്പെടുത്തുന്നതുപോലെ തുറിച്ചുനോക്കും.

അവളുടെ ഡയറിയിൽ പതിച്ച ഒന്നാംപേജിലെ ഫോട്ടോവിൽ അങ്ങനെയൊരു ഒളിനോട്ടത്തിന്റെ പന്തികേടുള്ളതുപോലെ.

ഒടുവിൽ ഈ ചിലന്തിവലകെട്ടൽ അവസാനിക്കേണ്ട രീതിയിൽ ത്തന്നെ അവസാനിച്ചു. ഇരയ്ക്ക് ശരിക്കും നല്ല കുത്തേറ്റു, അവൾ പായ്മരത്തിൽ മുറുകെ പിടിക്കുകയും ചെയ്തു. മുഴുവൻ ശരീരവും അതിൽ ചുറ്റിപ്പിടിച്ചു. ഇനി ഒരു തിരമാലയ്ക്കും അവളെ തൂത്തെറി യാനാവില്ല. മറ്റൊരാൾക്കും ആ സ്ഥാനം പിടിച്ചുപറ്റാനാവില്ല. അപ്പോൾ അയാൾ എല്ലാം അവളോട് തുറന്നുപറഞ്ഞു. ജയിൽശിക്ഷ, അപസ്മാരം, ദാരിദ്ര്യം. അതെല്ലാമവൾ നേരത്തെത്തന്നെ ഊഹിച്ചി രുന്നു. *സ്റ്റെല്ലോവിസ്കി*ക്ക് എഴുതിക്കൊടുത്ത എഗ്രിമെന്റ് പ്രകാരം പുതിയ നോവൽ ആ മാസം മുപ്പതിനു എഴുതിത്തീർത്തുകൊടുക്കാൻ പറ്റിയില്ലെങ്കിൽ തന്റെ കൃതികളുടെ പ്രസിദ്ധീകരണാവകാശം മുഴുവൻ അയാളുടേതാകും! അയാൾ വട്ടമേശയ്ക്കു മുന്നിൽ അവൾക്കെതിരായി ഇരുന്നു. എന്നിട്ട് ചായയും ഉപ്പ് ബിസ്കറ്റും നല്കി. ഒരു ഫ്രെഞ്ച് ബേക്കറിയിൽനിന്ന് തിരഞ്ഞെടുത്തതാണത്. മധുര പലഹാരങ്ങൾ വാങ്ങിക്കുക അയാൾക്കേറെ ഇഷ്ടമുള്ളതായിരുന്നു. ഇവിടെ *ഡ്രെസ്ഡെനിൽ*വച്ച് ഗാലറിയിൽനിന്നോ പോസ്റ്റ് ഓഫീ സിൽനിന്നോ തിരിച്ചുവരുമ്പോൾ എല്ലാ തരം ബേക്കറി സാധനങ്ങളും വാങ്ങും; പിന്നെ പഴങ്ങളും. അവൾക്കിഷ്ടമുള്ളതായിരുന്നു അവ യെല്ലാം. വീട്ടിലേക്ക് വരുന്നത് ജനലിലൂടെ അവൾ കാണും; കൈനി റയെ പൊതികളായിരിക്കും. താഴേയ്ക്കിറങ്ങിവന്ന് അയാളെ കാത്ത് വാതില്ക്കൽ നില്ക്കും. സ്വീകരിച്ച് പാക്കറ്റുകൾ വാങ്ങിക്കൊണ്ടു പോകും. അയാൾ ഹൃദയപൂർവ്വം അതാഗ്രഹിച്ചിരുന്നു. അല്പം വൈകി യാൽ അയാൾക്കു വല്ലാത്ത ദേഷ്യം വരും.

സെന്റ് പീറ്റേഴ്സ് ബർഗിലേക്കു മടങ്ങിവരിക. വട്ടമേശയ്ക്കു മുന്നി ലിരുന്ന് അയാൾ തന്നെയാണ് ചായ പകരുന്നത്. പതറിയ സ്വരത്തിൽ എല്ലാ കാര്യങ്ങളും വിവരിക്കും; തുറന്നു പറയും. അവൾ ആ കണ്ണു കളിലേക്കുതന്നെ നോക്കിയിരിക്കും. അതു വളരെ മാന്യമായ നോട്ടമായി അയാൾ കരുതി. എല്ലാം വ്യക്തം. സംശയമൊന്നുമില്ല. ഇടയ്ക്കിടെ അയാൾ സ്വന്തം താടിപിടിച്ച് വലിക്കു. അടുക്കളയിൽ നിന്ന് കുറച്ചുകൂടി ചായ എടുത്തുകൊണ്ടുവരാൻ പോകും. അപ്പോ ഴൊക്കെ അയാളുടെ കാലുകൾ ചങ്ങലയാൽ ബന്ധിക്കപ്പെട്ടതുപോലെ

വിചിത്രരീതിയിൽ നീങ്ങും. എല്ലാം അവൾ മിഴിച്ചുനോക്കി ഇരിക്കും. പിന്നെ, അയാൾ അവളുടെ *പെസ്കി*യിലെ വീട് സന്ദർശിക്കാൻ എത്തിത്തുടങ്ങി. മേശ തയ്യാറാക്കുമ്പോൾ അവളുടെ അമ്മയ്ക്ക് ആകെ സംഭ്രമമാണ്. ഒരു ദിവസം അവർ ഒന്നിച്ച് ഒരു കുതിരവണ്ടിയിൽ യാത്രചെയ്തു. അയാൾ അവൾക്ക് എങ്ങോട്ടോ ഒരു 'ലിഫ്റ്റ്' കൊടുത്തതാണ്. ഏതോ ഒരു ക്രോസ്സിംഗിൽ വെച്ച വണ്ടിക്കാരൻ പെട്ടെന്ന് കുതിരയെ നിർത്തി; അവൾ സീറ്റിൽനിന്ന് തെറിച്ചു പൊന്തി. (പുറത്തേക്കു വീഴില്ലെന്നുറപ്പായിരുന്നു) അപ്പോഴാണ് അയാൾ അവളെ അരക്കെട്ടിന് ചുറ്റിപ്പിടിച്ചത്. പെട്ടെന്ന് ആലിംഗനം ചെയ്യുകപോലുമുണ്ടായി. അവളുടെ മുഖം ചുകന്നു തുടുത്തു. പിന്നീട് വിവാഹശേഷം അവർ മോസ്കൊയിലേക്കു യാത്രചെയ്തപ്പോൾ *ഹോട്ടൽ ഡുസ്സോട്ടിൽ* രണ്ടാംനിലയിലെ ഒരു കൊച്ചുമുറിയിലാണ് താമസിച്ചത്. അവിടെനിന്നാൽ മോസ്കൊയിലെ പള്ളികളുടെ മഞ്ഞുമൂടിയ ബെൽ ടവറുകളും കപ്പേളകളും താഴെ മഞ്ഞുകൊണ്ടുള്ള വെള്ളപ്പുതപ്പ് വിരിച്ച റോഡുകളും മഞ്ഞുവണ്ടി സൃഷ്ടിക്കുന്ന ചാലുകളും കാണാമായിരുന്നു. മിക്കവാറും ദിവസങ്ങളിൽ ചൂടുള്ള രോമപ്പുതപ്പുമായി അവർ ഹോട്ടലിൽനിന്ന് സ്ലെഡ്ജിൽ പുറപ്പെടും, *സ്തരയാ ബസ്മന്നായാ* തെരുവിൽ താമസിക്കുന്ന അയാളുടെ സഹോദരിയുടെ വീടുവരെയാണ് യാത്ര. യാത്രാമദ്ധ്യേ മെൻഷിക്കോവ് ടവറിന്നടുത്തും പിന്നെ പൊക്രോവ്കയിലെ മേരിമാതാവിന്റെ പള്ളിയ്ക്കു സമീപവും നിർത്തും. കുറച്ചുനേരം നടക്കും. മോസ്കൊയിലെ ആദ്യസന്ദർശനത്തിൽ കണ്ടതെല്ലാം അയാൾ അവൾക്കു കാണിച്ചുകൊടുക്കും വീട്ടുടമ തന്റെ വീട്ടിലെ വിലപിടിച്ച സമ്മാനങ്ങൾ പ്രദർശിപ്പിക്കുന്നതുപോലെ. 'സ്ലെഡ്ജി'ൽനിന്ന് പുറത്തിറങ്ങി അവർ പള്ളിയിലേക്കു നടക്കും. അയാൾ ഒരു നിമിഷം നിന്ന്, ശിരസ്സിൽനിന്നും തൊപ്പിയെടുത്ത്, മുട്ടുകുത്തിനിന്ന് കുരിശു വരയ്ക്കും. അവളും അതുപോലെ ചെയ്യും.

സഹോദരീ ഗൃഹത്തിൽ അവളെ സ്വീകരിച്ചത് വിദ്വേഷം നിറഞ്ഞ നോട്ടങ്ങൾ ആയിരുന്നു. ഏതോ ചില ബന്ധുക്കളുമായി 'ഫെഡ്യാ'യെ വിവാഹം കഴിപ്പിക്കണമെന്നായിരുന്നു അവരുടെ ആഗ്രഹം. അതു നടക്കാതെ പോയി. അന്നയും അതൃപ്തിയോടെ മുഖം ചുളിച്ചാണവരോട് പ്രതികരിച്ചത്. എന്നാൽ ഫെഡ്യാ അടുത്ത മുറിയിലേക്കു

പോകുകയോ, യുവതികളുമായി ഉല്ലാസത്തോടെ സംസാരിച്ചിരിക്കുകയോ ചെയ്യുമ്പോൾ, ദൃഢമായി മുറുക്കിപ്പിടിച്ചിരിക്കുന്ന ഒരു പായ്മരം അവളുടെ കൈയിൽനിന്നും വഴുതിപ്പോകാൻ തുടങ്ങും. കണ്ണുകൾ താഴ്ത്തി, പാവാടയുടെ അരികിൽ തുന്നിപ്പിടിപ്പിച്ച തൊങ്ങൽ ശരിയാക്കുന്ന ഭാവത്തിൽ സന്ദേഹത്തിൽ അവൾ വിരൽ ചലിപ്പിച്ചുകൊണ്ടിരിക്കും. ഉടുപ്പ് ചുളിയുന്നു; അവൾ കസേരയിൽനിന്ന് സ്വല്പം പൊങ്ങും, വീണ്ടും പാവാട ശരിപ്പെടുത്തും. ഹോട്ടൽ മുറിയിൽ, ഇടനാഴി നിശ്ശബ്ദമാകുമ്പോൾ ഡ്രെസ്ഡെനിൽ ചെയ്തതുപോലെ, അയാൾ ഗുഡ്നൈറ്റ് പറയുവാനായി അവളുടെ അരികിലെത്തും, അവർ നീന്തൽ ആരംഭിക്കും, വെള്ളത്തിൽ കൈനീട്ടി തുഴഞ്ഞുകൊണ്ട്, സമുദ്രതീരം കാണാത്തത്ര ദൂരത്തേയ്ക്കവർ നീന്തും. പീറ്റേർസ്ബർഗിൽ, വീണ്ടും സ്റ്റെപ്പ് മകന്റെ നീരസത്തോടെയുള്ള നോട്ടം. അതുപോലെത്തന്നെയാണ് അയാളുടെ മരിച്ചുപോയ സഹോദരന്റെ പത്നി *എമിലിയ ഫയോഡോറോവ്ന*. കല്ക്കരിപോലെ കറുത്ത മൂർച്ചയുള്ള കണ്ണുകളും മുഖത്തു ചുളിവുകളും വീണ ഒരു സ്ത്രീ. അവർക്കെല്ലാവർക്കും അയാളെ അവളിൽനിന്ന് വേർപിരിക്കണം. കടക്കാർ വീണ്ടും അവരുടെ ഫ്ളാറ്റിൽ പ്രത്യക്ഷപ്പെട്ടു. തങ്ങളുടെ ഇടപാടുകളിൽ അതിസംതൃപ്തി നേടിയ തടിയൻ വ്യാപാരികൾ നീളംകുറഞ്ഞ തടിച്ച വിരലുകളിൽ സ്വർണമോതിരങ്ങൾ ധരിച്ചിരിക്കുന്നു. വെയിസ്റ്റ് കോട്ടിന്റെ കീശയിൽനിന്ന് തൂങ്ങുന്ന അവരുടെ തടിച്ച സ്വർണച്ചെയിൻ. സഹോദരന്റെ പൊളിഞ്ഞ പുകയില ഫാക്ടറിക്കുവേണ്ടി വാങ്ങിച്ച തുക തിരിച്ചു ചോദിക്കാൻ വന്നവരാണവർ. അതുപോലെ ഇരുസഹോദരന്മാരുടെ പഴയ പബ്ലിഷിംഗ് കമ്പനിയുടെ കടം. ഒടുങ്ങാത്ത കൂടിയാലോചനകൾ. ഇളംനീല നാട കെട്ടിയ, കൂർമ്പൻ തൊപ്പി ധരിച്ച, മുഖ്യ ഡിസ്ട്രിക്ട് പോലീസ് ഓഫീസർ അടുത്ത ദിവസം വസ്തുവകകൾ കണക്കെടുക്കാനെത്തുമെന്നറിയിച്ചു. അപ്പോൾ അന്ന സ്വന്തം അമ്മയുടെ വീട്ടിലേക്കു പോയി. അവളുടെ നേരെ കുരിശുവരച്ച് ഇരുകവിളുകളിലും അമ്മ ചുംബിച്ചു. പരമ്പരാഗത സ്വത്തുക്കളെല്ലാം പണയംവയ്ക്കാമെന്ന് അവർ പറഞ്ഞു. അങ്ങനെ തത്ക്കാലം കടക്കാരെ പണംകൊടുത്ത് ഒഴിവാക്കാനായി. സ്വത്തുക്കൾ ജപ്തിയിൽനിന്നും ഒഴിവാക്കപ്പെട്ടു. ഈ പേടിസ്വപ്നത്തിൽനിന്നും രക്ഷപ്പെടാനായി ഫെഡ്യായും അന്നയും

പീറ്റേഴ്സ്ബർഗ് ഉപേക്ഷിച്ച് വിദേശത്തേക്കു യാത്രയായി. വിദ്വേഷം നിറഞ്ഞ നോട്ടങ്ങളിൽനിന്നും സ്റ്റെപ്പ് മകനിൽനിന്നും കടക്കാരിൽ നിന്നും വളരെ ദൂരത്തേക്ക്. റെയിൽവെ കോച്ചിലിരിക്കുമ്പോൾ, തങ്ങൾ ഇരുവരും പുതിയൊരു ജീവിതം ആരംഭിക്കാൻ പോകുകയാണെന്നവൾക്കു തോന്നി.

അയാൾ പഴയതുപോലെ കിടക്കുകയാണ്; ഇരിക്കാനുള്ള ഉദ്യമം ഉപേക്ഷിച്ചു. ശ്വാസോച്ഛ്വാസം ഇപ്പോഴും സാധാരണനിലയിലായിട്ടില്ല, അതു ക്രമരഹിതമാണ്. കടിച്ചുപിടിച്ച ദന്തനിരകളിലൂടെ അപസ്മാരത്തിന്റെ ഭീകരമായ പത ചീറ്റുന്നു; അതു ചുണ്ടുകളിൽ നിറയുന്നു; തൊണ്ടയിൽ എവിടെനിന്നോ, ഒരു ഗളഗളശബ്ദം ഉയരുന്നു. കുലുക്കുഴിയുന്നതുപോലെ. അപ്പോഴും അതേനിലയിൽ കുനിഞ്ഞിരുന്നുകൊണ്ട് അവൾ ഒരു ടവൽ എടുത്ത് പതയും നെറ്റിയിലെ വിയർപ്പും തുടച്ചുകൊണ്ടിരുന്നു. നെറ്റിയും മുഖംപോലെ വിളർത്തിട്ടുണ്ട്. അവൾ അയാളുടെ കണ്ണുകളിലേക്കു തുറിച്ചുനോക്കി. ആ കണ്ണുകൾ അവളിൽത്തന്നെ തറച്ചുനില്ക്കുകയാണ്; എന്നാലയാൾക്കവളെ തിരിച്ചറിയാനാകുന്നില്ല. ഇളകിക്കൊണ്ടിരിക്കുന്ന മെഴുകുതിരിനാളത്തിൻ മുന്നിലെ ചുമരിൽ തെളിഞ്ഞുകണ്ട അയാളുടെ രൂപം; പാറിപ്പറക്കുന്ന താടിമീശ നൃത്തം ചെയ്യുന്ന നിലയിലായിരുന്നു; രോമംനിറഞ്ഞ ഏതോ ഭീകരമായ സത്വം. പെട്ടെന്ന് വല്ലാത്ത ഭീതി അവളെ പിടികൂടി; മാഡം സിമ്മർമാനെയോ ഒരു വേലക്കാരനെയോ ഡോക്ടറെയോ വിളിക്കാനായി അവൾ വാതില്ക്കലേക്കോടി. എന്നാൽ വളരെ ശാന്തവും വ്യക്തവുമായ ശബ്ദത്തിൽ അയാൾ അവളെ വിളിച്ചു; അവൾ അയാളുടെ അരികിൽ വീണ്ടും മുട്ടുകുത്തി ഇരുന്നു. അയാളുടെ കണ്ണുകളിലേക്ക് നിർന്നിമേഷയായി നോക്കി നെറ്റി ഉഴിഞ്ഞുകൊടുത്തു. അവളുടെ മറ്റേ കൈ കണ്ടപ്പോൾ, അതു പിടിച്ചുപൊക്കി തന്റെ അധരങ്ങളിലമർത്തി. പതിമൂന്നര വർഷങ്ങൾക്കുശേഷവും കൃത്യമായി ഇതേപോലെ അവളുടെ കൈ പിടിച്ച് അയാൾ തന്റെ അധരങ്ങൾ അമർത്തി. എന്നിട്ട് കുട്ടികളെ വിടവാങ്ങലിന്നായി വിളിച്ചു വരുത്തി. വേദപുസ്തകം നിവർത്തി താൻ തുറന്ന പേജിൽനിന്ന് സുവിശേഷം വായിച്ചുകൊടുക്കാൻ ആവശ്യപ്പെട്ടതിനുശേഷമായിരുന്നു അത്. തന്റെ പീറ്റർസ്ബർഗ് ഫ്ളാറ്റിൽ ഒരു തുകൽ കട്ടിലിൽ അയാൾ ശയിക്കുകയായിരുന്നു. പിന്നിൽ പിറന്നാൾ സമ്മാനമായി ലഭിച്ച

'സിസ്റ്റീൻ മഡോണ'യുടെ ചിത്രം. 'ക്രാംസ്കോ'യി വരച്ചുവച്ചതു പോലെത്തന്നെ പൊക്കിവച്ച തലയിണയിലേക്കു ചെറുതായി ചാഞ്ഞുകിടക്കുന്ന ശിരസ്സ്, തലയിണയിൽ ചുളിവ് വീണിരിക്കുന്നു, ശിരസ്സിൽനിന്നുയരുന്ന പ്രകാശരശ്മികൾപോലെ കണ്ണുകൾ അട ച്ചിരിക്കുന്നു. ഏതു മൃതദേഹത്തെയുംപോലെ ആ മുഖഭാവം കടുത്ത താണെങ്കിലും ശാന്തമായിരുന്നു. കറുത്തു നീണ്ട, വിചിത്രമായ താടിമീശ ചങ്ങലക്കണ്ണികൾപോലെ ചുരുണ്ടുകിടന്നു.

അതുപോലൊരു താടിക്കാരനെ മിക്കവാറും ഞാൻ രാവിലെ ട്രോളി ബസ്സിൽവച്ച് കാണാറുണ്ട്. സന്തോഷത്തോടെ എന്നും വണ്ടി യിൽ കയറാറുള്ള ഒരു വൃദ്ധൻ. 'കൗൺസിൽ ഓഫ് മിനിസ്റ്റേഴ്സ് ഫോർ യു.എസ്.എസ്.ആർ., കമ്മറ്റി ഫോർ റിലിജ്യസ് എഫയേർസ്' എന്ന ബോർഡ് എഴുതിവച്ചിട്ടുള്ള, സദാ കർട്ടനിട്ടതും ഭംഗിയുള്ളതു മായ ഒറ്റപ്പെട്ട ഇരുനിലക്കെട്ടിടത്തിന്റെ മുന്നിലെ സ്റ്റോപ്പിൽ നിന്നാണ് ഉത്സാഹവാനായ ആ വൃദ്ധൻ വണ്ടിയിൽ കയറാറുള്ളത്. മരത്തടി യിൽ നിർമിച്ച ഒരു വാക്കിംഗ് സ്റ്റിക്കും പിടിച്ച് പ്രസരിപ്പോടെ നിവർന്നു നടക്കും. ഒരുകാലത്ത് കച്ചവടക്കാരോ, അതുപോലുള്ള മറ്റാളുകളോ ധരിച്ചിരുന്ന പഴയ ഫേഷനിലുള്ള കൂർമ്പൻ തൊപ്പിയാണ് ശിരസ്സി ലണിഞ്ഞിട്ടുള്ളത് (അന്നു മുതൽ സൂക്ഷിച്ചുവച്ചിട്ടുള്ളതായിരിക്കാം അത്.) അയാളുടെ വേഷവും പഴയ ഫേഷനിലുള്ളതാണ്. പരമ്പ രാഗത റഷ്യൻ ഷർട്ടിനുമീതെ ഒരു വെയിസ്റ്റ്കോട്ട് ധരിച്ചിരിക്കുന്നു. എല്ലാം നല്ല വൃത്തിയിലാണ്. ഭംഗിയായി സീറ്റിൽ ഇരിക്കുമ്പോൾ ഇരുകൈകളും ഒന്നിനു മീതെ ഒന്നായി വടിയുടെ മുകളിൽ അമർത്തി വയ്ക്കും. നല്ല കരുത്തുറ്റ നീണ്ട കൈകൾ. ഭക്തിയും ലാളിത്യവും മുറ്റിനില്ക്കുന്ന മുഖഭാവം. താടി കുറച്ച് മുന്നോട്ടുന്തി നില്ക്കുന്നു. എന്തോ ചില കാരണങ്ങളാൽ അയാളുടെ ദൃഷ്ടിപഥത്തിൽ ഞാൻ ചെന്നുപെടാറില്ല, ഒളിഞ്ഞുനിന്ന് അയാളെ വീക്ഷിക്കും. ഞാൻ ഇറ ങ്ങുന്ന സ്റ്റോപ്പിലാണ് അയാളും ഇറങ്ങാറ്, എന്നാൽ, വേഗം മെട്രോ വിട്ട് നീങ്ങും. എന്നെ പിന്നിലാക്കി ധൃതിയിൽ നടക്കും. രാവിലത്തെ കുർബാന തുടങ്ങുന്ന പള്ളിയിലേക്കാണ് പോക്ക്.

ട്രെയിൻ ഒരു പാലത്തിലൂടെ ഇരമ്പിക്കൊണ്ട് പായുകയാണ്, എന്റെ ദൃഷ്ടി പുസ്തകത്തിൽനിന്നും മാറ്റി. ഞാൻ ജനലയിൽ മുഖം

അമർത്തിവച്ചു. ഇരുകരങ്ങളും വളച്ചുപിടിച്ച് കോച്ചിലെ കടുത്ത പ്രകാശം മറച്ചു. അപ്പോൾ സന്ധ്യയാകുന്നതേയുള്ളൂ. എങ്കിലും, മങ്ങിയ മൂടൽമഞ്ഞിന്റെ ധവളിമയിൽ വിദൂരതയിൽ മിന്നിത്തിളങ്ങുന്ന വിളക്കുകളുടെ നിര എനിക്കു കാണാൻ കഴിയും. കോച്ചിന്റെ അറ്റത്തെ വാതിലുകൾ തുറക്കുകയും ഉറക്കെ അടയുകയും ചെയ്തു കൊണ്ടിരുന്നു. അടുത്ത സ്റ്റേഷനിൽ ഇറങ്ങാനുള്ളവർ പെട്ടികളുമായി പുറത്തിറങ്ങാൻ തയ്യാറെടുക്കുകയാണ്. ഉള്ളിലേക്കു വരുന്ന ചില കുട്ടികളും ചെറുപ്പക്കാരികളുമായി അവർ മുട്ടി ഉരസി. അവർ കൈകളിലുള്ള നനഞ്ഞ ഗ്ലാസുകളും തെർമോഫ്ളാസ്കുകളും വെള്ളം കുടഞ്ഞുകളഞ്ഞ് ഉണക്കാൻ ശ്രമിക്കുന്നു. എന്തുകൊണ്ടെന്നാൽ, കക്കൂസിൽ ടവലില്ല, അല്ലെങ്കിൽ അതു നനഞ്ഞു കുതിർന്നിരിക്കുന്നു. ഉപയോഗിക്കാൻ പറ്റാത്ത രീതിയിൽ വൃത്തികേടായിരിക്കുന്നു. ട്രെയിൻ '*കലിനി*' നോടടുത്തുകൊണ്ടിരിക്കയാണ്. പുറമെ സ്റ്റേഷനിലെ ലൈറ്റുകൾ കാണാം. അതിന്നപ്പുറത്തായി അപ്രത്യക്ഷമാകുന്ന തെരുവ് വിളക്കുകൾ. മങ്ങിയ വെളിച്ചമുള്ള ലെവൽക്രോസിംഗിൽ വാച്ച്മാന്റെ കുടിൽ. ഹെഡ്‌ലൈറ്റുകൾ താഴ്ത്തി കാറുകൾ റെയിൽപാത കടക്കുവാനായി കാത്തുനില്ക്കുന്നു. ജനാലയ്ക്കു നേരെ താഴെ പ്രകാശം പരത്തുന്ന മറ്റൊരു കൂട്ടം വലിയ ദീപങ്ങൾ. പ്ലാറ്റ്ഫോമിന് വെളിച്ചം നല്കുന്ന ഫ്ളഡ് ലൈറ്റുകൾ. മഞ്ഞുപുരണ്ട ശീതകാല ഓവർകോട്ടുകളും തുകൽ ജേക്കറ്റുകളും ധരിച്ചുകൊണ്ട് നടന്നു നീങ്ങുന്ന മനുഷ്യർ. അവരുടെ കൈകളിൽ സൂട്ട്കേസുകളുണ്ട്. നല്ല വെളിച്ചമുള്ള ജനലുകളോടുകൂടിയ സ്റ്റേഷൻ കെട്ടിടം. റസ്റ്റോറന്റുകൾ, വെയിറ്റിംഗ് റൂം, ടിക്കറ്റ് ഓഫീസ്, ന്യൂസ്പേപ്പർ സ്റ്റാൾ. ഒടുവിൽ സ്റ്റേഷൻ കെട്ടിടത്തിന്റെ തൊട്ടപ്പുറത്തായി ട്രെയിൻ നിർത്തി. വീണ്ടും വാതിലുകൾ ഉറക്കെ ശബ്ദമുണ്ടാക്കി, തുറക്കുകയും അടയുകയും ചെയ്തു. ഉറഞ്ഞ നീരാവി, മേഘംപോലെ വാതിലിൽനിന്ന് പ്ലാറ്റ്ഫോമിലേക്ക് അലയടിച്ചെത്തി; അവിടെ ആളുകൾ ബഹളംവച്ച് ഓടിനടക്കുകയാണ്. ചിലർ തങ്ങളുടെ കോച്ച് അന്വേഷിച്ചു പരക്കംപായുന്നു, കോട്ട് പോലും ധരിക്കാതെ ചിലർ ബീറും ലഘുഭക്ഷണവും പത്രവും വാങ്ങിക്കാനായി ട്രെയിനിൽനിന്നും പുറത്തു ചാടുന്നു. പ്ലാറ്റ്ഫോമിന്റെ എതിർഭാഗത്ത് ചുകന്ന കോച്ചുകളുള്ള മറ്റൊരു ട്രെയിൻ ഇതേപോലെ കിടപ്പുണ്ട്. എതിർദിശയിലേക്കുള്ളതാണത്,

ലെനിൻഗ്രാഡ് മുതൽ മോസ്കൊ വരെ. അവ സന്ധിക്കുന്ന *കലിനിൽ* പലഹാരങ്ങളോ പത്രമോ വാങ്ങിച്ച് ധൃതിപിടിച്ച് വണ്ടിയിൽ തെറ്റായി ചാടിക്കേറാൻ സാധ്യത ഏറെയാണ്.

സ്റ്റേഷനിൽ നില്ക്കുന്ന ഈ രണ്ട് ട്രെയിനുകൾക്കുമപ്പുറത്ത് നഗരത്തിലെ അജ്ഞാതമായ കെട്ടിടങ്ങൾ എവിടേയ്ക്കോ നീണ്ടുകിടക്കുന്നു. മഞ്ഞുമൂടിയ അന്ധകാരത്തിൽ ഇടയ്ക്കിടെ മങ്ങിക്കത്തുന്ന തെരുവ് വിളക്കുകൾ. അവ അവ്യക്തമായി നീണ്ടുപോകുന്നു. നാടുകടത്തലിനുശേഷം *സെമിപലാറ്റിൻസ്കിൽ* നിന്ന് ഡോസ്റ്റോയെവ്സ്കി നേരെ വന്നത് ഇങ്ങോട്ടാണ്. ക്ഷയരോഗവും അപസ്മാരവും പിടിപെട്ട മരിയ ഡിമിട്രിയേവ്ന എന്ന ആദ്യഭാര്യയും ഒപ്പമുണ്ടായിരുന്നു. ആദ്യം അവർ ഒരു ഹോട്ടലിൽ താമസമാക്കി, പിന്നെ ഏതാനും ദിവസങ്ങൾക്കുശേഷം പോസ്റ്റോഫീസിന്നടുത്തുള്ള മൂന്നുമുറിയുള്ള അലംകൃതമായ ഒരു ഫ്ളാറ്റിലേക്കു മാറി. ശരത്കാലം തുടങ്ങുകയാണ്. പെട്ടെന്ന് കാലാവസ്ഥ മാറി. നേരത്തെ സന്ധ്യയാകും, നേരം പുലരുന്നത് വളരെ വൈകിയും. അതിനുംപുറമെ മഴ. മഴയിലും ചളിയിലും മുങ്ങി അയാൾ നഗരത്തിലെ ഓരോ ഡിപ്പാർട്ടുമെന്റുകളും കയറിയിറങ്ങി. പിന്നെ പോസ്റ്റോഫീസിലേക്കും. സെന്റ് പീറ്റേഴ്സ്ബർഗിൽ താമസിക്കാനുള്ള അനുമതി തേടി, അപേക്ഷകളും ഹർജികളും മെഡിക്കൽ സർട്ടിഫിക്കറ്റുകളും ചക്രവർത്തിക്ക് അയച്ചുകൊണ്ട് സമയം ചെലവാക്കി. പീറ്റേഴ്സ്ബർഗിൽനിന്നും മോസ്കൊയിലേക്കു പോകുന്ന സഹോദരനെ യാത്രാമധ്യേ കാണാനായി രാത്രി അയാൾ റെയിൽവേ സ്റ്റേഷനിലെത്തും. മടക്കയാത്രയിൽ വീണ്ടും. മറ്റേതെങ്കിലും സുഹൃത്തുക്കൾ ഈ സ്റ്റേഷൻ കടന്നുപോകുമ്പോഴും കാണാൻ അയാളെത്തിയിരുന്നു. അന്ന് അയാൾക്ക് അത്ര ചെറുപ്പമൊന്നുമല്ല. ജീർണിച്ച് കീറിയ, പാറിപ്പറക്കുന്ന ഫ്രോക് കോട്ടാണ് വേഷം. അസ്വാഭാവികത തോന്നിക്കുംവിധം ചായംതേച്ച മീശ. വിനീതസ്വഭാവത്തിന്റെ പേരിൽ എൻ.സി.ഒ. ആയി പ്രൊമോഷൻ ലഭിച്ചതിനെത്തുടർന്ന് ആ മീശ വടിക്കാനിരിക്കയാണ്. ആ മനുഷ്യൻ സദാസമയം അങ്ങോട്ടുമിങ്ങോട്ടും പരക്കം പാഞ്ഞു നടന്നു; പീറ്റേഴ്സ്ബർഗിൽനിന്നോ മോസ്കോയിൽനിന്നോ, 'കലിനിനി'ൽ എത്തുന്ന ഉന്നതരെ കണ്ട് വണങ്ങിയും അവരുടെ ഫ്രോക് കോട്ടിന്റെ അഗ്രം പിടിച്ച് അഭ്യർത്ഥിച്ചും താൻ പറയുന്നതു കേൾക്കാനായി യാചിച്ചും

നടന്നു. അയാൾ കണക്ക് കൂട്ടി കാര്യങ്ങൾ തന്ത്രപരമായി നീക്കി. 'വിൽന'യിൽ വച്ച് അയാളെയും അന്നാഗ്രിഗൊറ്യേവ്നയെയും ശല്യപ്പെടുത്തിയ ജൂതന്മാരെപോലെ വെറുപ്പോടെയല്ല, അവരുടെ സേവനത്തിന് തയ്യാറായി. അന്ന് മരിയ ഡിമാട്രിയേവ്നയ്ക്ക് ഒരു തൊപ്പി വാങ്ങിത്തരുവാനായി അയാൾ സഹോദരന് കണ്ണുനീരോടെ യാചിച്ചുകൊണ്ട് കത്തെഴുതി; അതു വയലറ്റ് നിറത്തിലുള്ള ഒന്നായിരിക്കണം. അവൾക്കു നഗ്നശിരസ്സോടെ ചുറ്റിക്കറങ്ങാനാവില്ല; ഇവിടെ ഒന്നു വാങ്ങിക്കാൻ കിട്ടില്ല.

പതിനൊന്നു വർഷത്തിനുശേഷം അയാളും അന്നാഗ്രിഗൊറ്യേവ്നയും 'ഡ്രെസ്ഡെനി'ലേക്ക് മറ്റൊരു സന്ദർശനം നടത്തുന്നു. കെട്ടിടത്തിന്റെ മൂലയ്ക്കുള്ള അലങ്കരിച്ച ഫ്ളാറ്റിലാണ് താമസം. അയാളുടെ അനശ്വരമായ ത്രികോണത്തിന്റെ ശിഖരമാണ് ആ മൂല. മെഴുകുതിരിയും ഗ്ലാസിൽ കടുപ്പമുള്ള ചായയും കരുതി വച്ച ഡസ്കിൽ മനോഹരമായ ഒരു രാത്രിയിൽ ഡോസ്റ്റോയെവ്സ്കിയുടെ പൂർത്തീകരിച്ച പ്രഥമ കുറിപ്പുകൾ പ്രത്യക്ഷപ്പെടുന്നു. മൂടൽമഞ്ഞിലൂടെ ഉയർന്നുവരുന്നത് *രാജകുമാരന്റെ (സ്റ്റാവ്റോജിൻ)** രൂപം. അയാളോട് തികഞ്ഞ വൈരുദ്ധ്യമുള്ള എന്നാൽ തനിക്ക് അപ്രാപ്യമായ സ്വപ്നത്തിന്റെ സാക്ഷാത്ക്കാരം. പൈശാചികമുഖമുള്ള ആ അതിമാനുഷൻ അതിക്രൂരമായ കാൽവെപ്പോടെ ദൃഢമനസ്ക്കനായി നടന്ന് റോഡിൽ നിരത്തിവച്ചിട്ടുള്ള ഇളകുന്ന മരപ്പലകകളിലൂടെ മുന്നേറുന്നു. പിന്നെ ആ പ്രാദേശിക തലസ്ഥാനത്തിലെ ചളിയിൽ മുങ്ങിത്താഴ്ന്ന് അന്ധകാരത്തിലേക്കു മറയുന്നു. ഇവിടെയാണ് നാടുകടത്തപ്പെട്ട ഒരു കാലത്തിനുശേഷം അയാൾ താമസമാക്കിയത്. എന്നിട്ട് 'സ്റ്റാവ്റോജി'ന് തൊട്ടടുത്തായി, അല്ല, അയാൾക്കു പിന്നിലായി നടന്നു. തനിക്ക് അധൈര്യമുണ്ടാക്കുന്ന ഇളകുന്ന പലകകളിലൂടെ നടക്കാതെ, ചളിയിലൂടെത്തന്നെ നടന്നു; അപ്പോൾ മെല്ലെ ഒരു കൃത്രിമശൈലിയിൽ അയാൾ, *പിയോത്ര സ്റ്റെപാനോവിച്ച് വെർക്കോവെൻസ്കി***, നടന്നെത്തി. വളരെ അക്ഷോഭ്യനായി, വേഗത്തിൽ, സേവകനായി തന്ത്രപരമായി സംസാരിക്കുന്നവൻ. വേണമെങ്കിൽ കൊല്ലാനും മടിക്കില്ല.

---

* സ്റ്റാവ്റോജിൻ - ദി പൊസെസ്സ്ഡ് എന്ന നോവലിലെ കേന്ദ്രകഥാപാത്രം.

** പിയോത്ര സ്റ്റെപാനോവിച്ച് വെർക്കോവെൻസ്കി - ദി പൊസെസ്സ്ഡ് എന്ന നോവലിലെ മറ്റൊരു കഥാപാത്രം.

അവന്റെ ഇരുണ്ട മുഖവും, പറ്റെ വെട്ടിയ മുടിയും കാണുമ്പോൾ വിചിത്രസ്വഭാവിയായ പഴയ ഒരു അടുപ്പക്കാരനെയാണ് ഓർമവരിക.

സ്കൂളിൽ ഞങ്ങൾ ഒരേ ക്ലാസിലാണ് പഠിച്ചത്; ഞങ്ങളുടെ കുടുംബങ്ങൾ നല്ല അടുപ്പത്തിലായിരുന്നെന്ന് നിങ്ങൾക്കു വേണമെങ്കിൽ പറയാം. ആ സുഹൃത്തിന്റെ അച്ഛനെ എപ്പോഴും ഞങ്ങളുടെ വീട്ടിൽ കാണാം. മുഖ്യമായും എന്റെ മുത്തച്ഛനെ സന്ദർശിക്കാനാണയാൾ എത്തുക. അവർ സമപ്രായക്കാരാണ്. എന്നാൽ ഈ മനുഷ്യന് സ്ത്രീ വലിയൊരു ദൗർബല്യമാണ്; ഭാര്യമാരെ മാറിക്കൊണ്ടിരിക്കും (അവർ റഷ്യക്കാരാണ്, അയാൾ ഒരു ജൂതനാണത്രെ). അയാൾ സാധാരണ മട്ടിലുള്ള വെറും ഒരു പിയാനൊ വായനക്കാരനാണെന്ന് ഞാൻ പിന്നീടറിഞ്ഞു. ഏതോ സംഗീതവിദ്യാലയത്തിലെ അദ്ധ്യാപകൻ ആയിരുന്നു. ആ സമയത്ത് ഞാൻ സംഗീതസംവിധാനത്തിൽ തത്പരനായിരുന്നു; അദ്ദേഹത്തെ ഞാൻ നോക്കിക്കണ്ടത് ദുർഗ്രഹവും അപ്രാപ്യവുമായ ഒരു സ്വപ്നം പോലെയാണ്, ഏറക്കുറെ ദൈവംപോലെ. ഒരിക്കൽ മാത്രമാണതു സംഭവിച്ചത്, അതുകൊണ്ടാണ് സംശയാതീതമായി അയാളെ ദൈവമായി ഞാൻ കണ്ടത്. ഞങ്ങളുടെ ഫ്ളാറ്റിൽ എത്തിയ അയാൾ, പിയാനോയ്ക്കു മുന്നിൽ ഇരുന്നു; ഞാൻ തുറക്കുന്നതുപോലെ അയാൾ അതിന്റെ മൂടി തുറന്നു, ഞാൻ വായിക്കുന്ന അതേ 'കീ'കളിൽ വിരലമർത്തി. ഡൈനിംഗ് റൂമിലെ ആ പിയാനൊയിൽ ഞങ്ങൾ എന്നും ശ്രുതിയില്ലാതെ വായിച്ചിരുന്ന *ചോപിൻ* നൃത്തഗാനം വായിച്ചു. ഞാൻ കാണാപ്പാഠം പഠിക്കാൻ ശ്രമിച്ച് പരാജയപ്പെട്ട ഏഴാംനമ്പർ ഗാനം. അയാളുടെ കൈകളിലെ തടിച്ച നീലഞരമ്പുകൾ കുതിച്ചുയരാൻ തുടങ്ങി, കുരുവികളെപ്പോലെ വിരലുകൾ 'കീ ബോർഡി'ൽ മേലോട്ടും കീഴോട്ടും പറന്നുകളിച്ചു. എന്റെ തൊണ്ടയിൽ എന്തോ വന്ന് അടഞ്ഞു; കണ്ണുകളിൽ അശ്രുകണങ്ങൾ പ്രത്യക്ഷപ്പെട്ടു. മെലിഞ്ഞ്, പൊക്കംകുറഞ്ഞ, ചുറുചുറുക്കുള്ള ഒരു വ്യക്തിയാണയാൾ. അമിതഭോഗേച്ഛ മൂലമാണത്രെ യുദ്ധത്തിനു മുമ്പ് ഒരു തെരുവിൽ വച്ച് (എന്നു തോന്നുന്നു) ഹൃദയസ്തംഭനംമൂലം മൃതിയടഞ്ഞു. എന്റെ മുത്തച്ഛന്റെ മരണത്തിനു മുമ്പുതന്നെ. എന്റെ സഹപാഠിയായിരുന്നു അയാളുടെ മകൻ, അയാളുടെ അവസാനഭാര്യയിൽ പിറന്ന മകൻ. കൊഴുത്ത് വട്ടമുഖമുള്ള, സാധാരണ സ്ത്രീ; ഞങ്ങൾ വീട്ടിൽ പറയുമായിരുന്നു,

അവളൊരു പാചകക്കാരിയെയോ വേലക്കാരിയെയോ പോലുണ്ട് എന്ന് (ഞങ്ങളുടെ വീട്ടിലവൾ വന്നിട്ടുണ്ടെന്നെനിക്കു തോന്നുന്നില്ല; ഒരു പക്ഷേ അയാൾ സന്ദർശനത്തിനു വരുമ്പോൾ ഒരിക്കലും ഭാര്യയെ കൂടെ കൊണ്ടുവരില്ലായിരിക്കാം). തന്റെ അച്ഛനെപ്പോലെ ഉല്ലാസവാനും കുസൃതിയുമായിരുന്നു എന്റെ സഹപാഠി; പൈതൃകമായി നല്ല ശ്രവണശേഷി അവനു ലഭിച്ചിട്ടുണ്ട്; എന്നാൽ, സംഗീതത്തിനോടവനു പുച്ഛമായിരുന്നു; മോശം വിദ്യാർത്ഥിയായിരുന്ന അവൻ പത്തോ പതിനഞ്ചോ വയസ്സായപ്പോൾ 'ഫ്ളൈയിംഗ് സ്കൂളി'ൽ ചേരാൻ പോയി. യുദ്ധത്തിനുശേഷം ഞാനവനെ പല പ്രാവശ്യം കണ്ടിരുന്നു. അവൻ അച്ഛനെപ്പോലെ ഉയരംകുറഞ്ഞവനാണ്. തലയ്ക്കു മധ്യത്തിലായി ചെറിയ കഷണ്ടി. അതു വ്യക്തമായി കാണാതിരിക്കാൻ മുടി പറ്റെ വെട്ടിയിരുന്നു. വളരെ വാചാലനാണ്, വേഗത്തിൽ ഭംഗിയായി സംസാരിക്കും. ആദ്യവിവാഹം വേർപെടുത്തപ്പെട്ടു. വീണ്ടും വിവാഹം കഴിച്ചു. അതിൽ കുട്ടികളുണ്ട്. ഹാർട്ടിന് കുഴപ്പമുണ്ടെന്നവൻ ആവലാതിപ്പെട്ടിരുന്നു; അതുകൊണ്ടാണവനിപ്പോൾ വിമാനം പറപ്പിക്കാത്തത്. 'എയർട്രാഫിക് കൺട്രോള'റായോ, നഗരത്തിലെ വിമാനത്താവളത്തിൽ 'നാവിഗേറ്റർ' ആയോ ഇപ്പോൾ ജോലി നോക്കുന്നു. ഞാൻ ഒരിക്കൽ അവിടെ പ്ലെയിനിൽ യാത്രചെയ്യാൻ എത്തുമെന്നറിഞ്ഞ് എന്നെ കാണാനവൻ ഡിപ്പാർച്ചർ ലോഞ്ചിലെത്തി. എന്നിട്ട് പ്ലെയിനിന്റെ അടുത്തുവരെ നിർബന്ധപൂർവം എന്നെ പിൻതുടർന്നു. അതുകൊണ്ടെനിക്ക് ക്യൂവിൽ നില്ക്കേണ്ടിവന്നില്ല. റൺവേയ്ക്കടുത്തുള്ള 'മെറ്റൽ ഗെയിറ്റ്'ലേക്കു ഞങ്ങൾ നടക്കുമ്പോൾ, പ്ലെയിൻ കയറാൻ നില്ക്കുന്ന യാത്രക്കാർ ഭവ്യതയോടെ ഒരു ഭാഗത്തേക്ക് ഒതുങ്ങിനിന്നു. സിവിൽ എവിയേഷൻ ജീവനക്കാരന്റെ യൂണിഫോം ധരിച്ച ആ കുറിയ മനുഷ്യൻ എന്നോടൊപ്പം നടന്നു. കോട്ടിന്റെ കോളറിൽ മനസ്സിലാകാത്ത ചില ബാഡ്ജുകൾ കുത്തിവച്ചിരുന്നു; സുവർണചിഹ്നമുള്ള ഇളംനീല കൂമ്പൻതൊപ്പി കൈയിൽ പിടിച്ചിട്ടുണ്ട്. മുഖത്തിന് ഇരുണ്ട നിറമാണ്, ചെറിയൊരു കഷണ്ടിയും. തന്റെ ജോലിയുടെ വിരസതയെക്കുറിച്ചയാൾ ധൃതിയിൽ സംസാരിച്ചു; താൻ ക്ഷീണിതനാണെന്നും, സകലരെയും നരകത്തിലേക്കയക്കുമെന്നും! അയാളുടെ സംസാരം മുഴുവൻ ശാപവചനങ്ങളായിരുന്നു. ഒരു പ്രത്യേക രീതിയിൽ, എന്നാൽ ഒന്നും പ്രത്യേകിച്ച് ഊന്നിപ്പറയാതെയുള്ള

പൊതുവായ അഭിപ്രായപ്രകടനം. കുട്ടികളായിരുന്നപ്പോൾ, ഞങ്ങൾ അടുത്തടുത്ത വേനല്ക്കാല കോട്ടേജുകളിൽ താമസിക്കുമ്പോൾ, വേലിക്കു മീതെ പ്രയാസപ്പെട്ടു കയറി അവൻ എന്നോട് തൊള്ള പൊളിക്കും. "ഹല്ലേലുയ്യാ! 'കോക്ക്-സക്കർ'!" വർഷങ്ങൾക്കുശേഷവും അമ്മ പറയാറുള്ള കഥയാണത്. എന്റെ പഴയ ക്ലാസ്മേറ്റിനെക്കുറിച്ച് സംസാരിക്കാനിടവരുമ്പോൾ, അമ്മ ആദ്യം ഓർക്കുന്നതിക്കാര്യമാണ്.

സ്റ്റാവ്റോജിന് പിന്നാലെ *പിയോത്ര വെർക്കോവെൻസ്കി* കൃത്രിമ ശൈലിയിൽ നടക്കുകയായിരുന്നു. എന്നിട്ട് ഉടുപ്പിന്റെ കൈയിൽ പിടി കൂടാൻ ശ്രമിച്ചു. സ്റ്റാവ്റോജിനോടെന്തോ അഭ്യർത്ഥിക്കാനുണ്ട യാൾക്ക് എന്നു തോന്നുന്നു. എന്നാൽ, രാജകുമാരൻ ഇരുട്ടിൽനിന്ന് തന്റെ രാക്ഷസീയമായ കണ്ണുകൾ ജ്വലിപ്പിച്ചു; അയാളെ ഒരുവശ ത്തേക്കു തട്ടിമാറ്റി. ഇതേപോലെ ഒരു കൊടുങ്കാറ്റുള്ള രാത്രിയിൽ *പെറ്റ്ക്കയെ* അയാൾ വലിച്ചെറിഞ്ഞിട്ടുണ്ട്; പെറ്റ്ക്ക കൈയിലൊരു കത്തിയുമായി, കൊല്ലാനായി അയാൾ വരുന്നതും പ്രതീക്ഷിച്ച് പാല ത്തിന്മേൽ ഇരിക്കുകയായിരുന്നു. അതുകണ്ട് രാജകുമാരന്റെ കണ്ണു കൾ ജ്വലിച്ചു; ഒരു നിമിഷംകൊണ്ടയാൾ പെറ്റ്ക്കയുടെ കൈയിൽനിന്ന് കത്തി തട്ടിപ്പറിച്ചു, പിന്നെ മാന്യതയോടെ അതു തിരിച്ചുനല്കി. *ലെബി യാഡ്ക്കിന്റെ* വീട്ടിൽനിന്ന് മുടന്തയായ സ്ത്രീയെ - *സറേച്യയെ*, കണ്ട് രാജകുമാരൻ മടങ്ങുകയായിരുന്നു. ഏതാനും ദിവസങ്ങൾക്കു ശേഷം, ഒരുപക്ഷേ പിറ്റേന്നു തന്നെ ആയിരിക്കും, ഗവർണറുടെ വീട്ടിലെ അപകീർത്തികരമായൊരു ബാൾനൃത്തത്തിന്നിടയ്ക്ക് ഇതേ *സറേച്യയാണ്* ഒരു തീ ജ്വാലയിൽപെട്ടു പോയത് (കോച്ചിന്റെ ജനലയ്ക്കപ്പുറത്ത് വിറകൊള്ളുന്ന വെളിച്ചത്തിൽ ഞാൻ കണ്ടത് സറേച്യയെത്തന്നെയായിരുന്നില്ലേ?) ബാൾ നൃത്തത്തിന്നിടയിൽനിന്ന് ജനങ്ങൾ കൂട്ടമായി തീയുടെ അടുക്കലേക്കു പാഞ്ഞു, അതുപോലെ പട്ടണത്തിലെ മറ്റ് ഭാഗങ്ങളിൽനിന്നും. തീ ഉണ്ടാകുമ്പോൾ ഇതൊരു സാധാരണ ദൃശ്യമാണ്. സ്റ്റാവ്റോജിനും *ലിസയോടൊപ്പം* തീയിന്ന ടുത്തെത്തി, അയാളുടെ തണുപ്പൻ വികാരത്തിന്നിരയാണ് ഇപ്പോൾ ലിസ. ആ വീടിന് (തീർച്ചയായും അതു *ലെബിയാഡ്കിന്റേ*തായിരി ക്കും) ചുറ്റും തീ ആളിക്കത്തുകയായിരുന്നു. പരിസരത്തെ വീടുക ളിലും തീ പടർന്നുപിടിച്ചു. കത്തി ജ്വലിക്കുന്ന അതിലെ മരത്തടി കൾ നാനാഭാഗത്തേക്കും പൊട്ടിച്ചിതറി, 'ബംഗാൾ' ലൈറ്റുകൾപോലെ

അവ ഭയങ്കര ശബ്ദമുണ്ടാക്കി. ഏകദേശം അരമണിക്കൂർ മുമ്പാണ വൾ രാജകുമാരന് അടിയറവച്ചത്; അന്തസ്സായി വളർത്തപ്പെട്ട എല്ലാ പെൺകുട്ടികളെയുംപോലെ, ആ അനുഭവത്തിനുശേഷം അവൾ വിറ കൊള്ളുകയും, വിളറുകയും ചെയ്തു.

നിന്ദിതരും പീഡിതരും എന്ന നോവലിലെ ആഖ്യാതാവിനെ പ്പോലെ, *വെളുത്ത രാത്രികളി*ലെ നായകനെപ്പോലെ, *അധോലോക ത്തിൽനിന്നുള്ള കുറിപ്പുകളു*ടെ രചയിതാവും, കഥാനായകനും പല്ലു കൾ ഞെരിച്ചതും കീഴടക്കലിനുവേണ്ടി മോഹിച്ചതും അപ്രകാരം തന്നെയായിരുന്നു. *മകർദേവുഷ്കിന്റ* കാലം പറയേണ്ടതില്ല. ആ മധു രിക്കുന്ന വേദന, ആ മാന്ത്രികജ്വാലയാണ് പ്രസ്തുത നോവലിന്റെ മനോഹാരിത; അതിന്റെ കേന്ദ്രബിന്ദുവിലേക്കുള്ള യാത്രയിൽ, സ്ക്വയ റിലെ കത്തിഡ്രൽ ഗോപുരം ഉയർന്നുനില്ക്കുന്നു; പിന്നെ, യഹൂ ദനായ *ല്യാംഷിൻ*. ഗ്ലാസ് പൊട്ടിച്ചതിനാൽ *ലേഡി ഓഫ് കസാൻ*ന്റെ തിരുരൂപത്തിന് പിന്നിലേക്കൊരു എലി കടന്നിരിക്കുന്നു. കത്തിഡ്ര ലിന്റെ മുഖ്യകവാടത്തിന്റെ ഒരു വശത്തെ മതിലിലാണ് ഈ രൂപം പ്രതിഷ്ഠിച്ചിരിക്കുന്നത്. പിറ്റേന്ന് എല്ലാ പൗരപ്രമാണികളും കത്തി ഡ്രലിൽ എത്തി, വളരെനേരം അവിടെ നിന്നു; പിന്നെ, നിശ്ശബ്ദമായി കുറ്റപ്പെടുത്തുന്ന രീതിയിൽ തലകുലുക്കി, അവരവരുടേതായ വഴിക്കു പോയി. എന്നാൽ, സുപ്രധാന കാര്യം അവർ ഒന്നും പറഞ്ഞില്ല എന്ന താണ്. റഷ്യൻ ഓർത്തഡോക്സിയുടെ സഹനശക്തിയുടെ പ്രകട നമാണതെന്നതിൽ സംശയമില്ല, ദൈവകല്പിതം. തന്റെ നാട്ടുകാർ കൂടുമ്പോൾ, അതിഥികളെ വിനോദിപ്പിക്കേണ്ടതെങ്ങനെയാണെന്ന് യഹൂദനായ ല്യാംഷിന് തീർച്ചയായുമറിയാം. അയാൾ സമർത്ഥമായി പിയാനോ വായിച്ചു; താറാവിനേയും പന്നിയേയും വിവിധ തുറകളിലെ മാന്യവ്യക്തികളേയും (ഗവർണറെപോലും) അനുകരിച്ച് മിമിക്രി കാട്ടി, സ്വയം ഒരു കോമാളിയായി മാറി. എന്നാൽ അഗ്നിബാധയ്ക്കു ശേഷം, ഉത്തമമായ ഒരു നാടകീയമുഹൂർത്തത്തിൽ, കുളത്തിന്നരി കിലുള്ള ഗുഹയുടെ സമീപത്തെ, *സ്റ്റാവ്റോജി*ന്റെ ഇരുണ്ട പാർക്കിൽ, ഒരു നശിച്ച ശരത്ക്കാല സായാഹ്നത്തിൽ *ഷട്ടോവി*ന്റെ കൊല നട ക്കുന്നു. അയാൾ മോഹാലസ്യപ്പെട്ടു വീഴുന്നു. ഭയങ്കരമായി നില വിളിച്ചു. പിറ്റേന്നു മുഴുവൻ പേടിച്ചുവിറച്ച് പുതപ്പിനുള്ളിൽനിന്നു പുറത്തുവരാൻ കൂട്ടാക്കാതെ കിടന്നു; ജനങ്ങളെ പറ്റിക്കാൻ വേണ്ടി

അസുഖം അഭിനയിച്ചുകൊണ്ടുള്ള കിടപ്പ്. ഇന്നലെ കണ്ട, *സെമിപലാറ്റിൻസ്കിൽ*നിന്ന് എത്തിയ, ഇപ്പോഴും രാജ്യഭ്രഷ്ടനായ ആ വ്യക്തി; ചായം തേച്ചതുപോലുള്ള മീശ, ചുറ്റുപാടും പിന്നിപ്പറക്കുന്ന ഫ്രോക് കോട്ട്, അങ്ങോട്ടുമിങ്ങോട്ടുമുള്ള പരക്കംപാച്ചിൽ. അധികാരസ്ഥാനത്തുള്ള മാന്യവ്യക്തികളുടെ യൂണിഫോമിന്റെയും ട്രെയിൻകോട്ടിന്റെയും അറ്റംപിടിച്ചുള്ള കേഴലും യാചനയും. പീറ്റേഴ്സ്ബർഗിൽ താമസിക്കാനും സാഹിത്യജീവിതം തുടരാനുള്ള അവകാശം കരസ്ഥമാക്കാനുമുള്ള തന്ത്രമാണിതെല്ലാം.

ഞാനൊരിക്കൽ ആ ഗുഹയ്ക്കരികിൽ ചെന്നുനിന്നു; വാസ്തവത്തിൽ അത് *ടഹി* (*കലിനി*ന്റെ വിപ്ലവത്തിനു മുമ്പുള്ള പേര്)യല്ല, മോസ്കൊയിലെ പഴയ *പെട്രോവിസ്കോ റസുമോവ്സ്കോയെ* മൈതാനമാണ്. ഇപ്പോഴത് *ടിമിര്യാസേവ് ഓൾ യൂണിയൻ, അഗ്രിക്കൾച്ചറൽ അക്കാദമി* ആണ്. ഒരു കുളത്തിന്നരികെ, വാസ്തവത്തിൽ ഒരു തടാകം അല്ലെങ്കിൽ കൃത്രിമമായി നിർമിക്കപ്പെട്ട ഒരു റിസർവോയർ; ഇപ്പോഴവിടെ 'ഡൈവിംഗ് ടവറു'കളും 'ബോട്ടിംഗ് സ്റ്റേഷനു'കളും ഉണ്ട്. പല ഭാഗത്തേക്കും തുഴഞ്ഞുകൊണ്ടു പോകാവുന്ന തോണികൾ. ആഹ്ലാദകരമായ യാത്ര. യാത്രക്കാരിൽനിന്നുയരുന്ന സന്തോഷംനിറഞ്ഞ അട്ടഹാസങ്ങൾ. അവിടെ നിറയെ മോസ്കൊയിലെ *തിമിര്യാസേവ്* ജില്ലയിലെ ചെറുപ്പക്കാരാണ്. നടക്കാനും ഉല്ലസിക്കാനും വെറുതെ വെയിലത്തു കായാനും ഇറങ്ങുന്നവർ. ഈ വേനൽക്കാലത്ത് ഒരു ദിവസം പെട്ടെന്ന് ആകാശം മുഴുവൻ കാർമേഘപടലങ്ങൾ വന്നുനിറഞ്ഞു. കാറ്റു വീശാൻ തുടങ്ങി. ഉടനെ ബോട്ടുകൾ മുഴുവൻ സ്റ്റേഷനിൽ കെട്ടിയിട്ടു. പാർക്കിൽ വെയിൽ കാഞ്ഞുകൊണ്ടിരുന്നവർ പെട്ടെന്ന് ഉടുപ്പണിഞ്ഞ് വീട്ടിലേക്കോടി. ഗുഹയുടെ മുകളിലുള്ള മൈതാനത്ത് ചില യുവാക്കൾ ബഹളം വച്ച് പന്ത് കളിച്ചുകൊണ്ടിരുന്നതും നിലച്ചു. ഗുഹയിൽ തൂണുകളുണ്ട്. ജനങ്ങൾ ഉള്ളിലേക്കു പ്രവേശിക്കുന്നതു തടയാൻ ഇരുമ്പ് ഗ്രില്ലുകളുണ്ട്. ഉള്ളിൽ ഭയങ്കര ഇരുട്ടാണെങ്കിലും, അതിനുള്ളിൽ മനുഷ്യരുണ്ടെന്നു മനസ്സിലാക്കാനുള്ള വെളിച്ചമുണ്ട്. ഗ്രില്ല് തീർച്ചയായും അതിന്റെ പണി ചെയ്യുന്നില്ല. ഗുഹയുടെ ഇരുഭാഗത്തുമുള്ള ചെരിവുകളിൽ പരുക്കൻ ചരൽക്കല്ലുകൾ പരത്തി വിരിച്ചിരിക്കുന്നു; അതവയ്ക്ക് അലങ്കാരം

നല്കുന്നു. സന്ധ്യയുടെ ആ നേരിയ തിളക്കത്തിൽ മരങ്ങളുടെ ശിഖരങ്ങൾ ശബ്ദമുണ്ടാക്കുന്നതു ഞാൻ സങ്കല്പിച്ചുനോക്കിയിട്ടുണ്ട്. അന്ന് ഒരു ശരത്ക്കാലസന്ധ്യയിൽ *ഷട്ടോവ്* കൊലചെയ്യപ്പെട്ടപ്പോൾ അവ സൃഷ്ടിച്ച ശബ്ദംപോലെ, *ല്യാംഷിൻ* അപസ്മാരരോഗം ബാധിച്ച്, കൊലചെയ്യപ്പെട്ട ആൾക്കു ചുറ്റും നില്ക്കുന്നവരുടെ തുണികൾ പിടിച്ചു വലിക്കുകയും അലറിപ്പൊളിക്കുകയുമായിരുന്നു. അവർ അയാളെ വായിൽ തുണി തള്ളിക്കയറ്റി, കെട്ടിയിട്ടു.

മഴയുടെ ആദ്യതുള്ളികൾ പതിക്കാൻ തുടങ്ങി, വയലറ്റ് മേഘങ്ങളെ ഇടിമിന്നലുകൾ കീറിപ്പൊളിച്ചു. ഭയങ്കരമായ ഇടിമുഴക്കം; കൊടുങ്കാറ്റിൽനിന്നും മഴയിൽനിന്നും രക്ഷപ്പെടണം. പാർക്കിന്റെ പുറത്തേക്കുള്ള ഗേറ്റിലേക്ക്, ഞാനും പരമാവധി വേഗത്തിൽ ഓടാൻ തുടങ്ങി. ആ റോഡിനു മുന്നിലാണ് പാർക്ക് സ്ഥിതിചെയ്യുന്നത്. പാർക്കിനു പിന്നിലെ തൂണുകളുള്ള കെട്ടിടങ്ങളിലൊന്നിൽ ആണ് അന്നാഗ്രിഗൊറ്യേവ്നയുടെ സഹോദരൻ, *പെട്രോവ്സ്കൊ - റസുമോവ്സ്കോയെ* താമസിച്ചിരുന്നത്. അവൻ അക്കാദമിയിൽ പഠിക്കുകയായിരുന്നു. വിവാഹം കഴിഞ്ഞ ഉടനെ (അവർ മോസ്കൊയിലെ ഹോട്ടൽ *ഡ്യുസ്സോട്ടിൽ* താമസിക്കുമ്പോൾ) അവൾ അവനെ ഒരു ദിവസം സന്ദർശിച്ചിട്ടുണ്ട്. വൈകുന്നേരങ്ങളിൽ, *സ്തരയാബസ്മന്നായ* സ്ട്രീറ്റിലുള്ള ഭർത്തൃസഹോദരിയേയും സന്ദർശിക്കുമായിരുന്നു. തന്റെ ഉടുപ്പിലെ ചുളിവുകൾ നിവർത്തിക്കൊണ്ട് ദൃഷ്ടി താഴെ പതിപ്പിച്ച്, അന്നാഗ്രിഗൊറ്യേവ്ന കസേരയിലിരിക്കും; അന്നേരം അവൾക്ക് മുറുകെ പിടിച്ചിരിക്കുന്ന പായ്മരം തന്റെ കൈവഴുതി പോകുന്നതുപോലെ തോന്നും. അവളുടെ വിവരണമനുസരിച്ച് സ്വന്തം സഹോദരൻ സുന്ദരനാണ്; തുറന്ന ഹൃദയമുള്ളവനാണ്. യുവാവാണ്. റോസ് നിറമുള്ള കവിളുകൾ, നല്ല മുടി, പ്രസരിപ്പ്. റഷ്യൻ ആരോഗ്യത്തിന്റെ സാക്ഷാത്ക്കാരം. അനുവദിച്ചതിലേറെ സമയം അവളവിടെ ചെലവഴിച്ചു. ആ സ്ഥലത്തേക്ക് വിദ്യാർത്ഥികളുടെ ഒരു പ്രവാഹം തന്നെയായിരുന്നു, *കുറ്റവും ശിക്ഷയും* രചിച്ച എഴുത്തുകാരൻ ഭാര്യയെക്കാണാൻ. അവൾ, അന്നാഗ്രിഗൊറ്യേവ്ന പറഞ്ഞ കഥ തന്നെയാണ്; വേലക്കാരൻ സമോവറുകൾ ഒന്നിനു പിന്നാലെ ഒന്നായി കൊണ്ടുവരും. ശീതകാല സായാഹ്നത്തിന്റെ ഇരുട്ടിൽ ഹോട്ടൽ ഡ്യുസ്സോട്ടിന്നടുത്ത ജംഗ്ഷനിൽ ഈ സമയം മുഴുവൻ

അയാൾ, ഫെഡ്യ്യാ, കാത്തുനില്ക്കുകയായിരിക്കും. അവളാകട്ടെ, അപ്പോഴും തന്റെ സഹോദരന്റെ വീട്ടിലായിരിക്കും. ടാക്സി വണ്ടിയിൽ പോകുന്ന സ്ത്രീരൂപങ്ങളെ അവളാണെന്നു കരുതി അയാൾ ഉറ്റുനോക്കും. അതുകൊണ്ട് അയാൾ ആ ഗുഹ കണ്ടിട്ടുണ്ടോ ഇല്ലയോ എന്ന് ആർക്കും അത്ര ഉറപ്പില്ല.

ട്രെയിൻ പുറപ്പെട്ടിട്ട് കുറച്ചുനേരമായിരുന്നു. *കലിനി*ന്റെ ലൈറ്റുകൾ മിന്നിമിന്നിക്കൊണ്ട് മഞ്ഞിൽ പൊതിഞ്ഞ അന്ധകാരത്തിൽ അപ്രത്യക്ഷമായി. വർധിച്ച വേഗതയിൽ കോച്ച് ആടി ഉലയാൻ തുടങ്ങി. പുസ്തകം താഴെ വീഴാതിരിക്കാനായി എനിക്കു മുറുകെ പിടിക്കേണ്ടിവന്നു. ഈ പുസ്തകത്തിലുമുണ്ടൊരു ട്രെയിൻ. ഞാൻ ഒരിക്കലും കണ്ടിട്ടില്ലാത്ത കോച്ചുകളാണാ ട്രെയിനിന്റേത്. *വേഗൻലെറ്റി* എന്ന ബോർഡ് വച്ചിട്ടുള്ള, ബുഡാപ്പെസ്റ്റിലേക്കോ, ബെൽഗ്രേഡിലേക്കോ പോകുന്ന ഒരു വണ്ടി പോലെ മെല്ലെ ഓടുന്ന വിദേശ ട്രെയിൻ. ലോഹനിർമിതമല്ല. മരംകൊണ്ട് നിർമിച്ചതാണ്. ഒരുപാട് വാതിലുകളുണ്ടതിൽ. ഓരോന്നും പ്രത്യേകം പ്രത്യേകം കമ്പാർട്ടുമെന്റിലേക്കു തുറക്കുന്നു. കമ്പിളിത്തുണികൊണ്ട് ആവരണം ചെയ്ത രണ്ട് ഇരിപ്പിടങ്ങൾ അഭിമുഖമായി ഇട്ടിരിക്കുന്നു. എഞ്ചിന്റെ പിസ്റ്റൺ പ്രവർത്തിക്കുന്നതനുസരിച്ച് വണ്ടി മെല്ലെ ഒരു കുതിരവണ്ടിയുടെ വേഗതയിൽ ഓടിക്കൊണ്ടിരിക്കുന്നു. ഓരോ സീറ്റിലും മൂന്നുപേർ വീതമിരിക്കുന്നു. വട്ടത്തിലുള്ള കാർഡ് ബോർഡ് ബോക്സുകൾ മടിയിൽ വച്ചാണ് മാന്യന്മാരും മഹിളകളും ഇരിക്കുന്നത്. മുകളിലെ റേക്കിൽ പെട്ടികൾ വച്ചിട്ടുണ്ട്. മാന്യന്മാർക്ക് തൊപ്പിയും വാക്കിംഗ്സ്റ്റിക്കുമുണ്ട്. സ്ത്രീകൾ പൊക്കമുള്ളവരാണ്; ശിരോവസ്ത്രവും, തുകൽ തൊപ്പിയും ഷാളുമാണ് വേഷം. ഫെഡ്യ്യാ അല്പനേരത്തേക്ക് മറ്റെങ്ങോ പോയപ്പോൾ, പ്രായമായ സഹോദരിയോടൊപ്പം യാത്ര ചെയ്തിരുന്ന ഒരു ജർമൻ അയാളുടെ സീറ്റിൽ ഇരുന്നു. പിന്നീട് ആ സീറ്റ് വിട്ടുകൊടുക്കാൻ അയാൾ തയ്യാറായില്ല. അതിനു കാരണം പറഞ്ഞത്, ഫെഡ്യ്യാ എഴുന്നേറ്റു പോയപ്പോൾ തന്റെ സീറ്റിൽ സാധനങ്ങളൊന്നും വച്ചിരുന്നില്ല എന്നാണ്. അങ്ങനെ ചെയ്തിരുന്നെങ്കിൽ ആ സീറ്റിൽ ആളുണ്ടെന്ന് എല്ലാവർക്കും മനസ്സിലാകുമായിരുന്നു. എന്നാൽ അയാൾ ലഗ്ഗേജ് റേക്കിലാണ് സാധനം വച്ചത്. ഫെഡ്യ്യാ തിരിച്ചെത്തിയപ്പോൾ താൻ ആ സീറ്റ് വിട്ടുകൊടുക്കാൻ

തയ്യാറല്ലെന്ന് ജർമൻകാരൻ പ്രഖ്യാപിച്ചു. ഫെഡ്യാ തത്ക്കാലം ജനലയ്ക്കടുത്തുള്ള വൃദ്ധയുടെ സീറ്റിൽ ഇരുന്നു. എന്തോ കാരണ ത്താൽ അതൊഴിഞ്ഞു കിടക്കുകയായിരുന്നു. (ഒരുപക്ഷേ, അവർ കമ്പാർട്ടുമെന്റ് വിട്ടുപോയിരിക്കാം). അയാൾ ഗാർഡിനെ വിളിച്ചു വരുത്തി. ജർമന്റെ മുഖം ചുകന്നു. ദേഷ്യം വരുമ്പോഴോ, പരിഭ്രമിക്കു മ്പോഴോ എല്ലാ ജർമൻകാരും അപ്രകാരമാണ്. ആ നടപടി യുക്തിക്കു നിരക്കുന്നതല്ലെന്ന് അയാൾ പറഞ്ഞു, എന്നാലും ജർമ്മൻ സീറ്റ് വിട്ടു കൊടുത്തില്ല. പിന്നെ എന്തോ ചില അജ്ഞാതകാരണത്താൽ അന്നാ ഗ്രിഗൊറ്യേവ്നയുടെ അടുത്തുള്ള ഒരു സീറ്റിൽ ചെന്ന് ഇരുന്നു; എന്നിട്ട് ഞെരിപിരികൊള്ളാൻ തുടങ്ങി. ഒടുവിൽ എല്ലാവരും സീറ്റുകൾ പര സ്പരം കൈമാറി, സന്തുഷ്ടരായി.

അന്ന് ഡോസ്റ്റോയെവ്സ്കിമാർ *ഡ്രെസ്ഡെനിൽ*നിന്ന് 'ബേദൻ-ബേദനി'ലേക്കു യാത്ര ചെയ്യുകയായിരുന്നു. തന്റെ കടങ്ങൾ വീട്ടാ നുള്ള വൻതുക അവിടന്ന് റൗലറ്റ് (ചക്രം ചുറ്റിച്ചുകൊണ്ടുള്ള ഒരു തരം ചൂതുകളി) കളിച്ച് നേടിയെടുക്കാമെന്നയാൾ കരുതി. പല പ്രാവശ്യം അന്നാഗ്രിഗൊറ്യേവ്നയെ മാഡം സിമ്മർമാന്റെ സംരക്ഷ ണയിൽ വിട്ടുകൊണ്ട് അയാൾ *ബാദ് ഹോംബർഗിൽ* പോയിട്ടുണ്ട്. അവളോടൊപ്പം അന്ന് അന്നാഗ്രിഗൊറ്യേവ്ന ഒരു ആവിക്കപ്പലിൽ *എൽബി* വരെ പോയിരുന്നു. എന്നാൽ അധികസമയവും ഒറ്റയ്ക്കു കറങ്ങലാണ് പതിവ്. പഴയ കോട്ടകൾ നിരീക്ഷിക്കും. ഒരേ ദിവസം നിരവധി തവണ പോസ്റ്റോഫീസിൽ പോകും; അല്ലെങ്കിൽ ട്രെയിൻ നോക്കാൻ പോകും. എന്നാൽ ഫെഡ്യ മടക്കയാത്ര വൈകി പ്പിച്ചുകൊണ്ടിരുന്നു; മറ്റൊരു ദിവസംകൂടി അവിടെ താമസിക്കുമെ ന്നെഴുതി; കുറച്ചു പണം അയച്ചുകൊടുക്കാനാവശ്യപ്പെട്ടു. പലപ്പോഴും അസ്വസ്ഥയാകുമെങ്കിലും എല്ലാം അനായാസമായി കൈകാര്യം ചെയ്തു; വിടപറയുന്നതിനുമുമ്പ് ഭാവിയിൽ വരാൻപോകുന്ന *മിഷാ* അല്ലെങ്കിൽ *സോനിയ* എന്നിവരെക്കുറിച്ചവർ സംസാരിക്കുമായിരുന്നു; പേര് പോലും പറഞ്ഞുറപ്പിച്ചിരുന്നു. എന്നാൽ, അയാൾ *ബാദ്ഹോം ബർഗിൽ*നിന്ന് വരാമെന്നേറ്റിരുന്ന ദിവസം, ഒരു സ്ത്രീ അയാൾക്ക യച്ച കത്ത് അവൾ തുറക്കാനിടയായി. ഏതാനും വർഷങ്ങൾക്കുമുമ്പ് ഇതേ സ്ഥലങ്ങളെല്ലാം ആ സ്ത്രീയോടൊപ്പം അയാൾ സന്ദർശിച്ചി ട്ടുണ്ട്; പിന്നീട് ഇറ്റലിയും പാരീസും; കൂടെ റൗലറ്റ് കളിയുമുണ്ട്. 'ദി

ഗാംബ്ളറി'ലെ – ചൂതാട്ടക്കാരനി'ലെ – മുഖ്യകഥാനായികയുടെ പേരും ആ സ്ത്രീയുടേതുതന്നെ; പരിചയം തുടങ്ങിയ ആദ്യമാസത്തിൽ അവൾ തന്നെയാണ് അതു പകർത്തി എടുത്തിട്ടുള്ളത്. അപ്പോൾ തന്നാലാവുന്നത്ര വേഗത്തിലതവൾ എഴുതിയെടുക്കാൻ ശ്രമിച്ചു. പിന്നെ സ്വന്തം വീട്ടിലെത്തി രാത്രി വളരെ വൈകുന്നതുവരെ ഇരുന്നു പകർത്തിയെഴുതും. പിറ്റേന്നു രാവിലെ അയാൾക്കു നല്കുവാനാണത്. ആ മാസം തീരുന്നതിനുമുമ്പ് അത് എഴുതിത്തീർക്കേണ്ടതാണ്; അങ്ങനെ *സ്റ്റെല്ലോവിസ്കിയിൽ*നിന്നു രക്ഷപ്പെടണം. അന്ന് അവളുടെ സഹായത്തിന്റെ ഫലമായി അയാൾക്ക് ആ കൃതി സമയത്തിന് പൂർത്തീകരിക്കാനും സ്വന്തം അടിമത്തം ഒഴിവാക്കുവാനും ആയി.

തീർച്ചയായും. *മാഡം പോളിന* അസാദ്ധ്യമായൊരു സ്ത്രീയാണ്, കുലീനമായ പെരുമാറ്റവും കരുത്തുറ്റ സ്വഭാവവും. ആ സമയത്ത് അന്നാഗ്രിഗൊറ്യേവ്നയുടെ പെൻസിൽ മുന ഒടിയും. അയാളവളെ നോക്കുമ്പോൾ മുഖം ചുകന്നു തുടുക്കും. വിലക്ഷണമായ രീതിയിൽ സ്കൂൾ കുട്ടികളുടേതുപോലെ പാവാടയുടെ വശങ്ങൾ പിടിച്ച് ചുളിക്കും. എന്തെങ്കിലും ചോദിച്ചാലവളുടെ ശബ്ദം ഉയരില്ല. അപ്പോൾ അയാളുടെ വളർത്തുമകൻ സ്റ്റഡിറൂമിലേക്ക് എത്തിനോക്കും. വൃത്തികെട്ട ആ വസ്ത്രധാരണവും നഗ്നമായ നെഞ്ച് പ്രദർശിപ്പിച്ചുകൊണ്ടുള്ള നില്പും. ധിക്കാരംനിറഞ്ഞ പുഞ്ചിരിയും – എല്ലാം വൃത്തിഹീനം. *മാഡം പോളിന* ആ സമയത്ത് അപ്രാപ്യമായ ഉയരങ്ങളിൽ നില്ക്കുകയാണ്. അവളുടെ പാദുകങ്ങളിൽ ചുംബിക്കാൻ സന്നദ്ധനായിക്കൊണ്ട് അയാൾ മുട്ടുകുത്തിനില്ക്കുന്നു. അവൾ വീണ്ടും നോവലിന്നു പുറത്തുവന്നു മജ്ജയും മാംസവുമുള്ളവളായി എഴുതുകയാണ്; അതുവരെ അക്കാര്യം അന്നാഗ്രിഗൊറ്യേവ്ന വിസ്മരിച്ചതുപോലെ തോന്നി. വീണ്ടും പായ്മരം തന്റെ കൈകളിൽനിന്ന് വഴുതിപ്പോകുന്നതായി തോന്നി. മുറിയിൽ ഉലാത്താൻ തുടങ്ങി, 'മൈഗ്രെയിൻ' വന്നതുപോലെ ചെന്നി അമർത്തിപ്പിടിച്ചുകൊണ്ട്, അല്ലെങ്കിൽ ചില അത്യാവശ്യപ്രശ്നം പരിഹരിക്കാനുള്ളതുപോലെ. മറ്റെ ആൾ അവളെ കത്തിൽ വിളിച്ചത്, അന്നാ ഗ്രിഗൊറ്യേവ്ന *ബ്രിൽകീന* എന്നാണ്. എന്നാൽ അവളുടെ കുടുംബപ്പേര് *സ്നിത്കീന* എന്നാണ്. ഈ രണ്ടു പേരുകളും പൂർണമായും വ്യത്യസ്തമല്ലെങ്കിലും അവൾക്ക്

അപമാനകരമായി തോന്നി. ലോകം മുഴുവൻ *പോളീന* മാത്രം നിറഞ്ഞു നില്ക്കുന്നതുപോലെ. അവൾ മാത്രം, മുഖ്യകഥാനായിക. അന്നാ ഗ്രിഗൊറ്യേവ്നയാകട്ടെ അവളുടെ മാർഗ്ഗത്തിലെ ചെറിയൊരു തടസ്സവും വേണ്ടത്ര ശ്രദ്ധ നേടിയെടുക്കപ്പെടാത്തവളും. അഴുക്കുനിറഞ്ഞ ചെളിവെള്ളം പോലെ എളുപ്പം ഒഴിവാക്കപ്പെടാനാവുന്നവളും. എന്നാൽ വലിയ പ്രാധാന്യമൊന്നും കൊടുക്കാത്തമട്ടിൽ മറ്റ് കത്തുകളോടൊപ്പം ഈ കത്തും അവൾ ഡസ്കിൽവച്ചു. ഒടുവിലവർ സ്റ്റേഷനിൽ ഒത്തുചേർന്നു, വീട്ടിലേക്കു പുറപ്പെട്ടു. വളരെ ശ്രദ്ധയോടെ അയാൾ അവളുടെ കരം ഗ്രഹിച്ചുകൊണ്ടാണ് നടന്നത്; തന്റെ അസാന്നിധ്യത്തിൽ അവൾക്കു വല്ല മാറ്റവും വന്നിട്ടുണ്ടോ എന്നയാൾ ഉറ്റുനോക്കി. ഇപ്രകാരം അവർ നടന്നുപോകവെ, ഉടനെ വീട്ടിലെത്തിയാൽ ചെയ്യേണ്ട കാര്യങ്ങളാണവൾ ചിന്തിച്ചുകൊണ്ടിരുന്നത്. അയാളുടെ തുണികൾ കഴുകണം, ഇസ്തിരി ഇടണം. അയാളുടെ കൈയിൽ യാത്രാബാഗ് ഉണ്ട്; മുഖത്ത് കൽക്കരിപ്പൊടിയും പുകയും പറ്റിപ്പിടിച്ചിട്ടുണ്ട്. ഇങ്ങനെ നടന്നുപോകുമ്പോൾ അവൾ ആ കത്തിന്റെ കാര്യം തത്ക്കാലം മറന്നു. എന്നാൽ, അയാൾ കത്തുകൾ എടുത്തു നോക്കാൻ തുടങ്ങിയപ്പോൾ, അവൾ വാതിലിൽ ചാരിനിന്ന് അതു വീക്ഷിച്ചു; താഴെ വീണുപോകാതിരിക്കാനെന്ന മട്ടിൽ വാതിലിൽ മുറുകെപ്പിടിച്ചു. പ്രതികരണം അവൾക്കു നേരിട്ടുതന്നെ കാണണം. അയാൾ ആ കത്ത് തുറന്നു, അപ്പോൾ ആ ശരീരം മുഴുവൻ മുന്നോട്ടായുന്നതുപോലെ കാണപ്പെട്ടു.

പാരീസിൽ എത്തിയ ഉടനെ അയാൾ ഹോട്ടലിൽ അവളെ കാണാൻ പോയിരുന്നു. നീണ്ട ഒരു ഉടുപ്പണിഞ്ഞ് അവൾ അയാളെ സ്വീകരിക്കാനായി പുറത്ത് എത്തി; കനത്ത തവിട്ടുനിറമുള്ള മുടി മെടഞ്ഞു വച്ചിരിക്കുന്നു. അയാൾ അവളുടെ കാല്ക്കൽ വീണു; ആ കണ്ണുകളിൽനിന്ന് എന്തോ സംഭവിച്ചിട്ടുണ്ടെന്നയാൾ വായിച്ചറിഞ്ഞു. നോവലിൽ മാത്രം കാണുന്നതുപോലെ അവൾ പ്രഖ്യാപിച്ചു: ഒരു സുന്ദരനായ സ്പെയിൻകാരനുമായി അവൾ പ്രേമത്തിലായിരുന്നെന്ന്. മനോഹരമായി വസ്ത്രധാരണം ചെയ്യുന്ന, കഴുത്തിലേക്ക് തൂങ്ങിക്കിടക്കുന്ന കറുത്ത തലമുടിയുള്ള, കടുംനീലക്കണ്ണുകളും വെളുത്ത പല്ലുകളുമുള്ള, ലാളിച്ച് വഷളാക്കപ്പെട്ട ഒരു കുലീനൻ. സത്യ

സന്ധമായി പറഞ്ഞാൽ, ഒരു കളിക്കുട്ടി. അവൻ അവളെ ഉപേക്ഷിച്ചിരുന്നു. എന്നാൽ, അവൾക്കുവേണ്ടി എന്തും ചെയ്യാനുള്ള ഒരവസ്ഥയിലായിരുന്നു ഫെഡ്യാ. തന്നോടൊപ്പം ചെല്ലാനവളോടവൻ യാചിച്ചു. അതുകൊണ്ടവർ അടുത്തടുത്ത ഹോട്ടൽ മുറികളിൽ താമസിച്ചു; ഒന്നിച്ച് ട്രെയിനുകളിൽ യാത്രചെയ്തു; കപ്പലിൽ ഒരേ കേബിനിൽ താമസിച്ചു; എന്നാൽ, ഒടുവിൽ സുഹൃത്തുക്കളായി കഴിയാമെന്ന് പരസ്പരം ശപഥമെടുത്തു. അയാൾ സ്വയം നിർദ്ദേശിച്ച തീരുമാനം. അല്ലെങ്കിൽ അവൾ ഒരിക്കലും അവനോടൊപ്പം യാത്ര ചെയ്യാൻ തയ്യാറാകില്ലായിരുന്നു. ആ ആശയത്തിലെ പരിഹാസ്യത അയാൾ നേരത്തെ മനസ്സിലാക്കിയിരുന്നു. മറ്റെന്തെങ്കിലും സംഭവിക്കുമെന്ന് അയാൾക്ക് ഉള്ളിന്റെ ഉള്ളിൽ നേരിയ പ്രതീക്ഷയുണ്ടായിരുന്നു. അത് അയാളുടെ സ്വപ്നത്തിലായിരുന്നു. പക്ഷേ, യഥാർത്ഥത്തിൽ സംഭവിച്ചില്ല. അവർ വിദൂരമായ നീലചക്രവാളത്തിലേക്കു നീന്തും, താളാത്മകമായി കൈനീട്ടി വീശിക്കൊണ്ട്, ഒറ്റശ്വാസത്തിൽ. അവളുടെതും അയാളുടെതും ഒരേ ശ്വാസമായിരുന്നു. എന്നാൽ, ഉണർന്നപ്പോൾ താൻ കടൽത്തീരത്തെ ചളിയിൽ അസുഖകരമായ നിലയിൽ കിടക്കുന്നതു കണ്ടു, അവളെയാകട്ടെ അവിടെയൊന്നും കാണാനില്ല. ഒരുപക്ഷേ ചക്രവാളസീമയ്ക്കപ്പുറത്തേക്ക് അപ്രത്യക്ഷയായിരിക്കാം; അവൾ വെള്ളത്തിൽ ഇറങ്ങിയിട്ടുപോലുമില്ലായിരിക്കാം; അയാൾ വാതിലിൽ മുട്ടാതെതന്നെ അവളുടെ മുറിയിലേക്ക് ഓടിക്കയറി, ആശയ്ക്കു വകയില്ലെങ്കിലും പ്രത്യാശയുള്ളവനായി. അവിചാരിതമായി അവളെ കണ്ടുമുട്ടി, അവൾ പ്രഭാതവേഷത്തിലാണ്; ഒരു രാജ്ഞിയെപ്പോലെ, പ്രസന്നതയോടെ അയാൾക്കു ഹസ്തദാനം നല്കി. അവളുടെ ഉലഞ്ഞുകിടക്കുന്ന മെത്ത കണ്ട്, അയാൾ ഒരു നിമിഷം കണ്ണടച്ചുനിന്നു; അവളോടൊപ്പം വീണ്ടും നീന്തുന്ന കാര്യം വിഭാവനം ചെയ്തുനോക്കി. എന്നാൽ, കർട്ടനുകളുടെ പഴുതുകളിലൂടെ *ഇറ്റാലിയൻ സൂര്യപ്രകാശം* ദയയില്ലാത്ത രീതിയിൽ അടിച്ചുകയറുകയായിരുന്നു; അതോടൊപ്പം തെരുവുകച്ചവടക്കാരുടെ ശബ്ദങ്ങളും റോഡിലൂടെ ഓടുന്ന വണ്ടികളുടെ മുഴക്കവും ആ പ്രഭാതം നശിപ്പിച്ചു. കഠോരമായ ഇതേ സൂര്യപ്രകാശം ദിവസം മുഴുവൻ നീണ്ടുകിടക്കുകയാണ്. ഒരേ കേബിനിലൂടെയുള്ള കപ്പൽയാത്രയാണ് ഇതിനേക്കാൾ ദുരിതം നിറഞ്ഞത്; രാത്രി അയാൾ സ്വന്തം സ്വപ്നത്തിൽ നിന്നെഴുന്നേല്ക്കും; പ്രഭാതത്തിനു മുമ്പുള്ള ഇരുണ്ട വെളിച്ചത്തിൽ, നനുത്ത ഗൗണിനു

ള്ളിലുള്ള അവളുടെ ശരീരത്തിന്റെ നിമ്നോന്നതങ്ങൾ നിരീക്ഷിക്കും. ഡ്രെസ്സിംഗ് ഗൗൺ ധരിച്ച് ഒരിക്കൽ അയാൾ അവളുടെ അരികിൽ കിടക്കയിലിരുന്നു. മെല്ലെ അവളുടെ ശിരസ്സ് പിടിച്ചുയർത്തി, മുടിയിൽ തലോടി. അവൾ അയാളെ തള്ളിമാറ്റാൻ ശ്രമിച്ചു; എന്നാൽ, അയാൾ പുതപ്പിനുമീതെ അമർന്നുകിടന്ന്, അതിൽ ചുംബിച്ചു. വേലക്കാരെ വിളിച്ചുവരുത്തുമെന്നവൾ ഭീഷണിപ്പെടുത്തി. അയാൾ ഒരുവിധത്തിൽ ഒഴിഞ്ഞുമാറി കമ്പിളിയിൽ ഇരുന്നു, കട്ടിലിന്നരികിൽത്തന്നെ. ബോട്ട് മെല്ലെ ആടിക്കൊണ്ടിരുന്നു. ജനലകളിലൂടെ ജലജീവികളുടെ സീൽക്കാരം കടന്നുവന്നു. റസ്റ്റോറന്റിലും ഡക്കിലും കണ്ട ആളുകൾ അവരെ കാമുകീകാമുകന്മാരായിക്കരുതി. മെത്തയിൽനിന്ന് തെന്നി വീണ ഷീറ്റിൽ അയാൾ ചുംബിച്ചു. "നിങ്ങൾക്ക് ഭ്രാന്ത് പിടിച്ചിരിക്കുന്നു." അവൾ ചീറി. എന്നിട്ട് കട്ടിലിൽ ചാരി ഇരുന്നു. തലമുടി പാറിക്കിടന്നു, കണ്ണുകൾ ഭീതിയോടെ വികസിച്ചു, *രാജകുമാരി തരാക്കനോവ**യുടെ പെയിന്റിങ്ങ് പോലെ, ഏതു നിമിഷവും കേബിനിൽ വെള്ളം വന്നു നിറയുമെന്നു ഭയപ്പെട്ടു. അവളുടെ മുഖത്തെ ഭീതി കണ്ട്, നിലത്തുകിടന്ന കമ്പിളിയെടുത്തു ചുംബിച്ചു. എല്ലാം തലകീഴായി മറിയുന്നു. നിയന്ത്രണാതീതമായി വീഴുമെന്ന തോന്നൽ; ജീവനെടുക്കുന്നതുപോലെ. തനിക്കു മീതെ അവൾ ചവിട്ടിക്കടന്നു പോകട്ടെയെന്നയാൾ ആഗ്രഹിച്ചു. എങ്ങനെയെങ്കിലും അവൾക്കു താഴെക്കിടന്ന് അയാൾക്കു തകരണം. അയാൾ ഒരു വശത്തിലൂടെ നോക്കി. കേബിന്റെ തറയിൽ രാത്രി കമഴ്ന്നു കിടന്നു, ഡ്രെസ്സിംഗ് ഗൗൺ മാത്രം ധരിച്ച അയാൾക്ക് അത്ര ചെറുപ്പമല്ല; ചുണ്ടുകളിൽ മദ്യത്തിന്റെ നുര. ആ നുര കാണാതിരിക്കാനയാൾ അവിടം മുഴുവൻ ഇരുട്ടാക്കിയേനെ.

ആ കത്ത് പിടിച്ചപ്പോൾ അയാളുടെ കൈകൾ അല്പമൊന്നു വിറച്ചു. അവളുടെ കൈകൊണ്ടെഴുതിയ വാചകങ്ങൾ അയാൾ വായിക്കേ, അന്നാഗ്രിഗൊറ്യേവ്ന വാതിലിൽ ശക്തിയായി മുറുകെപ്പിടിച്ചു; അവളുടെ വിരലുകൾ വേദനിച്ചു. ഏതു നിമിഷവും മുറി ആടിയുലയുമെന്നും താൻ നിലംപതിക്കുമെന്നും അവൾ വിചാരിച്ചു.

ഇടുങ്ങിയ ഒരു പാത ചുറ്റിക്കൊണ്ട് ട്രെയിൻ കുന്നുകൾക്കിടയിലൂടെ പായുകയാണ്. കുന്നുകൾ നിറയെ കടുംപച്ചനിറമാർന്ന കാടുകളാണ്.

* 1864ലെ കോൺസ്റ്റന്റിൻ ഫ്ളാവിറ്റ്സ്കിയുടെ വിഖ്യാതമായ പെയിന്റിംഗ്.

ബീച്ച്, എൽമ്, മറ്റ് പലതരം നാടൻ മരങ്ങൾ. മധ്യജർമനിയിലെ സമതല പ്രദേശത്തിലെയും മലമ്പ്രദേശത്തിലെയും മരങ്ങൾ. *ഷ്വാർസ്വാൾഡ്. തുരിഞ്ചർ വാൾഡ്* തുടങ്ങിയ കുന്നിൻപ്രദേശങ്ങൾ. ചെറിയ കോച്ചുകളും ചെറിയൊരു നീരാവി എഞ്ചിനുമുള്ള ഒരു പാവട്രെയിൻ. അതിന്റെ ചക്രങ്ങളിൽ ചുകന്ന പല്ലുകൾ. പൊക്കത്തിലുള്ള പുകക്കുഴൽ. നിങ്ങൾ ഈയിടെ കാണാറുള്ള, ലോക്കൊമോട്ടീവ് ചരിത്രം സൂചിപ്പിക്കുന്ന, സ്പെഷ്യൽ സ്റ്റാമ്പുകളിൽ ചിത്രീകരിച്ചിട്ടുള്ളതുപോലെ. അതിന്റെ സെക്കൻഡ് ക്ലാസ് കമ്പാർട്ടുമെന്റിൽ, ചെറുപ്പമല്ലാത്തൊരു മനുഷ്യൻ ഇരിക്കുന്നു. ബെർലിൻ നിർമിതമായ കറുത്ത സ്യൂട്ട് ആണ് വേഷം, സാധാരണ റഷ്യൻ മുഖം. പിന്നാക്കം ഉന്തിയ ചെന്നി, നരച്ചുതുടങ്ങിയ തവിട്ടുനിറമുള്ള താടി. അയാളുടെ അരികിൽ ഒരു യുവതി. വിദ്യാർത്ഥിനിയെപ്പോലെയുണ്ടെങ്കിലും ഭീഷണിപ്പെടുത്തുന്ന തുറിച്ചുനോട്ടം. തൊപ്പിയും ഷാളും ധരിച്ചിരിക്കുന്നു; മടിയിൽ ഒരു കാർഡ് ബോർഡ് പെട്ടി. ചിലപ്പോൾ അവൾ ഉറക്കം തൂങ്ങും, ഭർത്താവിന്റെ തോളിൽ തലചായ്ക്കും; അയാൾ ഒളികണ്ണിട്ട് സന്ദേഹത്തോടെ അവളുടെ മുഖം നിരീക്ഷിക്കുന്നു, എന്തോ വായിച്ചെടുക്കാൻ ശ്രമിക്കുന്നതുപോലെ.

ജനപ്രീതി നേടിയ ഒരു കലാകാരന്റെ പെയിന്റിംഗ് എക്സിബിഷനിൽവച്ച് ഈയിടെ ഞാനയാളെ കണ്ടു. ഒരു പടത്തിന്റെ മുകൾ വശത്തെ ഇടതുമൂല നിരവധിപേർ വീക്ഷിച്ചുകൊണ്ടിരിക്കുകയായിരുന്നു, താഴ്ഭാഗം ഞാൻ നില്ക്കുന്ന ഭാഗത്തുനിന്ന് കാണാനാകുന്നില്ല. ഒരു വിധത്തിൽ ഞാൻ മുന്നോട്ടു തള്ളി നീങ്ങി. അപ്പോൾ പ്രതീക്ഷിച്ചതു കണ്ടു; മറ്റുള്ളവരിൽനിന്ന് ഞാനതു പറഞ്ഞു കേട്ടിരുന്നു. തടിച്ചുകൊഴുത്ത മൂന്ന് പന്നികൾ, ഇളംചുകപ്പ് നിറം. തെല്ല് അയഥാർത്ഥം. പന്നിഫാമിലെ സമർത്ഥരായ തൊഴിലാളികളെ ആലേഖനം ചെയ്യുന്ന പോസ്റ്ററുകളിൽ കാണുന്ന അതേതരം മൃഗങ്ങൾ. കുറച്ചു ദൂരെ, പന്നികൾക്കു കുറച്ചു മുകളിലായി ഏതോ ശവം കിടക്കുന്നു; ചോര ഒഴുകുന്നതോ ശിരസ്സറ്റതോ ആണ്. ആരെയും മുന്നിൽനിന്ന് തള്ളിമാറ്റേണ്ടതില്ല, അതിനും കുറച്ചു മുകളിൽ അകലെ നിന്ന് കാണാവുന്നത്ര ഉയരത്തിൽ, ഒരു സദ്യകഴിഞ്ഞ് എച്ചിൽ വൃത്തിയാക്കാത്ത നീണ്ട ഒരു മേശ. ചുകന്ന ദ്രാവകമുള്ള കട്ടികൂടിയ പാനപാത്രങ്ങളുമുണ്ട് ആ മേശമേൽ. ചുകന്ന ദ്രാവകം

രക്തത്തെ സൂചിപ്പിക്കുന്നു. അതിലും കുറച്ചു മുകളിലായി, ഇടതു വശത്ത്, *ദി പൊസ്സസ്ഡ്*ന്റെ രചയിതാവിന്റെ സമീപത്ത്, കറുത്ത തലമുടിയുള്ള, തൊഴിലാളിയെപ്പോലുള്ള ഒരു പ്രാകൃതൻ നഗ്നപാദനായി മുട്ടുകുത്തി നില്ക്കുന്നു. പിന്നെ, അതേപോലുള്ള ഒരു യുവാവ് ഷർട്ടിടാതെ ജീൻസ് മാത്രം ധരിച്ചിരിക്കുന്നു. അതിന്റെ ഇടതുഭാഗത്ത് മുകളിലായി, സാധാരണ പുണ്യവാളന്മാരുടെ ശിരസ്സിനു മുകളിൽ കാണാറുള്ള അർദ്ധവൃത്താകൃതിയിലുള്ള ദീപ്തിവലയം, അതിവിശിഷ്ടരായ റഷ്യക്കാർ തിക്കിത്തിരക്കി ഒത്തുകൂടുന്ന ഒരു വേദി. *ലൊമൊനോസോവ്*, വിഗ്ഗുവച്ച *പീറ്റർ ദി ഗ്രെയിറ്റ്, സാൾട്ടിക്കോവ്, ഷെഡ്രിൻ, ലിയൊ ടോൾസ്റ്റോയ്* തുടങ്ങി *ദി പൊസ്സസ്ഡ്*ന്റെ രചയിതാവടക്കം പലരും ഉണ്ട്. എല്ലാവരും ശരീരമില്ലാത്തവരാണ്, വിളർത്ത പ്രകൃതം, ഒരു ടെക്സ്റ്റ് പുസ്തകത്തിൽനിന്നു വഴുതിച്ചാടി വന്നതുപോലെ. പെയിന്റിംഗിന്റെ പേര് *ധൂർത്തനായ പുത്രന്റെ തിരിച്ചുവരവ്* എന്നാണ്. അതിന്നടുത്ത് ചെറിയൊരു കുറിപ്പ് വലിയ അക്ഷരത്തിൽ വിശദീകരിച്ചിരിക്കുന്നു, എന്തെങ്കിലും തെറ്റിദ്ധാരണ ഉണ്ടായാൽ അതൊഴിവാക്കാനുദ്ദേശിച്ചിട്ടുള്ള ഈ കുറിപ്പിൽ കലാകാരൻ പെയിന്റിങ്ങിലൂടെ എന്താണ് പ്രകടിപ്പിക്കാനുദ്ദേശിക്കുന്നതെന്നു വ്യക്തമാക്കുന്നു. ചുമരിന്റെ പകുതി ഭാഗവും നിറഞ്ഞുനില്ക്കുന്ന ഈ പെയിന്റിംഗ് ജനക്കൂട്ടം അവരോധിച്ചിരിക്കുകയാണ്. കാൻവാസിൽ വരച്ച ഒരു ചിത്രം പോലെ അതു കാണപ്പെട്ടില്ല. ജനങ്ങൾക്കു മുന്നിൽ *'ക്രിസ്തുവിന്റെ പ്രത്യക്ഷപ്പെടൽ'* പോലുണ്ട്. പിന്നിൽ ഏതാനും ശുദ്ധാത്മാക്കളായ ചിലർ ഒളിഞ്ഞുനില്ക്കുന്നു, *ഡോമിനോ* എന്ന കളിയിലെ പ്രച്ഛന്ന വേഷക്കാരായ നർത്തകരെപ്പോലെ. അവരിലൊരാൾ, മദ്യപിച്ചു മത്തുപിടിച്ച് ആടുന്നു. എന്നിട്ട് എല്ലാവരോടും ആഹ്ലാദത്തോടെ ഒച്ചയിടുന്നു. അയാളുടെ തള്ളിനില്ക്കുന്ന പോക്കറ്റിൽ അര ലിറ്ററിന്റെ വോഡ്കയായിരിക്കാം. പ്രാകൃതമായ ആംഗ്യവിക്ഷേപങ്ങളോടെ വിരൽചൂണ്ടിക്കൊണ്ട് അയാൾ തന്റെ പെയിന്റിംഗ് വിശദീകരിക്കുന്നു. *റംബ്രാണ്ട്* വരച്ച, അച്ഛന്റെ കാല്ക്കൽ വീഴുന്ന ധൂർത്തുപുത്രന്റെ, ചിത്രമാണ് ഞാൻ പെട്ടെന്ന് ഓർത്തുപോയത്; ജീൻസിട്ട് കുനിഞ്ഞുനില്ക്കുന്ന യുവാവിന്റെ ഉപ്പൂറ്റിയായിരുന്നു പെയിന്റിങ്ങിന്റെ കേന്ദ്രബിന്ദു.

എഞ്ചിന്റെ ഉയരമുള്ള പുകക്കുഴൽ. അതിന്റെ പുകപടലത്തിനുള്ളിലൂടെ പാവ ട്രെയിൻ *ഷാർസ്വാൾഡി*നും *തുരിഞ്ചർവാൾഡി*നു

മിടയിൽ നീങ്ങിക്കൊണ്ടിരിക്കയാണ്. കോച്ചുകളും യാത്രക്കാരുമടക്കം നിങ്ങൾക്കതിനെ ഉള്ളംകൈയിൽ എടുക്കാം - ഗള്ളിവർ ലില്ലിപ്പുട്ടു കാരെ എടുത്തതുപോലെ. ഈ കൊച്ചുമനുഷ്യരെയെല്ലാം മേശപ്പു റത്തു നിരത്തി, അവർ അതിലൂടെ നടക്കുന്നതൊന്നോർത്തുനോക്കൂ: നിങ്ങൾ ഒരു മെഴുകുതിരിനാളത്തിനുനേരെ ഊതുന്നതുപോലെ അവരെ ഒന്ന് ഊതുമ്പോൾ സംഭവിക്കുന്ന രസമെന്തായിരിക്കും. ഈ കാറ്റ് എന്തെല്ലാം കോലാഹലമാണ് സൃഷ്ടിക്കുക. ഒരു വടിയോ ഒരു തീപ്പെട്ടിക്കൊള്ളിയോ ഉറുമ്പിൻകൂട്ടിൽ തള്ളിക്കയറ്റിയാലുണ്ടാകുന്ന തുപോലെയായിരിക്കുമത്.

അന്നാഗ്രിഗൊറ്യേവ്ന ഉറക്കമുണർന്ന് ജനലയിലൂടെ പുറത്തേക്കു നോക്കി. കടുംപച്ചനിറത്തിൽ വൃക്ഷലതാദികൾ പൊതിഞ്ഞുനി ല്ക്കുന്ന കുന്നുകളും മലകളും. അവയുടെ ശിഖരങ്ങൾ പ്രകാശത്തി ന്നനുസരിച്ച് വെള്ളയോ ചുവപ്പോ ഇളംചുവപ്പോ ആയി മാറുന്നു. സന്ദർശനമുറിയിൽ തൂക്കിയിട്ടിരിക്കുന്ന പുരാതനവും രാജകീയവു മായ കോട്ടഗോപുരങ്ങളെ അപ്പോൾ ഓർമ്മ വന്നു. മലഞ്ചെരുവുക ളിൽ തിങ്ങി വളരുന്ന ഇരുണ്ട കാടുകളിൽനിന്ന് യക്ഷിക്കഥകളിലെ കുള്ളന്മാർ ഓടക്കുഴലൂതിക്കൊണ്ട് പ്രത്യക്ഷപ്പെടുന്നു. മലഞ്ചെരുവു കളിൽനിന്ന് മലഞ്ചെരുവുകളിലേക്ക് പ്രതിധ്വനിപോലെ ആ സംഗീതം മാറ്റൊലിക്കൊള്ളുന്നു. അടിവാരങ്ങളിൽ പ്രശാന്തമായ ജർമൻ അരു വികൾ, അവ കൊച്ചോളങ്ങളുയർത്തുന്നു. തീരത്ത് പുൽമേടുകളിൽ തടിച്ചുകൊഴുത്ത കന്നുകാലികളും ചെമ്മരിയാടുകളും. പട്ടണങ്ങളിൽ ചുകന്ന മേൽക്കൂരകളും ടവറുകളുമുള്ള വീടുകൾ, ജനങ്ങൾ അല സരായി തെരുവുകളിലൂടെ കറങ്ങിനടക്കുന്നു; അവരുടെ കനത്ത ഷൂസ് ഉറക്കെ ശബ്ദമുണ്ടാക്കുന്നു.

അന്നഗ്രിഗൊറ്യേവ്നയും ഫെഡ്യ്യായും പലപ്രാവശ്യം ട്രെയിനു കൾ മാറി. ചിലപ്പോൾ പകലും, ചിലപ്പോൾ രാത്രിയും. ഫെഡ്യ അന്നാ ഗ്രിഗൊറ്യേവ്നയോടൊപ്പം 'ലേഡീസ് റൂ'മിലേക്കു ചെല്ലും. കാരണം, അവൾക്ക് ഓക്കാനം വരാറുണ്ട്. ഒരു സ്ഥലത്തുവച്ച് തീരെ സുഖമി ല്ലാതായി. *ലീപ്സിഗ്, നോംബർഗ്, എർഫർട്ട്, ഈസനേച്ച്, ഫ്രാങ്ക്ഫർട്ട്* തുടങ്ങിയ സ്റ്റേഷനുകൾ കടന്നു പോയി. ഫ്രാങ്ക്ഫർട്ടിൽ സ്റ്റേഷനന ടുത്തുള്ള ഒരു ഹോട്ടലിൽ മുറിയെടുത്തു; *വീൽ* കട്ലറ്റും സൂപ്പും

ഓർഡർ ചെയ്തു. അവർ നഗരം കാണാൻ പോയി. വെള്ളപുഷ്പങ്ങൾ നിറഞ്ഞുനില്ക്കുന്ന വൃക്ഷങ്ങളുള്ള വലിയ തെരുവായ *ലാംഗെ സ്ത്രാസ്സെ* അവന്യുവിലൂടെ നടന്നു. അതു വെള്ള *എക്കേഷിയ* ആണെന്ന് ഒരു ജർമ്മൻകാരൻ പറഞ്ഞു. അന്നാഗ്രിഗൊറ്യേവ്നയ്ക്ക് ആ മരം വളരെയേറെ ഇഷ്ടപ്പെട്ടു. അവ പൂത്തുനില്ക്കുന്നത് മുമ്പൊരിക്കലും അവൾ കണ്ടിട്ടില്ല. പിന്നെ, അവർ ഒരു വലിയ തെരുവിലെത്തി. ഏകദേശം *നെവ്സ്കി പ്രോസ്പെക്ട്* പോലുണ്ട്, നിറയെ കടകൾ. *ഹെർസെന്റെ ബെല്ലി*ന്റെ വിലപിടിച്ച ഒരു കോപ്പി വാങ്ങിച്ചു, തീ വില – അമ്പത്തിനാല് 'ക്രുട്സർ'. പിന്നെ, ഫെഡ്യ്യാ ഒരു 'ടൈ' വാങ്ങി. ഇളംചുവപ്പു നിറത്തിൽ ചെറിയ വളയങ്ങളുള്ള ഡിസൈൻ. മൂന്ന് ഫ്ളോറിൻ പതിനഞ്ച് ക്രുട്സർ വില വന്നു. അന്നാഗ്രിഗൊറ്യേവ്നയ്ക്ക് പറ്റിയ സ്കാർഫ് ഒന്നും അവിടെ ഉണ്ടായിരുന്നില്ല; ഒന്നുകിൽ വളരെ വീതികുറഞ്ഞത്, അല്ലെങ്കിൽ വളരെ വീതികൂടിയത്, അതുമല്ലെങ്കിൽ കാണാൻ ഗുണമില്ലാത്തത്. നല്ല തൊപ്പി അന്വേഷിച്ചവർ ഒരു കടയിൽ കയറി. അന്നഗ്രിഗൊറ്യേവ്നയ്ക്ക് പുതിയൊരു തൊപ്പി വാങ്ങണമെന്നു പലപ്രാവശ്യം ഫെഡ്യ്യ പറഞ്ഞുകൊണ്ടിരുന്നു. പിന്നെ നീണ്ടുകിടക്കുന്ന തെരുവിലേക്കവർ പ്രവേശിച്ചു, ഭയങ്കര ചൂടുള്ള സ്ഥലം, അവിടത്തെ കെട്ടിടങ്ങളിലെ ജനലുകളെല്ലാം അടച്ചിട്ടിരിക്കയാണ്. നഗരത്തിന് ഒരു ശ്മശാന ഭാവം. അത്ഭുതമെന്നു പറയട്ടെ, പാർശ്വങ്ങളിലെ ചില തെരുവുകൾ, അന്നാഗ്രിഗൊറ്യേവ്നയുടെ ഡ്രോയിംഗ് റൂമിൽ തൂക്കിയിട്ട പടങ്ങളിലേതുപോലെയുണ്ടായിരുന്നു. പിന്നെ, *നെവ്സ്കിയെ*പ്പോലുള്ള മറ്റൊരു തെരുവിലേക്കവർ മടങ്ങി, വേറൊരു ഷോപ്പിൽ കയറി, മാന്തളിർ നിറമുള്ള ഒരു സ്കാർഫ്, രണ്ട് ഫ്ളോറിൻ പന്ത്രണ്ട് ക്രുട്സറിന് വാങ്ങിച്ചു. അതേനിറത്തിലുള്ള വെൽവെറ്റ് പിടിപ്പിച്ച ഒരു വൈക്കോൽത്തൊപ്പിയും വാങ്ങിക്കണമെന്നവൾക്കു മോഹമുണ്ടായിരുന്നു. ആദ്യമായി ഈ തെരുവിലൂടെ കടന്നുപോകവെ അവളെ വളരെയേറെ ആകർഷിച്ച മനോഹരമായൊരു തൊപ്പിയായിരുന്നു അത്. എന്നാൽ, എല്ലായിടത്തും അക്ഷമയോടെ പരക്കം പാഞ്ഞുനടക്കുന്ന ഫെഡ്യ്യായോട് അക്കാര്യം പറയാനവൾ ധൈര്യപ്പെട്ടില്ല. അതിന്റെ വിലയാകട്ടെ ഇരുപതു *ഫ്ളോറിനും*! *ഡ്രെസ്ഡെനു*മായി തുലനം ചെയ്യുമ്പോൾ തികച്ചും കൊള്ളയടി! അതു കാണിച്ചുകൊടുത്ത ഫ്രഞ്ചുകാരിയോട് തങ്ങളതു

വാങ്ങിക്കുമെന്ന് ഫെഡ്യ വിനയത്തോടെ അറിയിച്ചുവെങ്കിലും, വിഡ്ഢികൾക്കും പ്രാകൃതർക്കും വേണ്ടിയാണോ അതു തയ്യാറാക്കി വച്ചിരിക്കുന്നതെന്ന് അയാൾ ചോദിച്ചു. എന്നാൽ, ആ ഫ്രഞ്ചുകാരി തീർത്തും ഗൗരവമില്ലാതെ പരമാവധി ഭംഗിയായി, തീർച്ചയായും അവ പ്രാകൃതമല്ല എന്നു മറുപടി നല്കി. എന്നിട്ട് മുറിഞ്ഞ റഷ്യനിൽ *ഖൊ-റൊ-ഷൊ* (നല്ലത്) എന്ന് ആവർത്തിച്ചുകൊണ്ടിരുന്നു. ഫെഡ്യയുടെ ക്ഷമ നശിച്ചു. അയാൾ അസഹ്യനായി. ആ തൊപ്പി വാങ്ങിക്കാതെ കടയിൽനിന്ന് പുറത്തിറങ്ങി, വീണ്ടും നടത്തം തുടങ്ങി. പിന്നെ, ഒരു പൂക്കടയിലേക്കാണ് പോയത്. റോസ് പൂക്കൾ തിരഞ്ഞെടുക്കാനായി അവിടെ കുറെനേരം ചെലവഴിച്ചു. നല്ല പൂക്കളൊന്നും ഇല്ലായിരുന്നു. എന്തായാലും, ഒടുവിൽ കുറച്ചു പൂക്കൾ വാങ്ങി. ഓരോ പൂവിനും പതിനെട്ട് *ക്രുട്സെസർ* കൊടുക്കേണ്ടിവന്നു.

വണ്ടിക്കു പുറത്ത്, ഇനിയും വിട്ടുമാറാത്ത പ്രഭാതത്തിലെ മൂടൽ മഞ്ഞിന്നിടയിലൂടെ, ബേദൻ-ബേദൻ പരിസരം കടന്നുവന്നു. ഭർത്താവിന്റെ തോളിൽ തല ചായ്ച്ചുകൊണ്ട് അന്നാഗ്രിഗൊറ്യേവ്ന ഉറക്കത്തിലാണ്. അയാൾ അവളുടെ മുഖത്തേക്ക് സസൂക്ഷ്മം ചെരിഞ്ഞു നോക്കി. എന്നിട്ട് സംശയദൃഷ്ട്യാ ചിന്തിച്ചു: ഈ സ്ത്രീ തന്നെ ശരിക്കും സ്നേഹിക്കുന്നുണ്ടോ? തന്റെ വീട്ടിൽ വച്ചവളെ ആദ്യമായി കണ്ടപ്പോൾ, ഇനിയും സ്കൂൾ വിടാൻ പ്രായമാകാത്ത ഈ നിഷ്കളങ്കയായ പെൺകുട്ടി തന്നോടൊപ്പം തന്റെ വീട്ടിൽ എന്നെന്നേക്കുമായി താമസിക്കുമെന്നും തന്റെ ഭാര്യയാകുമെന്നും അവളുടെ മുടി തൂങ്ങിക്കിടക്കുന്ന പിൻകഴുത്തിൽ ചുംബിക്കാനുള്ള അവകാശം തനിക്കുണ്ടാകുമെന്നും. അയാൾ ഒരിക്കലും കരുതിയിട്ടില്ല. എന്നാൽ അയാളുടെ കൊച്ചുവട്ടമേശയ്ക്കരികിൽ അവൾ ആദ്യത്തെ പ്രാവശ്യം ഇരുന്നപ്പോൾ, അവൾ തന്റെ ഭാര്യയാകുമെന്ന ചിന്ത എന്തോ കാരണത്താൽ അയാളുടെ മസ്തിഷ്കത്തിലുദിച്ചു. പതിഞ്ഞ ശബ്ദത്തിൽ അയാൾ ചൊല്ലിക്കൊടുക്കുന്ന വാചകങ്ങൾ അവൾ 'ഷോർട്ട്ഹാൻഡി'ൽ ശുഷ്കാന്തിയോടെ, പകർത്തിയെടുക്കുകയായിരുന്നു. അന്നയാൾ മനപ്പൂർവം പരുഷമായാണവളോട് പെരുമാറിയത്. തന്നിൽ നേടിയ സ്വാധീനശക്തി അവൾ മനസ്സിലാക്കരുത്. എന്നാൽ, ഡിക്റ്റേഷൻ കൊടുത്തുകൊണ്ടിരിക്കവെ, കത്തിത്തീരാറായ മെഴുകുതിരിയുടെ ആടിക്കൊണ്ടിരിക്കുന്ന നാളത്തിന്നടിയിൽ കിടന്ന് താൻ

അവളുടെ പാദങ്ങൾ ചുംബിക്കുന്നതയാൾ വിഭാവനം ചെയ്തു. അവൾ തന്റെ ഭാര്യയാണെന്നും അവളെ വിട്ടുകൊടുക്കില്ലെന്നും. മെഴുകുതിരി കെടുത്തി, ഉന്മത്തമായ ഒരു തുഴയലിന്റെ വൈകാരികതയിൽ ആണ്ടിറങ്ങണമെന്നും അയാൾ ആഗ്രഹിച്ചു, പിന്നെ, അയാളുടെ ചിന്ത പരുഷമായി. ചെറിയ പെൺകുട്ടിയെ മനസ്സിൽനിന്ന് നിഷ്കാസിതമാക്കാൻ അയാൾ കണ്ണുകളടച്ചു, തന്റെ സങ്കല്പങ്ങളിൽനിന്ന് മോചിതനാകാൻ വേണ്ടി യത്നിച്ചു. സന്ന്യാസിമഠത്തിലെ അന്തേവാസികളെപ്പോലെ, വിദ്യാർത്ഥിനികളും സ്പർശിക്കപ്പെടാൻ പാടില്ലാത്തവരാണ്.

അവൾ ശരിക്കും അയാളെ സ്നേഹിക്കുന്നുണ്ടോ? വെറുതെ നടിക്കുകയാണെന്ന് ചിലപ്പോൾ അയാൾക്കു തോന്നും. തന്റെ പേര് മാത്രമല്ലേ, സത്യത്തിൽ അവളെ ആകർഷിച്ചിരിക്കുക? ഒരിക്കൽ, *ഡ്രെസ്ഡെനി*ലെ ഒരു ഷൂട്ടിംഗ് ഗാലറിയിൽ വെടിവയ്ക്കാൻ തയ്യാറായി നില്ക്കുമ്പോൾ, അവൾ പാതി പുഞ്ചിരിയോടെ പറഞ്ഞു: “നിങ്ങൾക്ക് ഉന്നം തെറ്റും!” അതിനുമുമ്പ് ഏതോ ജർമൻ ഓരോ പ്രാവശ്യവും ‘ബുൾസ്ഐ’ യിൽ കൃത്യമായി വെടിവച്ചുകൊണ്ടിരുന്നു. വെടി ഏല്ക്കുമ്പോൾ ഒരു തുർക്കിയുടെ ഇരുമ്പുരൂപം ചാടിഎഴുന്നേല്ക്കും. ആ ജർമനെ തികഞ്ഞ ആരാധനയോടെ അവൾ നോക്കിനിന്നു. ജർമ്മൻകാരനും അവളുടെ നേരെ അർത്ഥവത്തായ നോട്ടങ്ങൾ അയച്ചു. എന്നാൽ, അവൾ ഫെഡ്യായോട് പറഞ്ഞ ഒരേ ഒരു വാക്യം ‘നിങ്ങൾക്ക് ഉന്നം പിഴയ്ക്കും’ എന്നാണ്. ആയതിനാൽ അവളെ കാണിക്കാൻവേണ്ടി ആദ്യത്തെ പ്രാവശ്യംതന്നെ അയാൾ *ബുൾസ് ഐ*യിൽ കൃത്യമായി വെടിവച്ചു; *ഇരുമ്പ്തുർക്കി* നിലത്തുനിന്നും ചാടി എഴുന്നേറ്റു, ജർമന്റെ കാര്യത്തിൽ സംഭവിച്ചതുപോലെ. അവൾക്കുനേരെ വിജയഭാവത്തോടെ തിരിഞ്ഞ്, അയാൾ അട്ടഹസിക്കുന്നതുപോലെ ഉറക്കെ പറഞ്ഞു: “കൊള്ളാം! ഞാൻ *ബുൾസ് ഐ*യിൽ കൃത്യമായി വെടിവച്ചോ, ഇല്ലയോ?” ഓരോ വിജയകരമായ വെടിവയ്പ്പിനു ശേഷവും അയാൾ തിരിഞ്ഞുനോക്കി ഇങ്ങനെ ഒച്ചയിട്ടു: “കൊള്ളാം...!” ഈ അട്ടഹാസം വർധിച്ചപ്പോൾ, ആളുകൾ അവർക്കുചുറ്റും തടിച്ചുകൂടാൻ തുടങ്ങി; ഓരോ പ്രാവശ്യവും “കൊള്ളാം!” എന്ന അയാളുടെ വിജയാട്ടഹാസം അവൾക്കു നേരെ തിരിഞ്ഞുകൊണ്ടായിരുന്നു. അതു കൂടുതൽ അസുഖകരമായി

ത്തീർന്നു. അവളുടെ മുഖം വിളർത്തു. അയാളാകട്ടെ ഈ സമയത്ത് ആഗ്രഹിച്ചത് അവൾ പെട്ടെന്ന് പ്രായമുള്ളവളും വിരൂപയുമായി മാറിയിരുന്നെങ്കിൽ എന്നാണ്. എങ്കിൽ ഈ ജർമനെപ്പോലുള്ളവർ അവൾക്കുനേരെ നോക്കില്ലല്ലോ. അയാൾക്കു നേരെയുള്ള അവളുടെ കരുത്ത് കുറയുകയും ചെയ്യും. അവൾ സ്വന്തം ബന്ധുക്കൾക്കയച്ച കത്തുകൾ ഒരു പക്ഷേ, അയാളെ കളിയാക്കുന്ന രീതിയിലായിരുന്നിരിക്കും. ഒന്നിച്ചുള്ള അവരുടെ നീന്തൽപോലും പരിഹസിച്ചുകൊണ്ടുള്ളതായിരിക്കും. അവൾ ഉറങ്ങുകയായിരുന്നില്ല എന്നു നടിക്കും; എന്നാൽ, അയാൾക്കറിയാം അവൾ സുഖമായി ഉറങ്ങുകയായിരുന്നുവെന്ന്. അവളുടെ ശബ്ദത്തിൽനിന്നുതന്നെ അതു മനസ്സിലാക്കാൻ കഴിയും. തന്റെ ഭാവനകൾ ചിറകടിച്ചുപറക്കുന്ന സമയത്ത്, ഡെസ്കിൽ തനിക്കരികെ എന്തുകൊണ്ട് അരമണിക്കൂർ അവൾക്ക് ഇരിക്കാൻ കഴിഞ്ഞില്ല? അവൾ എപ്പോഴും അടുത്ത മുറിയിലേക്ക് അപ്രത്യക്ഷയാകും. അയാൾക്കുറപ്പാണ്, അവൾ ഉറക്കമായിരുന്നെന്ന്; അടുത്തുചെന്ന് തോളിൽ കുലുക്കി വിളിക്കുമ്പോൾ താൻ ഉണർന്നിരിക്കയായിരുന്നെന്നു സമർത്ഥിക്കാൻ അവൾ ഉടനെ ശ്രമിക്കും, കണ്ണ് തുറക്കാൻപോലും കഴിയില്ലെങ്കിലും. ഇത്തരം ശുദ്ധനുണകളാണ് മറ്റെന്തിനേക്കാളേറെ അയാളെ ചൊടിപ്പിക്കാറ്. ഈ സ്ത്രീക്ക് തന്നോടൊപ്പം ഇരിക്കാനിഷ്ടമില്ല. ബുദ്ധിയില്ലാത്ത ആ വായാടി ജർമൻകാരി മാഡം സിമ്മർമാനുമായി വാചകമടിച്ചിരിക്കാനാണ് കൂടുതൽ താത്പര്യം. ലെയിസിനെക്കുറിച്ചും മറ്റു നിസ്സാരകാര്യങ്ങളെക്കുറിച്ചും ഉത്സാഹത്തോടെ സംസാരിച്ചുകൊണ്ടിരിക്കും. ഒരിക്കൽ, അവൾ ഉറങ്ങുന്നതു കണ്ടെത്തി. പതിവുപോലെ ഉണർന്നിരിക്കുകയായിരുന്നെന്ന ഭാവത്തോടെ അയാളുടെ സ്റ്റഡിറൂമിൽ വന്ന് ഡസ്കിന്നടുത്ത് ഇരുന്നു. അവൾക്കുനേരെ നോക്കിയില്ലെങ്കിലും, ആ കണ്ണുകൾക്കു മിഴിക്കാനാകുന്നില്ലെന്ന് അയാൾക്കു തോന്നി. കണ്ണുതുറക്കാൻ കഷ്ടപ്പെട്ടു ശ്രമിക്കുന്നു. എന്നാൽ, ആ സൗമനസ്യമൊന്നും അയാൾക്കാവശ്യമില്ല! പുറത്തു വണ്ടിക്കുതിരയുടെ കുളമ്പടിശബ്ദം കേൾക്കാം. ദൂരെ ചെങ്കൽ നിർമിതമായ കെട്ടിടങ്ങൾക്കു മുകളിൽ അസ്തമയസൂര്യൻ മറയുന്നു. അയാളുടെ ചിന്തകൾ അവളിലേക്ക്. എന്നാൽ മറ്റൊരു ദിശയിലേക്ക് ഒഴുകി; അവൾ അടുത്തുവന്നിരിക്കുന്നത് സ്വന്തം ഇഷ്ടപ്രകാരമല്ല, നിർബന്ധത്തിനു വിധേയമായിട്ടാണ്. അയാൾ ചാടി

എഴുന്നേറ്റു. എന്നിട്ട് അവൾ പകരം വീട്ടാൻ വേണ്ടി വന്നിരിക്കയാണെന്നു പറഞ്ഞ് അലറാൻ തുടങ്ങി. അവളെ ദേഷ്യം പിടിപ്പിക്കാൻ വേണ്ടി മനപ്പൂർവം ചെയ്യുന്നതാണ്. ആ മണ്ടത്തരം സ്വയം മനസ്സിലാക്കിയിട്ടും പതിന്മടങ്ങ് ദേഷ്യത്തോടെ അട്ടഹാസം തുടർന്നു. അയാൾക്കു പറയാനുള്ളത് എല്ലാവരും കേൾക്കട്ടെ, പ്രത്യേകിച്ച് ആ വിചിത്രജീവി, മാഡം സിമ്മർമാൻ, അവളുടെ ആത്മാർത്ഥ സുഹൃത്ത്! കസേര തട്ടിത്തെറിപ്പിച്ചുകൊണ്ടയാൾ തന്റെ കടലാസുകൾക്കിടയിൽ *പാപിരോസാ* സിഗരറ്റ് തിരഞ്ഞു. കൈകൾ വിറച്ചു. അന്നാഗ്രിഗൊറ്യേവ്ന മുഖംപൊത്തിപ്പിടിച്ച് മുറിയിൽനിന്നും ഓടിപ്പോയി; മേശയുടെ എല്ലാ വലിപ്പുകളും ദേഷ്യത്തോടെ വലിച്ചുതുറന്ന്, പുസ്തകങ്ങളും കടലാസുകളും എടുത്തെറിയുന്നതു കണ്ടുനില്ക്കാനവൾക്കായില്ല. *പാപിരോസാ* കാണാനില്ല; ഡെസ്കിന്റെ വലതുമൂലയിൽ വച്ചിരുന്നത് അയാൾക്ക് നല്ല ഓർമയുണ്ട്; അയാൾക്കത് അനായാസമായി എടുക്കാം. എന്നാൽ *പാപിരോസാ* ഒരു ഒഴികഴിവാണെന്നറിയാവുന്ന അയാൾ, അവളുടെ പിന്നാലെയാണ്. അവളെ കിടക്കയുടെ അരികിൽ അയാൾ കണ്ടെത്തി; അപ്പോഴും മുഖം കൈകൾകൊണ്ട് മറച്ചിരിക്കുന്നു. തോളുകൾ വിറയ്ക്കുന്നുണ്ട്. അയാൾ അവളുടെ മുന്നിൽ മുട്ടുകുത്തിനിന്ന് ആ കൈകൾ പിടിച്ചുമാറ്റി. കണ്ണുനീർചാലുകൾ ഒഴുകുന്നു. അയാളവളുടെ കൈകളും പാദങ്ങളും ചുംബിക്കാൻ തുടങ്ങി. അവളാകട്ടെ അയാളുടെ ശിരസ്സ് പിടിച്ചുപൊക്കി തന്നിലേക്കടുപ്പിച്ചു. പെട്ടെന്ന് ചിരി പൊട്ടി. ആ കരങ്ങളിൽനിന്നും തന്റെ ശിരസ്സ് വിടുവിച്ച്, ചോദ്യരൂപേണ അവളുടെ കണ്ണുകളിലേക്കു മിഴിച്ചുനോക്കി. കണ്ണുനീർത്തുള്ളികൾക്കിടയിലൂടെ ആ കണ്ണുകൾ പുഞ്ചിരിക്കുകയാണ്. ഉറങ്ങുന്നവർ തങ്ങളുടെ പ്രവൃത്തികൾക്ക് ഉത്തരവാദികളല്ല എന്നോർത്തു ചിരിച്ചതാണെന്നവൾ പറഞ്ഞു. ശരിക്കും അതുതന്നെയാണയാൾ അവളിൽനിന്നും ആഗ്രഹിച്ചത്.

അന്നു രാത്രി, പതിവുപോലെ, അവൾക്കു ഗുഡ്നൈറ്റ് പറഞ്ഞ് ചുംബിക്കാനായി ചെന്നു. അവർ തീരം കാണാത്തത്ര ദൂരത്തേക്കു നീന്തിയകന്നു; കടൽത്തീരം അപ്രത്യക്ഷമായി. അങ്ങനെ ഒന്ന് ഉണ്ടായിരുന്നില്ലെന്നതുപോലെ. താളാത്മകമായി ശ്വസിച്ചുകൊണ്ട്, വെള്ളത്തിൽ മുങ്ങി, പരസ്പരം പിടിച്ചമർത്തി, ഇടയ്ക്കിടെ ശ്വാസമെടുക്കാനായി മെല്ലെ ശിരസ്സുയർത്തി, അവർ നീന്തി. നീന്തൽ

ഒരിക്കലും അവസാനിക്കില്ലെന്നു തോന്നി, അവർ ഏതുനിമിഷവും വേർപെട്ടേയ്ക്കാം, മെല്ലെ പുറത്തേക്കു വന്നു, എന്നിട്ട് കടൽക്കാക്ക കളെപോലെ വെള്ളത്തിൽ പൊന്തിക്കിടന്നു. പെട്ടെന്നയാൾ അവളുടെ ചിരിക്കുന്ന മുഖം ഓർത്തു. തീർച്ചയായും അതു പരിഹാസമാണ്. എതിർദിശയിലേക്കുള്ള ഒരു ഒഴുക്ക് അയാളെ ഒരു വശത്തേക്കു കൊണ്ടുവന്നു. അവളുടെ മുഖത്തിനുമപ്പുറത്ത് കമാൻഡന്റിന്റെ അഹംഭാവം സ്ഫുരിക്കുന്ന ചീർത്ത മുഖം പ്രത്യക്ഷപ്പെട്ടു. ബലൂൺപോലെ ഞാന്നുകിടക്കുന്ന ഇരട്ടത്താടി, കൊതുകിന്റെ രക്തം നിറഞ്ഞ വയറുപോലെ. ഈ വികൃതരൂപത്തിന് ചുറ്റും നിരവധി മുഖങ്ങൾ. അവർ അയാളുടെ സുഹൃത്തുക്കളും പരിചയക്കാരും; പ്രത്യേകിച്ച് സ്ത്രീകൾ. താൻ സ്പർശിക്കാൻ ധൈര്യപ്പെടാതിരുന്ന, എന്നാൽ തന്നോടൊപ്പം കാബിൻ പങ്കിട്ടവൾ. (അയാളുടെ അറസ്റ്റിനു മുമ്പായിരുന്നു അത്) എന്നാൽ വീൽഗോർസ്കിയുടെ സ്വീകരണമുറി യിൽ വച്ച് അയാൾ ആദ്യമായി കണ്ട സ്ത്രീ. അവിടെയാണ് തന്റെ ചെറുപ്പകാലത്ത് എഴുത്തുകാർ സമ്മേളിച്ചിരുന്നത്. എത്ര മനോഹരം, ഒരിക്കലും സങ്കല്പിക്കാനാവാത്ത മട്ടിൽ, ഒരു രാജ്ഞിയെപ്പോലെ അവളുടെ നീണ്ട ഉടുപ്പ് പിന്നാലെ ഇഴഞ്ഞുപോകുന്നു. അവളുടെ സുവർണമുടിച്ചുരുൾ മുഖകാന്തി വർധിപ്പിക്കുന്നു. സുഗന്ധദ്രവ്യ ത്തിന്റെ പരിമണം പരിസരം മുഴുവൻ വ്യാപിക്കുന്നു. അവൾ തന്റെ കരം അയാൾക്കു നല്കി. അല്പനേരം പിടിച്ചുനിന്നപ്പോൾ അതിൽ ചുംബിക്കാൻ ആഗ്രഹിച്ചു; ആ ഗ്ലൗസിന്റെ വിടവിലൂടെ വെളുത്ത കരം കണ്ട്, വിക്കലോടെ എന്തോ പറഞ്ഞ് തലകറങ്ങി വീഴാൻ പോയി. ഒരു നിമിഷം അബോധാവസ്ഥയിലാണ്ടുപോയിരിക്കാം. അത് അയാ ളുടെ അസുഖത്തിന്റെ ആദ്യത്തെ മുന്നറിയിപ്പായിരുന്നുവോ? എല്ലാ വരും അയാളെ കളിയാക്കി. ചിലർ അപമാനകരമായ കവിതാശക ലംപോലും അയാളെക്കുറിച്ചെഴുതി. കൈ പിൻവലിച്ചെങ്കിലും അവൾ കാര്യമായിത്തന്നെ അയാളെ ശ്രദ്ധിച്ചു. പിന്നീടവളും അയാളെ കളി യാക്കാൻ തുടങ്ങി; അപ്പോൾ ഡ്രോയിംഗ് റൂമിലുണ്ടായിരുന്നവരെല്ലാം ചിരിച്ച് അട്ടഹസിക്കയായിരുന്നു, ആത്മസംതൃപ്തി തേടുന്ന ആ രണ്ടാംതരക്കാർ. അവർ ആ കഥ പൊടിപ്പും തൊങ്ങലുംവച്ച്, ഒരു തമാശയായി പീറ്റേഴ്സ്ബർഗ് മുഴുവൻ പറഞ്ഞുപരത്തി.

എല്ലാം സിരാക്ഷോഭം തരുന്നവ മാത്രം. ഇവിടെ അയാൾ കടൽത്തീരത്ത് പ്രയാസപ്പെട്ടു നീങ്ങുകയാണ്; 'അന്യാ' ദൂരേയ്ക്കു

നീന്തിപ്പോകുന്നു; ചക്രവാളസീമയിൽത്തന്നെ എത്തിയിരിക്കുന്നു; അവിടെ കടലിന്റെ നീലിമയും ആകാശത്തിന്റെ നീലിമയും ലയിക്കുന്നു. അവളടക്കം എല്ലാവരും അയാളെ കളിയാക്കുന്നു. അവളെ ചക്രവാളത്തിനപ്പുറത്തേക്കു നീന്താൻ വിട്ടുകൊണ്ട്, അയാൾ ഡ്രസ്സിംഗ് ഗൗൺ ധരിച്ച് അടുത്ത മുറിയിലേക്കു പോയി, ഒരു മെഴുകുതിരി കത്തിച്ച് ഡെസ്കിന്നരികിലിരുന്നു; കൈകളിൽ തല ചായ്ച്ചുകൊണ്ട് ചിന്തയിലാണ്ടു. അതെ, അവൾ അയാളുടെ ജന്മശത്രുവാണ്, അക്കാര്യത്തിൽ യാതൊരു സംശയവുമില്ല. പിറ്റേന്നു രാവിലെ അവൾ അശ്രദ്ധയോടെ കാപ്പിവച്ച മേശ നീക്കിയപ്പോൾ അയാളുടെ കാലിൽത്തട്ടി; അതു മനപ്പൂർവമാണെന്നയാൾ ആരോപിച്ചു. പിന്നീടുള്ള ദിവസങ്ങളിൽ, അവൾ വിദ്വേഷത്തോടെയും അനിഷ്ടത്തോടെയുമാണയാളോട് പെരുമാറുന്നതെന്നു പറഞ്ഞു; എല്ലാം മനപ്പൂർവം. ഈ സന്ദർഭങ്ങളിൽ അവളുടെ മുഖഭാവം ദയനീയമായിരുന്നു; ഷൂട്ടിംഗ് ഗാലറിയിലേതുപോലെ ഭീതി അവളെ പിടികൂടും. പിന്നീടവൾ ചിരിക്കാൻ ധൈര്യപ്പെട്ടില്ല, തല കൂടുതൽ കൂടുതൽ താഴ്ന്നുപോകും, അയാളിൽനിന്ന് മുഖം ഒളിപ്പിക്കാൻ ശ്രമിക്കുന്നതുപോലെ. അപ്പോൾ അയാളവളുടെ മുന്നിൽ മുട്ടുകുത്തിനിന്ന് പാദങ്ങളിൽ ചുംബിക്കും, ക്ഷമ യാചിക്കും, തന്നെ പരിഹസിക്കരുതെന്ന് അഭ്യർത്ഥിക്കും. പിന്നെ, സ്വയം നിന്ദിതനായതിൽ ദേഷ്യപ്പെട്ട് ചാടി എഴുന്നേറ്റ് മുറിയിൽ അതിവേഗം അങ്ങോട്ടുമിങ്ങോട്ടും നടക്കും. ഒരു മൂലയിൽനിന്ന് എതിർമൂലയിലേക്ക്. നടത്തത്തിനിടയിൽ വന്നുപെടുന്ന കസേരകൾ തട്ടിത്തെറിപ്പിക്കും, താൻ പണമില്ലാത്തവനാണെങ്കിലും, ഇപ്പോഴും ആദരണീയനാണെന്ന് ഗർജിക്കും. അവളുടെ ശിരസ് അപ്പോൾ കൂടുതൽ താഴും, *മൈഗ്രെയിൻ* വന്നതുപോലെ തല അമർത്തിപ്പിടിച്ചിരിക്കും. അവളുടെ മുഖത്ത് ഭീതിയില്ല. വെറും നിസ്സംഗഭാവമായിരിക്കും, ഒരു കല്ലുപോലെ.

സുപരിചിതമായ *ബേദൻ-ബേദൻ* പരിസരവും അവിടത്തെ വലിയ വീടുകളും ഗ്രാമീണവസതികളും മെല്ലെ ജനലയിലൂടെ കടന്നുപോയി. എന്നാൽ, തന്റെ തോളിൽ തല ചായ്ച്ചുകിടക്കുന്ന മുഖം അയാൾ നിരീക്ഷിച്ചുകൊണ്ടേ ഇരുന്നു, ഗഹനമായ അതേ ചിന്തയോടെ. ഷൂട്ടിംഗ് ഗാലറിയിൽക്കണ്ട അതേ വിളർത്ത ഭാവം ഇപ്പോൾ പെട്ടെന്ന് അവളുടെ നെറ്റിയിലും കവിളുകളിലും പ്രത്യക്ഷപ്പെട്ടതായി അയാൾക്കു

തോന്നി; ആ ഭാവം അയാൾ പ്രത്യേകം ശ്രദ്ധിച്ചിരുന്നു. അവൾ ശാന്തമായി ശ്വസിച്ചുകൊണ്ടിരിക്കുകയാണ്. എന്നാൽ, തീർച്ചയായും, അവൾ ഇപ്പോൾ കൂടുതൽ സമയം ഉറങ്ങണം. ഭാവി 'മിഷ'*യോ 'സോണിയ'*യോ മൂലമായിരിക്കണം ഈ വിളർച്ച. എന്തുകൊണ്ട് ഇക്കാര്യം അയാൾ നേരത്തെ ഓർത്തില്ല? അയാൾ അവളുടെ ശിരസ്സിൽ തട്ടി, അവളെ എഴുന്നേല്പിച്ചു. കുട്ടികളെ ഉറക്കത്തിൽ നിന്നെഴുന്നേല്പിച്ചാലെന്നതുപോലെ, അവൾ അയാളെ മിഴിച്ചുനോക്കി. "നമ്മൾ എത്താറായി" അയാൾ പറഞ്ഞു. കോച്ചിന്റെ ജനാലയ്ക്കപ്പുറത്ത്, സസ്യലതാദികൾ നിറഞ്ഞ ഉയർന്ന മലകൾ അവൾ കണ്ടു, വെള്ളയും ചുകപ്പും ഇഷ്ടികകൾകൊണ്ടു നിർമിക്കപ്പെട്ട വീടുകൾ. ഇടയ്ക്കിടയ്ക്ക് പള്ളികളുടെ 'ഗോഥിക്' രീതിയിലുള്ള ഗോപുരങ്ങൾ. എല്ലാറ്റിനും മീതെ നീലാകാശം, അതിന്നിടയിൽ പഞ്ഞിക്കെട്ടുകൾ പോലുള്ള മേഘപടലങ്ങൾ. അവൾ ആ നഗരത്തെക്കുറിച്ച് വിഭാവനം ചെയ്തതുപോലെത്തന്നെ. എന്നാൽ, അവൾക്ക് സാധനങ്ങൾ അടുക്കിവച്ച് ഇറങ്ങാൻ തയ്യാറാകേണ്ടതുണ്ട്.

അയാൾ കാൽമുട്ടുകളിൽപിടിച്ച് പിന്നാക്കം ചാഞ്ഞിരുന്നു, തന്റെ ഫോട്ടോ എടുക്കുമ്പോൾ അയാൾ ചെയ്യാറുള്ളതുപോലെ; പിന്നെ അടുത്തു വരുന്ന നഗരക്കാഴ്ചകളിലേക്ക് ഒളിഞ്ഞുനോക്കി. മലയോരത്തെ ചെരുവുകളിലെ തോട്ടങ്ങൾക്കിടയിലൂടെ, വെള്ളനിറത്തിലുള്ള ഒരു ഇരുനിലകെട്ടിടം അയാൾക്കു വ്യക്തമായി കാണാൻ കഴിഞ്ഞു. *ഗോഥിക്* ശൈലിയിലുള്ള മേൽക്കൂരയാണതിന്റേത്; പകൽസമയത്തുപോലും കനത്ത വെൽവെറ്റ് കർട്ടനിട്ട് അവയുടെ ജനലുകൾ മൂടിയിരിക്കുന്നു. മേൽക്കൂരയിൽനിന്ന് തൂങ്ങിക്കിടക്കുന്ന ഉഗ്രൻ ദീപജാലങ്ങൾ. പച്ചത്തുണി വിരിച്ച ഹാളുകളെ അവ പ്രകാശമാനമാക്കുന്നു. അവയുടെ മൂലകളിൽ സിഗരറ്റ് പുക നിറഞ്ഞിരിക്കുന്നു. ഓരോ ഹാളിന്റെ മധ്യത്തിലും ദീപക്കൂട്ടങ്ങൾ ഉണ്ട്. നടുവിലേത് വലിയ മുറിയാണ്. പാർശ്വത്തിലുള്ള രണ്ടു മുറികൾ കുറച്ചു ചെറുതാണ്. മേശകളിലും പച്ചത്തുണിയാണ് വിരിച്ചിരിക്കുന്നത്. ചുറ്റും ആളുകൾ. ഉറക്കമില്ലാത്തതിനാൽ അവരുടെ മുഖം മഞ്ഞനിറമായിരിക്കുന്നു. സ്വർണ

* മിഷാ, സോണിയോ - ഡോസ്റ്റോയെവ്സ്കി ദമ്പതികൾക്ക് പിറക്കുമെന്ന് സങ്കല്പിച്ച കുട്ടികൾ

നാണ്യങ്ങൾ ചിതറിക്കിടക്കുന്ന മേശകളിലേക്കവരുടെ കൈകൾ എത്തണം. ചുകപ്പുരാശിയിൽ തിളങ്ങുന്ന ഒരു തരം പ്രകാശം അവിടെ നിറയുന്നു. പ്രാർത്ഥനാവേളകളിൽ വിഗ്രഹങ്ങളുടെ ആവരണങ്ങളിൽ നിന്നും, മെഴുകുതിരി വെട്ടങ്ങൾ പ്രതിബിംബങ്ങൾ ഉയർത്തുന്നതു പോലെ. മേശകളുടെ കൃത്യം നടുവിൽ, ചിതറിക്കിടക്കുന്ന സ്വർണ നാണയക്കൂമ്പാരങ്ങൾക്കുമീതെയാണ് പച്ചയും ചുകപ്പും നിറങ്ങളിൽ തിളങ്ങുന്ന ഡിസ്കുകൾ. ഇവയാണ് 'അൾത്താരകൾ', അല്ലെങ്കിൽ രാജകീയ ഗേറ്റുകൾ. വൈഡൂര്യംപോലെ കറുത്തതും, അല്ലെങ്കിൽ മാണിക്യക്കല്ലുപോലെ ചുകന്നതുമായ രൂപങ്ങൾ കൊത്തി വച്ചവയാണ് ഈ ദിവ്യമായ ഡിസ്കുകൾ. അവ അക്ഷോഭ്യനും ശാന്ത നുമായി ദുർഗ്രഹമായ കാര്യങ്ങൾ ചെയ്യുന്നവനു മാത്രം പ്രാപ്യമാ യിട്ടുള്ളതാണ്. ആ മനുഷ്യരുടെ നടുവിൽ ഈ ഡിസ്ക് കറങ്ങിക്കൊ ണ്ടിരിക്കുന്നു, അവരിൽ ഒരാളുടെ ഭാവി നിർണയിക്കാൻവേണ്ടി, തന്ത്ര ത്തിൽ തെന്നിത്തെന്നിവീഴുന്ന ഒരു കൊച്ചുവെള്ളിഗോളമാണത്. ടെന്നിസ് കളിയിൽ ഒഴിഞ്ഞുപോകുന്ന ബോൾപോലെത്തന്നെ. മേശ മേൽ ഏതോ അദൃശ്യകരം ഒരുക്കിവെച്ച ചിതറിക്കിടക്കുന്ന ഇനം തിരിച്ച സ്വർണനാണ്യങ്ങൾ; അവ സ്വയമേവ കൂമ്പാരങ്ങളായി മാറുന്നു. കാൽമുട്ടുകളിൽ കൈകൾവച്ച്, ട്രെയിനിൽ ഇരുന്ന ആ മനു ഷ്യൻ കണ്ണുകളടച്ചു. പല പ്രാവശ്യം അയാൾ ഈ സ്വർണക്കൂമ്പാരം നേടിയിട്ടുണ്ട്; എന്നാൽ, അവ കൈനീട്ടി ശേഖരിക്കാൻ പോകുമ്പോ ഴേക്കും, വാരിക്കൂട്ടാൻ മറ്റൊരു കൈ നീണ്ടുവരും. ഇത് അവിടെ കൂടി യിരുന്ന ഏതെങ്കിലുമൊരു മഞ്ഞളിച്ച മുഖമുള്ളവന്റേതായിരിക്കും. ഈ നാണ്യക്കൂമ്പാരങ്ങൾ എപ്പോഴും അവർക്കു ലഭിക്കുന്നതെന്താ ണെന്നയാൾക്ക് പെട്ടെന്നു മനസ്സിലായി. തീർച്ചയായും അവർ ഉച്ച സ്ഥായിയിലെത്തുന്നവരല്ല. എന്നാൽ ത്രികോണാകൃതി രൂപപ്പെടും മുമ്പയാൾ അത് എടുക്കാൻ ശ്രമിച്ചു. ആ രൂപമാകുന്നതുവരെ അയാൾ കാത്തിരിക്കേണ്ടതായിരുന്നു, ഉച്ചസ്ഥാനം ഉണ്ടാകുന്നതുവരെ; എങ്കിൽ, ആ പണം അയാളുടേതാകുമായിരുന്നു.

ട്രെയിൻ സാവധാനത്തിലായപ്പോൾ അയാൾ കണ്ണുകൾ തുറന്നു. ബേദൻ-ബേദൻ സ്റ്റേഷന്റെ വൃത്തിയുള്ള ചെങ്കൽക്കെട്ടിടം പതുക്കെ നീങ്ങിവന്ന് പിന്നെ നിശ്ചലമായി. തന്റെ മുഖം ജനലയിലമർത്തി

ക്കൊണ്ട് അന്നാ ഗ്രിഗൊറ്യേവ്ന സ്റ്റേഷൻ കെട്ടിടം നിരീക്ഷിച്ചു. ആരോ തങ്ങളെ കാണാൻ അവിടെ എത്തിയിട്ടുണ്ടെന്ന മട്ടിൽ, ആളുകൾ പ്ലാറ്റ്ഫോമിൽ അങ്ങോട്ടുമിങ്ങോട്ടും പരക്കംപായുന്നു. *ബേദൻ-ബേദൻ*, ശരിക്കും ജീവസ്സുറ്റ സ്ഥലം. ബേദൻ-ബേദനിലെ മുഖ്യതെരുവായ *ലിച്ചെൻ തെയിലർ അല്ലി*യിലൂടെ ഭർത്താവിനോ ടൊപ്പം നടക്കുന്നതവൾ സങ്കല്പിച്ചുനോക്കി. ഏറ്റവും നല്ല വസ്ത്ര ങ്ങളണിഞ്ഞുകൊണ്ട് ആ തെരുവിലൂടെ നടക്കുന്ന സന്ദർശകരെക്കു റിച്ചവൾ ധാരാളം കേട്ടിട്ടുണ്ട്. അവൾ തന്റെ കറുത്ത ലെയിസ് ഷാൾ മാറ്റി, തൊങ്ങൽ പിടിപ്പിച്ച മനോഹരമായൊരു ഉടുപ്പണിഞ്ഞു. കാരണം, ഒടുവിൽ ഫെഡ്യാക്ക് ഭാഗ്യകാലം വരാൻ പോകുകയാ ണല്ലോ.

വീണ്ടും, *ഡ്രെസ്ഡെനി*ലേതുപോലെ, ഒരു സാധാരണ ജർമൻകാരിയിൽനിന്ന് മുറികൾ വാടകയ്ക്കെടുത്തു. അവൾ ഒരു ബോർഡിംഗ് ഹൗസ് നടത്തുന്നു. മേരി എന്നുപേരുള്ള ഒരു ദാസിപെൺകുട്ടിയുണ്ട്. വളരെ ചുണയും ചൊടിയുമുള്ളവൾ. ഇരുനിറം, ഇറ്റലിക്കാരിയെപ്പോലുണ്ട്. പതിന്നാലുകാരി എന്നാണ് അന്നാ ഗ്രിഗൊറ്യേവ്ന പറഞ്ഞത്. ഉല്ലാസവതി. എപ്പോഴും ചിരിച്ചുകൊണ്ടിരിക്കും. പരുക്കൻ സ്വരത്തിൽ അവളിൽനിന്നുയരുന്ന *ജാ* ശബ്ദം വീടു മുഴുവൻ മാറ്റൊലിക്കൊള്ളും. എന്നാൽ, തനി വിഡ്ഢി. എല്ലാ ജർമൻകാരും അപ്രകാരം തന്നെയാണ്. ആണായാലും പെണ്ണായാലും. ആരെന്തു പറഞ്ഞാലും പെട്ടെന്നവൾക്കു മനസ്സിലാകില്ല. ഒരു കാര്യം നൂറു പ്രാവശ്യം ആവർത്തിച്ചാലും അവൾക്കത് ഉൾക്കൊള്ളാനാവില്ല. (ലഞ്ചിന് ഒരിക്കലും അവൾ ഒരു ടേബിൾ സ്പൂൺ തരില്ല. എന്തൊരു വിവരമില്ലായ്മ!) അവർ താമസിച്ച വീടിന്റെ മുറ്റത്ത് ഒരു കൊല്ലന്റെ ഉലയുണ്ട്. രാവിലെ നാലുമണിക്കവിടെ ചുറ്റികയടി തുടങ്ങും. അവരുടെ തൊട്ടടുത്ത മുറികളിൽനിന്ന് കുട്ടികളുടെ ഉച്ചത്തിലുള്ള കരച്ചിലും. എന്തായാലും *ബേദൻ-ബേദനി*ലെ അവരുടെ ആദ്യദിനങ്ങൾ സുന്ദരമായ ഗ്രീഷ്മകാല പ്രഭാതങ്ങൾപോലെത്തന്നെയായിരുന്നു. ചുറ്റുപാടുകൾ അടിച്ചുകഴുകി വൃത്തിയാക്കിക്കൊണ്ട് രാത്രി മഴ പെയ്യും. പുല്ലുകൾ, ടാറിട്ട റോഡ്, വീടുകൾ, ട്രാമുകൾ. വാർണീഷ് ഇട്ട് കഴിഞ്ഞതേയുള്ളൂ എന്ന മട്ടിൽ ട്രാമുകളുടെ തിളങ്ങുന്ന ചുകപ്പ്. എന്തെങ്കിലും സവിശേഷമായ കാര്യങ്ങൾ സംഭവിക്കും എന്ന മട്ടിൽ അക്ഷമരായി നിങ്ങൾ നടക്കും, ഏതോ വൻസംഭവത്തെ പ്രതീക്ഷിച്ചുകൊണ്ടെന്നപോലെ.

ഞാൻ ഇൻസ്റ്റിറ്റ്യൂട്ടിൽ പഠിച്ചിരുന്ന കാലത്തും, കാര്യങ്ങൾ ഇപ്രകാരമായിരുന്നു. താമസിച്ചിരുന്ന ആശുപത്രിക്കെട്ടിടത്തിൽനിന്ന് ഞാൻ

നടക്കാൻപോകുമായിരുന്നു. യുദ്ധകാലത്ത്* നശിപ്പിക്കപ്പെട്ട് നഗരം, എല്ലാവരെയും അവിടുന്ന് ഒഴിപ്പിച്ചപ്പോൾ, അച്ഛൻ ജോലി ചെയ്തിരുന്ന ആശുപത്രിയിൽ ഞങ്ങൾക്കൊരു മുറി തന്നു; കക്കൂസിനും കുളിമുറിക്കും സമീപത്താണത്. ആശുപത്രി കെട്ടിടം വളരെ പഴയതാണ്; കടുത്ത വർണ്ണം പേറുന്ന ചുമരുകളും പുകക്കറ പിടിച്ച മേൽക്കൂരയുമുള്ളൊരു കെട്ടിടം. വിപ്ലവത്തിനുമുമ്പത് ദരിദ്രന്മാരുടെ ആതുരാലയമോ, വൃദ്ധരുടെയും വികലാംഗരുടെയും ആശുപത്രിയോ ആയിരുന്നു; കഴിഞ്ഞ യുദ്ധകാലത്ത് വികലാംഗരായ പടയാളികൾ, അവരുടെ വൃത്തികെട്ട പ്ലാസ്റ്റർ വലിച്ചിഴച്ച്, ക്രച്ചസ് തറയിലിട്ടടിച്ച്, ഞൊണ്ടി ഞൊണ്ടിക്കൊണ്ട് ഞങ്ങളുടെ മുറിയുടെ മുന്നിലൂടെ കക്കൂസിലേക്കു പോകും. രാവിലെ ഞാൻ ധൃതിപിടിച്ച് ഇൻസ്റ്റിറ്റ്യൂട്ടിലേക്ക് ഓടുന്നത് ഈ ആശുപത്രിയുടെ കൊച്ചു തോട്ടത്തിലൂടെയാണ്. അവിടെ ആ വികലാംഗർ മന്ദംമന്ദം നടക്കുന്നതോ, മരമേശയ്ക്കരികിലെ ബെഞ്ചിലിരിക്കുന്നതോ കാണാം. അവർ പത്രക്കടലാസ്തുണ്ടുകൊണ്ട് സിഗരറ്റ് ഉണ്ടാക്കുകയോ പുകവലിക്കുകയോ *ഡോമിനോസ്* കളിക്കുകയോ ചെയ്യുന്നുണ്ടാകും. കഴിയുന്നത്ര വേഗം റോഡിലെത്താനായി ഞാൻ ഗേറ്റിലേക്ക് പായും. ആ റോഡ് മുകളിലേക്കാണ്. ഏതാനും കെട്ടിടങ്ങൾ മാത്രമേ റോഡരികിൽ അവശേഷിച്ചിട്ടുള്ളൂ; അവർക്കിടയിൽ ബോംബ് വീണ സ്ഥലങ്ങൾ കാണാം. അവിടെ പുല്ലു വളർന്ന്, കാടുപിടിച്ച്, മുൾച്ചെടികൾ നിറഞ്ഞു നില്ക്കുന്നു. ഒരുകാലത്ത് ആ കെട്ടിടങ്ങളെ മനോഹരമാക്കിയിരുന്ന ഇഷ്ടികകൾ അവിടെ തകർന്നുകിടക്കുന്നു. നെഴ്സുമാരും, ഡോക്ടർമാർപോലും എന്നെ അഭിവാദ്യം ചെയ്യാറുണ്ട്. കാരണം, എന്റെ അച്ഛൻ ആ ആശുപത്രിയിലെ പ്രഗല്ഭനായൊരു സർജനായിരുന്നു. ഗെയിറ്റിലെ വാച്ച്മാനും എന്നെ അഭിവാദ്യം ചെയ്യും. ഞാൻ റോഡിലൂടെ വേഗം നടക്കും. ചുകന്ന വാർണീഷ് ഇട്ട ട്രാമുകൾ ഓടുന്ന സ്ഥലത്ത് എത്തണം. സാധാരണ ഒരു കോച്ചേ അതിനുണ്ടാകാറുള്ളൂ. വിരളമായേ മറ്റൊന്ന് അതിനോട് ഘടിപ്പിക്കാറുള്ളൂ. അവ ഓടിയിരുന്ന തെരുവുകളെ തത്ക്കാലം തെരുവുകളെന്നു തന്നെ വിളിക്കാം. കാരണം ട്രാംലൈനിന്റെ ഇരുഭാഗങ്ങളിലും നീണ്ടുകിടക്കുന്ന പ്രദേശം തകർന്ന ഇഷ്ടികകൾ നിറഞ്ഞ *ബോംബ് സൈറ്റു*കളാണ്. നിറയെ മുൾച്ചെടികൾ. ഇടയ്ക്കിടെ ചില കെട്ടിടങ്ങളുണ്ട്.

* മിൻസ്ക് (സോവിയറ്റ് യൂണിയൻ)

എന്തോ അത്ഭുതശക്തി അവയെ രക്ഷിച്ചുനിർത്തിയിരിക്കുന്നു. ചില വീടുകൾക്കു പുറംചുമരുകൾ മാത്രമാണുള്ളത്. തൂങ്ങിക്കിടക്കുന്ന *വാൾപേപ്പറുകൾ* കാറ്റത്ത് കീറിപ്പറിഞ്ഞ് ചിറകടിക്കുന്നു. രണ്ടാംനിലയുടെ ഉയരത്തിൽ വെള്ളം ഒഴുകുന്ന ഒരു ടാപ്പോ, ഡച്ച് ഇഷ്ടിക വിരിച്ച അടുപ്പോ പുറത്തേക്ക് തള്ളിനില്ക്കുന്നതു കാണാം. ഇൻസ്റ്റിറ്റ്യൂട്ടിലേക്കു കൊണ്ടുപോകുന്ന ട്രാം പിടിക്കാനായി കഴിയാവുന്നത്ര വേഗത്തിൽ ഞാൻ നടക്കും. പട്ടണപ്രാന്തത്തിലെ ഒരു ക്ലിനിക്കിന്റെ കെട്ടിടങ്ങൾ കടന്നുപോകും. ആശുപത്രിപോലെ, യുദ്ധത്തെ അതിജീവിച്ച കെട്ടിടങ്ങൾ. (ജർമൻകാർ ആശുപത്രികളെ, പ്രത്യേകിച്ചും ഒഴിവാക്കാൻ ശ്രമിച്ചിരുന്നു, അവർക്കത് സ്വയം ഉപയോഗിക്കാൻ വേണ്ടി). ട്രാമിന്റെ പാതിതുറന്ന ജനലിലൂടെ കാറ്റടിച്ചുകൊണ്ടിരിക്കും. മുന്നോട്ടു കണ്ണെത്താവുന്ന രീതിയിലൊരു സൈഡ്സീറ്റിൽ ആണ് ഞാനിരിക്കുക. പബ്ലിക് ട്രാൻസ്പോർട്ടിൽ എനിക്കു പ്രിയപ്പെട്ട സീറ്റ് അതാണ്. ഒരുപക്ഷേ, എനിക്കു മാത്രമായിരിക്കില്ല അങ്ങനെയൊരു താത്പര്യം ഉറപ്പാണ്. ജനലയിൽ മുഖം അമർത്തി മുന്നിലേക്കു ദൃഷ്ടി പായിച്ച് ഞാൻ ഇരിക്കും. ചിലപ്പോൾ തല പുറത്തേക്കിട്ട്, കഴുത്തു നീട്ടി നോക്കും. അപ്പോൾ പൊടി കണ്ണിൽ പോകാതിരിക്കാനും ടെലിഗ്രാഫ് പോസ്റ്റിൽ തല ഇടിക്കാതിരിക്കാനും ശ്രദ്ധിക്കും. ഞാൻ കാണാനുദ്ദേശിച്ച കെട്ടിടം എനിക്കു കണ്ടെത്താനാകുന്നില്ല. അവിടെ പൊതുമുറിയിലോ അല്ലെങ്കിൽ ഇടനാഴിയിലോ ഒരു ജൂനിയർ ഡോക്ടർക്കു ചുറ്റുമായി വെള്ള ലാബ് കോട്ടിട്ട വിദ്യാർത്ഥികളും വിദ്യാർത്ഥിനികളും നില്ക്കുന്നുണ്ടാകും. അതിൽ ഒരു പെൺകുട്ടിയെ പ്രത്യേകം ശ്രദ്ധിക്കും - തൊപ്പിക്കടിയിലൂടെ പുറത്തുകാണുന്ന സുവർണത്തലമുടിയുള്ളവൾ. ആ പ്രായത്തിൽ ഞങ്ങൾക്കായി അവിടെ ഉള്ള ഏക പെൺകുട്ടി അവൾ മാത്രമായിരുന്നു. സങ്കല്പത്തിൽ മാത്രമല്ല, യഥാർത്ഥ ജീവിതത്തിലും അങ്ങിനെയായിരുന്നു. ചെന്നികളിലെ മൃദുലമായ ചർമത്തിനുള്ളിൽ നീലഞരമ്പുകൾ. പുത്തൻ ചുടുരക്തം താളാത്മകമായി പമ്പു ചെയ്യുന്ന ഹൃദയം (ശരിക്കും ചുടുരക്തം തന്നെയോ?); അതിശയകരമായ ഇളംചുകപ്പുള്ള 'മാംസനിറം' എന്നു പറയാവുന്ന ചർമ്മം. (സ്റ്റോക്കിങ്സിനും ടൈയ്ക്കും മറ്റും ഈ നിറം ഇപ്പോൾ ആളുകൾ അനുകരിക്കുന്നു. ചിലപ്പോൾ, 'വാൾപേപ്പറു' കൾക്കും 'ലാമ്പ് ഷെയിഡു'കൾക്കും ആ നിറം കൊടുക്കുന്നു; എന്നാൽ,

ഒരിക്കലും അതത്ര വിജയിക്കാറില്ല.) ഒരു യുവതിയുടെ ചർമത്തിനു മാത്രമാണത് ശരിക്കും യോജിക്കുക. ഞാനങ്ങനെ ട്രാമിൽ ഇരിക്കവെ, സുവർണത്തലമുടിയുള്ള ആ വിദ്യാർത്ഥിനി എന്റെ അരികിലായി സങ്കല്പിക്കും - അവളുടെ തൊപ്പിക്കുള്ളിൽനിന്നും മുടിക്കെട്ടഴിഞ്ഞ് എന്റെ കവിളിൽ സ്പർശിക്കുന്നു. സ്ത്രീകളുടെ മുടി സ്പർശിക്കുമ്പോൾ എന്തുകൊണ്ടാണ് പ്രായമായവർ ഇത്ര 'സെൻസിറ്റീവ്' ആകുന്നത്? പബ്ലിക് ട്രാൻസ്പോർട്ടിൽ ഇരിക്കുമ്പോൾ, സ്ത്രീകളുടെ തലമുടി നമ്മുടെ കവിളിലോ കഷണ്ടിത്തലയിലോ ഇഴഞ്ഞുകൊണ്ടിരിക്കാൻ, നാം ഗൂഢമായി കളമൊരുക്കുന്നു. സ്പർശം കൂടുതൽ ആകസ്മികമായാൽ വൈകാരിക സംതൃപ്തി കൂടുതൽ കരുത്തുള്ളതായിരിക്കും. തികച്ചും ആകസ്മികമെന്ന മട്ടിൽ ശരീരം അതിന്നായി മനപ്പൂർവം ഒരുക്കിക്കൊടുക്കുന്നു. ശീതളമായ ഈ വൈദ്യുതി പ്രവാഹം വിട്ടുപോകാൻ നിർബന്ധിക്കപ്പെടുമ്പോഴുള്ള അനുഭവം വേദനാജനകമാകുന്നു. തോളുകളിലേക്ക് ഒഴുകിവരുന്ന ഈ പ്രവാഹം പ്രായമായ ചർമത്തിലേക്ക് ഇലക്ട്രോൺ ചാർജ് കടത്തിവിടുന്നു. നിഗൂഢമായ ഈ *ഇലക്ട്രോൺ ചാർജ്* സ്വീകരിക്കാനാണ്, രാവിലെ വീട്ടിൽനിന്ന് ഇറങ്ങുന്നത്. ഇന്നെന്തോ അസാധാരണ സംഭവം നടക്കുമെന്നു പ്രതീക്ഷിക്കുന്നു. വാസ്തവത്തിൽ നമ്മുടെ ഈ പ്രായത്തിൽ പ്രതീക്ഷിക്കേണ്ടത് ഒരു *ത്രോമ്പോസിസ്* (രക്തം കട്ടപിടിക്കൽ) ആണ്. എന്നിട്ടും, നമ്മുടെ ഹൃദയവും പൊണ്ണത്തടിയും ശ്വാസവും അനുവദിക്കുന്നത്ര ധൃതിയിൽ നാം പായുന്നു.

ബേദൻ-ബേദനിലെ ആദ്യകാല താമസത്തിന്നിടയിൽ ഫെഡ്യയ്ക്ക് ഭാഗ്യം തെളിഞ്ഞതുപോലെ തോന്നി. അവർ അവിടെ എത്തിയപ്പോൾ അന്നാ ഗ്രിഗൊറ്യേവ്നയുടെ പെഴ്സിൽ - *ചെമ്പുസഞ്ചി* എന്നാണ് അവൾ ഒരിക്കലതിനെ പറഞ്ഞത് - ഉണ്ടായിരുന്നത് എൺപതു നാണ്യങ്ങളാണ്. പെഴ്സ് വീർത്തുവന്നു. ഒന്നരാഴ്ച കഴിഞ്ഞപ്പോൾ നൂറ്റി എൺപതു നാണ്യങ്ങളായി, മുവ്വായിരം ഫ്രാങ്ക്. ബോർഡിംഗ് ഹൗസിനും ചൂതാട്ടശാല നിന്നിരുന്ന *കുറോസി*നും ഇടയ്ക്ക് ഫെഡ്യാ പാഞ്ഞുനടന്നു, ഒരേ ദിവസം നിരവധി പ്രാവശ്യം, ചിലപ്പോൾ നഷ്ടപ്പെടും, ചിലപ്പോൾ നേടും; എന്നാൽ അധികവും വിജയംതന്നെ. അവിചാരിതമായാണ് അയാൾക്ക് നഷ്ടം സംഭവിക്കാറുള്ളത്. ഒന്നുകിൽ പണം ബോർഡിൽ വയ്ക്കുന്ന സമയത്ത് ആരെങ്കിലും

തള്ളിയാൽ; അല്ലെങ്കിൽ കളിക്കാരിൽനിന്ന് പരിമളതൈലത്തിന്റെ സുഗന്ധം ശക്തിയായി ഉയരുമ്പോൾ (സ്ത്രീകളും അവിടെ പലപ്പോഴും വരാറുണ്ട്); അതുമല്ലെങ്കിൽ ഏതെങ്കിലും പോളണ്ടുകാരനും ഭാര്യയും അയാളുടെ മുന്നിൽ നീങ്ങികൊണ്ടിരിക്കുമ്പോൾ. അപ്പോൾ, അയാൾ, വാതുവയ്ക്കാനാഗ്രഹിച്ച ചുകന്ന നമ്പർ കാണാതാകുന്നു; കറുത്ത നമ്പറിൽ വാതുവയ്ക്കും. അതു തീർച്ചയായും നഷ്ടപ്പെടും. ചിലപ്പോൾ അയാൾ അന്നാഗ്രിഗൊറ്യേവ്നയെയും കൂടെ കൊണ്ടുപോകും. അവൾ അയാളുടെ ശ്രദ്ധയെ തിരിച്ചുവിടും. ചൂതിൽ പരാജയപ്പെടും; അപ്പോൾ അവളോട് ഭയങ്കരമായി ദേഷ്യപ്പെടും. താൻ അയാൾക്ക് നിർഭാഗ്യം കൊണ്ടുവരുന്നവളാകയാൽ അങ്ങോട്ടുള്ള പോക്ക് നിർത്തി. പിന്നീട് അയാൾ ഒപ്പം ചെല്ലാൻ നിർബന്ധിച്ചെങ്കിലും നിരസിച്ചു. അപ്പോൾ അയാൾ വീണ്ടും കുപിതനായി.

ബേദൻ-ബേദനു ചുറ്റും അവൾ നടക്കാൻ പോയിത്തുടങ്ങി. ഭംഗിയായി വസ്ത്രധാരണം ചെയ്ത റഷ്യൻ മഹിളകളെ ഒഴിവാക്കാൻ അവൾ ശ്രദ്ധിച്ചു. എന്തായാലും, ഒരു ദിവസം *ലിച്ചെൻ തെയ്‌ലർ അല്ലി*യിലൂടെ നടക്കാനവൾ തീരുമാനിച്ചു; *ലിച്ചെൻ തെയ്‌ലർ സ്ട്രാസ്സിൽ*നിന്നവൾ പുറപ്പെട്ടെങ്കിലും എങ്ങനെയോ വഴിതെറ്റി മറ്റൊരു സ്ഥലത്തെത്തി. ഒരു കത്തോലിക്ക ആശ്രമത്തിൽ. അവൾ അതിന്റെ അങ്കണത്തിലേക്കു പ്രവേശിച്ചു; അവിടെ ചുറ്റിക്കറങ്ങിയ ശേഷം വീട്ടിലേക്കു മടങ്ങി. ഒരിക്കൽ അവൾ നീണ്ട നടത്തത്തിന് പദ്ധതിയിട്ടു. ഏതാനും മൈലുകൾ പിന്നിട്ടശേഷം ഏതോ ചവിട്ടുപടി കയറിയപ്പോൾ *ആൾടെസ്ക്ളോസ്സി**ൽ എത്തിയെന്നവൾ മനസ്സിലാക്കി. അതിന്റെ ഒരു ഭാഗത്ത് ഒരു ചായത്തോട്ടം കണ്ടു. അവൾക്കത് അതിമനോഹരമായി തോന്നി. എന്നാൽ, ഇത്രയും ദൂരം നടന്നതിലവൾക്ക് ചെറിയ വിഷമം അനുഭവപ്പെട്ടു. വഴുതി വീണെങ്കിലോ എന്നു ഭയപ്പെട്ടു; എങ്കിൽ ഭാവി *സോനെഷ്കയോ മിഷയോ* തനിക്ക് നഷ്ടപ്പെട്ടെങ്കിലോ. റോഡിലെ പഴയ *ചെസ്റ്റ്നട്* മരത്തിന്നരികിലെ ബെഞ്ചിൽ ഒരു പക്ഷേ ഫെഡ്യാ ഇരിക്കുന്നുണ്ടാകും. ദൂരെനിന്നുതന്നെ അയാളുടെ ഭാവംകണ്ടാൽ മുഷിഞ്ഞിരിക്കയാണോ എന്നവൾക്ക് പറയാൻ കഴിയും. ബെഞ്ചിൽ അയാളുടെ അടുത്ത് കറുത്ത തൊപ്പി കിടക്കുന്നുണ്ടാകും. മുഖം വിളർത്തിരിക്കും.

* ആൾടെസ്ക്ളോസ് - പത്താം നൂറ്റാണ്ടിൽ പണികഴിപ്പിച്ച ബേദനിൽ സ്ഥിതിചെയ്യുന്ന ഒരു പഴയ കൊട്ടാരം.

എഴുന്നേല്ക്കാൻ തുടങ്ങുകയാണെന്ന ഭാവത്തിൽ കൈകൾ കാൽ മുട്ടുകളിൽ വച്ചിട്ടുണ്ടാകും. ആകാംക്ഷാഭരിതമായ മുഖത്തോടെ ചുറ്റും നോക്കും. റോഡിലൂടെ ദൂരെനിന്ന് നടന്നുവരുന്നവരെ തുറിച്ചു നോക്കും. ചിലപ്പോൾ അയാളുടെ ഭാവം കണ്ടാൽ ഭയങ്കര തമാശ തോന്നും. താൻ ബെഞ്ചിന്നടുത്തെത്തിയാലും അയാൾ കാണുന്നു ണ്ടാകില്ല; അവളെയും പ്രതീക്ഷിച്ച് വിദൂരതയിലേക്ക് കണ്ണുംനട്ടു കൊണ്ടിരിക്കും. ഇടയ്ക്കിടയ്ക്ക് ഒരു കൈ കാൽമുട്ടിൽനിന്ന് പിൻവലിച്ച്, തൂവാല എടുത്ത് നെറ്റിയിലെ വിയർപ്പുതുള്ളികൾ തുട യ്ക്കും; വളരെ ശ്രദ്ധയോടെ. പെയിന്റർമാരെയും ശില്പികളെയും അനുകരിക്കുന്നതുപോലെ തോന്നും. അയാൾ അവൾക്കുനേരെ നോക്കിയാലും, ആ ദൃഷ്ടി അവളെ അതിജീവിച്ചുകൊണ്ട് ദൂരെ റോഡി ലേക്ക് പോകും. ചിരി അടക്കിക്കൊണ്ടവൾ അടുത്തു നില്ക്കുന്നു ണ്ടാകും. ചിരിക്കാറായിട്ട്, എന്നാൽ ചിരിക്കില്ല. എന്തുകൊണ്ടെന്നാൽ അയാൾ അതൊരു നിന്ദയായി കരുതിയെങ്കിലോ–

'ഞാൻ ഒരുപാട് മുഷിഞ്ഞു' ധൃതിയിൽ ബെഞ്ചിൽനിന്ന് ചാടി എഴുന്നേറ്റുകൊണ്ടയാൾ പറഞ്ഞു. അപ്പോൾ അല്പം വിശ്രമിക്കാ നായി അവൾ അവിടെ ഇരുന്ന്, സ്വന്തം വിശറിയെടുത്തു വീശാൻ തുടങ്ങി. “നീ എവിടെയായിരുന്നു?” അയാൾ സംശയപൂർവ്വം ചോദിച്ചു കൊണ്ട് ഒരു അപരിചിതയെപ്പോലെ അടിമുടി വീക്ഷിച്ചു. ഏതാനും മിനിറ്റുകൾക്കുശേഷം അവരൊന്നിച്ച് മനോഹരമായ ഇഷ്ടികവിരിച്ച പാതയിലൂടെ വീട്ടിലേക്കു നടന്നു. ഇരുവശവും ഭംഗിയായി മുറിച്ചു നിർത്തിയ വൃക്ഷനിരകൾ, ഉച്ചവെയിൽ കടക്കാതിരിക്കാനായി അട ച്ചിട്ട ജനലുകളോടു കൂടിയ വൃത്തിയുള്ള ജർമൻ വസതികൾ. അയാൾ കുറച്ചു മുന്നിലാണ് നടക്കുന്നത്. അന്നാ ഗ്രിഗൊറ്യേവ്നയുടെ നിർബന്ധപ്രകാരം ബെർലിനിൽനിന്നും വാങ്ങിച്ച കറുത്ത തൊപ്പി കൈയിൽ പിടിച്ചിരിക്കുന്നു. കാഴ്ചയിൽ ഒരു ബൗളറെപ്പോലുണ്ട്. ഇപ്പോൾ അതു ധരിക്കാൻ പറ്റാത്തത്ര ചൂടാണ്. അത് ഒരു കാർട്ടൂ ണിൽ സൂക്ഷ്മമായി ചിത്രീകരിച്ചിരുന്ന തൊപ്പിയെ ഓർമിപ്പിച്ചു.

സൗഹൃദപൂർണ്ണമായൊരു കാർട്ടൂൺ ആയിരുന്നു അത്; വാസ്തവ ത്തിലൊരു ഹാസ്യചിത്രം. *ക്രയേവിസ്കി*യുടെ 'പിതൃഭൂമിയെക്കുറി ച്ചുള്ള കുറിപ്പുകളി'ൽ അയാളുടെ കഥ, *മിസ്റ്റർ പ്രൊഖാർച്ചിൻ* പ്രത്യക്ഷപ്പെട്ട ഉടനെ *ഇലസ്ട്രേറ്റഡ് മിസെല്ലനി*യിൽ അടിച്ചുവന്ന

ഹാസ്യചിത്രം. അതിൽ *ക്രയേവിസ്കി*യുടെ മുന്നിൽ അയാൾ ബൗൾ ചെയ്യുന്നു, ശരിക്കും ഇതുപോലുള്ളൊരു തൊപ്പിയാണയാൾ കൈയിൽ പിടിച്ചിരിക്കുന്നത്. അല്ല, ഇപ്പോഴും അതയാൾ ധരിക്കുന്നുണ്ടെന്നാണെന്റെ വിശ്വാസം; അനുപാതമല്ലാത്ത രീതിയിൽ വലുതായിട്ടാണ് ആ തൊപ്പി വരച്ചിരിക്കുന്നത്, അയാളുടെ തലപോലെ; അങ്ങനെ അയാളുടെ ശരീരവും കുറിയ കാലുകളും, തലയ്ക്കും തൊപ്പിക്കും അനുബന്ധമായി തൂക്കിയിട്ടതുപോലെ ചിത്രീകരിച്ചിരിക്കുന്നു. അയാളുടെ ബുദ്ധിപരമായ കഴിവും നൈപുണ്യവും അതിശയോക്തിപരമായി വർണിക്കുന്നതിന്റെ സൂചനയാണതെന്ന കാര്യത്തിൽ സംശയമില്ല. പിന്നെ, ഏതാനും വർഷങ്ങൾക്കുശേഷം, കഠിന തടവുകഴിഞ്ഞ് അയാൾ രാജ്യഭ്രഷ്ടനായപ്പോൾ *സമകാലീന മാസിക*യിൽ, ഫലിതവും നിന്ദയും നിറഞ്ഞ ഒരു കാർട്ടൂൺ പ്രത്യക്ഷപ്പെട്ടു, ഡോസ്റ്റോയെവ്സ്കി 'പാവപ്പെട്ടവർ' അച്ചടിക്കാനായി *നെക്രസോവി**നോട് ആവശ്യപ്പെടുന്നു, അതും സുവർണ മിനുമിനുപ്പിൽ! ഏറ്റവും കഷ്ടം, അതു വരച്ച *പനയേവി*ന്റെ തുണക്കാരുമായുണ്ടായ വാദപ്രതിവാദമാണ്. അന്തരീക്ഷം ചൂടുപിടിച്ചപ്പോൾ കോപത്തോടെ അയാൾ അട്ടഹസിച്ചു, 'ഈയിടെയായി അടിച്ചിറക്കുന്ന ചവറുമായി താരതമ്യപ്പെടുത്തുമ്പോൾ എന്റെ രചനകൾ തീർച്ചയായും സുവർണ ലിപികളിൽത്തന്നെ അച്ചടിക്കണം. അങ്ങനെ യഥാർത്ഥ സാഹിത്യരചനയും ഗുണമേന്മയില്ലാത്ത രചനയും തമ്മിലുള്ള വ്യത്യാസം വായനക്കാരനെ കാണിക്കുക. ചില എഴുത്തുകാരെ അതു നോവിപ്പിക്കും. നിരൂപകർ അതു തിരിച്ചറിയട്ടെ. മാന്യനായ ടർജെനീവിനെ പരോക്ഷമായി സൂചിപ്പിക്കുകയായിരുന്നു അയാൾ. ഒരുകാലത്ത് അയാളുടെ ആശയങ്ങൾ അതിശയത്തോടെയും നിഷ്കളങ്കതയോടെയും കേട്ടിരുന്ന ആളാണ് ടർജെനീവ് - ഇത്രയും അനുപമമായൊരഭിപ്രായം ഇതുവരെ കേട്ടിട്ടില്ലെന്ന മട്ടിൽ. ആ സഹാനുഭൂതിയുടെ ആത്മാർത്ഥമായ പ്രകടനം അയാളിൽ കൂടുതൽ കൂടുതൽ സ്വാധീനം ചെലുത്തി. നിഷ്കളങ്കനായ മാന്യൻ സ്വന്തം ആശയങ്ങളുമായി തന്നെ വശീകരിക്കുന്നത് അയാൾ അതിശയത്തോടെ ഓർത്തു. അതേസമയം തന്റെ സ്വന്തം സ്വപ്നങ്ങളിൽ അഭിമാനത്തോടെ വികാരംകൊണ്ടു. തന്റെ

* നെക്രസോവ് - ഡോസ്റ്റോയെവ്സ്കിയുടെ സമകാലികനും സാഹിത്യ പ്രവർത്തകനും. പാവപ്പെട്ടവർ ആദ്യമായി പ്രസിദ്ധീകരിച്ചത് അദ്ദേഹമാണ്.

ഉള്ളിന്റെ അഗാധതയിലേക്ക് ഇറങ്ങിച്ചെന്ന്, അയാൾ എല്ലാ രഹസ്യ ങ്ങളും പുറത്തേക്കു കൊണ്ടുവന്നു. മനക്കണ്ണിലൂടെ അയാൾക്കൊരു കാര്യം കാണാൻ കഴിഞ്ഞു. താൻ ആരാധിക്കുന്ന തന്റെ പ്രാണ സുഹൃത്തായ ടർജെനീവിനോടൊപ്പം താനും പറക്കുകയാണ്, അയാ ളേക്കാൾ ഉയരങ്ങളിലേക്ക്. ചെറുപ്പമാണെങ്കിലും പ്രശസ്തനായ ആ എഴുത്തുകാരന്റെ കീർത്തി തന്റേതായി മാറുന്നു. തുടങ്ങിയിട്ടേ ഉള്ളൂ എങ്കിലും ഡോസ്റ്റോയെവ്സ്കി, തന്റേതായ രീതിയിൽ പ്രശസ്തനായി ക്കഴിഞ്ഞ ഒരെഴുത്തുകാരൻ. ടർജെനീവിനെയും ചേർത്ത് ചിന്തിച്ചാൽ, ഓരോ ആളും തനതായ പ്രശസ്തികൊണ്ട് മറ്റവനെ പ്രകാശിപ്പി ക്കുന്നു; പരസ്പരം കൈമാറുന്നു, എല്ലാവരേക്കാളും മീതെ ഉയർന്നു പോകുന്നു. അസാധാരണമായ ഒരു സൗഹൃദം. അതിൽ അവർ ഹർഷോന്മത്തരായി. ഇത്രയും ഹൃദയൈക്യം കേട്ടിട്ടുപോലുമു ണ്ടാകില്ല.

പിന്നെ, പെട്ടെന്ന് ടർജെനീവ് അയാളെ കുതികാൽ വച്ച് വീഴ്ത്താൻ തുടങ്ങി. ആദ്യം അത് അറിയാതെ സംഭവിച്ചതുപോലെയായിരുന്നു, അത്രയ്ക്ക് നിഷ്കളങ്കമായ രീതിയിൽ, അല്ലെങ്കിൽ യദൃച്ഛയാ സംഭ വിച്ച ഒരു തെറ്റ്. ശ്രദ്ധാപൂർവം പടുത്തുയർത്തിയ ഒരു കുടിലതന്ത്ര മാണെന്ന് സാവധാനത്തിൽ വ്യക്തമായി. അദൃശ്യമായൊരു കെണി. അതിൽനിന്നും സ്വതന്ത്രനാകാനായി അയാൾ കുറേ പാടുപെട്ടു. ശ്രേഷ്ഠനും കരുത്തനുമായ ആ വ്യക്തിക്കു മുന്നിൽ ഒരു ഉന്നതപീഠ ത്തിൽ താൻ ഉപവിഷ്ടനാക്കപ്പെട്ടിരിക്കുന്നു. കാൽമുട്ടുകളിൽ കൈക ളൂന്നിക്കൊണ്ടയാൾ എഴുന്നേറ്റു നില്ക്കാൻ ശ്രമിച്ചു. എന്നാൽ, ശരീരം വഴങ്ങുന്നില്ല. അയാൾ നിസ്സഹായതയോടെ ആ ഇരിപ്പ് തുടർന്നു. മുഖം ചുകന്നു തുടുത്തു. പിന്നെ വിളർത്തു. ചുറ്റുപാടുമുള്ളവർ അയാ ളെയും അയാളുടെ സൗഹൃദത്തെയും പരിഹസിച്ചു. അയാളുടെ ആരാ ധനാപാത്രമായ ടർജെനീവ് തന്റെ കൈമുട്ട് കസേരയ്ക്കു പിന്നിൽവച്ച് അശ്രദ്ധനായി ഇരുന്നു. എന്നിട്ട് തണുപ്പൻ മട്ടിൽ അയാളുടെ കണ്ണു കളിലേക്കു നോക്കി, ഭംഗിയിൽ വളർത്തിയ താടി തലോടി, മറ്റുള്ളവ രോടൊപ്പം പരിഹാസത്തോടെ ചിരിച്ചു. *പനയേവി*ന്റെ തുണക്കാരോട് വാദപ്രതിവാദം നടത്തുമ്പോൾ അയാൾ പറഞ്ഞ ചില വാക്കുകൾ *നെക്രസോവി*നെയും *ബെലിൻസ്കി*യെയും അർത്ഥം വച്ചുകൊണ്ടാ യിരുന്നു; അവർ ഒരു സാഹിത്യസായാഹ്നവിരുന്നിൽ ചീട്ട് കളിച്ചു

കൊണ്ടിരിക്കയായിരുന്നു. (ഇത്രയും വിരസമായ വിനോദം!) ഏകാന്തമായ ഒരു മൂലയിലാണവരുടെ ചീട്ട് മേശ. അവർ ഡോസ്റ്റോയെവ്സ്കിയെ തീരെ അവഗണിച്ചു, അങ്ങനെ ഒരാൾ ഇല്ലെന്ന മട്ടിൽ. ആ സന്ധ്യയ്ക്ക് പല പ്രാവശ്യം അയാൾ അവരുടെ അടുത്തുചെന്നു. ഫെഡ്യായ്ക്ക് അസ്വാസ്ഥ്യമുളവാക്കുന്നതാണ് ആ നിലപാട് എന്ന് അറിഞ്ഞുകൊണ്ടുതന്നെ, മനപ്പൂർവം അവരവരുടെ ചീട്ടുകളിലേക്ക് നോക്കിനിന്നു. ഫെഡ്യാ ഇടയ്ക്കിടെ ചെറുതായി ചുമച്ചുനോക്കി. അവരൊന്ന് ദൃഷ്ടി ഉയർത്തിനോക്കിയതുപോലുമില്ല; അങ്ങനെ ഒരാൾ അവിടെ ഇല്ലെന്ന മട്ടിൽ കളി തുടർന്നു. ഒരിക്കൽ, *ബെലിൻസ്കി*യുടെ വീട്ടിലേക്കയാളെ വിരുന്നിന് ക്ഷണിച്ചപ്പോൾ, ആതിഥേയന്റെയും പങ്കാളിയായ *നെക്രസോവി*ന്റെയും അരികിൽ ഉപവിഷ്ടനായി; അപ്പോൾ, അവർ എഴുന്നേറ്റ് സ്വീകരണമുറിയുടെ മറ്റേ അറ്റത്തേക്കു പോയി. അവിടെ, *വോൾക്കോൻസ്കായ രാജകുമാരി*യുടെ ഏറ്റവും പുതിയ കാമുകനെക്കുറിച്ച് സജീവമായ ചർച്ച നടക്കുകയാണ്; ഒരു കൊച്ചു സംഘം കൂടിയിട്ടുണ്ട്. വിരലിലെ എല്ലുകൾ വേദനിക്കുന്നതുവരെ അയാൾ കൈവിരലുകൾ ഞൊടിച്ചുകൊണ്ട് അവിടെത്തന്നെ ഇരുന്നു. ഇതേ നെക്രസോവ് തന്നെയല്ലേ പുലർച്ച ഓടിക്കിതച്ചുകൊണ്ട് അയാളുടെ മുറിയിൽ പ്രത്യക്ഷപ്പെട്ടത്? ഇരുട്ടില്ലാത്ത രാത്രി ആയതിനാൽ പുറത്ത് പ്രകാശമുണ്ടായിരുന്നു; തന്റെ ഫ്ളാറ്റിൽനിന്ന് ഡോസ്റ്റോയെവ്സ്കി താമസിച്ചിരുന്ന *ഗ്രാഫ്സ്കി ലെയിനി*ലേക്കുള്ള ദൂരം ഓടിയതിനാൽ അയാൾ കിതയ്ക്കുന്നുണ്ടായിരുന്നു, *വൈറ്റ് നൈറ്റ്സി**ന്റെ കയ്യെഴുത്തുപ്രതി പിന്നിൽ പിടിച്ചിട്ടുണ്ട്, ഒരു സമ്മാനം കൊണ്ടുവന്നതുപോലെ. ഇതേ ബെലിൻസ്കിയെ തന്നെയല്ലേ കയ്യെഴുത്തുപ്രതി വായിച്ച്, ഇതേ വീട്ടിൽ വച്ച് അസമയത്ത് സ്വീകരിച്ചത്? ഒരു അതിഥിയുടെ സാന്നിധ്യത്തിൽ, കടലാസുകൾ കൂട്ടിയിട്ട് വലിയൊരു മേശയ്ക്കു മുന്നിലിരുന്ന് പാണ്ഡിത്യപ്രഭാഷണം തട്ടിവിട്ടത്? പിന്നെ പെട്ടെന്ന് ചാടിയെഴുന്നേറ്റ് പഠനമുറിയിൽ ഉലാത്തിയതും, ആവേശത്തോടെ കൈകൾ വീശിക്കൊണ്ട് സംസാരിച്ചതും. ഈ വികാരവും ഉത്സാഹവുമെല്ലാം ഡോസ്റ്റോയെവ്സ്കിയേയും അയാളുടെ നോവലിനേയും മുൻനിർത്തിയായിരുന്നു. ഒരു മണിക്കൂറിനുശേഷം അയാൾ *ബെലിൻസ്കി* താമസിച്ച വീടിന്നരികിൽ, *നെവിസ്കിയിൽ*, *'ഫൊണ്ടങ്കാ'*

* വെളുത്ത രാത്രികൾ - ഡോസ്റ്റോയെവ്സ്കിയുടെ ഒരു ചെറുകഥ.

നദീതീരത്ത് കടുംനീലാകാശത്തിന്റെ മനോഹാരിത നോക്കിനിന്നു; കാൽനടക്കാരെയും വണ്ടികളെയും അലസമായി നിരീക്ഷിച്ചു. അവിടെ നടന്നതെല്ലാം അവാസ്തവമാണെന്നയാൾക്കു തോന്നി. കാരണം, അത്തരത്തിൽ സംഭവിക്കുമെന്നയാൾ സ്വപ്നത്തിൽപോലും കരുതിയില്ല. പീറ്റേഴ്സ്ബർഗ് സാഹിത്യലോകം മുഴുവൻ - സാധാരണക്കാർ പോലും - അയാളെക്കുറിച്ച് പറയാൻ തുടങ്ങിയിരുന്നു. *ബെലിൻസ്കി* ഒരു പ്രശസ്ത വ്യക്തിയെപ്പോലെ തന്റെ എല്ലാ സുഹൃത്തുക്കൾക്കും പരിചയപ്പെടുത്തി. വിരുന്നുസല്ക്കാരത്തിന്റെ അന്ത്യത്തിൽ സ്വാദുള്ള ആഹാരം വിളമ്പുന്നതുപോലെ എല്ലാവരും അയാളെ വിളമ്പി. ബട്ടൻതുളയിൽ വിലപിടിപ്പുള്ള ചെയിനുകൾ തൂക്കിയ, കൃതാവ് വച്ച, തലനരച്ച, പീറ്റേഴ്സ്ബർഗിലെ ബഹുമാന്യ വ്യക്തികൾ അയാളെ പെട്ടെന്നൊന്ന് നോക്കി ആദരവോടെ തലകുനിച്ചു. അയാൾക്ക് സ്വപ്നത്തിൽപോലും കാണാൻ കഴിയാത്തവിധം സ്ത്രീകളുടെ മിഴികൾ താത്പര്യത്തോടെയും പ്രശംസയോടെയും അയാളെ തലോടി. അയാൾ പ്രവേശിക്കുന്നതോടെ സന്ദർശനമുറിയിലെ സംസാരത്തിന്റെ മുഴക്കം പെട്ടെന്ന് നിലച്ചു. സത്യത്തിൽ അതേ *ബെലിൻസ്കി*യും *നെക്രസോവു*മാണോ ഇപ്പോൾ താൻ ഇരുന്ന ഉടനെ ചീട്ട് മേശയിൽ നിന്നും താത്പര്യക്കുറവോടെ എഴുന്നേറ്റത്? ഏതെങ്കിലും രീതിയിൽ തന്റെ സാന്നിധ്യം വെളിപ്പെടുത്താനയാൾ ശ്രമിച്ചു. അയാൾ അങ്ങനെ ഇടപെടുമ്പോൾ, *ദി ഡബിളിനെ**ക്കുറിച്ച് അവരിൽനിന്ന് എന്തെങ്കിലും അഭിനന്ദനവാക്കുകൾ കിട്ടുമെന്നു പ്രതീക്ഷിച്ചു; അല്ലെങ്കിൽ, അതിനെക്കുറിച്ചൊരു അഭിപ്രായം, അഭിനന്ദനം വേണമെന്നില്ല, വിമർശനമായാലും മതി, അല്ലെങ്കിൽ ഈ തണുപ്പൻ മൗനമൊഴിച്ച് മറ്റെന്തെങ്കിലും! എന്നാൽ, സന്ദർശനമുറിയുടെ മറ്റെ അറ്റത്ത് എത്ര ഏകാഗ്രതയോടെയാണവർ ചർച്ചയിൽ മുഴുകിയിരിക്കുന്നത്, പീറ്റേഴ്സ്ബർഗിലെ രണ്ടാംതരം ആൾക്കാരോടൊപ്പം. *വൊൾക്കോൻസ്കായാ രാജകുമാരി*യെക്കുറിച്ചുള്ള കിംവദന്തികൾ എത്ര താത്പര്യത്തോടെയാണ് അവർ ചർച്ച ചെയ്യുന്നത്, ഉത്പതിഷ്ണുക്കൾ എന്നറിയപ്പെടുന്ന, ആ സാഹിത്യകാരന്മാർ!

അയാൾ ഒറ്റയ്ക്ക് ആ ചീട്ടുമേശയ്ക്കരികിൽ ഇരുന്നു; തല താഴ്ത്തി ആ കടുപ്പമുള്ള മേശയുടെ കോണിൽ നെഞ്ചമർത്തി.

* ഇരട്ടകൾ - ഡോസ്റ്റോയെവ്സ്കിയുടെ ഒരു പീറ്റേഴ്സ്ബർഗ് കവിത

ശ്വാസംവിടാൻ ബുദ്ധിമുട്ടു തോന്നി. ഹൃദയമിടിപ്പ് ചെവിയിൽ വ്യക്തമായി കേട്ടു. സന്ദർശനമുറിയുടെ മധ്യെ കൂടിനിന്നവരിൽനിന്ന് ഉത്സാഹത്തിമർപ്പോടെ കോലാഹലം ഉയർന്നുവന്നു. അതയാളുടെ ഹൃദയമിടിപ്പിൽ മുങ്ങിപ്പോയതുപോലെ. അയാൾ കൈപ്പത്തി കാൽമുട്ടുകൾക്കുള്ളിൽ അമർത്തിവച്ചു. സ്ഫടികക്കൂടുകൾക്കുള്ളിൽ മെഴുകുതിരി പ്രകാശിച്ച് കത്തുന്നുണ്ടെങ്കിലും വിരുന്നു പാർട്ടിയിൽ പങ്കെടുക്കുന്നവരുടെ മുഖങ്ങൾ ചാരനിറമായി അയാൾക്കു തോന്നി. എഴുന്നേറ്റു പ്രവേശനഹാളിലേക്കു നടക്കുന്നതിനുപകരം ശാന്തനായി ഓവർകോട്ട് എടുത്തിട്ട് *നെവിസ്കി പ്രോസ്പെക്ടി*ലെ ആ വീടുവിട്ട് പുറത്തിറങ്ങി. അവിടെ കുറച്ചുമുമ്പു വരെ തന്റെ സ്വപ്നസാക്ഷാത്ക്കാരത്തിൽ വിശ്വസിക്കാനാവാതെ നിന്നിരുന്നതാണ്. ആ സ്ഥാനത്ത് ഇപ്പോൾ ഒരു വൻ സ്രാവിന്റെ വായിലേക്ക് ആകർഷിക്കപ്പെടുന്ന പൊടിമീനിനെപ്പോലെ അയാൾ ആ സംഘത്തിലേക്ക് നയിക്കപ്പെട്ടിരിക്കുന്നു. അവിടെ കൂടിയിരുന്ന ജനങ്ങൾക്കിടയിലൂടെ ഉന്തിത്തള്ളി, അവരുടെ ശ്രദ്ധാകേന്ദ്രമായ ബെലിൻസ്കിയുടെയും നെക്രസോവിന്റെയും കണ്ണുകളിലേക്ക് ആർത്തിയോടെ നോക്കി. അവരുടെ ശ്രദ്ധയാകർഷിക്കാനായി എന്തോ ചില ഫലിതം പറഞ്ഞു. പിന്നെ ആരോടോ വാദിക്കാൻ തുടങ്ങി, ആവേശത്തോടെ അലറി. താൻ പുലമ്പിയതു വിഡ്ഢിത്തമാണെന്നയാൾക്ക് നന്നായി അറിയാമായിരുന്നു. പിന്നെ, ആശകൾ വെടിഞ്ഞ് പറഞ്ഞതെല്ലാം സമ്മതിക്കാൻ തുടങ്ങി. എന്നാൽ, ആരും ശ്രദ്ധിച്ചില്ല. വമ്പൻ കടൽസ്രാവ് നീന്തൽ തുടർന്നു, കൊച്ചുമീനിനെ വിഴുങ്ങാൻ ആഗ്രഹിക്കാതെ, വിശപ്പടക്കാനുതകാത്ത ആ ചെറിയ വസ്തുവിനെ അവഗണിച്ചു.

അല്പം കുനിഞ്ഞ ശരീരത്തിന്റെ മധ്യാഹ്ന നിഴൽ അയാളെ പിൻതുടർന്നു. റോഡിലെ ചാരനിറമുള്ള മിനുത്ത കല്ലുകൾക്കുമീതെ നിഴൽ ഒഴുകി. ഒരു കുറിയ നിഴൽ. കാരണം, സൂര്യൻ ഉച്ചിയിലായിരുന്നു. മധ്യവേനലായിരുന്നു. അപ്പോൾ മനുഷ്യനോ മരത്തിനോ വീടിനോ നിഴൽ ഉണ്ടെങ്കിൽ അത് അതിശയകരമാണ്. കുറച്ചു പിന്നിലായി അന്നാ ഗ്രിഗൊറ്യേവ്ന നടക്കുന്നുണ്ട്. അവളുടെ നിഴൽ അയാളുടെ പിറകിൽ തെന്നിവരുന്നു, അയാളുടേതുപോലെത്തന്നെ ചെറുത്. വരാൻ പോകുന്ന *മിഷയോ സോനെച്കയോ* അവളുടെ രൂപം വ്യത്യാസപ്പെടുത്തിയിട്ടുണ്ടെങ്കിലും ആ നിഴൽ കൂടുതൽ രമണീയമായിരുന്നു. നടത്തം കുറച്ചു മെല്ലെ ആകുമ്പോൾ ഇടയ്ക്കിടയ്ക്ക് അയാളുടെ

നിഴൽ അവളുടേതിന്റെ മുകളിൽ വരും, ചിലപ്പോൾ നിഴലുകൾ കുറുകെ വരും. അതൊരു മിഥ്യാബോധമായിരിക്കാം. ഭൗതികതന്ത്രത്തിലെ ഏറ്റവും ലളിതമായ നിയമങ്ങൾക്കുപോലും വിരുദ്ധമാണത്.

*ബേദൻ-ബേദനിൽ*വച്ച് ഒന്നോ രണ്ടോ തവണ അയാൾ ടർജനീവിനെയും ഗോൺചറോവിനെയും കണ്ടിട്ടുണ്ട്. *ഗോൺചറോവ്, പനയേവി*നെ പതിവായി സന്ദർശിക്കുമായിരുന്നു. ആ സമയത്ത് അവർ അത്ര പരിചയത്തിലായിരുന്നില്ല. വാസ്തവത്തിൽ, നാടുകടത്തപ്പെടുന്നതുവരെ പരസ്പരം കണ്ടിട്ടില്ല. സ്വന്തം രചനയിലെ നായകൻ *ഒബ്ലോമോവിനെ*പ്പോലെ, *ഗോൺചറോവ്* അലസനും അഹങ്കാരിയുമാണ്. അയാളുടെ പുസ്തകത്തിന്, അച്ചടിച്ച ഒരു പേജിന് 400 റൂബിൾവച്ച് കിട്ടുമായിരുന്നു, എന്നാൽ ഡോസ്റ്റോയെവ്സ്കിക്കോ. ദാരിദ്ര്യത്തിന്റെ മറവിൽ വെറും 100 റൂബിൾ മാത്രമാണ് ലഭിച്ചിരുന്നത്. ചത്ത മീനിന്റേതുപോലുള്ള കണ്ണുകളാണ് അയാളുടേത്, പ്രഭുവർഗത്തിന്റെ ശൈലി. ജോലിചെയ്യാതെ തന്നെ സുഖമായി കഴിയാനുള്ള സമ്പാദ്യം. എന്നാലും പിശുക്കനാണ്. പിശുക്കനാണെങ്കിലും ബേദൻ-ബേദനിലെ ഏറ്റവും നല്ല ഹോട്ടലായ 'ഹോട്ടൽ യൂറോപ്പി'ലേ താമസിക്കൂ. ടർജെനീവ് താമസിക്കുന്ന സ്ഥലം; *സ്മോക്കി**ലെ *ലിറ്റ്വിനോവ്* താമസിച്ചതും അവിടെത്തന്നെ. രക്തമില്ലാത്ത ആ നോവലിലെ രക്തമില്ലാത്ത നായകൻ! ആ നോവലിൽ മറ്റൊരു വ്യക്തികൂടിയുണ്ട്. വിദ്വേഷിയും വായാടിയുമായ *പോട്ടുഗിൻ*, ഏറ്റവും നിസ്സാരനായ ജർമൻ വിദേശിയുടെ മുന്നിൽ താഴ്ന്നു കുനിയുമ്പോഴും റഷ്യയെ ശകാരവർഷംകൊണ്ടു പൊതിയും. റഷ്യ *ടാർട്ടാറസ്സി*ലേക്ക് മുമ്പുതന്നെ താഴ്ന്നുപോകേണ്ടതായിരുന്നു എന്ന്, അതു തീർച്ചയായും സംഭവിച്ചിരുന്നെങ്കിൽത്തന്നെ ആരും ശ്രദ്ധിക്കില്ലായിരുന്നു എന്നിങ്ങനെ റഷ്യയെ അധിക്ഷേപിച്ചുകൊണ്ടുള്ളതാണ് *പോട്ടുഗിന്റെ* വികാരനിർഭരമായ പ്രഭാഷണങ്ങൾ. ഇതേ ഹോട്ടലിൽവച്ചാണ് *ലിറ്റ്വിനോവിനെ പോട്ടുഗിൻ* സന്ദർശിച്ചത്. മോശം രീതിയിൽ വസ്ത്രധാരണം ചെയ്ത അയാളെയും അന്നാ ഗ്രിഗൊറ്യേവ്നയെയും ആ ഹോട്ടലിലെ ലോബിയിലേക്കുപോലും കേറാൻ അനുവദിക്കില്ല. ഇതേ ഹോട്ടലിലാണ് *ലിറ്റ്വിനോവി*നെ ജനറലിന്റെ ഭാര്യയും സുന്ദരിയുമായ *മാഡം ഇറീനാ*

* സ്മോക്ക് - ബേദൻ ബേദൻ കേന്ദ്രമാക്കിക്കൊണ്ട് ടർജെനീവ് എഴുതിയ കൃതി

റോത്മിറോവാ രഹസ്യമായി സന്ദർശിച്ചത്. അവൾ സ്വന്തം ശിരോവസ്ത്രം താഴ്ത്തി, നിശ്ശബ്ദം നടന്ന്, അയാളെ സമീപിക്കും. മറ്റ സമയങ്ങളിൽ വേറൊരു വിശിഷ്ടഹോട്ടലിൽ അവളുടെ മുറിയിലേക്ക് രഹസ്യമായി അയാൾ ചെല്ലും. കോണിപ്പടിയിൽപോലും പരവതാനി വിരിച്ച ഈ പരിഷ്കൃതഹോട്ടലിൽ അന്നാ ഗ്രിഗൊറ്യേവ്നയ്ക്കും അയാൾക്കും പ്രവേശനം ലഭിക്കുമായിരുന്നില്ല.

ടർജെനീവിനെ അയാൾ ആദ്യം കണ്ടത് *കുറോസി*ന്നടുത്തുവച്ചായിരുന്നു. ഏതോ മഹിളയോടൊപ്പം ഉല്ലാസത്തോടെ റോഡിൽ നടക്കുകയാണ്. തന്റെ വലിയ ശിരസ്സ് അല്പം മുന്നോട്ടാഞ്ഞാണ് നടത്തം. കോട്ടിന്റെ ബട്ടൻ തുളയിൽ ഘടിപ്പിച്ച സ്വർണചെയിനിൽ അലക്ഷ്യഭാവത്തിൽ വിരലോടിച്ചുകൊണ്ടാണ് സംസാരം ശ്രദ്ധിക്കുന്നത്. റോഡിൽ നടക്കാനിറങ്ങിയ അദ്ദേഹത്തെ കടന്നുപോകുമ്പോൾ, ആളുകൾ പ്രശസ്തനായ ആ എഴുത്തുകാരനെ തിരിഞ്ഞുനിന്നു നോക്കുന്നു. ഡോസ്റ്റോയെവ്സ്കിയും യാന്ത്രികമായി തന്റെ നടത്തം സാവധാനത്തിലാക്കി, എന്നാൽ സ്വയം അതറിയാതെ. പെട്ടെന്ന് ഒരു വശത്തേക്ക് ഒഴിഞ്ഞുമാറാനയാൾ ശ്രമിച്ചു. പക്ഷേ, വളരെ വൈകിപ്പോയിരുന്നു. ടർജെനീവ് അയാളെ കണ്ടുകഴിഞ്ഞു. അദ്ദേഹത്തിന്റെ മുഖം പ്രകാശിച്ചു, ഡോസ്റ്റോയെവ്സ്കിയെ കണ്ടുമുട്ടിയത് അങ്ങേയറ്റം അത്ഭുതവും ആനന്ദവും നല്കിയെന്ന ഭാവത്തിൽ, തനിക്ക് ഒരിക്കലും കാണാനാകില്ലെന്നു പ്രതീക്ഷിച്ചിരുന്ന വ്യക്തിയെപ്പോലെ. ഈ യൂറോപ്യൻ പട്ടണത്തിലെ ജനക്കൂട്ടത്തിന്നിടയിൽ വേഷഭൂഷാദികളോടെ അലസമായി കറങ്ങുന്ന ടർജെനീവിന് അയാൾ അവിടെ ഉണ്ടെന്നു വ്യക്തമായി അറിയാമായിരുന്നു. കാരണം അയാളുടെ ചൂതാട്ടം ഒരു രഹസ്യമായിരുന്നില്ല. കട്ടികുറഞ്ഞ ചാരനിറത്തിലുള്ള സൂട്ടാണ് ടർജെനീവിന്റെ വേഷം. അദ്ദേഹത്തിന്റെ സുഹൃത്തും വില പിടിച്ച പരിഷ്കാരവേഷത്തിലാണ്.

"നിങ്ങളെ ഇവിടെ കണ്ടത് ആഹ്ലാദകരമാണ്, മുതിർന്ന, സുഹൃത്തേ!" എന്ന് ആ ശരീരത്തിൽനിന്ന് ഗാംഭീര്യം തോന്നിക്കുന്ന ഉച്ചത്തിലുള്ള കുശലപ്രശ്നം മുഴങ്ങി. പിന്നെ ഒരു നിമിഷം നിന്ന് തന്റെ നേരിയ വെള്ളത്തൊപ്പി അല്പം പൊക്കി ചെറുതായി നര ബാധിച്ചു തുടങ്ങിയ ആ കീർത്തികേട്ട ശിരസ്സ് പ്രദർശിപ്പിച്ചു. ആരാധകർ, പ്രത്യേകിച്ച് സ്ത്രീകൾ ബഹുമാനിക്കുന്ന ശ്രേഷ്ഠമായ ആ ശിരസ്സ്!

“മോൻസിയർ...” എന്ന് അയാൾ പറഞ്ഞുതുടങ്ങുമ്പോഴേ പേര് ഓർത്തെടുക്കാനെന്ന മട്ടിൽ ഒന്നു നിർത്തി. അപ്പോഴേക്കും “മോൻസിയർ ഡോസ്റ്റൊയെവ്സ്കി, മുൻ എഞ്ചിനീയർ, ഇപ്പോൾ പീറ്റേഴ്സ്ബർഗിലെ സാഹിത്യകാരൻ” എന്നുരുവിട്ടുകൊണ്ട്, മനോഹരമായ ഗ്ലൗസ് ധരിച്ച കോമളമായൊരു കരം അശ്രദ്ധയോടെ അയാൾക്കുനേരെ നീണ്ടു. ആ കരം ഗ്രഹിച്ച്, കാലാവസ്ഥയെക്കുറിച്ചോ മറ്റോ എന്തെങ്കിലും ഭംഗിവാക്ക് സംസാരിക്കാമെന്നു വിചാരിക്കുമ്പോഴേക്കും, സുഗന്ധതൈലത്തിന്റെ പരിമളം പരത്തുന്ന കൈ അപ്രത്യക്ഷപ്പെട്ടുകഴിഞ്ഞിരുന്നു. ടർജെനീവും സ്നേഹിതനും കാണാമറയത്തെത്തിയിരുന്നു. *നിത്യനായ ഭർത്താവി*ലെ (The Eternal Husband) *ട്രുസോട്സ്കി*യെപ്പോലെ കാലത്തിനനുയോജ്യമല്ലാത്ത കറുത്തൊരു സൂട്ട് ധരിച്ച് കൈയിലൊരു കറുത്ത തൊപ്പിയും പിടിച്ച് അയാൾ അപ്പോഴും അവിടെത്തന്നെ നില്ക്കുകയായിരുന്നു.

അയാളെ ഒരു എഞ്ചിനീയർ എന്നോ അല്ലെങ്കിൽ മുൻഎഞ്ചിനീയറെന്നോ വിളിക്കാനുള്ള ഒരവസരവും ടർജെനീവ് പാഴാക്കിയില്ല. ഡോസ്റ്റോയെവ്സ്കി സാഹിത്യലോകത്തിലേക്കു വരുന്നതിന്റെ അസഹിഷ്ണുതയാണ് അദ്ദേഹം പ്രകടിപ്പിച്ചത്. ടർജെനീവാണ് അവകാശപ്രകാരം സാഹിത്യലോകത്തിന്റെ രാജാവ്. ഡോസ്റ്റോയെവ്സ്കിയാകട്ടെ വെറുമൊരു അല്പൻ. പെട്ടെന്ന് താണ പദവിയിൽനിന്ന് ഉയർന്ന പദവിയിൽ കയറിയവൻ. ഒരു പുത്തൻ പ്രമാണി. അയാൾ തടങ്കലിൽനിന്നു മടങ്ങിവന്നശേഷം അവർ പലപ്രാവശ്യം കണ്ടു. ഒരിക്കൽക്കൂടി സുഹൃത്തുക്കളായതുപോലെ തോന്നിച്ചു. ഒന്നുരണ്ട് പരോപകാരപ്രവർത്തനച്ചടങ്ങുകളിൽ പങ്കെടുത്തു. കത്തുകൾ കൈമാറി. തന്റെ മാസിക *ടൈമിൽ* ടർജെനീവിന്റെ സേവനം നേടാനയാൾ ശ്രമിച്ചു. ആ മാസിക അയാളും സഹോദരനുംകൂടിയാണ് പ്രസിദ്ധീകരിച്ചിരുന്നത്. അതിന്റെ പല പ്രതികളും വിദേശത്തായിരുന്ന ടർജെനീവിന്നയാൾ അയച്ചുകൊടുത്തു. *ഫാന്റംസ്* എന്ന കഥ കഴിയാവുന്നത്ര വേഗം മാസികയ്ക്കായി അയച്ചുതരുവാനാവശ്യപ്പെട്ടു. എന്നാലത് ആവശ്യപ്പെടലല്ല, യാചിക്കലായിരുന്നു. പരിഭ്രാന്തനായ ഒരു ആരാധകനെപ്പോലെ. അതേ കത്തിൽത്തന്നെ അദ്ദേഹത്തെ നേരിൽ കാണണമെന്ന മോഹം അയാൾ പ്രകടിപ്പിച്ചിരുന്നു. കാരണം, കഴിഞ്ഞ പ്രാവശ്യം തമ്മിൽ കണ്ടപ്പോൾ പല കാര്യങ്ങളും

അവ്യക്തമായി വിട്ടിരുന്നു, പരസ്പരം കണ്ട് അവർക്കൊരു പരിഹാരം കണ്ടെത്തണം. അദ്ദേഹത്തോടുള്ള തന്റെ സൗഹൃദം ഉറപ്പിച്ചെടുക്കാൻ ശ്രമിച്ചുകൊണ്ട് സമനില തെറ്റിയവനെപ്പോലെ ഇക്കാര്യം പല പ്രാവശ്യം അയാൾ ആ കത്തിൽ ആവർത്തിച്ചു. എന്നാൽ നില കൂടുതൽ വഷളായതായി അയാൾക്കു തോന്നി. സൗഹൃദം പുനഃസ്ഥാപിക്കപ്പെട്ടശേഷം ടർജെനീവ് അയാളെ പ്രത്യേക രീതിയിലാണ് പരിചരിച്ചുപോന്നത്. ഒരുപക്ഷേ, അയാളോട് ദയ തോന്നിയിട്ടായിരിക്കാം. പിന്നെ ഈ പ്രലോഭനം, പഴയ കപടമായ ആശ്ചര്യപ്രകടനത്തിന് വഴിമാറിക്കൊടുത്തു. അത് അയാളെ എല്ലാം തുറന്നുപറയാനായി പ്രേരിപ്പിച്ചു. *പനയേവ്* കാലഘട്ടത്തിലേതുപോലെ ആ കെണികളും വലകളും അത്ര പ്രകടമായിരുന്നില്ലെങ്കിലും, അയാൾക്ക് സദാ സമയവും സ്വയം സംരക്ഷിക്കേണ്ടിയിരുന്നു. ഞാണിന്മേൽക്കളിപോലെയായിരുന്നു അയാളുടെ നില. ഏതു നിമിഷവും കയറിൽനിന്ന് താഴേയ്ക്കു പതിക്കാം. അയാൾ നടന്നിരുന്ന കയർ ഓരോ പ്രാവശ്യവും കൂടുതൽ ഇളക്കമുള്ളതായി തോന്നി. ചിലപ്പോൾ സമനില തെറ്റിയതുപോലെ. ഇരുഭാഗത്തും ഇരുകൈകൊണ്ടും നീട്ടിപ്പിടിച്ചാലേ അടിതെറ്റാതിരിക്കുകയുള്ളൂ. കപടമായ താത്പര്യവും അത്ഭുതവും പ്രകടിപ്പിക്കുന്ന ആ കണ്ണുകൾ അയാളെ കൂടുതൽ വേഗതയിൽ കാലെടുത്തുവയ്ക്കാൻ പ്രേരിപ്പിച്ചു. വേഗത്തിൽ, അതിവേഗത്തിൽ - അടികാണാത്ത ഗർത്തത്തിലേക്കയാൾ വഴുതിവീഴുന്നതു വരെ - ആ കാപട്യച്ചിരി കാണാൻ വേണ്ടി മാത്രം. ആത്മാർത്ഥ സ്നേഹത്തിന്റെ ഒരു കണികയെങ്കിലും തിരിച്ചുകിട്ടുമോ എന്നു ശ്രമിച്ചുനോക്കാനായി, അയാൾ ഏതു രീതിയിലുള്ള ഉന്മാദനൃത്തം ചെയ്യാനും തയ്യാറായിരുന്നു. കാൽവഴുതി അഗാധതയിലേക്കു വീണുകൊണ്ടിരിക്കയായിരുന്നെങ്കിലും, ആകാശത്തയാൾ ഒറ്റക്കാലിൽ നൃത്തംവച്ചു.

തന്റെ വിശാലമായ ഹോട്ടൽമുറിയിൽ കൂളിംഗ്ഗ്ലാസ് ധരിച്ച് കാരുണ്യംനിറഞ്ഞ സൗകുമാര്യത്തോടെ മുന്നിലിരിക്കുന്ന ഡോസ്റ്റോയെവ്സ്കിയെ ടർജെനീവ് നോക്കി. ആഡംബരത്തിൽ അമിതധാരാളിത്തം കാണിക്കുന്ന ഒരു ഹോട്ടലാണത്. മനോഹരമായ ഫർണിച്ചർ, അലങ്കാരവേലകൾ ചെയ്ത മുകൾത്തട്ട്, വിശാലമായ ജനലുകൾ, കടുംചുവപ്പ് നിറമുള്ള കർട്ടനുകൾ, എല്ലാം അത്യാകർഷകം. മുമ്പത്തെ ദിവസം യാതൊരു മര്യാദയും കൂടാതെ, 'അദ്ദേഹം

മുറിയിലില്ല' എന്നു പറഞ്ഞ് ഉള്ളിലേക്കു കടക്കാൻ അനുവദിക്കാതിരുന്ന ഹോട്ടൽമാനേജരെ ഇന്ന് ഒഴിവാക്കുന്നതിൽ സന്ദർശകൻ വിജയിച്ചു. അയാൾ ഗ്ലാസ് വാതിലിലൂടെ പെട്ടെന്നു പ്രവേശിച്ച് നേരെ മുറിയിലേക്കു പോയി. കൗണ്ടറിൽനിന്ന് മാനേജർ മാറിയ നിമിഷം തന്നെ അയാൾ, ചുറ്റുപാടും നോക്കാതെ പെട്ടെന്ന് വാതിലിലൂടെ ഉള്ളിൽ കയറിപ്പറ്റി. ആരോ തന്നെ പിന്നിൽനിന്ന് വെടിവയ്ക്കുമെന്നു ഭയക്കുന്നതുപോലെ പരവതാനി വിരിച്ച മാർബിൾ കോണിപ്പടിയിലൂടെ ഒറ്റപ്പാച്ചിലായിരുന്നു. ഒരുകൂട്ടം വേട്ടനായ്ക്കൾ പിന്നാലെ ഓടിവരുന്നുണ്ടെന്നു തോന്നും അയാളുടെ ഭാവം കണ്ടാൽ. പിന്നെ നടത്തം കുറച്ച് സാവധാനത്തിലാക്കി. ഇടനാഴിയിലെത്തിയപ്പോൾ, അന്തസ്സ് പാലിക്കേണ്ടതിന്റെ ആവശ്യകത ഓർത്തു. വലിയ സുവർണ 'നെയിം പ്ലേറ്റുകൾ' പിടിപ്പിച്ച, അനവധി വെള്ളവാതിലുകൾ തരണം ചെയ്തു. "ആഹ്! നിങ്ങളാണോ!" അത്യുച്ചത്തിൽ ചോദിച്ചുകൊണ്ട് ടർജെനീവ് തന്റെ അതിഥിയെ അഭിവാദ്യം ചെയ്തു. സന്തോഷവും അത്ഭുതവും നിറഞ്ഞ നിഷ്കളങ്കമായൊരു പുഞ്ചിരി അയാളുടെ മുഖത്തു പ്രത്യക്ഷപ്പെട്ടു. ധരിച്ചിരുന്ന നീണ്ട ഡ്രസ്സിംഗ് ഗൗണിൽ അദ്ദേഹം കൂടുതൽ പൊക്കമുള്ളവനായി കാണപ്പെട്ടു. സമൃദ്ധമായി വളരുന്ന അല്പം നരകയറിയ കറുത്ത താടി, സുപ്രസിദ്ധമായ ചുരുളൻ മുടി, നീലക്കണ്ണുകളിലെ ആകർഷകഭാവം - എല്ലാം വശ്യമായി തോന്നി.

"നിങ്ങളെയും, നിങ്ങളുടെ നോവലിനെയുംകുറിച്ച് ഞാൻ ഒരുപാട് കേട്ടു. എന്നാലതു വായിക്കാനുള്ള സൗഭാഗ്യം ഉണ്ടായിട്ടില്ല." അദ്ദേഹം പറഞ്ഞു. അതിഥിയെ വിശാലമായ സ്വന്തം മുറിയിലേക്ക് ആനയിച്ചു. അവിടെ വലിയൊരു ഡെസ്ക് ഉണ്ട്. അതിനു മീതെ പുസ്തകങ്ങളും കൈയെഴുത്തു പ്രതികളും ചിതറിക്കിടക്കുന്നു. വില പിടിച്ച കിടക്കയിൽ അശ്രദ്ധമായി മടക്കിവച്ച ബ്ലാങ്കറ്റും ചില തലയിണകളുമുണ്ട്.

"ഇനി, നിങ്ങളെ ഞാൻ ഒന്ന് ശരിക്കു കാണട്ടെ" അതിഥിയിൽനിന്ന് ഏതാനും അടി പിന്നാക്കം മാറിക്കൊണ്ട് ടർജെനീവ് പറഞ്ഞു. ഒരു പെയിന്റർ സ്വന്തം ചിത്രം പരിശോധിക്കുന്നതുപോലെ. "കൊള്ളാം, ഇപ്പോൾ നിങ്ങൾ ഒരു യഥാർത്ഥ എഴുത്തുകാരനെപ്പോലെയുണ്ട്, പ്രത്യേകിച്ച് ആ ഷർട്ടിന്റെ മുൻവശം!" അയാളുടെ കണ്ണുകളിലെ ഹരിതസ്ഫുലിംഗങ്ങൾ വെട്ടിത്തിളങ്ങി. വീണ്ടും അവ മങ്ങി. പിന്നെ

പഴയ സന്തോഷവും താത്പര്യവും നിറഞ്ഞ ഭാവം വീണ്ടും പ്രത്യക്ഷപ്പെട്ടു. “സമാധാനമായി ഇരിക്കൂ.” ഒരു കസേര അതിഥിക്കു മുന്നിലേക്ക് നീക്കിയിട്ടുകൊണ്ടു പറഞ്ഞു. ഒരു കാലിനുമേൽ മറ്റേ കാൽ വച്ചുകൊണ്ട് ഒരു ‘ഈസി ചെയറി’ൽ അദ്ദേഹം ഇരുന്നു. തന്റെ ടർക്കി ഡ്രസ്സിംഗ് ഗൗണിലേതുപോലെ ചിത്രപ്പണികളുള്ള വീതി കുറഞ്ഞ നീണ്ട ചെരുപ്പാണ് അദ്ദേഹം ഇട്ടിരിക്കുന്നത്. അതു മെല്ലെ വിറപ്പിച്ചുകൊണ്ടിരിക്കുന്നു.

അയാളും അന്നാ ഗ്രിഗൊറ്യേവ്നയുംകൂടി ഡ്രെസ്ഡെനിൽനിന്നും തെരഞ്ഞെടുത്തതാണ് അന്നു ധരിച്ച ഷർട്ട്. അതു തികച്ചും അസാധാരണമായൊന്നാണെന്ന് അയാൾക്കു തോന്നിയതിനാലാണ് അതിൽ ദൃഷ്ടി പതിഞ്ഞത്. കോളറിന്റെ അറ്റം ചെറുതായി വളഞ്ഞിട്ടാണ്. അതു വളരെ പരിഷ്കാരമുള്ള വേഷമാണെന്ന് അവർ തീരുമാനിക്കുകയും ചെയ്തു. ഇന്നലെ അന്നാ ഗ്രിഗൊറ്യേവ്ന ഒരുപാട് സമയമെടുത്താണ് അത് ഇസ്തരിയിട്ടത്. അസ്വസ്ഥമായ ചലനങ്ങളോടെ പല വശങ്ങളിലേക്കും മാറി മാറി നോക്കി, എവിടെയാണ് തൊപ്പി വയ്ക്കേണ്ടതെന്ന സന്ദേഹത്തിൽ. അപ്പോൾ അയാൾ അടുത്തുതന്നെയുണ്ടായിരുന്നു. എന്നിട്ട് ഇതൊക്കെ കേൾക്കാൻ വേണ്ടിയാണോ ശരിക്കും ഇവിടെ വന്നത്? ഒരു പിച്ചക്കാരനെപ്പോലെ എന്തിനാണ് ഇവിടെ കയറിവന്നത്? എന്തിനാണ് ഹോട്ടൽ മാനേജരുടെ മുന്നിൽ അയാൾ അപമാനിതനായത്, താൻ ഒന്നും ഇരക്കുന്നില്ലെങ്കിലും. ഏതു നിമിഷവും അപരൻ തന്റെ ഞാണിന്മേൽക്കളി തുടങ്ങിയേക്കാം. അയാൾ കിഴുക്കാംതൂക്കായ അറ്റത്താണ് നില്ക്കുന്നത്. ഒരടികൂടി മതി, വഴുതിവീഴും, അഗാധമായ ഗർത്തത്തിലേക്ക്. അയാൾ ചുറ്റും ദൃഷ്ടിപായിച്ചുകൊണ്ട് നിസ്സഹായനായി ഇരിക്കുകയാണ്.

“ആകെ അലങ്കോലപ്പെട്ടുകിടക്കുന്നതിൽ എനിക്കു ഖേദമുണ്ട്.” അയാളുടെ കണ്ണുകൾ ശ്രദ്ധിച്ചുകൊണ്ട് ടർജെനീവ് പറഞ്ഞു: “അല്ലെങ്കിൽ ജർമൻകാർ പറയുന്നതുപോലെ എല്ലാം താറുമാറായിക്കിടക്കുന്നു.”

“കൊള്ളാം, എന്റെ അഭിപ്രായത്തിൽ, നിങ്ങൾ വളരെ മുമ്പുതന്നെ ഒരു ജർമൻ ആയിക്കഴിഞ്ഞിരിക്കുന്നു. ആയതിനാൽ നിങ്ങൾക്ക് ഖേദിക്കേണ്ട ആവശ്യമില്ല.” അയാൾ ആലോചിക്കാതെ പറഞ്ഞുപോയി; യുക്തിരഹിതമായ ഇത്തരം മുള്ളുവാക്കുകൾ പലപ്പോഴും അയാളിൽ

നിന്നുയരാറുണ്ട്. അതയാളെ സ്വയം കൂടുതൽ കുപിതനാക്കുകയും ചെയ്യും. ഞാണിന്മേലെ അടുത്ത കാൽവെപ്പും കഴിഞ്ഞു. 'നിങ്ങളുടെ നോവൽ തനി ജർമനാണ്....' അതോടെ അയാൾ, ഇനി മടങ്ങിവരാത്ത വണ്ണം നിലംപതിച്ചു. ടർജെനീവ് ചാരുകസേരയിൽ ചരിഞ്ഞു കിടന്ന പ്പോൾ അദ്ദേഹത്തിന്റെ മുഖം ചൂളിയിരുന്നു. അതു മറയ്ക്കാനായി 'കൂളിംഗ് ഗ്ലാസ്' എടുത്തു കണ്ണിൽവച്ചു. സന്ദർശകൻ തന്റെ തൊപ്പി, സുവർണ്ണനിറത്തിൽ വെണ്മ കലർന്ന ഉപരിഭാഗത്തോടുകൂടിയ ചീട്ടു മേശമേൽ വച്ചു. അവർക്കിരുവർക്കും ഇടയിലാണ് ആ മേശ കിടന്നി രുന്നത്. എന്നിട്ട് ഉറയിൽനിന്നും വാൾ ഊരുന്ന ഒരു വാൾപയറ്റുകാര നെപ്പോലെ ശരീരം മുന്നോട്ട് ആഞ്ഞു നിന്നു.

"നിങ്ങളുടെ വാക്കുകൾ ഒരു പ്രശംസയായി ഞാൻ എടുക്കുന്നു." അടി തടുത്തുകൊണ്ട് ടർജെനീവ് മറുപടി നല്കി. "നമ്മൾക്ക് *ഗോയ്ഥെ*യെയും *ഷില്ലറെ*യും സമ്മാനിച്ച ഒരു സാഹിത്യം..." അദ്ദേ ഹത്തിന്റെ സുഹൃത്ത് മറ്റൊരു വെട്ടുകൂടി വെട്ടി. "നിങ്ങൾ ഒരിക്കലും റഷ്യയെ അറിയുകയോ, മനസ്സിലാക്കുകയോ ചെയ്തിട്ടില്ല; നിങ്ങ ളുടെ ആ പാവം വൈദികവിദ്യാർഥി *പോട്ടുഗിൻ*..." അർദ്ധോക്തിയിൽ നിർത്തി വീണ്ടും തുടർന്നു: "പിന്നെ, തീർച്ചയായും, ഉറച്ച രാജ്യ സ്നേഹം മനസ്സിൽ കടത്തിവിടുവാനായി റഷ്യ അങ്ങേഅറ്റം ഫലപ്രദ മായ അത്തരം മാർഗങ്ങൾ പ്രയോഗിക്കുന്നുണ്ടെന്നു തോന്നുന്നു." ടർജെനീവ് തിരിച്ചടിച്ചു. തീർച്ചയായും അയാളുടെ തടവുശിക്ഷയെ സൂചിപ്പിച്ചുകൊണ്ടായിരുന്നു അത്. "അപ്പോൾ, എന്തുകൊണ്ട് നിങ്ങൾ പാരീസിൽ പോയി ഒരു ടെലസ്കോപ് വാങ്ങിക്കുന്നില്ല; നിങ്ങൾക്ക വിടെനിന്ന് റഷ്യയെ വീക്ഷിക്കാൻ കഴിയും." പാരീസിൽ ഏതോ ടെല സ്കോപ് വച്ച വാർത്ത ഈയിടെ എവിടെയോ വായിച്ചതോർത്തു കൊണ്ട് ഒറ്റശ്വാസത്തിന് അയാൾ വായിൽ വന്നതു വിളിച്ചുപറഞ്ഞു.

ടർജെനീവ് വീണ്ടും 'കൂളിംഗ് ഗ്ലാസ്'കൊണ്ട് കണ്ണുകൾ മറച്ച് ചാരുകസേരയിൽ കിടന്നു. ആ ചീട്ടുമേശയ്ക്ക് ഇരുവശവും ഇരുന്നു കൊണ്ടവർ വാളെടുത്തു പോരാടി. പരസ്പരം കുത്തിമുറിവേല്പിച്ചു. റഷ്യയും പാശ്ചാത്യരാജ്യങ്ങളും തമ്മിലുള്ള ബന്ധത്തെക്കുറിച്ചുള്ള ഈ ദ്വന്ദ്വയുദ്ധത്തെയാണ് രണ്ടെഴുത്തുകാർ - ഡോസ്റ്റൊയെവ് സ്കിയും ടർജെനീവും - തമ്മിലുള്ള പ്രത്യയശാസ്ത്രപരമായുള്ള വഴക്കായി റഷ്യൻ സാഹിത്യചരിത്രത്തിൽ ചിത്രീകരിച്ചിട്ടുള്ളത്!

ഏതാണ്ട് നൂറു വർഷങ്ങൾക്കുശേഷം, തൊഴിലാളിവർഗത്തിന്റെ ഭരണം വന്നതോടെ *സ്ലാവോഫീൽസും വെസ്റ്റേണൈസേഴ്സും* തമ്മിലുള്ള വിവാദങ്ങൾ എന്നെന്നേയ്ക്കുമായി അവസാനിച്ചതായി കരുതപ്പെട്ടുവെങ്കിലും അവ പൂർവാധികം കരുത്തോടെ പുനരാരംഭിച്ചിരിക്കുന്നു; നെറ്റിയിൽ വിഷാദാത്മകമായ ഞൊറിവുകളും തീക്ഷ്ണമായ ദൃഷ്ടികളുമുള്ള ഒരു മനുഷ്യനിലൂടെ. ബേദൻ–ബേദനിലേക്ക് പോകും വഴി ഡോസ്റ്റോയെവ്സ്കി ചുറ്റിനടന്ന നഗരത്തിലെ, *ഫ്രാങ്ക്ഫർട്ട്* വിമാനത്താവളത്തിലേക്ക് അകമ്പടിയോടെ കൊണ്ടുവന്ന ആ വ്യക്തിയിലൂടെ തുടങ്ങിവച്ച വിവാദം - അവ പൂർവ്വാധികം കരുത്തോടെ പുനരാരംഭിച്ചിരിക്കുന്നു! ഈ മനുഷ്യൻ ഒരു സ്ഥിരം സന്ദർശകനായി വിദേശത്തെത്തി; സമുദ്രത്തിനപ്പുറത്ത് ഒരു വടക്കൻ അമേരിക്കൻ സ്റ്റേറ്റിൽ താമസമാക്കി. അവിടത്തെ പ്രകൃതിദൃശ്യം, തന്റെ ജന്മനാട്ടിലെ മഞ്ഞിനെയും കാടുകളെയും ഓർമിപ്പിച്ചു. തിരസ്കൃതമായ ആ രാജ്യം യഥാർത്ഥത്തിലുള്ളതിനേക്കാൾ മനോഹരമായി അയാൾക്കു തോന്നി. ടർജെനീവിന്റെ സന്ദർശകൻ എടുത്ത വാൾതന്നെയാണ് അയാൾ ശക്തമായി ചലിപ്പിക്കുന്നത്. ഒരു റിലെ ഓട്ടത്തിലെ അംഗം എന്ന നിലയിലാണാ മനുഷ്യൻ ഉത്തരവാദിത്തം ഏറ്റെടുത്തത്. വായുവിൽ ഇടത്തോട്ടും വലത്തോട്ടും നാശം വിതച്ചുകൊണ്ട് അയാൾ വാൾ ചുഴറ്റിക്കൊണ്ടിരുന്നു. എന്തോ കാരണം കൊണ്ട് തൊപ്പി ധരിക്കാതെ, ശ്മശാനത്തിലെന്നതുപോലെ തന്റെ നാട്ടിൻപുറത്തെ മുള്ളുകമ്പികൊണ്ടുള്ള വേലിക്കുള്ളിലെ വീടിന്നടുത്ത് ഉയർന്നുനില്ക്കുന്ന ഒരു മഞ്ഞുമലയിൽ അയാൾ നിന്നു. അയാളുടെ നനുത്ത് കുത്തനെ നില്ക്കുന്ന തലമുടിയിൽ കാറ്റടിച്ചു. കട്ടി കുറഞ്ഞ മുടി നരച്ചു തുടങ്ങി. താടിയും നരച്ചു. അതിൽ മഞ്ഞിൻപടലങ്ങൾ പറ്റിപ്പിടിച്ചിരിക്കുന്നു, മഞ്ഞുപാളികൾ തൂങ്ങിക്കിടക്കുന്നു. അയാൾ മാത്രമാണ് താൻ കൊത്തിയരിഞ്ഞ വായു നോക്കിനില്ക്കുന്നത്. എന്നാൽ അയാളുടെ നാട്ടുകാരാകട്ടെ ശാന്തമായി കിടന്നുറങ്ങുകയോ, ഒരു അന്താരാഷ്ട്ര ഹോക്കി മത്സരം ടി.വി.യിൽ കാണുകയോ ആണ്. നാടിന്റെ ടീമിനെ പിൻതാങ്ങിക്കൊണ്ട്, സന്ദർഭോചിതമായി മദ്യവും അകത്താക്കി തങ്ങളുടെ രാജ്യസ്നേഹം പ്രകടിപ്പിക്കുന്നു. അവർ അട്ടഹസിച്ചു. “അങ്ങോട്ട് നീങ്ങൂ, സാഷാ! ആ നികൃഷ്ടനെ കൊല്ലൂ!” പിന്നെ, ഭയങ്കര ദേഷ്യത്തോടെ സ്വന്തം കാൽമുട്ടുകളിലോ മറ്റുള്ളവരുടെ

കാൽമുട്ടുകളിലോ ഉറക്കെ അടിക്കുന്നു, അട്ടഹസിക്കുന്നു. എന്നിട്ട വർ മദ്യോന്മത്തരായി സായാഹ്നവാർത്തകൾ കാണുന്നു. മറ്റു കാര്യ ങ്ങൾക്കിടയിൽ മഞ്ഞുമലയിൽ വാൾ ചുഴറ്റിനില്ക്കുന്ന ആ മനുഷ്യന്റെ ഒരു ദൃശ്യം വന്നെത്തുന്നു. അയാളെ വാർത്താവതാരകൻ വിളിക്കു ന്നതു ദേശാഭിമാനമില്ലാത്ത വൃത്തികെട്ടവൻ എന്നാണ്. അടുത്തിരി ക്കുന്നയാളെ കൈമുട്ടുകൊണ്ടു തോണ്ടി അവർ അട്ടഹസിക്കുന്നു. “ഓഹ്, കോലിയ! എന്താണവർ ആ തന്തയില്ലാത്തവനെ കൊല്ലാ ത്തത്, ങ്ഹേ!”. എന്നും രാവിലെ വഴിയരികിലെ സ്റ്റാളിൽനിന്നും ഒരു മഗ്ഗ് ബീയർ മോന്തി, അവരുടെ പ്രിയപ്പെട്ട ദിനപത്രമായ *ദി സ്റ്റാറോ*, *കോംസോമോൾ പ്രവദ*യോ വാങ്ങിച്ച്, യാതൊരു തിരക്കും കൂട്ടാതെ മെല്ലെ പത്രം കാലിൽ മൃദുവായി ചേർത്തുപിടിച്ച്, ബസ്സിലോ ട്രാമിലോ കയറി ജോലിസ്ഥലത്തേക്കു പോകും. തലേന്നത്തെ ഹോക്കി കളിയിലെ മികവും ദൂഷ്യവും ചർച്ച ചെയ്യും. ഉച്ചഭക്ഷണ ത്തിനുള്ള ഒഴിവുസമയത്തോ ചിലപ്പോൾ അതിനുമുമ്പോ ഒരു മഗ്ഗ് ബിയർകൂടി അകത്താക്കും. ഡോസ്റ്റോയെവ്സ്കിയിൽനിന്നും വാൾ ഏറ്റെടുത്ത ആ മനുഷ്യൻ വായുവിൽ വാൾ ചുഴറ്റി, റഷ്യയെ മനസ്സി ലാക്കാത്ത പാശ്ചാത്യരാജ്യങ്ങളെ കുറ്റപ്പെടുത്തി.ദേശീയ താത്പര്യ ത്തോടെ മാത്രം ലക്ഷ്യമിട്ട് ഭാവിപദ്ധതികൾ ആസൂത്രണം ചെയ്യുന്ന റഷ്യയെ ഉൾക്കൊള്ളാനാവാത്ത രാജ്യങ്ങളെ പഴിപറഞ്ഞു. അയാൾ തന്റെ ചിന്തകളിൽ പങ്കാളികളായിരുന്നവരോടൊപ്പം, റഷ്യയെയും അതിന്റെ ഭാവിയെയുംകുറിച്ച് വ്യത്യസ്തമായ കാഴ്ചപ്പാടുണ്ടായിരു ന്നവരോട് പോരാടി; കുറേശ്ശെ നരകയറിയ മുടിയും, അഹങ്കാരമി ല്ലാത്ത കറുത്ത കണ്ണുകളും മാന്യപ്രകൃതവുമുള്ള പ്രശസ്തവ്യക്തി യടക്കം. അസ്ഥിരമായ ആ ഭാവം സുദൃഢമാക്കിയെടുത്തത് അയാ ളുടെ നിശ്ചയദാർഢ്യമുള്ള ഭാര്യയുടെ മുഖമായിരുന്നു. കറുത്ത തല മുടിയും കറുത്ത കണ്ണുകളും ഉറച്ച താടിയും ആത്മവിശ്വാസവുമുള്ള ഒരു സ്ത്രീയായിരുന്നു അവൾ. അവളാണയാളുടെ കൈയിൽ വാൾ പിടിപ്പിച്ചത്. അതു വഴുതി വീണപ്പോൾ അവളാണത് എടുത്തു കൊടുത്തത്. അവളാണ് സ്വന്തം കൈ അയാളുടേതുമായി മുറുകെപ്പി ടിച്ച് വീണ്ടും വാൾ വഴുതിവീഴാതിരിക്കാൻ ശ്രമിച്ചത്. അയാളുടെ കൈകൾക്കു മാർഗനിർദ്ദേശം നല്കി, ഒരു കുഞ്ഞിനെ കൈപിടിച്ച് എഴുത്തു പഠിപ്പിക്കുന്നതുപോലെ അവർ ഇരുവരും ഒരു പുരാതന

റഷ്യൻ നഗരത്തിന്റെ കോട്ടകൊത്തളത്തിൽ നിന്നു. ആ നഗരത്തിലാണവർ താമസിക്കാൻ നിർബന്ധിതരായത്. സുവർണതാഴികക്കുടങ്ങളും അടുത്തകാലത്തു പുനർനിർമിക്കപ്പെട്ട പള്ളിഗോപുരങ്ങളുടെ വെള്ളപൂശിയ മതിലുകളും അർദ്ധവൃത്താകൃതിയിൽ പ്രവേശനകവാടങ്ങളോടുകൂടിയ കത്തീഡ്രലുകളും അവയ്ക്കു പിന്നിൽ തിളങ്ങുന്ന ആർച്ച് മുഖപ്പുകളും ഉള്ള ഒരു പ്രാചീനനഗരം. എന്നാൽ, ആ ജനതയുടെ നോട്ടം പടിഞ്ഞാറോട്ടായിരുന്നു, പാശ്ചാത്യരാജ്യങ്ങളിലേക്ക്. ഭൂമിയുടെ മറുഭാഗത്ത് മഞ്ഞു മൂടിയ മലമുകളിൽനിന്നുകൊണ്ട് ഒരു മനുഷ്യൻ പൂർവദിശയിലേക്കു നോക്കി, തന്റെ ജന്മനാട്ടിലേക്ക്. വിരോധാഭാസമല്ലാതായി മാറിയ ചരിത്രത്തിന്റെ വിരോധാഭാസങ്ങളിലൊന്ന്. അതൊരു മുൻകൂട്ടി നിശ്ചയിക്കപ്പെട്ട പദ്ധതിയായിരുന്നു.

കോട്ടകൊത്തളത്തിൽ നിന്നിരുന്ന പുരുഷനും സ്ത്രീയും യഥാർത്ഥത്തിൽ പിടിച്ചിരുന്നത് വാൾ അല്ല, ഒരു കൊടിയായിരുന്നു; അസാമാന്യവലിപ്പമുള്ള, താഴേക്ക് ഉതിരുന്ന ആ വെള്ള കാൻവാസ് കാറ്റിൽ ഓളങ്ങൾ സൃഷ്ടിച്ചു. അതിൽ ആലേഖനം ചെയ്ത വാക്കുകൾ കറുപ്പും ചുകപ്പും മഞ്ഞയും നിറങ്ങളുള്ളവയും, ജനങ്ങളെ ഉദ്ബോധിപ്പിക്കുകയും താക്കീതു നല്കുകയും ആജ്ഞാപിക്കുകയും ചെയ്യുന്നവയുമായിരുന്നു. കൈകൾ മുന്നോട്ടു വീശി പതാകയും പിടിച്ച് അവർ അവിടെ നിന്നു. മോസ്കൊയിലെ *എക്സിബിഷൻ ഓഫ് ഇക്കണോമിക് അച്ചീവ്മെന്റി*ന്റെ പ്രവേശനകവാടത്തിൽ പ്രതിഷ്ഠിച്ച പ്രതിമപോലെ തോന്നും അവരെക്കണ്ടാൽ; തൊഴിലാളി കർഷകവർഗ ഏകാധിപത്യത്തിന്റെ പ്രതീകമാണത്. 'മോസ് ഫിലിം' സ്റ്റുഡിയോ പ്രൊഡക്ഷന്റേതുപോലെ. അനാട്ടമി പാഠപുസ്തകത്തിലെ ചിത്രം പോലെ മസിലുകൾ തുറുപ്പിച്ചുനില്ക്കുന്ന ഒരു ഫാക്ടറി തൊഴിലാളിയും ഉറുമാൽ കെട്ടിയ ഒരു കർഷകസ്ത്രീയും കൈകൾ മുന്നോട്ടുപൊക്കി ബലവത്തായ ചുറ്റികയും അരിവാളും പിടിച്ചിരിക്കുന്നു. അദൃശ്യമായ എന്നാൽ, കഠിനവും കഠോരവുമായ ഏതോ കൈകൾ ആ അസ്ഥിരഭാവമുള്ള മനുഷ്യനെയും ദൃഢഭാവമുള്ള അയാളുടെ ഭാര്യയെയും കോട്ടകൊത്തളത്തിൽനിന്നും വലിച്ച് താഴെയിടാൻ ശ്രമിക്കുകയാണ്. എന്നാലവർ വിവിധ വർണങ്ങളാൽ എഴുതപ്പെട്ട ലിഖിതങ്ങളോടുകൂടിയ തങ്ങളുടെ പതാക വീശിക്കൊണ്ടിരിക്കുന്നു. അതു ദീപാലങ്കാരം ചെയ്ത ഒരു ബോർഡുപോലുണ്ട്. ആ മനുഷ്യന്റെ

കൈകൾ വിളർത്തിരിക്കുന്നു. കൈമുട്ടിലെ ഞരമ്പുകൾ വീർത്തിട്ടുണ്ട്. അയാളുടെ ഹൃദയമിടിപ്പ് ക്രമരഹിതമായതിനാൽ ഇടയ്ക്കിടെ ഇഞ്ചക്ഷൻ കൊടുക്കേണ്ടിയിരുന്നു. അയാളുടെ നാട്ടുകാർ ഇന്നയാളെ വെറുക്കുന്നു. ലോകത്തിന്റെ മറുഭാഗത്ത് താമസമുറപ്പിച്ചവനേക്കാളേറെ അയാളെ ഒരു ജൂതനായി കരുതുന്നു. ആ പുരാതന റഷ്യൻ നഗരത്തിലേക്ക് നാടുകടത്തുന്നതിനു മുമ്പയാൾ രാജ്യം മുഴുവൻ സഞ്ചരിച്ചിരുന്നു. അവകാശവാദങ്ങൾ ഉന്നയിച്ചു. സേനാവലയങ്ങൾക്കിടയിലൂടെ ധീരതയോടെ മുന്നോട്ടു നീങ്ങി, വസ്തുതകൾ ചുരുൾ നിവർത്താൻ സഹായിച്ച സ്വന്തം ഭാര്യയുടെ പ്രോത്സാഹനങ്ങളിലൂടെ. ഏറ്റവും അപ്രതീക്ഷിത നിമിഷങ്ങളിൽ ഏറ്റവും അസംഭവ്യമായ സ്ഥലങ്ങളിലെത്തി, നിരന്തരമായി മാറിക്കൊണ്ടിരിക്കുന്ന പ്രബോധനങ്ങളുമായി, ഒരു കൂറ്റൻ വെള്ളപ്പതാകയുമേന്തി, അയാൾ സഞ്ചാരം തുടർന്നു. ദുരൂഹരും സംശയാലുക്കളുമായ വിദേശികൾ അയാൾക്കു ചുറ്റും നിലകൊണ്ടിരുന്നു. അവരുടെ പക്കൽ ഫിലിമും സിനിമാകേമറകളുമുണ്ടായിരുന്നു. ഒരുപക്ഷേ, അതിൽ പ്രതിസന്ധികൾ നിറഞ്ഞ മോസ്കൊ-വോൾഗാ കനാൽ ചീപ്പുകൾ, മോസ്കോ റെയിൽവെ ടർമിനലുകൾ, പിന്നീട് സൈനികാവശ്യങ്ങൾക്കു വേണ്ടി മാറ്റിവയ്ക്കപ്പെട്ട ഓറഞ്ചിനും ഇറച്ചിക്കും വേണ്ടിയുള്ള ക്യൂകൾ തുടങ്ങിയവയുടെ ഫോട്ടോകൾ എന്നിവയും ഉണ്ടായിരിക്കാം. മറ്റുള്ളവരെ ബോധ്യപ്പെടുത്തുന്ന വാർത്തകൾ പ്രചരിപ്പിക്കുകയായിരുന്നു അവർ. “തൊടരുത്!” എന്ന് അയാളുടെ സ്വന്തം നാട്ടുകാർ അട്ടഹസിച്ചു. അവർ ക്യൂവിലാണ് അല്ലെങ്കിൽ, ടിക്കറ്റ് ഓഫീസുകൾ തുറക്കുന്നതും നോക്കി അലസരായി കാത്തുനില്ക്കുകയാണ്. എന്നാൽ ടിക്കറ്റ് ലഭിക്കുമോ എന്നവർക്കറിയില്ല. യാതൊരു നിർദ്ദേശങ്ങളും നല്കപ്പെട്ടിട്ടില്ല. എന്നാൽ അവർ ഒന്നും മിണ്ടുന്നില്ല. അവരുടെ വിദ്വേഷവും അമർഷവും നിറഞ്ഞ ഈ മൗനം, ആ പതാക പറപ്പിക്കുന്ന മനുഷ്യൻ അടിമത്തത്തിന്റെ മൗനമായി പ്രഖ്യാപിച്ചു. അത് ഏറ്റുപറഞ്ഞ് മറ്റുള്ളവരുടെ ആനുകൂല്യം നേടി. അവരും പതാകകൾ വീശി. എന്നാൽ ചുരുക്കം പേർ ഏറ്റവും അസംഭവ്യമായ സ്ഥലങ്ങളിൽ ഏറ്റവും അപ്രതീക്ഷിതനിമിഷങ്ങളിൽ പരിതാപകരമായ ഈ പതാക ഉയർത്താനും വിദേശികളുടെ ഒരു കൊച്ചുസംഘത്തെ കൂട്ടാനും രാജ്യത്തിന്റെ രഹസ്യങ്ങൾ കടത്തിവിടാനും അവരുടെ മാതൃഭൂമിയെ

വില്ക്കാനും എത്തി. അവർക്കെല്ലാവർക്കും നീണ്ട മുടിയും നീണ്ട മൂക്കുകളുമുണ്ടായിരുന്നു എന്ന കാര്യത്തിൽ സംശയമില്ല. അവർ സ്വന്തം നാട്ടിൽ പോയി കൊടികൾ വീശട്ടെ, അവരുടെ നേതാവിനോടൊപ്പം. നേതാവിന്റെ ഭാര്യയുടെ പേരുതന്നെ വിദേശച്ചുവയുള്ളതാണ്, അവരുടേതായ എല്ലാ ദൂഷ്യങ്ങളും. അവരെ ഒന്നടങ്കം നാടുകടത്തുക, പരിധിക്കപ്പുറത്തേക്ക്, വിദൂരതയിലേക്ക്. ആ നികൃഷ്ടരെ വെടിവച്ച് കൊല്ലുക, നെറികെട്ട എല്ലാ നീളൻമൂക്കുകാരെയും. അവരുടെ സംഘത്തെ ഒന്നടങ്കം ഉന്മൂലനം ചെയ്യുക. അപ്പോൾ, ലോകത്തിന്റെ മറുഭാഗത്ത് മാളത്തിലടക്കപ്പെട്ട ആ മനുഷ്യൻ ക്ലേശിക്കുന്നു. അന്തരീക്ഷത്തിൽ അയാൾ വാളിട്ടിളക്കുന്ന ഒരു വ്യർത്ഥത സ്വന്തം ദേശീയ താത്പര്യത്തെ അടിസ്ഥാനപ്പെടുത്തിക്കൊണ്ടുതന്നെയാണ്. എന്നാൽ നാട് അയാളുടെ സഹായമോ ഉപദേശമോ ഇല്ലാതെ തന്നെ വേണ്ട രീതിയിൽ അഭിവൃദ്ധി പ്രാപിക്കുന്നുണ്ടത്രെ.

അന്ന് ആ രണ്ടു ഡോസ്റ്റോയെവ്സ്കിമാരുടെയും നിഴലുകൾ കല്ല് വിരിച്ച പാതയിലൂടെ ഒഴുകിനീങ്ങി. അവരുടെ വസതിയിൽ എത്തുമ്പോഴേക്കും അവയുടെ നീളം വർധിച്ചിരുന്നു. കാരണം, അന്നാ ഗ്രിഗൊറ്യേവ്നയ്ക്കുവേണ്ടി ഫെഡ്യാ കാത്തിരുന്ന ബെഞ്ചിൽനിന്നും ചെസ്റ്റ്നട്ട് നിരകളുള്ള പാതയിലൂടെയുള്ള നടത്തം അത്രയ്ക്കു സുദീർഘമായിരുന്നു. ബെർലിനിൽനിന്നും വാങ്ങിച്ച ആ കറുത്ത കോട്ടിലൂടെ സൂര്യരശ്മികൾ തുളച്ചുകയറി അയാളുടെ പുറംപൊള്ളിച്ചു.

ഹോട്ടൽ സന്ദർശിച്ചതിനുശേഷമുള്ള അടുത്ത പ്രഭാതത്തിൽ, അവർ ചായ കുടിക്കാനിരിക്കവെ തിളങ്ങുന്ന തടിച്ച ഒരു വിസിറ്റിംഗ് കാർഡുമായി മേരി എത്തി. കുറ്റമറ്റ ആ ചെമ്പ് തകിടിലെ 'കുടുംബപ്പേര്' അയാൾക്കേത്ര സുപരിചിതമായിരുന്നു. മനപ്പൂർവമാണ് ടർജെനീവ് പ്രഭാതസമയം തെരഞ്ഞെടുത്തത്. തീർച്ചയായും, വിനയപൂർവമുള്ള ഒരു നിന്ദ, ആര് ആ സമയത്ത് സന്ദർശിക്കാനെത്തിയാലും അങ്ങനെയല്ലേ? ഇതിനുവേണ്ടിയാണോ അയാൾ ഹോട്ടലിൽ നൃത്തമാടിയത്? അത്ഭുതം പ്രകടിപ്പിച്ചുനില്ക്കുന്ന ടർജെനീവിന്റെ മുഖം ഒരു നിമിഷം അയാൾ മനസ്സിൽ ദർശിച്ചു. ഇല്ല! കഴിഞ്ഞ പ്രാവശ്യം ആ പതിവുഭാവം അദ്ദേഹത്തിന്റെ മുഖത്തില്ലായിരുന്നു! കൂളിംഗ് ഗ്ലാസിലൂടെ അങ്ങേയറ്റം ശ്രദ്ധയോടെ ആയിരുന്നു ടർജെനീവിന്റെ കണ്ണുകൾ തന്നെ

പിൻതുടർന്നിരുന്നത്, ഏതു നിമിഷവും ഒരു പേപ്പട്ടി കടിക്കുമെന്ന് കൂളിംഗ് ഗ്ലാസ്സുകാരൻ ഭയപ്പെടുന്നതുപോലെ. ഈ ചിന്ത അയാളെ വല്ലാതെ സന്തോഷിപ്പിച്ചു. അയാൾ ചിരിക്കുകപോലും ചെയ്തു.

അവരുടെ മുറികൾ തണുപ്പുള്ളതും ഇരുണ്ടതുമായിരുന്നു. ശാന്തത തളംകെട്ടിനില്ക്കുന്നു എന്നു പറയാം. ആലയിലെ തൊഴിലാളികൾ ഭക്ഷണം കഴിക്കാൻ പോയിരിക്കയാണെന്നു തോന്നുന്നു. രാത്രിയും രാവിലെയും ബഹളംവച്ചിരുന്ന കുട്ടികൾ ഇപ്പോൾ ഉറക്കത്തിലാണ്. തന്റെ കനത്ത ഫ്രോക്ക് കോട്ട് ഊരി അല്പനേരം കിടക്കാനയാൾ ആഗ്രഹിച്ചു. പക്ഷേ, അന്നാഗ്രിഗൊറ്യേവ്ന ജനലകളും പാളികളും തുറന്നുവച്ചിരുന്നു. പുറത്തുപോകുമ്പോഴെല്ലാം ശ്രദ്ധാപൂർവം അവളത് അടച്ചിടുമായിരുന്നു. ഭവനഭേദകരെയും തീയിനേയും കൊടുങ്കാറ്റിനേയും പേടിച്ചുകൊണ്ടായിരുന്നു അവളതു ചെയ്തിരുന്നത്. അക്കേഷിയ പുഷ്പത്തിന്റെ പരിമളവും സൂര്യപ്രകാശവും ഉള്ളിലേക്കു പ്രവേശിച്ചു, അതോടൊപ്പം തെരുവിലെ കോലാഹലശബ്ദവും. കല്ല് വിരിച്ച പാതയിലൂടെ പോകുന്ന കുതിരകളുടെ കുളമ്പടിനാദം, മുറ്റത്തെ സ്ത്രീകളുടെ ഉച്ചത്തിലുള്ള അഭിപ്രായങ്ങൾ, വെള്ളമോ ബിയറോ ഇറക്കുന്ന വണ്ടികളുടെ ഇരമ്പം. ഇല്ല, അയാൾക്കിപ്പോൾ കിടക്കാൻ കഴിയില്ല. അയാൾക്കു പോകണം. അന്നാഗ്രിഗൊറ്യേവ്ന, അയാളുടെ ആജ്ഞാഭാവത്തിലുള്ള നോട്ടം കണ്ട് ഒരു നെടുവീർപ്പോടെ ബാഗ് എടുത്ത് ഏതാനും സ്വർണനാണയങ്ങൾ അതിൽ നിന്നെടുത്തുകൊടുത്തു. അയാൾ വിറകയ്യോടെ സ്വന്തം വെയിസ്റ്റ്കോട്ടിന്റെ പോക്കറ്റിൽ അവ കുത്തിനിറച്ചു. അയാൾക്കൊരു പെഴ്സ് ഉണ്ടെങ്കിലും വേഗം ചെയ്യാവുന്നത് അതായിരുന്നു. അതിനും പുറമെ ചൂതാടുമ്പോൾ കൂടുതൽ സൗകര്യവും അതുതന്നെ. അനായാസമായി വാതുവയ്ക്കാനും പറ്റും, പ്രത്യേകിച്ച് എത്ര പണം ഇനി ബാക്കിയുണ്ടെന്ന് അറിയാതിരിക്കുമ്പോൾ. ബാക്കിയുള്ള പണത്തെക്കുറിച്ചോർത്തോ കണക്കു കൂട്ടിയോ ശ്രദ്ധ കൈവിടേണ്ടതില്ല.

ശരീരം കുറച്ചു മുന്നിലേക്കു കുനിച്ചുകൊണ്ടയാൾ നടന്നുനീങ്ങി. സ്വന്തം നിഴൽ പിന്നാലെ ഒഴുകിവന്നു. സൂര്യനിപ്പോൾ അയാളുടെ മുന്നിലാണ്. തങ്ങളുടെ ലോഡ്ജിനും *കുറോസ്സി*നും ഇടയ്ക്കുള്ള വഴിയിലൂടെ ദിവസേന പല പ്രാവശ്യം അയാൾ നടക്കും. പോസ്റ്റോഫീസിൽ പോകാൻ വേണ്ടി മാത്രമാണ് കുറച്ചു വഴിമാറി നടക്കാറുള്ളത്

(എന്നാൽ പ്രസാധകൻ *കട്കോവിൽ* നിന്നുള്ള ആ പണം ഒരിക്കലും വന്നില്ല). ചൂതിൽ ജയിച്ചാൽ, തിരിച്ചുവരുമ്പോൾ കടയിലോ മാർക്കറ്റിലോ പോയി അന്നാ ഗ്രിഗൊറ്യേവ്നയ്ക്കു വേണ്ടി പൂക്കളും പഴങ്ങളും വാങ്ങിക്കും. പൊതുവെ ചൂതുകളിയിൽ അയാൾക്കു കയറ്റമായിരുന്നു. സ്ത്രീകളിൽ നിന്നൊഴുകിവരുന്ന സൗരഭ്യമോ ജൂതന്മാരും പോളണ്ടുകാരും മുന്നിൽനിന്നുകൊണ്ട് സൃഷ്ടിക്കുന്ന കാഴ്ച തടസ്സമോ വല്ലപ്പോഴും വന്ന് ഒരു നാണ്യമിട്ടു ചൂതാടുന്ന സന്ദർശകരുടെ ശല്യമോ അപ്പോൾ അയാളുടെ ശ്രദ്ധ തിരിച്ചില്ല. മുന്നോട്ടുതന്നെ ആയിരുന്നു ഗതി. ചിലപ്പോൾ കാലിടറി വീഴും. പ്രതീക്ഷകൾക്കെതിരായി പെട്ടെന്നു നിലംപതിക്കാൻ തുടങ്ങും. ഓരോ പ്രാവശ്യവും എല്ലാം കഴിഞ്ഞെന്നു കരുതും. എന്നാൽ, കൊടുമുടിയിലേക്കുള്ള മാർഗത്തിലെ ഒരു ചവിട്ടുപടിയായി അതു മാറും. സാവധാനത്തിലാണെങ്കിലും തീർച്ചയായും അതടുത്തു വരും. മേഘപ്പാളികൾക്കിടയിലൂടെ അതു ദൃഷ്ടിഗോചരമാകുകപോലും ചെയ്യും. ചിലപ്പോൾ ആ പർവതശൃംഗം മഞ്ഞ് മൂടിക്കിടക്കുകയായിരിക്കും. സൂര്യപ്രകാശത്തിൽ വെള്ളിപോലെ അതു തിളങ്ങും, അല്ലെങ്കിൽ സ്വർണംപോലെ പ്രതിഫലിക്കും. എന്നാൽ, മറ്റുള്ളവർ *ടർജെനീവ്, ഗോഞ്ചറോവ്, പനയേവ്, നെക്രസോവ്* എന്നിവരെല്ലാവരും മലയടിവാരത്തിൽ ത്തന്നെ കൈകോർത്തുപിടിച്ച് വട്ടത്തിൽ ഒരു തരം ഡാൻസ് ചെയ്തുകൊണ്ടു നിന്നു. അപ്രാപ്യമായ കൊടുമുടിയിലേക്കു താൻ കയറുമ്പോൾ മഞ്ഞുമൂടിയ താഴ്വരയിൽനിന്ന് പൊള്ളയായ ദുരഭിമാനത്തോടെ കഴുത്തുകൾ നീട്ടി അസൂയയോടെ അയാളെ നോക്കി. അയാളെ മുന്നോട്ടു നയിക്കുന്ന ആ ചേതോവികാരം അവർക്കജ്ഞാതമാണ്. എന്നാൽ അയാൾക്കു പോകാതെ വയ്യ. അവിടേയ്ക്കു പ്രവേശിക്കാൻ പ്രതിജ്ഞാബദ്ധനാണ്.

അയാൾ കാസിനൊയുടെ അടുത്തെത്തിയപ്പോൾ മെല്ലെ അടുപ്പിച്ചു കാലെടുത്തുവയ്ക്കാൻ തുടങ്ങി. കാരണം, ലോഡ്ജിൽ നിന്ന് അങ്ങോട്ടുള്ള ദൂരം കൃത്യം 1457 ചുവട് ആയിരിക്കണം. മുമ്പത്തെ കണക്കനുസരിച്ച് അയാളുടെ ഏറ്റവും വിജയകരമായ നമ്പർ അതായിരുന്നു. അതെപ്പോഴും അയാളെ വിജയത്തിലേക്കു നയിച്ചു. അതിൽ വിചിത്രമായി ഒന്നുമില്ല. അതായത് അവസാന അക്കം 7, പിന്നെ എല്ലാ അക്കങ്ങളും കൂട്ടുമ്പോൾ 17 (മറ്റൊരു 7)

അതായത് ഏഴിന്റെ കാര്യത്തിൽ എന്തോ ചില പ്രത്യേകതയുണ്ട്. ഒറ്റ അക്കം, അതുകൊണ്ടല്ലാതെ മറ്റൊരക്കംകൊണ്ടും ഹരിക്കാൻ പറ്റാത്തത്. എന്നു മാത്രമല്ല ഏഴ് ചേർത്ത ഇരട്ട അക്കങ്ങളെയും ഹരിക്കാനാകില്ല. അതായത് 17, 37, 47, 67 തുടങ്ങിയവ. അതു വളരെ സവിശേഷമായൊരു അക്കമാണ്. ഇപ്പോൾ അയാൾ കെട്ടിടത്തിന്റെ പടവുകൾവരെ എത്തിയിരിക്കുന്നു. ഇനിയുള്ള കാൽവെപ്പുകൾ ശരിക്കും വളരെ ചെറുതാകണം. നുറുങ്ങു കാൽവെപ്പുകൾ, എല്ലാം കൂടി കൂട്ടുമ്പോൾ 1457 കിട്ടുകയും വേണം!

ഏതാനും ഫ്രഞ്ചുകാർ ഉത്സാഹത്തോടെ സംഭാഷണത്തിലേർപ്പെട്ടിരിക്കുന്ന വിശാലമായ ആ പ്രവേശനഹാളിലൂടെ അയാൾ നടന്നു. പിന്നെ, കലാപാടവം തീണ്ടാത്ത പ്രതിമകൾ നിറഞ്ഞ വലിയ കോണി കയറി ഒന്നാംനിലയിലെത്തി. നടുവിലെ ഏറ്റവും വലിയ ഹാളിൽ ചൂതാട്ടം ആരംഭിക്കാനായി അടുത്തുചെന്നു. ദ്രവ്യദാനം നടത്താൻ പോകുന്നവനെപ്പോലെ അയാളുടെ ഹൃദയം പിടയ്ക്കാൻ തുടങ്ങി. മേശയ്ക്കുചുറ്റും ആകാംക്ഷയോടെ ഉറ്റുനോക്കിക്കൊണ്ടിരിക്കുന്ന ജനക്കൂട്ടത്തിന്നിടയിലൂടെ പണമൊന്നും നഷ്ടപ്പെട്ടിട്ടില്ലല്ലോ എന്ന് വെയിസ്റ്റ്കോട്ട് തപ്പിക്കൊണ്ട് മുന്നോട്ടുചെന്ന് അയാൾ മൂന്നു സ്വർണ നാണ്യം 'ജംബെർ'ൽ വയ്ക്കുന്നെന്നു പ്രഖ്യാപിച്ചു. എന്തുകൊണ്ടെന്നാൽ, മൂന്ന് ഒരു ഒറ്റ അക്കമാണ്. ഇപ്പോൾ അയാൾ ശാന്തനാണ്. പ്രധാന കാര്യം, ശത്രുതയുള്ള ഈ വിദേശികളുടെ ഇടയിലൂടെ തനിക്കു തള്ളിക്കയറാനായല്ലോ എന്നതാണ്. പോകുന്നതിന്നിടയിൽ ആരുംതന്നെ അപമാനിച്ചില്ലല്ലോ, അല്ലെങ്കിൽ അപമാനിക്കുന്നതുപോലെ തോന്നിച്ചില്ലല്ലോ. കളി ആരംഭിക്കാൻ കഴിഞ്ഞതും സ്വയം പ്രഖ്യാപിക്കാൻ കഴിഞ്ഞതും തീർത്തും നിസ്സാരകാര്യമല്ല. തന്റെ വാതുവയ്ക്കൽ ഉദ്ഘോഷിക്കുമ്പോഴെല്ലാം മേശയ്ക്കരികിൽ ഇരിക്കുന്നവരുടെയും നില്ക്കുന്നവരുടെയും ദൃഷ്ടികൾ അയാളുടെ നേരെ തിരിയും. അവരെല്ലാം കരുതുന്നത് അയാൾ പണത്തിനുവേണ്ടി ചൂതാടുന്നവനാണെന്നാണ്. പണത്തിന് അത്യാവശ്യമുള്ളവൻ. ആയതിനാൽ എപ്പോഴും കഴിയാവുന്നത്ര വ്യക്തമായി എന്നാൽ അശ്രദ്ധമായ രീതിയിലായാണ് വാതു വിളിച്ചുപറയാൻ ശ്രമിക്കാറ്. അപ്പോഴത് ഒന്നുകിൽ മെല്ലെ യാചനാരൂപത്തിലാകും. അല്ലെങ്കിൽ എതിർക്കുന്ന രീതിയിൽ. പണത്തിന് പ്രത്യേക ആവശ്യം ഉള്ളതു

കൊണ്ടാണയാൾ ചൂതാടാൻ നിർബന്ധിതനായതെന്ന് ആളുകൾ കരുതും. ഇതെല്ലാം അയാൾക്കു പിന്നാലെ ഉണ്ടായിട്ടും അയാൾ വിജയം തുടർന്നുകൊണ്ടിരുന്നു; ഏഴ് എന്ന അക്കം മുറുകെ പിടിച്ചു കൊണ്ടുതന്നെ. ഇരട്ട ഭാഗ്യം, നല്ല ശകുനം. മൂന്ന് സ്വർണനാണ്യം വിജയിച്ചപ്പോൾ ആറ് നാണ്യവും 'ഇമ്പെയറിൽ' വച്ചു. വീണ്ടും ജയിച്ചു. ഇപ്രാവശ്യം ഒമ്പത് ആയിരുന്നെങ്കിലും അയാൾ പിന്നെ 'മാങ്ക്യു'വിലേക്ക് വാതു മാറ്റി. കാരണം, 'പാസ്സി' തുടർച്ചയായി മൂന്നു പ്രാവശ്യം വന്നുകഴിഞ്ഞു. താൻ ജയിച്ച ഒമ്പത് സ്വർണനാണയങ്ങ ളിൽ അഞ്ചെണ്ണവും വച്ചു. വീണ്ടും വീണ്ടും ജയം കൈവരിച്ചു. പാസ്സി, മാങ്ക്യു, റൂഗ്, നോയിർ, സീറൊയിൽപോലും രണ്ടു പ്രാവശ്യം. നാണ യങ്ങൾ അയാളുടെ മുന്നിൽ കുന്നുകൂടുകയാണ്. ആരോ ആദരവോടെ അയാളുടെ പിന്നിലൊരു കസേര ഇട്ടുകൊടുത്തു. എന്നാൽ അയാള തിൽ ഇരുന്നില്ല. കളിയുടെ താളക്രമം തെറ്റിയെങ്കിലോ. അയാൾ ആ കസേരയെക്കുറിച്ച് ബോധവാനായിരുന്നില്ല. എന്തു ചെയ്യണമെന്നറി യാത്തപോലെ, അയാൾക്കു ചുറ്റുമുള്ളതെല്ലാം ശക്തമായ നീർച്ചുഴി പോലെ കറങ്ങുകയാണ്. തന്റെ മുന്നിലുള്ള നാണയക്കൂമ്പാരവും കറ ങ്ങിത്തിരിഞ്ഞ് തനിക്കു വിധിക്കപ്പെട്ട ഭാഗത്ത് വന്നുനില്ക്കുന്നതുമ ല്ലാതെ മറ്റൊന്നും അയാൾ കാണുന്നില്ല. അയാൾ വീണ്ടും വീണ്ടും ചൂതാടുകയാണ്. ജയിച്ചു നേടുന്ന നാണ്യങ്ങൾ കൈയിലെടുത്തു കുലുക്കി ചുകന്നു തിളങ്ങുന്ന നാണ്യക്കൂമ്പാരത്തിലേക്കിടുന്നു. പർവതശിഖരം മേഘപാളികളിൽനിന്ന് പെട്ടെന്നു പുറത്തുവന്നു. മേഘ പാളിക്കു താഴത്തെവിടെയോ ആണത്. ഭൂമി കാണാൻപോലും പറ്റാ ത്തത്ര ഉയരത്തിലാണ് അയാൾ. എല്ലാം വെള്ളമേഘങ്ങളാൽ മൂട പ്പെട്ടിരിക്കുന്നു. അയാൾ മേഘങ്ങൾക്കുമീതെ കാലുകൾ നീട്ടിവച്ച് നടക്കുന്നു. വിചിത്രമെന്നു പറയട്ടെ അതയാളെ താങ്ങിനിർത്തുന്നു. ചുകന്നുതിളങ്ങുന്ന സ്വർണത്തിനു മീതേയ്ക്ക് പൊക്കി എടുക്കുക പോലും ചെയ്യുന്നു, അടുത്തകാലംവരെ അപ്രാപ്യമാണെന്നു തോന്നിയ കീഴടക്കാനാവാത്ത കൊടുമുടി.

"നിങ്ങൾ എന്റെ നാണ്യമെടുത്തു, സാർ!" ആരുടെയോ ഒരു വൃത്തികെട്ട കറകറ ശബ്ദം ഉയർന്നു. "ദയവായി അതു തിരിച്ചുതരിക!" ആകാശത്തേക്കു കെട്ടിപ്പൊക്കിയ വൃത്താകൃതിയിലുള്ള ഒരു ഊഞ്ഞാലെന്ന പോലെ നിലയുറപ്പിച്ചിട്ടുള്ള കാണികളും കളിക്കാരും

നിറഞ്ഞ ഒരു ജനക്കൂട്ടം അയാളുടെ ചുറ്റും കറങ്ങുന്നുണ്ട്. ആരോ അയാളുടെ കോട്ടിന്റെ കൈയിൽ പിടിച്ചുവലിക്കാൻ തുടങ്ങി. വൃത്തിയായി ഷേവുചെയ്ത മുഖവും ചായംതേച്ച മീശയുമുള്ള ഒരു മാന്യൻ അയാളെ നിർന്നിമേഷം തുറിച്ചുനോക്കി എന്തോ ഫ്രഞ്ചിൽ പറഞ്ഞു. എന്നാൽ ഉച്ചാരണം അരോചകമായ പോളിഷോ ജർമനോ ആയിരുന്നു. ഊഞ്ഞാൽ പെട്ടെന്നു നിശ്ചലമായി. അതിനുള്ളിലിരുന്ന മനുഷ്യർ ആലസ്യം മൂലം ഒരു ടേബ്ലോയിലേതുപോലെ മരവിച്ച് അതിൽത്തന്നെ ചെരിഞ്ഞ് ഇരുന്നു. എന്നാൽ അവരുടെ ദൃഷ്ടികൾ അയാളിൽ ത്തന്നെ പതിഞ്ഞുകിടന്നു. മേശയുടെ ഇരുവശത്തും ഇരിക്കുന്ന ചൂതാട്ടം നടത്തുന്നവർപോലും തങ്ങളുടെ നിർവികാരമായ മുഖങ്ങൾ ഉയർത്തി. തന്നെ സംബോധന ചെയ്താണവർ സംസാരിക്കുന്നതെന്നു പെട്ടെന്നു മനസ്സിലാക്കി. എങ്ങനെയോ ആ മാന്യന്റെ നാണ്യം അയാൾ നീക്കിയിട്ടു. എന്നാൽ, അയാളുടെ കൊടുമുടിയിലേക്കുള്ള കയറ്റവുമായി താരതമ്യപ്പെടുത്തുമ്പോൾ ഇതെത്ര നിസ്സാരം. അയാൾ ക്ഷമ ചോദിച്ചു. അശ്രദ്ധമൂലം സംഭവിച്ചതാണെന്നു പറഞ്ഞു. മേഘലങ്ങൾക്കു മീതെ പൊന്തിക്കിടന്നുകൊണ്ടുള്ള യാത്രയ്ക്കിടെ, ആലസ്യംമൂലം മറ്റൊന്നും അറിഞ്ഞില്ല.

"അത് അശ്രദ്ധമൂലമാണെന്ന് എനിക്കു തോന്നുന്നില്ല!" പരുക്കൻ സ്വരത്തിൽ തുറിച്ചുനോക്കിക്കൊണ്ട് പഴയതുപോലെ ധിക്കാരം നിറഞ്ഞ ഭാവത്തിൽ ആ അപരിചിതൻ മറുപടി നല്കി. ഇറച്ചിയുടെയും വീഞ്ഞിന്റെയും ഗന്ധം അയാളുടെ വായിൽനിന്നും വമിച്ചു.

വളരെ മുമ്പുതന്നെ ഇക്കാര്യങ്ങൾ കണ്ടിരുന്നെന്ന് ഒരു നിമിഷം അയാൾ ഓർത്തുപോയി. അസാധാരണമായ മനശ്ശാന്തിയോടെ അയാൾ കുന്നിൻചെരുവിലൂടെ ഉരുണ്ടുവീഴുന്നു. വൃത്തികെട്ട മൂടൽമഞ്ഞിൽനിന്ന് ചില പരിചിതമുഖങ്ങൾ പുറത്തുവരാൻ തുടങ്ങി. അവർ വട്ടത്തിൽ കൈകോർത്തുനിന്നുകൊണ്ട് വിചിത്രമായ നൃത്തം ചെയ്തുകൊണ്ടിരിക്കുന്നു. അത് അത്ര നിന്ദ്യമായി തോന്നിയില്ല. പാട്ടുപാടുന്നതിനിടയ്ക്ക് ചില വാക്കുകളും വിളിച്ചുപറയുന്നുണ്ട്. എല്ലാം അയാളെക്കുറിച്ചാണ്. അതിന്റെ അർത്ഥം മനസ്സിലാക്കാനയാൾക്കായില്ല. എങ്കിലും എല്ലാ അർത്ഥത്തിലും അതയാളെ അവഹേളിക്കലാണെന്നു മനസ്സിലായി. മറ്റുള്ളവരും ആ നൃത്തത്തിൽ പങ്കെടുത്തു. എന്നാൽ അവരുടെ മുഖങ്ങൾ ഇനിയും അയാൾക്കു മനസ്സിലായിട്ടില്ല. ഒന്നു

മാത്രം കുറെശ്ശെ വ്യക്തമായി വന്നു. ഒരു ചുകന്ന മുഖം, പൂച്ചക്കണ്ണ്. അതിൽ സ്ത്രീകളുടെ മുഖങ്ങളും ഉണ്ട്. അന്ന് ജയിലിലെ ഗാർഡ് മുറിയിലേക്ക് ജനൽക്കമ്പികൾക്കിടയിലൂടെ ഒളിഞ്ഞുനോക്കിയവരല്ലേ അവർ? മനസ്സിലാകാത്ത രീതിയിൽ എന്തോ പിറുപിറുത്തുകൊണ്ടയാൾ ഒരു നാണ്യം ആ അപരിചിതന് കൊടുക്കാൻ വീണ്ടും ശ്രമിച്ചു. എന്നാൽ അയാൾ പോയ്ക്കഴിഞ്ഞിരുന്നു. നടന്നുപോകുന്ന അപരിചിതന്റെ പിൻഭാഗം വിദൂരമായി കാണാൻ മാത്രമേ അയാൾക്കു കഴിഞ്ഞുള്ളൂ. അയാൾ മേശയ്ക്കു ചുറ്റുമുള്ള കളിക്കാരുടെയും കാണികളുടെയും കൂട്ടത്തിന്നപ്പുറത്ത് എത്തിക്കഴിഞ്ഞു. 'ആഭാസൻ' എന്നാണ് അയാൾ പിറുപിറുത്തത്. ഒരുപക്ഷേ അത്തരം സന്ദർഭങ്ങളിൽ ഈ വാക്കായിരിക്കാം ആളുകൾ പ്രയോഗിക്കുക. എന്നാലയാൾ റഷ്യനിലാണത് പറഞ്ഞത്. മൃദുവായി, അവ്യക്തതയോടെ, ആത്മഗതംപോലെ. പിന്നിൽ കൈകൾ പിണച്ചുവച്ച് വിജയഭാവത്തോടെ അപരിചിതൻ പിൻവാങ്ങി, ഓരോ ചുവടും അളന്നുമുറിച്ചുകൊണ്ട് വിട പറയുന്ന കമാൻഡറെ പോലെ.

കളികഴിഞ്ഞെങ്കിലും ചൂതാട്ടമുറിയിൽ വല്ലാത്തൊരു നിശ്ശബ്ദത തളംകെട്ടിനിന്നു. സിഗരറ്റ് ധൂളികളിലൂടെ മഞ്ഞവെളിച്ചം പ്രയാസപ്പെട്ട് കടന്നുവന്നു. മുറിയുടെ മൂലകൾ ഇരുട്ടിലാണ്. പെട്ടെന്ന്, ചെവികളിലെ പഞ്ഞി എടുത്തുമാറ്റിയതുപോലെ സംസാരം കേൾക്കാറായി. ആരോ ചുമയ്ക്കുന്നു. ആളുകൾ നടന്നുകൊണ്ട് സംസാരിക്കുന്നു. കളി നടത്തുന്നവർ ഫലം പ്രഖ്യാപിക്കുന്നു. ചൂതാട്ടക്കാർ വാതുവയ്ക്കുന്ന സംഖ്യയും സ്ഥാനവും വിളിച്ചുപറയുന്നു. അതുകൊണ്ട് അയാൾ 'പാസ്സി'യിൽ വാതുവച്ചു. ജയിച്ചു. എന്നാൽ ഗുരുതരമായി മുറിവേറ്റ ഒരാളുടെ പലായനത്തോടതിന് സാദൃശ്യമുണ്ടായിരുന്നു. അടുത്ത വാതു നഷ്ടപ്പെട്ടു. അപ്പോൾ അയാൾ 'പൂജ്യ'ത്തിൽ വാതു വച്ചു. ഉടനെ അയാളുടെ നാണ്യക്കൂമ്പാരം പകുതിയായി കുറഞ്ഞു. പതനം തുടർന്നുകൊണ്ടിരുന്നു. ടർജെനീവിന്റെ മുഖം ഇപ്പോൾ ആനുപാതികമല്ലാത്ത രീതിയിൽ വികസിക്കുന്നുണ്ട്. അത്ഭുതവും അനുകമ്പയും നിറഞ്ഞ ഭാവം. അയാളുടെ വലിയ ആകാരം, നൃത്തം ചെയ്യുന്ന മറ്റുള്ളവരിൽനിന്നും വേറിട്ടുനിന്നു. ഒരു ഹാസ്യഗാനത്തിന്റെ പല്ലവി പാടിക്കൊണ്ട്. മറ്റുള്ളവരും സ്വയം മറന്ന് നൃത്തം ചെയ്യുകയും പാടുകയുമാണ്.

തെരുവിലേക്കിറങ്ങിയ അയാൾ സൂര്യപ്രകാശം കണ്ട് അത്ഭുത പ്പെട്ടു. ഇരുട്ട് മൂടിയെന്നാണയാൾ കരുതിയത്. എന്നാൽ ഇപ്പോൾ പത്നീ സമേതം ആളുകൾ പള്ളിയിൽനിന്ന് മടങ്ങിവരികയോ അല്ലെങ്കിൽ നടക്കാൻ പോകുകയോ ആണ്. കൈയിൽ കുട്ടികളെ പിടിച്ചിട്ടുണ്ട്. റോഡിൽ വണ്ടികളും കോച്ചുകളും കടന്നുപോകുന്നു. ഒരു കരിമ്പൂച്ച അയാളുടെ മുന്നിലൂടെ ഓടി. അന്ധവിശ്വാസംമൂലം അയാൾ പെട്ടെന്നു നിന്നു. എന്നാൽ അതൊരു കൊച്ചുനായയായി രുന്നു. ഇപ്പോൾ സംഭവിച്ചതിനേക്കാൾ മോശമായി മറ്റൊന്നും സംഭ വിക്കാനില്ല. *കനെയില്ലി!* എന്നലറിക്കൊണ്ടയാൾ അപരിചിതന്റെ ചെകി ട്ടത്ത് പുറംകൈകൊണ്ട് ഒറ്റ അടികൊടുത്തു. മുന്നോട്ടു തള്ളിനി ല്ക്കുന്ന ചെവികളുള്ള ആ മരത്തലയിലേല്പിച്ച ഇടിയുടെ ശക്തി കൊണ്ടയാളുടെ കൈ വേദനിച്ചു. ഒരു കയ്യുറയിട്ട് ചെകിട്ടത്തടിക്കുക യായിരുന്നു ഭേദം. അപരിചിതൻ ഒന്ന് ഇടറി, മെല്ലെ നിലത്തേക്കു വീഴാൻ തുടങ്ങി. ചൂതാട്ടക്കാരും കാണികളും അയാളെ നിലത്തു കിട ത്തി. എന്നിട്ട് അയാൾക്കു ചുറ്റും കൂടി നിന്നു. മറ്റുള്ളവർ അക്രമിയുടെ അരികിലേക്കു പാഞ്ഞുചെന്ന് അയാളെ മുറിയിൽനിന്നും പുറത്ത ാക്കാൻ ശ്രമിച്ചു. എന്നാൽ ജ്വലിക്കുന്ന ക്രോധംകൊണ്ടയാൾ എല്ലാ വരെയും പറപ്പിച്ചുകളഞ്ഞു. പിന്നെ ചൂത് മേശയിൽ തിരിച്ചെത്തി 'പൂജ്യ'ത്തിൽ പന്തയം വച്ച്, വൻ വിജയം നേടി. അതാ, അയാൾ പർവതശിഖരത്തിലെത്തിയിരിക്കുന്നു. കണ്ണുകൾക്കു കാണാൻ കഴി യുന്നിടത്തോളം നഗരങ്ങളും ഇടതിങ്ങിവളരുന്ന കാടുകളും അവിടെ നിന്നാൽ കാണാം. അതിന്നപ്പുറം നീലക്കടൽ നീലാകാശവുമായി ചേരു ന്നു. ഒന്നും സംഭവിക്കാത്ത മട്ടിൽ അയാൾ ശാന്തനായി പന്തയംവച്ച് ചൂതാട്ടം തുടർന്നു. ഒരുപക്ഷേ, ഒരു ദ്വന്ദയുദ്ധത്തിന് വെല്ലുവിളിക്കു കയായിരിക്കാം. അതാ അവർ അവിടെ നില്ക്കുന്നു. അതിരാവിലെ, ബേദൻ-ബേദന്റെ പരിസരത്ത് *ആൾടെസ് ക്ളോസ്സി*ന്നപ്പുറത്തെ മല യിടുക്കിൽ ഇരുപതു കാൽവെപ്പ് ദൂരെ പരസ്പരം നോക്കി അവർ നിലയുറപ്പിച്ചു. അയാൾ അപരിചിതന്റെ നെഞ്ചിനുനേരെ തോക്ക് ചൂണ്ടി ഉന്നംവച്ചു. എന്നാൽ അവസാനനിമിഷം, വെടിവയ്ക്കുന്നതിനു തൊട്ടുമുമ്പ് വിശാലമനസ്കതയോടെ അയാൾക്കു മാപ്പുനല്കി. അപരിചിതൻ അയാളുടെ മുന്നിൽ മുട്ടുകുത്തിനിന്ന് പാദങ്ങളിൽ ചുംബിച്ചു. അയാൾ അപരിചിതനെ പിടിച്ചെഴുന്നേല്പിച്ചു....

കറുത്ത സൂട്ടു ധരിച്ച് ആ മനുഷ്യൻ *ലിച്ചെൻ തെയിലർ അല്ലി*യിലൂടെ നടന്നു. അയാൾ തൊപ്പി ധരിച്ചിട്ടില്ല. അതയാൾ ക്ലോക്ക് റൂമിൽ ഇട്ടുപോന്നിരുന്നു. കൈകൾ വീശി, ഇടയ്ക്കിടെ എന്തൊക്കെയോ പിറുപിറുത്ത്, ചുറ്റുപാടുമുള്ള ജനങ്ങളെ വിസ്മരിച്ചുകൊണ്ടാണ് നടത്തം. *ഷാർസ്വാൾഡിൽ* നിന്നോ, *തുരിങ്കർവാൾഡിൽ* നിന്നോ, അല്ലെങ്കിൽ മറ്റെവിടെ നിന്നോ അടിച്ച ചുടുകാറ്റ് അയാളുടെ കനം കുറഞ്ഞ തലമുടിയെ പാറിപ്പറപ്പിച്ചു. കാറ്റിൽ അയാളുടെ ചെന്നിയിലെ വീക്കം കുറേക്കൂടി കനം വയ്ക്കുന്നതായി തോന്നിച്ചു.

ട്രെയിൻ *ബൊളൊഗോയെ* പ്ലാറ്റ്ഫോമിൽ വന്നു നിന്നു. മോസ്കൊയിൽനിന്ന് ലെനിൻഗ്രാഡിലേക്കു പോകുന്ന യാത്രയിലെ രണ്ടാമത്തെയും അവസാനത്തേതുമായ 'സ്റ്റോപ്പ്' ആണിത്. കോച്ചുകൾക്കിടയിലുള്ള വാതിലുകൾ ശബ്ദത്തോടെ തുറക്കുകയും അടയുകയും ചെയ്യുന്നു. യുവാക്കളും പട്ടാളക്കാരും നീരാവിക്കിടയിലൂടെ ട്രെയിനിൽനിന്നും പുറത്തേക്കു ചാടി. അവർ ഓവർകോട്ടുപോലും ധരിക്കാതെ മഞ്ഞ് മൂടിക്കിടക്കുന്ന പ്ലാറ്റ്ഫോമിലൂടെ തുറന്നുകിടന്ന ഒരു സ്റ്റാളിലേക്കു പാഞ്ഞു. മെഴുകുതിരി കത്തിച്ചുവച്ച് നാടൻ പലഹാരങ്ങളും ബിയർ ബോട്ടിലുകളും അവിടെ വില്ക്കുന്നു. മുകളിൽ ചെറുതായി പതയുള്ള ബിയറിന് കടുപ്പമുള്ള മൂത്രത്തിന്റെ നിറമാണ്.

യാത്രയ്ക്കിടെ മഞ്ഞും ഐസും കട്ടപിടിച്ച കോച്ചിലെ ജനൽപാളികൾ തിളങ്ങി. ഇളംചാരനിറമുള്ള ബാഹ്യപടലങ്ങളിലൂടെ അടഞ്ഞ കൺപോളകൾക്കിടയിലൂടെ എന്നോണം സ്റ്റേഷൻ ലൈറ്റുകളും കടന്നുപോകുന്നവരുടെ നിഴലുകളും കാണാം. വടക്കുപടിഞ്ഞാറു ഭാഗത്ത് ഏതാണ്ട് ഒരു നൂറ് കിലോമീറ്റർ ദൂരെ ഇരുട്ടിന്റെയും മഞ്ഞുപാളികളുടെയും ആവരണങ്ങൾക്കിടയിൽ മൂന്ന് അഗ്രങ്ങളിലായി ചിതറുന്ന (അതോ അതിൽ കൂടുതലോ ഉള്ള) *ഇൽമെൻ* തടാകം. ഓരോ കോണിലും ഏതോ പുഴ അതിലേക്ക് ഒഴുകിവരുന്നുണ്ട്. പുരാതന *നോവ്ഗൊറാഡ്* അവിടെയാണ്. ഇൽമെൻ തടാകത്തിന്റെ വടക്കൻ തീരംവരെ അതു പരന്നുകിടക്കുന്നു. പത്തോ പതിനൊന്നോ നൂറ്റാണ്ടിനുമുമ്പ് സൃഷ്ടിക്കപ്പെട്ട ബെൽ ടവറുകളും പള്ളികളും *നോവ്ഗൊറാഡി*ലുണ്ട്. കറുത്തും ലാളിത്യവുമുള്ളവ. വീതികുറഞ്ഞ് പൊക്കമുള്ള ജനലകളോടുകൂടി നിർമിക്കപ്പെട്ടവ. എട്ട് മൂലകളുള്ള

സുവർണ കപോളകൾ. കൊത്തുപണികളുള്ള കുരിശുകൾ. അവയെല്ലാം ഓർത്തഡോക്സ് യാഥാസ്ഥിതികത്വത്തിന്റെ പ്രതീകങ്ങളാണ്.

നീലജലാശയത്തിനു മീതെ നനുത്ത വെള്ളമേഘങ്ങളുടെ പ്രതിഫലനം. അതിലൂടെ തുഴഞ്ഞുപോകുന്ന ഒരു ബോട്ട്. വെള്ളം അതിന്റെ മുകൾത്തട്ടിലേക്കു തെറിക്കുന്നു. മനോഹരമായ ആ ഗ്രീഷ്മകാല പ്രഭാതം ആസ്വദിച്ചുകൊണ്ട് ഡോസ്റ്റോയെവ്സ്കിമാരും അവരുടെ രണ്ടു കുട്ടികളും അവിടെ നില്ക്കുന്നു. തന്റെ മെലിഞ്ഞ തോളിൽ തൂങ്ങിക്കിടക്കുന്ന കോട്ടിന്റെ ചുളിവ് ധൃതിയിൽ നേരെയാക്കി *നൊവ്ഗൊറാഡിലെ* കത്തിഡ്രലുകളുടെ പിറകോട്ട് പൊയ്ക്കൊണ്ടിരിക്കുന്ന കപോളകൾ നോക്കി ഫിയഡോർ മിഖെയിലോവിച്ച് മൂന്നു വിരലുകൊണ്ട് കുരിശുവരച്ചു. ഉടനെ കറുത്ത ഷാൾ ധരിച്ച അന്നാ ഗ്രിഗൊറേ്യവ്നയും കുനിഞ്ഞ് ഭംഗിയായി കുരിശ് വരച്ചു. പിന്നെ ഇരുവരും കുഞ്ഞുങ്ങളുടെ മേലും കുരിശ് വരച്ചു. *ലിബോച്ച്കായെന്നും* *ഫെഡങ്കാ* എന്നുമാണവരുടെ പേരുകളെന്ന് അവരുടെ കത്തുകളിൽനിന്നും മനസ്സിലാക്കാം; അവരുടെ ഏറ്റവും അമൂല്യമായ കുഞ്ഞുങ്ങൾ. ബേദൻ-ബേദനിൽ വച്ച് ഗർഭത്തിൽ ചുമന്നുകൊണ്ടിരുന്ന 'സോനെച്കാ' ജനീവയിൽ പ്രസവിച്ച ഉടനെ മരിച്ചുപോയിരുന്നു.

അവർ യാത്രചെയ്തിരുന്ന ബോട്ടിന്റെ പേര് *ഹീറൊ* എന്നായിരുന്നു. വലിയ സുവർണലിപികളിൽ വീലിന്റെ അർദ്ധവൃത്താകൃതിയിലുള്ള ആവരണത്തിൽ അതു പെയിന്റ് ചെയ്തിട്ടുണ്ട്. ബോട്ട് *ഇൽമെൻ* തടാകം കുറുകെ കടന്ന് തെക്കൻ തീരത്തെത്തി. *ലോവട്ട്* എന്ന ചെറിയ പുഴയുടെ മുഖത്തിലൂടെ പ്രവേശിച്ച് മെല്ലെ മുന്നോട്ടു നീങ്ങി. പിന്നെ *ലോവട്ടിൽ* പതിക്കുന്ന *പോളിസ്റ്റി*ലേക്ക് കടന്നു. വളഞ്ഞു പുളഞ്ഞു പോകുന്ന പുഴയിലൂടെ ശ്രദ്ധയോടെ മണൽത്തിട്ടുകൾ ഒഴിവാക്കി എതിരെ വരുന്ന കൊച്ചുവള്ളങ്ങൾക്ക് ഹോൺ അടിച്ച് താക്കീതു നല്കി. ഒടുവിൽ *പെരേരിറ്റിട്സാ*യിലെത്തി മുന്നോട്ടു നീങ്ങി. അപ്പോൾ വിദൂരതയിൽ *സ്തരയാറൂസ്സാ*യിലെ ബെൽടവറുകളും പള്ളികളും പ്രത്യക്ഷപ്പെട്ടു. ഡോസ്റ്റോയെവ്സ്കിമാർ വീണ്ടും കുനിഞ്ഞ് പലതവണ കുരിശ് വരച്ചു. കുട്ടികളുടെ മേലും കുരിശ് പതിപ്പിച്ചു.

ഉയിർത്തെഴുന്നേല്പിന്റെ പള്ളിക്ക് ഏറെ ദൂരെയല്ല *കത്തിഡ്രൽ സ്ക്വയർ*. അവിടെയാണ് *ഗ്രുഷെങ്കാ മെൻഷോവാ* താമസിച്ചിരുന്ന

വീട്. ഡോസ്റ്റോയെവ്സ്കിയുടെ *ദി ബ്രദേഴ്സ് കാരമസോവി*ലെ നായിക *ഗ്രുഷെങ്കാ സെറ്റ്ലോവാ*യുടെ യഥാർത്ഥ ജീവിതത്തിലെ മാതൃകാവ്യക്തിയാണ് *ഗ്രുഷെങ്കാ മെൻഷോവാ.* ചാരുതയാർന്ന ചെറിയ കാൽവിരലുകളും മധുരമായ ശബ്ദവുമാണവളുടേത്. ലഫ്റ്റനന്റ് ആയിരുന്നു പ്രതിശ്രുതവരൻ. അയാൾ അവളെ തഴഞ്ഞു. അന്നാ ഗ്രിഗൊറ്യേവ്നയുടെ വളരെ അടുത്ത സുഹൃത്ത്. ഹൃദയരഹസ്യങ്ങൾ കൈമാറിയിരുന്ന ആ വിശ്വസ്ത സുഹൃത്തിനോട് ഫിയഡോർ മിഖെയിലോവിച്ചിനു പോലും പലപ്പോഴും അസൂയ തോന്നിയിട്ടുണ്ട്. അതേ *ഗ്രുഷെങ്ക*യെയാണ് ചെറുപ്പത്തിൽ ഒരു ഓഫീസർ അപമാനിച്ചത്. പിന്നീടവൾ ധനികനും ദുർമാർഗിയുമായ ഒരു വ്യാപാരിയുടെ സ്വാധീനവലയത്തിൽപെട്ടു. ഭീകരമായ ആ കൊലപാതക രാത്രിയിൽ ഈ വീടുവിട്ടാണ് *ഡിമിത്രി കാരമസോവ്* പോന്നത്. പിന്നിലെ മുറ്റവും അടുക്കളത്തോട്ടവും കടന്ന് അയാൾ, അച്ഛൻ, *ഫിയഡോർ പവ്ലോവിച്ചി*നെ സന്ദർശിക്കാൻ പോയി. രണ്ടു തെരുവുകൾ കൂടുന്ന മൂലയ്ക്കാണ് ഈ വീട്. വലിയൊരു ഉദ്യാനവും ടോയിലറ്റ് ബ്ലോക്കും ഉണ്ട്. ചുറ്റും ഉയർന്ന വേലി. എല്ലാ ഗ്രീഷ്മത്തിലും ശീതകാലത്തും വല്ലപ്പോഴും പീറ്റേഴ്സ്ബർഗിലെത്തുമ്പോൾ ഡോസ്റ്റോയെവ്സ്കിമാർ ഇവിടെയാണ് താമസിക്കാറ്. വീടിന്റെ പിന്നിലെ വിജനമായ ഇടുങ്ങിയ നടപ്പാത കാടുപിടിച്ചു കിടക്കുകയാണ്. നിറയെ മുൾച്ചെടികൾ. ഒരു മുൾച്ചെടിക്കു കീഴെ ഡോസ്റ്റോയെവ്സ്കി ഒരു പട്ടുനൂൽപ്പുഴുക്കൂട് കണ്ടെത്തി. വിശിഷ്ടമായൊരു വസ്തു, രൂക്ഷഗന്ധം വമിക്കുന്നു. ഈ സ്മാരകവസ്തു അയാൾ വീട്ടിൽ കൊണ്ടുപോയിക്കാണണം. ഈ വീട് കൊച്ചുകൊച്ചു മുറികളായിട്ടാണ് വിഭജിച്ചിട്ടുള്ളത്. നിറയെ മുക്കും മൂലകളും ഉയരം കുറഞ്ഞ തട്ടുകളും കോണികളും എല്ലാതരം രഹസ്യഅറകളും അതിന്നകത്തുണ്ട്. അവിടെ മുൾച്ചെടികൾക്കിടയിലാണ് ദൂഷിതയായ *ലിസവെറ്റ*യെ ചണകൊണ്ടുള്ള ഒരു ഷർട്ട് മാത്രം ധരിച്ച് *ഫിയഡോർ പവ്ലോവിച്ച് കരമസോവ്* കണ്ടത്. ഡോസ്റ്റോയെവ്സ്കി അയാൾക്ക് സ്വന്തം പേരായ ഫിയഡോർ എന്നു നല്കിയതിൽ എന്തോ ആത്മനിന്ദയില്ലേ? ഏതാനും കോണികളുള്ള വൃദ്ധൻ കാരമസോവിന്റെ പ്രത്യേകമായി തിരിക്കപ്പെട്ട മുറികൾ. അച്ഛനും മകനും തമ്മിൽ *ഗ്രൂഷെങ്കാ*യുടെ പേരിൽ നടന്ന പോരാട്ടത്തിന്റെ സ്മാരകങ്ങളായിരുന്നു അവ.

അലോഷ്യയും ഇവാനും ഭൃത്യൻ ഗ്രിഗറിയും ആദ്യം ഡിമിത്രിയെയും പിന്നെ *ഫിയഡോർ പവ്ലോവിച്ചി*നെയും നിയന്ത്രിക്കാൻ ശ്രമിച്ചു. വൃദ്ധൻ ഉറക്കെ നിലവിളിച്ചുകൊണ്ടിരുന്നു. "അവനെ പിടിക്കൂ! അവനെ പിടികൂടൂ!" ഡിമിത്രി തന്റെ സഹോദരന്മാരുടെ പിടുത്തത്തിൽനിന്നും വഴുതിമാറി രക്ഷപ്പെടാൻ നോക്കുകയായിരുന്നു. ഭിത്തികളും ഫർണിച്ചറും ഫ്ളവർവെയിസുകളും തട്ടിത്തെറിപ്പിച്ച് അച്ഛനുനേരെ പാഞ്ഞുചെന്ന്, ഭയങ്കരമായൊരു ഇടിവച്ചുകൊടുത്തു. നിലത്തു തെറിച്ചുവീണ അച്ഛനെ അവൻ ഷൂസിട്ട കാലുകൊണ്ട് ചവുട്ടിത്തേയ്ക്കാൻ തുടങ്ങുകയായിരുന്നു.

"അതാണ് യഥാർത്ഥ അടി എന്നു ഞാൻ പറയുന്നത്!" ആരോ എന്റെ പിന്നിൽനിന്ന് പറയുന്നതു ഞാൻ കേട്ടു. ഞാനൊരു തിരശ്ശീലയ്ക്കു മുമ്പിലായിരുന്നു. കണ്ണെടുത്തു തിരിഞ്ഞുനോക്കിയപ്പോൾ അവർ അവിടെ ഇരിക്കുന്നതു ഞാൻ കണ്ടു. കുപ്പി മാറി മാറി അവർ മോന്തിക്കൊണ്ടിരിക്കുന്നു. വായ് നിറയെ ഒഴിച്ച് വിഴുങ്ങുന്ന ആ ശബ്ദം സിനിമയുടെ അവസാനംവരെ തുടർന്നു. ഓഡിറ്റോറിയത്തിന്റെ പല മൂലകളിൽനിന്നും അടക്കിച്ചിരികളും കളകൂജനങ്ങളും കേൾക്കാം. പ്രത്യേകിച്ച് ആ പിശാചിനോട് ദൈവവിശ്വാസത്തേയും ആത്മാവിന്റെ അനശ്വരാവസ്ഥയെയുംകുറിച്ച് *ഇവാൻ* പ്രഭാഷണം നടത്തുമ്പോൾ. ഒരു തൊഴിലാളി യൂണിയൻ ട്രിപ്പിലെന്ന പോലെ അവർ ബിയറും വോഡ്കയും മൂക്കറ്റം കുടിച്ച് ഡോസ്റ്റോയെവ്സ്കിയുടെ കാൽപ്പാടുകളിലൂടെ *സ്തരയാ റൂസ്സ*യിൽ എത്തിച്ചേരും. എന്നിട്ട്, *പെരെരിറ്റിറ്റ്സാ* പുഴയിലേക്ക് എടുത്തു ചാടും. പിന്നെ സ്വല്പം മദ്യം മോന്തി ബോട്ടിന്റെ പ്രൊപ്പല്ലറിന്നരുകിലേക്കു നീന്തും. അതു സൃഷ്ടിക്കുന്ന ഓളങ്ങളിൽ അടിച്ചു രസിക്കും.

സ്തരയാ റൂസ്സയിലെ പഠനമുറിയിൽ നിന്നാൽ അയാൾക്ക് കത്തിഡ്രൽ സ്ക്വയറും പുഴയോരവും അതിനോടു ചേർന്നുള്ള തെരുവും കാണാൻ കഴിയും. കാരണം അയാൾ താമസിച്ചിരുന്ന വീട് എപ്പോഴത്തെയും പോലെ ഒരു മൂലയിലാണ്. പഠനമുറിയുടെ ജനലകൾ പിടിപ്പിച്ചിട്ടുള്ളത് അങ്ങേ അറ്റത്തും.

ഇടയ്ക്കിടെ ജനലയിലൂടെ പുറത്തേയ്ക്കു നോക്കി കത്തിഡ്രലിന്റെ കപ്പേളയും അസ്തമയസൂര്യന്റെ സുവർണരശ്മികളും കണ്ടുകൊണ്ടാണയാൾ അന്നാ ഗ്രിഗൊറ്യേവ്നയ്ക്ക് ദി ഗ്രാന്റ് ഇൻക്വിസിറ്റർ

പറഞ്ഞുകൊടുത്തിരുന്നത്. കറുത്ത നീലങ്കിയണിഞ്ഞ പേടിച്ചുവിരണ്ട ന്യായാധിപൻ തടവുപുള്ളിയെ അടച്ചിട്ടിരുന്ന ഇരുമ്പുവാതിൽ ചങ്ങല ക്കിലുക്കത്തോടെ തുറക്കുന്നു. രണ്ടായിരം വർഷങ്ങളായി സ്പർശന മേല്ക്കാത്ത വസ്ത്രമാണ് ആ തടവുപുള്ളി ധരിച്ചിരിക്കുന്നത്. ശിരസ്സിൽ ഒരു മുൾക്കിരീടവും. വിദൂരമായ ആ കാലത്തിനുശേഷം അവൻ വീണ്ടും ഭൂമിയിലേക്കു തിരിച്ചെത്തിയിരിക്കുകയാണ്; പഴയ തുപോലെ പാപപങ്കിലമായ ഭൂമിയിലേക്ക്. വീണ്ടും അതേ കയ്പേ റിയ അനുഭവങ്ങൾ ഏറ്റുവാങ്ങുന്നു. വീണ്ടും കഷ്ടതകളും പീഡന ങ്ങളും മറ്റുള്ളവരുടെ പാപങ്ങൾക്കുവേണ്ടി അനുഭവിക്കുന്നു. തനിക്കു മാത്രം കഴിയാവുന്ന ധീരതയും സഹനശക്തിയും അവൻ മറ്റുള്ളവ രോട് അവകാശത്തോടെ ആവശ്യപ്പെടുന്നു. എന്നാൽ *ദി ഗ്രാന്റ് ഇൻക്വി സിറ്ററി*ലെ അതിസാന്ദ്രമായ ദാർശനികവും മതപരവുമായ മുഴുവൻ സത്തയും പിന്നീട് *റൊസനോവ്* വ്യാഖ്യാനിച്ചിട്ടുണ്ട്. സമകാലീന നായൊരാൾ പറഞ്ഞത് ദി ബ്രദേഴ്സ് കാരമസോവിന്റെ രചയിതാവി നൊപ്പം ആത്മീയകാര്യങ്ങൾ തീർത്തും ഉൾക്കൊള്ളുന്നവനാണ് *റൊസനോവ്* എന്നത്രെ. ആത്മീയമായ ഈ ഏകോപനം വിചിത്ര മായ അയാളുടെ തലയോടിന്റെ ത്രികോണാകൃതിയിൽനിന്ന് മനസ്സി ലാക്കാവുന്നതാണ്. അല്ലെങ്കിൽ അയാളുടെ വിചിത്രവും അഭൂതപൂർവ വുമായ വിധിയിൽ. ഒരിക്കൽ ഡോസ്റ്റൊയെവ്സ്കിയോടൊപ്പം ഇറ്റലി യിൽവച്ച് കപ്പലിലെ ഒരേ കേബിനിൽ ഒന്നിച്ചു താമസിച്ച സ്ത്രീയുടെ ഭർത്താവായിത്തീർന്നവൻ. അന്ന് ഒരു സൗഹൃദത്തിനായി ഡോസ്റ്റോ യെവ്സ്കി അവളോട് വെറും സൗഹൃദം മാത്രം യാചിച്ചു. മനസ്സാക്ഷി സൂക്ഷിപ്പുകാരനാകാനായി അവളോട് കേണപേക്ഷിച്ചു. ആ മരത്ത ലയനായ സ്പെയിൻ പ്രഭു അവളെ പ്രേമിച്ചശേഷം വസ്ത്രം മാറ്റു ന്നതുപോലെയല്ലേ അവൾ അന്തസ്സും വികാരങ്ങളും വലിച്ചെറി ഞ്ഞതും ചവിട്ടി അരച്ചതുമെല്ലാം. അപ്പോഴൊക്കെ എന്തുകൊണ്ടോ അയാൾക്കവളോടുള്ള ഇഷ്ടം കൂടുകയാണുണ്ടായത്. എന്നാൽ അവളതിലെല്ലാം പിന്നീട് പശ്ചാത്തപിച്ചെന്നു കരുതാൻ അയാൾക്കു മതിയായ കാരണങ്ങളുണ്ട്. എന്തായാലും അവരുടെ ദൗർഭാഗ്യകര മായ യാത്രയ്ക്ക് ഒരു വർഷം മുമ്പായിരുന്നു അത്. അയാൾ പീറ്റേഴ്സ് ബർഗിൽത്തന്നെ ആയിരുന്നു. ആ ശരത്ക്കാലം പുലർവേളയിൽ മഴ യിലും തണുപ്പിലും കിടിലംകൊണ്ടിരുന്നു. അപ്പോൾ ശിരോവസ്ത്രം

താഴ്ത്തി, *ബൽസാക്ക്* നോവലുകളിലെ യഥാർത്ഥനായികയെപ്പോലെ പുഴയോരത്തെ മൂലയിലുള്ള തന്റെ ഫ്ളാറ്റിൽ അവൾ സന്ദർശിക്കാൻ വന്നിരുന്നുവല്ലോ! അല്ലെങ്കിൽ, ഒരുപക്ഷേ ഇതെല്ലാം അയാളുടെ പില്ക്കാലത്തെ ഭാവനയാകാം. അതുമല്ലെങ്കിൽ അയാളുടെ ജീവചരിത്രമെഴുതിയവരുടെ കണ്ടുപിടുത്തമാകാം. അതല്ലെങ്കിൽ അവളുടെ തന്നെ കണ്ടുപിടുത്തമായിരുന്നുവോ?

ട്രെയിൻ യാത്ര ആരംഭിച്ചിട്ട് കുറച്ചു സമയം കഴിഞ്ഞു. പാരഫിൻ മെഴുകിൽനിന്നുള്ള നിഗൂഢമായ ഏകാന്തവെളിച്ചം ചിതറുന്ന *ബോളൊഗോയെ* സ്റ്റേഷൻ വളരെ പിന്നിലായിക്കഴിഞ്ഞിരുന്നു. കോച്ച് ചാഞ്ചാടുകയാണ്, ഒപ്പം അതിലെ യാത്രക്കാരും. മഞ്ഞുമൂടിയ ലൈറ്റ് ഷേഡുകളും സൂട്ട് കേസുകളും വീണ്ടും വീണ്ടും കറുത്ത ജനൽപാളികളിൽ പ്രതിബിംബിക്കുന്നു. അതിനപ്പുറത്ത് അദൃശ്യമായ മഞ്ഞണിഞ്ഞ പ്രദേശങ്ങൾ കടന്നുപോകുന്നു. അന്നാ ഗ്രിഗൊറ്യേവ്നയുടെ *ഡയറി* കൈയിൽനിന്ന് വീണുപോകാതിരിക്കാനായി എനിക്കു മുറുകെ പിടിച്ചിരിക്കേണ്ടിവന്നു; ഒപ്പം എന്റെ ദൃഷ്ടികൾക്കു മുമ്പിൽ പാഞ്ഞുവരുന്ന വാക്കുകളെ തടയിടാനും.

അയാൾ വീട്ടിലെത്തി അന്നാ ഗ്രിഗൊറ്യേവ്നയ്ക്കു മുന്നിൽ ചെന്ന് മുട്ടുകുത്തി നിന്നു. അവൾ ഒരു ഞെട്ടലോടെ മുറിയുടെ മൂലയിലേക്കു പിൻവാങ്ങി. അവളുടെ പിന്നാലെ മുട്ടിൽ ഇഴഞ്ഞുകൊണ്ട്, വീണ്ടും വീണ്ടും അയാൾ അപേക്ഷിച്ചു: "എന്നോടു ക്ഷമിക്കൂ, നീ എന്റെ മാലാഖയാണ്". എന്നാൽ അവൾ ഒഴിഞ്ഞുമാറിക്കൊണ്ടിരുന്നു. അപ്പോൾ അയാൾ ചാടിയെഴുന്നേറ്റ് മുഷ്ടി ചുരുട്ടി ചുമരിൽ ഇടിക്കാൻ തുടങ്ങി. പിന്നെ സ്വയം തലയ്ക്കടിച്ചു, ഏതോ നാടകം അഭിനയിക്കുന്നതുപോലെ. അവൾക്ക് പെട്ടെന്നു ചിരിവന്നു. വീട്ടുടമ കേട്ടെങ്കിലോ, പുറമെ അതു മറ്റൊരു അപസ്മാര ബാധയിലേക്കു നയിച്ചെങ്കിലോ. അതുകൊണ്ടവൾ അയാളുടെ അരികിലേക്കോടിയെത്തി അയാളെ അടക്കിനിർത്തുവാൻ ശ്രമിച്ചു. അയാളുടെ മുഖം വിളർത്തിരുന്നു. ചുണ്ടുകൾ വിറച്ചു. താടിമീശ ഒരു ഭാഗത്തേക്കു പിണഞ്ഞുകിടന്നു. വീണ്ടും അവളുടെ മുന്നിൽ മുട്ടുകുത്തിനിന്ന് തനിക്കു നേരിട്ട നഷ്ടത്തിലും അവളെ വിഷമിപ്പിച്ചതിലും അയാൾ പശ്ചാത്താപം പ്രകടിപ്പിച്ചു. എന്നാൽ അവൾക്കയാളുടെ വാക്കുകൾ പൂർണമായി ഉൾക്കൊള്ളാനോ അയാളുടെ വേദനകളും പീഡാനുഭവങ്ങളും അതിന്റേതായ

ആഴത്തിൽ മനസ്സിലാക്കാനോ കഴിഞ്ഞില്ല. മുറിയുടെ ഒരു മൂല യിൽനിന്ന് അവൾ അയാളെ അത്ഭുതത്തോടെ നോക്കി. ഒരുതരം വിദ്വേഷകരമായ പുഞ്ചിരിയോടെ. അവൾ അയാളെ കളിയാക്കി യതായിരിക്കുമോ? അങ്ങനെയൊരു സന്ദേഹത്തിൽ അയാൾ കുതിച്ചു ചാടിച്ചെന്ന് വീണ്ടും ചുമരിൽ ഇടിക്കാൻ തുടങ്ങി. അവൾ അതു മനസ്സി ലാക്കട്ടെ, എല്ലാവരും മനസ്സിലാക്കട്ടെ, വീട്ടുടമസ്ഥ മനസ്സിലാക്കട്ടെ! എല്ലാവരും അറിയട്ടെ!.... ഭ്രാന്തമായ ആവേശത്തോടെ ഒടുവിൽ അയാൾ ചുമരിൽ ഇടി തുടർന്നു. ആരെയും അതു വിഷമിപ്പിച്ചിട്ടു ണ്ടെന്നു തോന്നുന്നില്ല. കാരണം അപ്പുറത്തുനിന്ന് യാതൊരു ഇളക്ക വുമില്ലായിരുന്നു. അന്നാ ഗ്രിഗൊറ്യേവ്ന ആ മുറിയുടെ മൂലയിൽ ത്തന്നെ നില്പാണ്. അയാൾ മുറിയിൽ അങ്ങോട്ടുമിങ്ങോട്ടും ഓടാൻ തുടങ്ങി. കസേരകളിൽ തട്ടിത്തടഞ്ഞും അവയെ ഒരു ഭാഗത്തേക്കു വലിച്ചെറിഞ്ഞും സ്വയം കൈചുരുട്ടി തലയ്ക്കിടിച്ചും. ഇടിയുടെ ശക്തി കൊണ്ടയാളുടെ കൈ വല്ലാതെ വേദനിച്ചു. എന്നിട്ടും അയാൾ പര ക്കംപാഞ്ഞു. അവൾ ഓടിച്ചെന്ന് അയാളെ നിയന്ത്രിക്കാൻ ശ്രമിച്ചു. അവളുടെ മുഖത്ത് ഇപ്പോൾ ഭീതി മാത്രമേ ഉള്ളൂ. അപ്പോൾ അവൾ ശബ്ദകോലാഹലങ്ങളെയാണ് ഭയക്കുന്നത്. അതുപോലെ പേരു ദോഷവും. മറ്റൊന്നുമില്ല! അയാളവളെ തള്ളിമാറ്റിക്കൊണ്ട് അട്ട ഹസിച്ചു: 'ഞാൻ ഈ നിമിഷം ജനലിൽനിന്ന് പുറത്തേക്കു ചാടും', തീർച്ചയായും താനതു ചെയ്യുകയില്ലെന്നയാൾക്ക് സ്വയം ബോധമു ണ്ടെങ്കിലും.

അവൾ ഭീതിയോടെയും നിരാശയോടെയും അയാൾ വേട്ടമൃഗ ത്തിന്റെ വെറുപ്പോടെയും ശത്രുതയോടെയും - അങ്ങനെ ഇരുവരും പരസ്പരം നിലയുറപ്പിച്ചു. അവരുടെ ശ്വാസോച്ഛ്വാസങ്ങൾ കനത്ത തായിരുന്നു. മുമ്പത്തെപ്പോലെ അയാളുടെ അധരങ്ങൾ വീണ്ടും വിറ പൂണ്ടു. വേദനിക്കുന്ന അപസ്മാരബാധിതന്റെപോലെ മുഖം വക്രിച്ചു. 'ഫെഡ്യാ! ഡാർലിംഗ്!" അയാളുടെ അടുക്കലേക്കു പാഞ്ഞുകൊണ്ട വൾ നിലവിളിച്ചു. എന്നിട്ട് ശിരസ്സിൽ തലോടിക്കൊണ്ട് മാറോടണച്ചു. തന്റെ കുട്ടിക്കാലത്തേതുപോലെ ഉള്ളിൽ ഉറഞ്ഞുകിടന്ന എല്ലാ മുറി വുകളും ദുഃഖങ്ങളും നിന്ദകളും ഒറ്റയടിക്ക് തൊണ്ടയിലൂടെ പുറ ത്തേക്ക് ഒഴുകാൻ തുടങ്ങി. അച്ഛന്റെ തനിക്കുനേരെയുള്ള പതിവ് രംഗങ്ങൾ. അതിന്റെ പരിസമാപ്തിക്കുശേഷം അവൻ സ്വന്തം മുറിയിൽ

ഉറങ്ങാൻ കിടക്കും. രഹസ്യമായി അമ്മ ശബ്ദമുണ്ടാക്കാതെ നടന്ന് അവന്റെ കിടക്കയ്ക്കരികിലെത്തും. അവൻ ഉറങ്ങിക്കാണുമെന്നു കരുതി കുനിഞ്ഞുനിന്ന് മുഖം മെല്ലെ തഴുകി ഉമ്മവയ്ക്കും. അപ്പോൾ തൊണ്ടയിൽ ഉരുണ്ടുകൂടിയ കനം ഒരു തേങ്ങലായി മാറും. അവൻ ആദ്യമത് അമർത്തി. പിന്നെ കെട്ടി നിർത്തിയ ദുഃഖം ആത്മശുദ്ധീകരണമായി തീവ്രവേദനയായി തൊണ്ടയടയുന്നതുവരെ വളരെ ഉറക്കെ പുറത്തേക്കൊഴുകി.

അന്നാ ഗ്രിഗൊറ്യേവ്ന അയാളെ താങ്ങിപ്പിടിച്ചു, സ്വന്തം ഉറുമാലെടുത്ത് അയാളുടെ കണ്ണുനീർ തുടച്ചു. പിന്നെ അയാളെ മെത്തയിൽ കൊണ്ടുപോയി കിടത്തി. അയാളുടെ ഫ്രോക്ക് കോട്ടും വെയിസ്റ്റ് കോട്ടും ഊരി കിടക്കാൻ സഹായിച്ചു, എന്നിട്ട് പുതപ്പിച്ചുകൊടുത്തു. തന്റെ ഭർത്താവിനെപ്പോലെ ഗൗരവക്കാരനും ബുദ്ധിമാനുമായൊരാൾ കരയുന്നത് വിചിത്രമായി അവൾക്കു തോന്നി. ഒരുപക്ഷേ, അതൊരുതരം അപസ്മാരബാധയായിരിക്കണം. അതേ, അതേ രോഗം! അയാളെക്കുറിച്ചവൾക്ക് കഠിനമായ വേദനയും അനുകമ്പയും തോന്നി. അതേസമയം അവ്യക്തമായ ഒരുതരം ചുമതലാബോധവും. അയാൾ തന്റെ കുഞ്ഞാണെന്നതുപോലെ അയാൾ അപ്പോഴും തേങ്ങിക്കൊണ്ടിരുന്നു. എന്നാൽ അതു പാറയിൽ പൊട്ടിച്ചിതറിയ തിരമാലകൾ ഒലിച്ചിറങ്ങി തടാകത്തിലേക്കു പോകുന്നതുപോലെയുള്ള ഒരു രോദനമായിരുന്നു. അവൾ തിടുക്കത്തോടെ ഈർപ്പമുള്ള ഒരു ടവലെടുത്ത് അയാളുടെ തല തുടച്ചു. അയാളാകട്ടെ അവളുടെ കരങ്ങളിൽ ചുംബനങ്ങൾ വർഷിച്ചുകൊണ്ടിരുന്നു. അവളെ മാലാഖയെന്നു വിളിച്ചു. പിന്നെ അടുക്കുംചിട്ടയുമില്ലാത്ത രീതിയിൽ സംഭ്രാന്തിയോടെ ചൂതാട്ടമുറിയിലെ സംഭവകഥ വിവരിച്ചു. അതു സാരമില്ലെന്നവൾ പറഞ്ഞു. എന്നാൽ തീർച്ചയായും ഫെഡ്യ *ആഭാസൻ* എന്നു പറഞ്ഞത് ആ അപരിചിതൻ കേട്ടുകാണും. കാരണം, ആ റഷ്യൻ പദം എല്ലാവർക്കും സുപരിചിതമാണ്. അയാൾക്കതു മനസ്സിലായിട്ടില്ലെങ്കിൽ മറ്റുള്ളവർക്കും അപ്രകാരം തന്നെ ആയിരിക്കും. അങ്ങനെയൊരു ആഭാസനെക്കുറിച്ചോർത്ത് ഇനി അയാൾക്കൊന്നും ചെയ്യാനില്ല.

അയാൾ വീണ്ടും അവളുടെ കരങ്ങളിൽ ചുംബനമർപ്പിക്കാൻ തുടങ്ങി. അവളോടിപ്പോൾ ഇരട്ടി നന്ദിയുള്ളവനാണ് അയാൾ.

ഉച്ചഭക്ഷണത്തിനുശേഷം 'ലിച്ചെൻ തെയിലർ അല്ലി'യിൽ അവർ നടക്കാനിറങ്ങി. നിരവധിപേർ ഒറ്റയ്ക്കും ജോഡിയുമായി അവിടെ നടക്കുന്നുണ്ടായിരുന്നു. എതിരെ വരുന്ന പലരുടെയും ശരീരത്തിൽ ഫെഡ്യ മുട്ടി ഉരുമ്മി. ചതഞ്ഞ മുഖവും പൊങ്ങിനില്ക്കുന്ന ചെവികളുമുള്ള തന്നെ അപമാനിച്ച ആ മാന്യൻ അയാളുടെ മനസ്സിൽ വീണ്ടും പൊങ്ങിവന്നു. എന്താണ് ചെയ്യേണ്ടിയിരുന്നതെന്ന് ഇപ്പോൾ അയാൾക്കു മനസ്സിലായി. അയാളെ വെറുതെ ഒന്ന് തള്ളാമായിരുന്നു, അയാൾ മറിഞ്ഞുവീഴാവുന്നത്ര ശക്തിയിൽ. വീണില്ലെങ്കിലും ഒന്ന് ആടിയുലയുകയെങ്കിലും ചെയ്തേനെ. ഒന്നുമില്ലെങ്കിൽ, തന്റെ വൃത്തികെട്ട തന്ത്രമുപയോഗിച്ച് രക്ഷപ്പെടാനാകില്ലെന്നെങ്കിലും മനസ്സിലാക്കിയേനെ. ചതഞ്ഞ മുഖമുള്ള ആ അപരിചിതൻ ഇപ്പോൾ പരമശക്തനായി നിലകൊള്ളുന്നു. ഒരു മിനിറ്റ് നേരം അയാൾ ഇടത്തെരുവിൽ പ്രത്യക്ഷപ്പെടും. ഫെഡ്യ ഓടി എത്തുമ്പോഴേക്കും അപ്രത്യക്ഷനാകും. വീണ്ടും പ്രത്യക്ഷനായി ഫെഡ്യായുടെ പിന്നിലൂടെ ദൃഢമായ കാൽവയ്പുകളുമായി അയാൾ വരും. അയാളെ അവിടന്ന് തള്ളി മാറ്റണം. ആരെങ്കിലും ബലം പ്രയോഗിച്ച് ഇടപെടണം. അല്ലെങ്കിൽ അയാൾ ഫെഡ്യയേയും അന്നാ ഗ്രിഗൊറ്യേവ്നയെയും മറികടക്കും. അയാളെ പിടികൂടി നല്ലൊരു പാഠം പഠിപ്പിക്കണം. അന്നാ ഗ്രിഗൊറ്യേവ്ന ഫെഡ്യയെ നിയന്ത്രിക്കാൻ ശ്രമിച്ചു. എന്നാൽ മാന്യരായ ജർമൻകാരുടെ ശരീരത്തിൽ അയാൾ മുട്ടി ഉരസുന്നതു തുടർന്നു. അല്ലെങ്കിൽ പെട്ടെന്നയാൾ ഏതെങ്കിലും അപരിചിതനായ മാന്യനെ മറികടക്കാൻ ശ്രമിക്കും. അതുമൂലം മാന്യമായി വസ്ത്രധാരണം ചെയ്തു നീങ്ങുന്ന ജനാവലിക്കിടയിൽ അവൾ കുറച്ചുനേരം ഒറ്റയ്ക്കാകും. കൈക്കുടയും ഷാളും കൂട്ടിപ്പിടിച്ചവൾ മെല്ലെ നീങ്ങും. ഈ ഷാൾ അമ്മ അവൾക്കു സമ്മാനിച്ചതായിരുന്നു. ഏതാനും ദിവസങ്ങൾക്കുശേഷം ചൂതുകളിയിൽ നഷ്ടം നേരിട്ടപ്പോൾ ഇതേ ഷാൾ ഫെഡ്യാ പണയംവച്ചിരുന്നു. സാവധാനം അവൾ അയാളെ വശീകരിച്ച് വിജനമായൊരു ഇടത്തെരുവിലേക്കു നയിച്ചു. അവിടന്നവർ ഒരു പാട്ടുകച്ചേരിക്കു പോയി.

ഒരു ജൂലായ് സായാഹ്നം ബേദൻ-ബേദൻ നഗരത്തിൽ അരങ്ങേറുകയാണ്. വിദൂരതയിൽ *ഷാർസ്വാൾഡി*ന്റേയോ *തുരിഞ്ചെർ വാൾഡി*ന്റേയോ ഉയരങ്ങളിൽ അല്ലെങ്കിൽ മറ്റെവിടെയോ ഒരു

കൊടുങ്കാറ്റിന്റെ കാർമേഘങ്ങൾ മൂടിനില്ക്കുന്നു. അതിനുമപ്പുറത്ത് മിന്നൽപ്പിണരുകൾ പുളഞ്ഞുപോകുന്നു. നഗരത്തിന്നടുത്ത് ചുറ്റുപാടുമുള്ള കുന്നുകൾ നിറയെ പച്ചപിടിച്ച് ഇടതൂർന്നുനില്ക്കുന്ന കാടുകളാണ്. അതിന്നിടയിൽ *ആൾടെസ്സും ന്യൂസ്‌ലോസ്സും* കാണാം. അവിടെ ചുകന്ന ഇഷ്ടികകൾകൊണ്ടു നിർമിച്ച കോട്ടകൊത്തളങ്ങളും വളരെ പഴയ രാജകീയദുർഗങ്ങളുമുണ്ട്. ഏതാനും ദിവസങ്ങൾക്കുശേഷം *ആൾടെസ്സിലെ*യോ *ന്യൂസ്‌ലോസ്സി*ലെയോ കൽപ്പടവുകളിലൂടെ അന്നാ ഗ്രിഗൊറ്യേവ്ന തിടുക്കപ്പെട്ടു നടന്നു. ചൂതുകളിയിൽ എല്ലാം നഷ്ടപ്പെട്ട് വീട്ടുടമസ്ഥയ്ക്കു കൊടുക്കാനായി അന്നാഗ്രിഗൊറ്യേവ്ന വച്ചിരുന്ന അവസാന നാണ്യവും ആവശ്യപ്പെട്ട ഫെഡ്യയിൽനിന്നും രക്ഷപ്പെട്ട് അവൾ പുറത്തു ചാടിയതായിരുന്നു അന്ന്. ആ പണം കൊടുത്തില്ലായിരുന്നെങ്കിൽ വീട്ടുമസ്ഥ അവരെ ഫ്ളാറ്റിൽനിന്നും പുറത്തിറക്കിവിടുമായിരുന്നു. അനായാസമായി അവൾ ഓരോ പടികളും ഓടിക്കയറി, താൻ *സോനെച്ച്കാ*യെയോ *മിഷ*യെയോ വയറ്റിൽ ചുമക്കുന്നില്ലെന്ന ഭാവത്തിൽ. എന്നാൽ, മൂന്നാമത്തെ പ്ലാറ്റ്ഫോമിലെത്തിയപ്പോൾ പെട്ടെന്നവൾക്കു സുഖമില്ലാതായി. വയറുവേദനയും ഓക്കാനവും വന്നു. അവൾ ഒരു ബഞ്ചിൽ ഇരുന്നു. അതിലേ കടന്നുപോയവരെല്ലാം അവൾക്കു ചുറ്റും മിഴിച്ചു നിന്നു. അവൾ ബോധംകെട്ടു വീഴാൻ പോയി. ഒടുവിൽ ഫെഡ്യാ അവളെ കണ്ടെത്തിയപ്പോൾ, അവിടെവച്ചുതന്നെ ആ പ്ലാറ്റ്ഫോമിൽ എല്ലാവരും കാൺകെ, അവളുടെ മുന്നിൽ മുട്ടുകുത്തിനിന്നു. അപരിചിതരിൽനിന്നും ദൃഷ്ടി മറയ്ക്കാനായി അവൾ മുഖം പൊത്തി. ഉടനെ ഛർദ്ദിക്കുമെന്ന അവസ്ഥയിലായിരുന്നു അവൾ. അയാൾ സ്വയം മുഷ്ടി ചുരുട്ടി നെഞ്ചത്തിടിച്ചു. അവളെ ദുഃഖിപ്പിച്ചതിൽ സ്വയം കുറ്റപ്പെടുത്തി. എന്നാൽ ഇതവളെ പരിഭ്രാന്തയാക്കിയില്ല. മുമ്പും ഇപ്രകാരം അയാൾ പ്രകടിപ്പിച്ചിട്ടുള്ളതാണല്ലൊ. അവൾക്കതു പരിചയമായിക്കഴിഞ്ഞിരുന്നു. ചൂതുകളിച്ചു കളയുമെന്നറിഞ്ഞിട്ടും അവൾ അയാൾക്കു പണം നല്കി.

അതിന്നിടയ്ക്ക് അവർ പുൽമേടയിലിരുന്ന് ആസ്ട്രിയൻ ഓർക്കെസ്ട്രാ *എഗ്മോണ്ട്* വായിക്കുന്നതു കേട്ടു. ആ സംഗീതത്തിന് എന്തോ ചില വശ്യതയുണ്ട്. ദൂരെ നിലകൊള്ളുന്ന ഉന്നതശൃംഗങ്ങളും അവയുടെമേൽ ഉരുണ്ടുകിടക്കുന്ന കാർമേഘങ്ങളും ഇടയ്ക്കിടെ ഉയരുന്ന

മിന്നൽപ്പിണരുകളും എല്ലാം ആ സ്വരമാധുരിയിൽ ലയിക്കുന്നു. ഇരുവരും കുത്തനെയുള്ളൊരു ചരിവ് കയറി. എന്നാൽ അനായാസ മായ വേഗത്തിലായിരുന്നു അവളുടെ പോക്ക്. വളഞ്ഞുതിരിഞ്ഞു പോകുന്ന ഒരു പാതയായിരുന്നു അത്. നിബിഡമായ കുറ്റിച്ചെടികൾക്കി ടയിലൂടെ നടന്ന് കുത്തനെ നില്ക്കുന്ന പാറകൾ കയറി ജീർണിച്ച പുരാതനകോട്ടകൾ കടന്ന് അവൾ പ്രയാസമില്ലാതെ ധൃതിയിൽ മുന്നോട്ടു നീങ്ങി. അയാളാകട്ടെ ഇതുവരെ ആരും കാല് കുത്തിയിട്ടി ല്ലാത്ത മഞ്ഞ് മൂടിയ പർവതശിഖരങ്ങളിലൂടെയും പാറകളിലൂടെയും കയറാൻ ശ്രമിച്ചു. കാൽ വഴുതി വീണു. വീണ്ടും എഴുന്നേറ്റു നടന്നു. കീഴെ പൊട്ടിച്ചിരിക്കുന്ന ശിരസ്സുകളും വിരലുകൾ ചൂണ്ടി നൃത്തം വയ്ക്കുന്ന രൂപങ്ങളും അയാൾ ദർശിച്ചു. അവൾ പിൻതുടർന്ന പാത ഇടയ്ക്കിടെ കല്ലുകൾകൊണ്ടോ മരംകൊണ്ടോ നിർമിക്കപ്പെട്ട പടവു കളായി മാറി; *ആൽടെസ് സ്ക്ളോസ്സി*ലേതുപോലെ. പ്ലാറ്റ്ഫോമിൽ ഒട്ടും വിശ്രമിക്കാൻ നില്ക്കാതെ അവൾ പടവുകൾ ഓടിക്കയറി. അവ ളുടെ കാൽക്കീഴിൽ കാണുന്ന മനോഹരമായ പ്രകൃതിദൃശ്യം ആസ്വ ദിച്ചുകൊണ്ടു വീണ്ടും പാത കയറാൻ തുടങ്ങി. *ആൽപ്സ്* താഴ്‌വര യിലെ പാറക്കൂട്ടങ്ങൾക്കിടയിലൂടെ വളഞ്ഞുപുളഞ്ഞാണ് ആ പാത പോകുന്നത്. ആ താഴ്‌വരയിൽ നിറയെ വെള്ളപ്പൂക്കളാണ്. പേരുകൾ അവൾക്കറിയില്ല. കല്ലുകളും വലിയ ഐസ്കട്ടകളും അയാളുടെ കാൽക്കീഴിൽ പൊട്ടിത്തകരുന്നു. കൂടുതൽ പാറകളും ഐസ്കട്ടകളും ചിതറിത്തെറിക്കുന്നു, അലറുന്ന ശബ്ദത്തോടെ. കൊടുങ്കാറ്റും ഇടി വെട്ടും മലയടിവാരത്തിൽ മാറ്റൊലിക്കൊള്ളുന്നു. ആ ആരവത്തിൽ അയാളെ നിന്ദിക്കുന്ന ഒരു ജനാവലിയുടെ ശബ്ദം മുങ്ങിപ്പോകുന്നു. അവരുടെ എല്ലാ മുഖങ്ങളും അയാൾക്കു സുപരിചിതമാണ്. അവർ ചിരി തുടരുന്നു. സിംഹാസനത്തിൽനിന്ന് ഭ്രഷ്ടനാക്കപ്പെട്ടിട്ടും മൂഢ ന്മാരായി പന്നിത്തലയന്മാരായി അയാൾക്കുനേരെ വിരൽചൂണ്ടുന്നു. അവരുടെ ചൂണ്ടുവിരലുകൾ ഭീമരൂപമാർന്നതും ചളിപുരണ്ടതുമാണ്. *ഡിറൈഡിംഗ് ഓഫ് ക്രൈസ്റ്റ്* (Deriding of Christ) എന്ന പെയിന്റിം ഗിലെ ജനക്കൂട്ടത്തിൽ കണ്ട ഒരാളുടെ ചൂണ്ടുവിരൽ അയാൾ ഓർത്തു, *ഡ്രെസ്ഡെനിൽ* വച്ച് കണ്ടതാണ്. ചിത്രകാരന്റെ പേര് ഓർക്കാനായില്ല. ചുരുട്ടിയ കമ്പികൾ പോലുള്ള ഒരു മുൾക്കിരീടം ധരിച്ച ക്രിസ്തു ഏതോ ചവിട്ടുപടിയിലിരിക്കുന്നു, നിസ്സംഗതയോടെ,

ചിന്താമഗ്നനായി. ക്രിസ്തുവിന്റെ കൈമുട്ട് കാൽമുട്ടിൽ വച്ചിരിക്കുന്നു. കൈയും നീണ്ടുമെലിഞ്ഞ കൈപ്പത്തിയും ജീവനില്ലാതെ തൂങ്ങിക്കിടക്കുകയാണെന്നു തോന്നും. ജനക്കൂട്ടത്തിലൊരാൾ - തൂങ്ങിക്കിടക്കുന്ന കവിളുകളും വീർത്തു ചുകന്ന മൂക്കും ക്രൂരഭാവവുമുള്ളൊരു തടിയൻ - രോമാവൃതമായ തന്റെ വിരൽ ക്രിസ്തുവിനുനേരെ ചൂണ്ടുന്നു. അവന് സംസ്കാരമില്ലാത്തവന്റെ മുഖമാണ്. പടിയിലിരിക്കുന്ന ആ മനുഷ്യനുനേരെ കല്ലുകളും കമ്പുകളും വലിച്ചെറിയുന്നു. ആരോ ചിലർ ക്രിസ്തുവിന്റെ മുഖത്ത് തുപ്പുന്നു. ശാരീരികപീഡനമനുഭവിച്ചിട്ടും അഗാധമായ ചിന്തയിൽ നിസ്സംഗതയോടെ മുഴുകിയിരിക്കുന്നു. ആ മുഖത്തിനു ചുറ്റും നിന്ന് ജനക്കൂട്ടം അട്ടഹസിക്കുന്നു, പൊട്ടിച്ചിരിക്കുന്നു. അവരുടെ പൊട്ടിച്ചിരി തനിക്കു പരിചിതരായ ആ ജനക്കൂട്ടത്തിന്റെ ഈ ചിരിയുമായി ഒത്തുചേരുന്നുണ്ട്.

ഈ ആരവമാണ് ഇടിവെട്ടിന്റെ പ്രതിധ്വനിയിലും, പാറകളും ഐസ്കട്ടകളും വീഴുന്ന ശബ്ദത്തിലും മുങ്ങിപ്പോയത്. ഭയപ്പെടുത്തുന്ന കൊടുംതൂക്കായ ചെരിവുകൾ താണ്ടി മലയുടെ ശൃംഗത്തിലേക്ക് അയാൾ കയറി. അവിടെ ഇടിമിന്നൽ കീറിയ കാർമേഘത്തിനുള്ളിലാണ് 'പാലസ് ഓഫ് ക്രിസ്റ്റൽ' ഒളിഞ്ഞുകിടക്കുന്നത്. മാനവസമുദായത്തിന്റെ സ്വപ്നമാണത്. അയാളുടെ മനസ്സിൽ താലോലിച്ചു വളർത്തിയ സ്വപ്നം. തന്നെ മനപ്പൂർവമാണ് അവർ പരിഹസിച്ചത്. എന്നാൽ, ഇപ്പോൾ പരിഹസിക്കുന്ന ആ മുഖങ്ങളിൽനിന്നുയർന്ന അട്ടഹാസങ്ങളും പൊട്ടിച്ചിരികളും കൊടുങ്കാറ്റിൽ മുങ്ങിപ്പോയിരിക്കുന്നു. കാർമേഘങ്ങളിൽനിന്ന് ഉതിർന്ന ഇടിവെട്ടും മഴയും തന്റെ സ്വപ്നസാക്ഷാൽക്കാരത്തിന് പ്രചോദനം നല്കിയിരിക്കുന്നു. ആ അജ്ഞാതന്റെ പെയിന്റിംഗിലെ ദീർഘവീക്ഷണം അയാളുടെ പാതയ്ക്കു പ്രകാശമേകി. കൊടുംതൂക്കായ പാറ കയറിക്കൊണ്ടിരുന്നപ്പോൾ അയാൾ ആ വെളിച്ചമാണ് മുറുകെ പിടിച്ചത്. ചെണ്ടകൾ, കുഴലുകൾ, കൊമ്പുകൾ എന്നിങ്ങനെയുള്ള വാദ്യോപകരണങ്ങൾ വച്ചിരുന്ന മുകൾഭാഗത്തുനിന്ന് വിജയാഹ്ലാദത്തിന്റെ സംഗീതം ഒഴുകിവന്നു. കൊടുങ്കാറ്റിന്റെ മാറ്റൊലികൾ ഇടയ്ക്കിടെ അന്നാ ഗ്രിഗൊറ്യേവ്നയിലും എത്തിയിരുന്നു. എന്നാലവൾ പഴയതുപോലെ, ഭംഗിയായി വിരിച്ച പാതയിലൂടെയും പടവുകളിലൂടെയും അനായാസമായി നീങ്ങി. ഒരിടത്തു മാത്രമാണവളുടെ മാർഗം അയാളുടേതുമായി കൂട്ടി

മുട്ടിയത്. അയാൾ കഷ്ടപ്പെട്ട് കയറിപ്പോകാൻ ശ്രമിച്ചിരുന്ന പാറയ്ക്ക് മുന്നോട്ട് ഒരു തള്ളൽ ഉണ്ടായിരുന്നു. അതു കടക്കാനയാൾ പാടുപെട്ടു, അതിന്റെ വിടവിൽ പിടിച്ചു തൂങ്ങിക്കിടന്ന് വഴുതിവീണ് വസ്ത്രം മുഴുവൻ കീറി കൈകൾ ഉരഞ്ഞ് ചോര വന്നു. അവൾ കൈനീട്ടിക്കൊടുത്ത് അയാളെ പിടിച്ചു കയറാൻ സഹായിച്ചു. എന്നിട്ട് അവളുടെ മാർഗത്തിലേക്കു കൊണ്ടുവന്നു. പിന്നീടവർ കൈകോർത്തു പിടിച്ചുകൊണ്ട് ഒന്നിച്ചു നടന്നു. ഫ്രഞ്ച് ഹോണിലൂടെയും ഫ്ളൂട്ടിലൂടെയും വിജയസംഗീതം ഉയർന്നിരുന്നെങ്കിലും അതൊരു തരംതാഴ്ന്ന ലയമില്ലാത്ത ഇഴഞ്ഞ സംഗീതമായിരുന്നു. അവർ സംഗീതം ശ്രദ്ധിച്ചുകൊണ്ട് ബഞ്ചിൽ അടുത്തടുത്തായി ഇരുന്നു. അയാൾ ഒരു കാലിനു മേൽ മറ്റെ കാൽ കയറ്റിവച്ച് കൈകൾകൊണ്ട് കാൽമുട്ടുകൾ വരിഞ്ഞ് തന്റെ പ്രിയപ്പെട്ട പോസിലാണ് ഇരുന്നത്. അയാളുടെ കണ്ണുകൾ നനഞ്ഞിരുന്നു, അതിനിയും വറ്റിയിട്ടില്ലായെന്നതുപോലെ. തേഞ്ഞ ഷൂസ് കാണാതിരിക്കാനെന്നോണം കാല് അല്പം പിന്നോട്ടു മടക്കിയാണ് അവളുടെ ഇരുപ്പ്. തണുപ്പ് തോന്നിയതിനാൽ ഷാൾ എടുത്തു പുതച്ചിട്ടുണ്ട്. ഒരു നിമിഷം അവരുടെ കണ്ണുകൾ പരസ്പരം ഇടഞ്ഞു. അയാൾ അവളുടെ കരം ഗ്രഹിച്ചു തഴുകി.

ഓർക്കസ്ട്രാ പ്ലാറ്റ്ഫോമിനോടു ചേർന്നുള്ള ചെറിയ ചത്വരത്തിനു ചുറ്റും പൊതുജനങ്ങൾക്ക് ഇരിക്കാനായി ബഞ്ചുകൾ ഇട്ടിട്ടുണ്ട്. ചത്വരത്തിൽ പകൽവെളിച്ചം കെട്ടടങ്ങിയിരുന്നില്ല. എങ്കിലും ലൈറ്റുകൾ കത്തിച്ചുവച്ചിരുന്നു. ഈ ഇരട്ടപ്രകാശംമൂലം എല്ലാം ചാഞ്ചാടുന്നതുപോലെ കാണപ്പെട്ടു. സ്പെക്ട്രത്തിലൂടെ കാണുന്നതുപോലെ, ഒന്നുകിൽ അപൂർണം അല്ലെങ്കിൽ ശരിയായ രീതിയിൽ തുടങ്ങാത്തത്. ആ രാത്രി അയാൾ അവൾക്ക് ഗുഡ്നൈറ്റ് പറയാൻ വന്നപ്പോൾ അവർ ഒന്നിച്ചു നീന്തി. എതിർദിശയിലേക്കുള്ള ഒഴുക്ക് അയാളെ ഒരുവശത്തേക്കു തള്ളിക്കൊണ്ടുപോയി. താൻ മുങ്ങിച്ചാകുമെന്നയാൾക്കു തോന്നി. അവൾ അയാളെ രക്ഷിക്കാൻ ശ്രമിച്ചു. അയാളുടെ ചുറ്റും നോക്കി മുന്നിൽ നീന്തിക്കൊണ്ടിരിക്കുന്ന തന്നെ പിൻതുടരാൻ അയാളെ ക്ഷണിച്ചു. അവൾ പിന്നിലേക്കു നീന്തിച്ചെന്ന് അയാളുടെ കണ്ണുകളിലേക്കു മിഴിച്ചുനോക്കി കൈകൾ നീട്ടി അയാൾക്കു താങ്ങ് നല്കി. ചിലപ്പോൾ അയാളെ ഭയപ്പെടുത്താനായി പച്ചത്തിരമാലയുടെ അഗാധതയിലേക്കവൾ അപ്രത്യക്ഷയാകും. അന്നേരം അപ്പോഴും

തടഞ്ഞുനിർത്താനാവാത്തവിധം വളരെ ദൂരേയ്ക്ക് അയാൾ വലിച്ചിഴയ്ക്കപ്പെടും. കൂടുതൽ തിരമാല വന്ന് അയാളെ പൊതിഞ്ഞു. ഒന്നും ചെയ്യാനായില്ല. പൊങ്ങിവരുന്ന പച്ചത്തിരമാലകളിൽ തനിമയും കാന്തിയും കെട്ട തുറിയൻകണ്ണുകളുള്ള ചതഞ്ഞ രൂപങ്ങൾ പ്രത്യക്ഷപ്പെട്ടു. മുഖം വീർത്ത് ബലൂൺപോലുണ്ട്. കടുംചുകപ്പ് നിറമുള്ള സുപരിചിതമായ പൂച്ചക്കണ്ണുകളുള്ള ഒരു മുഖമായി അതു മാറുന്നു. നിരവധി കൈകളുണ്ടതിന്. തലേന്ന് മലയടിവാരത്തിൽനിന്ന് തനിക്കു നേരെ വിരൽചൂണ്ടി അട്ടഹസിക്കുകയും പൊട്ടിച്ചിരിക്കുകയും ചെയ്ത നൂറുകണക്കിനാളുകൾ. ആ വിരലുകളിപ്പോൾ തന്റെ നേരെ നീണ്ടു വരുന്നു, ഭീമാകാരനായ ഒരു തേളിന്റെ ഇറുക്കാംകാലുകൾപോലെ. അവസാനശ്രമം നടത്തി നോക്കിയെങ്കിലും അതു വൃഥാവിലായി. ശരീരം തളർന്ന് പെട്ടെന്ന് അയാൾ അഗാധതയിലേക്കു പതിച്ചു.

തലയിണയിൽ ശിരസ്സമർത്തി കണ്ണുകളടച്ച് അയാളവിടെ കിടക്കുകയാണ്. ഒരു കൈമുട്ടിൽ താങ്ങിനിന്നുകൊണ്ട് അയാളുടെ നെറ്റിയിൽനിന്ന് അവൾ വിയർപ്പ് തുടച്ചുകളഞ്ഞു. ശിരസ്സ് വച്ചിടത്ത് തലയിണയിൽ ചുളിവ് വീണിരിക്കുന്നു; പില്ക്കാലത്ത് അദ്ദേഹത്തിന്റെ മരണക്കിടക്ക ചിത്രീകരിച്ചപ്പോൾ *ക്രാംസ്കോയ്* വരച്ച പ്രകാശവലയം പോലെ. എന്നാൽ, ഇപ്പോൾ ലാളിത്യത്തിന്റേയോ ശാന്തിയുടെയോ കണികപോലും അയാളുടെ മുഖഭാവത്തിലില്ല.

ഷ്വാർസ് വാൾഡ്, തുരിഞ്ചർ വാൾഡ് തുടങ്ങിയ പ്രദേശങ്ങളിൽ രൂപംകൊണ്ട പ്രക്ഷുബ്ധമായ കാർമേഘങ്ങളിലെ വൈദ്യുതി മുഴുവൻ ചോർന്ന് വീണ്ടും സാധാരണ ചാരനിറമുള്ള മേഘങ്ങളായി മാറി. അവ മെല്ലെ ബേദൻ-ബേദനുനേരെ നീങ്ങുകയാണ്. കല്ലുകൾ വിരിച്ച കൂർത്ത മേൽക്കൂരകളിലും നിരത്തിലും അവ ചാറ്റൽമഴയായി. പാതി വേനൽ കഴിഞ്ഞിരിക്കുന്നു. ഇനിയും ധാരാളം ചൂടുള്ള ദിനങ്ങൾ വരാനുണ്ട്. എങ്കിലും ഈ താത്കാലിക വിരാമത്തിൽ സന്തുഷ്ടയായ അന്നാ ഗ്രിഗൊറ്യേവ്നാ തന്റെ ഉടുപ്പുകൾ കേടുപാടുകൾ തീർത്തു നവീകരിക്കാൻ തുടങ്ങി. പഴയ ഷൂ ധരിച്ച് സൂചിയും നൂലുമായി കിടക്കയിലിരുന്ന് അവൾ ജോലിയിൽ മുഴുകി. മോശം കാലാവസ്ഥയിൽ അവളുടെ പഴയ ഷൂസ് വേഗം ഇല്ലാതാകുമെന്നവൾക്കു തോന്നി. ഫെഡ്യ്യാ പതിവുപോലെ വീടിനും കാസിനൊയ്ക്കുമിടയിൽ ഓടിനടന്നു. ചിലപ്പോൾ മുന്തിരിയോ പ്ലമ്മോ കൊണ്ടുവരും. അവ മഴ നനഞ്ഞ് ഈർപ്പമുള്ളവയാണ്. അന്നാ ഗ്രിഗൊറ്യോവ്നയെ അത്ഭുതപ്പെടുത്താനായി പിന്നിൽ ഒളിപ്പിച്ചു പിടിച്ചായിരിക്കും അയാളുടെ വരവ്. എന്നാൽ അതിനേക്കാൾ എത്രയോ കൂടുതലാണ് അവളുടെ മുന്നിൽ മുട്ട് കുത്തിനില്ക്കുന്നതും അവളെ മാലാഖയെന്നു വിളിക്കുന്നതും, അവളെ വേദനിപ്പിച്ചതിൽ മാപ്പ് ചോദിക്കുന്നതും. അപ്പോൾ അവൾ തുന്നൽപ്പണി വിട്ട് നിശ്ശബ്ദം എഴുന്നേറ്റ് അടക്കിപ്പിടിച്ച നെടുവീർപ്പോടെ തന്റെ കൈയിലുള്ള അവസാന 'ഫ്രെഡറിച്ചോ', 'ഗിൽഡറോ', 'ഫ്രാങ്കോ' ഡ്രോയറിൽനിന്ന് എടുത്തുകൊടുക്കും. ആ സമയത്തവളോടയാൾക്കു വെറുപ്പാണ്. അവൾ അപ്പോൾ തുമ്മുകയോ ചുമയ്ക്കുകയോ ചെയ്താൽ ദേഷ്യപ്പെടും. കാരണം, അതവളുടെ പണമാണ്, അവളുടെ അമ്മയുടെ പണമാണ്. അവളത് യാതൊരു ആവലാതിയുമില്ലാതെ വിനയപൂർവം നല്കുന്നു. അവളുടെ മാന്യത അയാളെ നിസ്സഹായാവസ്ഥയിലാക്കും.

വീണ്ടും അയാൾ അവളുടെ മുന്നിൽ മുട്ടുകുത്തിനില്ക്കും. താൻ അവളുടെ പണം മോഷ്ടിച്ചെന്നും, താൻ വെറുക്കപ്പെടേണ്ടവനാണെന്നും പറയും. ഒടുവിൽ എപ്പോഴും അയാൾ അവളെ കൂടുതൽ വെറുക്കും; തന്നെത്തന്നെയും. അവൾ മനപ്പൂർവം തുമ്മും. മനപ്പൂർവം ചുമയ്ക്കും. അയാളോടൊപ്പം പുറത്തുപോകാനിഷ്ടപ്പെടാതെ ഒരു തുന്നൽക്കാരിയെപ്പോലെ വീട്ടിനുള്ളിൽ ഇരിക്കും. എന്തൊരു കഷ്ടമാണ്, മഴ പെയ്യുന്നു. എന്നാൽ, അവൾക്ക് കുടയുണ്ട് എന്നിട്ടും – 'എന്നിട്ടും' എന്ന വാക്കയാൾ ഊന്നിപ്പറഞ്ഞു. പണമില്ലാതെ അവൾ അവിടെ ഇരിക്കുന്നത് അയാളുടെ കുറ്റമല്ല എന്ന ഭാവത്തിൽ. എന്നാൽ, അവൾ തന്നെ ഉടുപ്പുകളിലെ തുളകൾ തുന്നി നേരെയാക്കുന്നതു കണ്ട് (അവൾ ജോലി ചെയ്യുമ്പോൾ അവളുടെ നാവിന്റെ അറ്റം കാണാം) അയാളുടെ മനസ്സ് ആർദ്രമാവും. അവളോട് അനുകമ്പ തോന്നും. വീണ്ടും മുട്ടുകുത്തിനിന്ന് അവളുടെ കരങ്ങളും പാവാടത്തുമ്പും ചുംബിക്കും. ഇപ്രാവശ്യം പൂർണഹൃദയത്തോടെ സത്യസന്ധമായാണ്. മെല്ലെ അവളുടെ തോളുകളിലും തലമുടി കുത്തിവച്ച പിടലിയിലും തലോടും. വലിയ തലമുടിക്കെട്ട് അവൾക്കു പ്രായക്കൂടുതൽ തോന്നിക്കുന്നു, ചിലപ്പോൾ കൂടുതൽ ബുദ്ധിമതിയായും. അവൾ പുറത്തു പോകുന്നില്ലെങ്കിലും സദാസമയം ഒരു കറുത്ത ലെയിസ് ഉറുമാൽ ശിരസ്സിൽ കെട്ടിയിരിക്കും, ഒരു ദുഃഖാചരണത്തിലാണെന്നതുപോലെ. അത് അഴിച്ചുമാറ്റാൻ എപ്പോഴും അയാൾ ആവശ്യപ്പെടുമായിരുന്നു, മനമില്ലാമനസ്സോടെ അവളത് അനുസരിക്കും. അവളുടെ അരികിൽ മുട്ടുകുത്തിനിന്നുകൊണ്ടയാൾ തലമുടിയിൽ തലോടും. അതിനിടയിൽ വിരലോടിക്കും. അവൾ അപ്പോൾ ഒരുതരം ഗൗരവഭാവത്തിൽ നോക്കും. ചെറിയൊരാവേശത്തോടെ അവളെ തന്റെ 'യക്ഷി' എന്നു വിളിക്കും. എന്നാലവൾ സ്വന്തം മുഖഭാവം മാറ്റില്ല, അയാൾക്കുവേണ്ടിപോലും. പിന്നെ സൂചിയും നൂലും ഒരു ഭാഗത്തുവച്ച് താടി ഉള്ളംകൈയിൽ താങ്ങി അവളൊരു ദീർഘശ്വാസം വിടും. എന്നിട്ട് വിഷാദത്തോടെ അയാളുടെ ശിരസ്സിൽ തലോടാൻ തുടങ്ങും. അയാൾക്ക് അറിയാത്തതെന്തോ അതു തനിക്കറിയാം എന്നും അതിൽനിന്നയാളെ താൻ സംരക്ഷിക്കുവാൻ ശ്രമിക്കുകയാണെന്നും തോന്നിപ്പിക്കുന്നതു പോലെ.

ഈയിടെ അയാൾ *പെയറി*ലോ *ഇംപയറി*ലോ, *പാസ്സി*യിലോ *മാൻക്യൂ*യിലോ ജയിക്കാറില്ല. മഴയും കാറ്റും അയാളുടെ നടത്തത്തിന് തടസ്സം സൃഷ്ടിച്ചിരുന്നെങ്കിലും അയാൾ എപ്പോഴും 1457 കാൽവെപ്പു കൊണ്ടവിടെ എത്തുമായിരുന്നു. കാസിനൊ കെട്ടിടത്തിൽ പ്രവേശിച്ച ഉടനെ അയാൾ തന്റെ നനഞ്ഞ തൊപ്പിയും കുടയും കാവൽക്കാരനെ ഏല്പിക്കും. പിന്നെ കോണിയിലേക്കു നടക്കും. ചൂതാട്ടഹാളിലേക്കു ഹൃദയമിടിപ്പോടെ നടക്കുമ്പോൾ ആ അപരിചിതൻ അവിടെ ഉണ്ടോ എന്ന് ചുറ്റും പരതിനോക്കും. എന്നാൽ, അപരിചിതനില്ലെന്നുറപ്പാക്കുമ്പോൾ ആയാസത്തോടെ ശ്വാസം വിടും. കാരണം അവർ പരസ്പരം കണ്ടുമുട്ടിയാൽ അയാളെ തന്റെ തോളുകൊണ്ട് ഇടിക്കുമോ എന്നയാൾക്ക് ഉറപ്പില്ലായിരുന്നു. മഞ്ഞവെളിച്ചം മേശയ്ക്കു ചുറ്റും കൂടിയിരുന്ന കളിക്കാരുടെയും കാണികളുടെയും മുഖങ്ങളിൽ പതിച്ചു. അയാൾ ആളുകൾക്കിടയിലൂടെ വഴിയുണ്ടാക്കി മേശയ്ക്കരികിലെത്തി ഒരു നിമിഷം ചിന്തയിലാണ്ടു.

അയാളുടെ മനസ്സ് ചെറുപ്പകാലത്തിലേക്കു പറന്നുപോയി. ലഹളക്കാരായ സുഹൃദ്സംഘത്തോടൊപ്പം *നെവിസ്കി പ്രോസ്പെക്ടി*ലെ *ഡോമിനിക്* റസ്റ്റോറന്റിലോ *ലെർച്ചി*ലോ ചെന്ന് പുത്തൻവിരി ഇട്ട മേശയ്ക്കു ചുറ്റും അവർ ഇരിക്കും. ഇനി വരാൻ പോകുന്ന കാര്യങ്ങൾ ഓർത്ത് രണ്ടാമത്തെ ഗ്ലാസ് ഷാമ്പെയിൻ അകത്താക്കുമ്പോൾ അയാൾക്ക് പ്രത്യേകമായി ഒരു മനസ്സുഖവും ഉന്മേഷവും തോന്നും. ഉല്ലാസപൂർണ്ണമായ *ടോസ്റ്റുകൾ*, ചെറിയ വെള്ളിപ്പാത്രങ്ങളിൽ ഉപ്പിലിട്ടുവച്ച വിശിഷ്ടഭോജ്യമായ കവിയാർ മത്സ്യം, പൊട്ടിച്ചിരി. ആഹ്ലാദകരമായിരുന്നു അവിടേക്കുള്ള ഒരു സന്ദർശനംപോലും. അയാൾക്കു നന്നായി യോജിക്കുന്ന നീളൻകോട്ടും സുഖകരമായ ഒരു കുളിർമ്മയുയർത്തുന്നു. തേച്ചു മിനുക്കിയ ലിനൻഷർട്ടും ധരിച്ച് എല്ലാവരുടേയും ശ്രദ്ധാകേന്ദ്രമായി അയാൾ മാറും. നർമരസത്തോടെ പ്രത്യേക രീതിയിൽ പറയുന്ന അയാളുടെ *ടോസ്റ്റ്* എല്ലാവരെയും പൂർണമായി കീഴടക്കും. ഒരവസരത്തിൽ, എഞ്ചിനീയറിംഗ് ഡിപ്പാർട്ട്മെന്റിൽ ജോലി ചെയ്യവെ, അയാളും മറ്റ് അഞ്ചോ ആറോ പേരും പണം പങ്കുവച്ച് ഒന്നിച്ച് ഒരു റസ്റ്റോറന്റിലേക്കു പോകാൻ തീരുമാനിച്ചു. അയാളുടെ നേരെ മുകളിലുള്ള സൂപ്പർവൈസറും സെക്ഷൻ തലവനും അവരോടൊപ്പമുണ്ടായിരുന്നു. സെക്ഷൻ തലവനാകട്ടെ

ഒരു ബുദ്ധിമാന്ദ്യമുള്ളവനെപ്പോലൊരുത്തൻ. വലിയൊരു കുടുംബമുള്ളതിനാൽ എപ്പോഴും പണത്തിനാവശ്യമുള്ളവൻ. പൂർണമായും ഭാര്യയുടെ കാൽക്കീഴിലാണയാൾ. അവൾ അയാളുടെ പണം മുഴുവൻ പിടിച്ചുവാങ്ങും. അവസാന *കോപെക്* വരെ. അവർ റസ്റ്റോറന്റിലേക്കു പോകാൻ പദ്ധതിയിട്ടപ്പോൾ അയാൾ അവിടെ സന്നിഹിതനായിരുന്നു; ഒന്നിച്ചു പോകാൻ ആഗ്രഹം പ്രകടിപ്പിച്ചു. എന്നാൽ കൂട്ടായ ചെലവിലേക്കു പണമൊന്നും കൊടുക്കാതെ, പിന്നീട് പണം തരാമെന്നയാൾ പറഞ്ഞു. അതവർ വിശ്വസിച്ചതുകൊണ്ടൊന്നുമല്ല. പ്രത്യേകിച്ച് കഴിഞ്ഞ അനുഭവങ്ങൾ അവർക്കു നന്നായി അറിയാം. എന്നാൽ എന്തോ കുസൃതി ലക്ഷ്യമിട്ടിട്ടുതന്നെ ആയിരിക്കണം അവർ അയാളെ കൊണ്ടുപോയത്.

അന്നു വൈകുന്നേരം ഫെഡ്യാ പ്രത്യേകിച്ചും നല്ല മൂഡിലായിരുന്നു. ഹെഡ്‌വെയിറ്റർ നേരെ അയാളുടെ മുന്നിൽ എത്തി ആ സംഘത്തിന്റെ ഓർഡർ എടുത്തു. ഇടഭിത്തിയുടെ മറുഭാഗത്തുനിന്ന് ആഹ്ലാദം നിറഞ്ഞ ശബ്ദങ്ങളും സ്ത്രീകളുടെ പൊട്ടിച്ചിരിയും കേൾക്കാം. മേശയിൽനിന്ന് കുറച്ചു പൊങ്ങിയാൽ, സ്ത്രീകളുടെ ഉയർന്നുനില്ക്കുന്ന കേശാലങ്കാരവും അവരുടെ മുഖങ്ങളും നഗ്നമായ തോളുകൾപോലും കാണാനാകും. അകത്താക്കിയ ഷാംപെയിൻ അയാൾക്ക് ആത്മവിശ്വാസം നല്കി. എല്ലാവരെയും അത്ഭുതപ്പെടുത്തുന്ന തരത്തിലുള്ള ഒരു രസികൻ *ടോസ്റ്റി*നെക്കുറിച്ചയാൾ ചിന്തിക്കയായിരുന്നു. എന്നാൽ അതുവരെ നിശ്ശബ്ദനായിരുന്ന അയാളുടെ ബോസ് പെട്ടെന്ന് സ്വയം ടോസ്റ്റ് പറയാൻ തീരുമാനിച്ചു. മുഖം ചുവന്നു തുടുത്ത് പരിഭ്രമത്തോടെ അയാൾ എഴുന്നേറ്റുനിന്ന് സുദീർഘവും ദുഷ്കരവുമായ ഒരു പ്രഭാഷണം നടത്തി. മാതൃഭൂമിക്കുവേണ്ടി ഗവൺമെന്റ് സേവനം നടത്തുന്നതിന്റെ പ്രയോജനവും അതുപോലുള്ള വിഷയങ്ങളുമായിരുന്നു പ്രഭാഷണവിഷയം. അവർ പരസ്പരം നോക്കി കണ്ണിറുക്കിക്കാണിച്ചു. അവരവരുടെ ഗ്ലാസുകൾ ഉയർത്തി. ഫെഡ്യാ തന്റെ പ്രസംഗം ഒഴിവാക്കപ്പെട്ടതിൽ കുപിതനായിരുന്നു. എങ്കിലും ഉള്ളാലെ അയാൾ ഉത്സാഹവാനായിരുന്നു. ഫെഡ്യാ പറഞ്ഞു: "പണം തരാത്തവർക്ക് ടോസ്റ്റ് പറയാൻ എളുപ്പമാണ്." അടുത്തിരുന്നവനോട് യാദൃച്ഛികമായാണ് ആ വാക്കുകൾ എറിഞ്ഞുകൊടുത്തത്. അത് ഉദ്ദേശിച്ചതാരെയായിരുന്നുവെന്ന് വ്യക്തം. കൂനിക്കൂടിയിരുന്ന വിളർത്ത

ഒരു യുവാവാണ് അയാളുടെ അരികിൽ ഇരുന്നിരുന്നത്. അയാളോടൊപ്പം ഒരേ സെക്ഷനിൽ അതേ സെക്ഷൻ ഹെഡിന്റെ കീഴിൽ ജോലിചെയ്യുന്നവൻ. ആ അഭിപ്രായത്തിന് പ്രത്യേക പ്രാധാന്യമൊന്നും അവൻ നല്കിയില്ല, എന്നാൽ ഇത്രമാത്രം മന്ത്രിച്ചു: "ദൈവമേ? ഇപ്രകാരം അദ്ദേഹത്തോടു പറയാൻ നീ എങ്ങനെ ധൈര്യപ്പെട്ടു?" എന്നാൽ ആ സ്വരത്തിൽ ശാസനാഭാവമൊന്നും ഫെഡ്യാ കണ്ടില്ല. അതുകൊണ്ട് തന്റെ തമാശയിലയാൾക്ക് അഭിമാനം തോന്നി. താൻ ഉദ്ദേശിച്ചതിനേക്കാൾ ഉഗ്രനായിരിക്കുന്നു. അടുത്ത ദിവസം തന്റെ അസാമാന്യ നർമരസം തുളുമ്പുന്ന തമാശ ഡിപ്പാർട്ടുമെന്റിൽ പാട്ടാകും.

അടുത്ത ദിവസം ബോസ് അയാളെ ഓഫീസിലേക്കു വിളിപ്പിച്ച് ഡിസൈനിൽ വന്ന ചില തെറ്റുകളെച്ചൊല്ലി ശാസിക്കാൻ തുടങ്ങി. ഡ്രോയിംഗിൽ തെറ്റൊന്നുമില്ലെന്ന് ഫെഡ്യാ തെളിയിക്കാൻ ശ്രമിച്ചു; അല്പം തീക്ഷ്ണമായി സംസാരിച്ചു. എന്നാൽ ബോസ് തന്റെ കൈമുട്ടുകൾ വലിയ മേശമേൽ ഊന്നി ഷാമ്പെയിൻ മോന്തിയവനെപ്പോലെ മുഖം തുടിപ്പിച്ച് മുന്നിലെ ഡ്രോയിംഗിൽ ഒരു വിഡ്ഢിയെപ്പോലെ കണ്ണുംനട്ടുകൊണ്ടിരുന്നു. ഈ വാഗ്വാദത്തിൽ വിജയം വരിച്ചെന്നു കരുതിയ ഫെഡ്യാ മുറിവിട്ട് പുറത്തുകടക്കാൻ നില്ക്കവെ ബോസ്, തിളയ്ക്കുന്നതുപോലെ മുഖം ചുകപ്പിച്ച്, തല ഉയർത്താതെ അയാളോട് പറഞ്ഞു, "ഒരു നിമിഷം നില്ക്കൂ". ആ ശബ്ദം അതികഠിനമായിരുന്നു. "നീ ആ അഭിപ്രായം ഇന്നലെ പ്രകടിപ്പിച്ചപ്പോൾ എന്തു ചെയ്യണമെന്നെനിക്കറിയില്ലായിരുന്നു. സത്യത്തിൽ നിന്റെ ചെകിട്ടത്തൊന്നു തരേണ്ടതായിരുന്നു. പക്ഷേ ഞാനതു ചെയ്തില്ല."

ഫെഡ്യാ അത്ഭുതസ്തബ്ധനായി ചെകിട്ടത്ത് അടികൊണ്ടതുപോലെ അയാൾക്കു മുന്നിൽ നിന്നുപോയി. ഹൃദയം പിടച്ചു. രക്തം മുഖത്തേക്കും കാതുകളിലേക്കും പ്രവഹിച്ചു. കറുത്തു തിളങ്ങുന്ന കണ്ണുകളുള്ള മൂരിയെപ്പോലെ തലതാഴ്ത്തി അയാൾ കുത്താനൊരുങ്ങുകയാണ്. ആ രക്തം 'സർക്കാസ്സിയനോ ജോർജിയ'നോ ആണെന്ന് ഒരിക്കൽ താൻ അയാളോടു പറഞ്ഞത് ഫെഡ്യാ ഓർത്തു. പൈതൃകമായി ലഭിച്ചതാണ് ഈ ഉഗ്രമായ ദ്വേഷപ്രകൃതം; എന്നാലത് ആരും കണക്കിലെടുത്തിരുന്നില്ല. അയാളൊരു വിഡ്ഢി

പ്രകൃതക്കാരനാണെന്നു മാത്രം കരുതി. ഒരുപക്ഷേ, ജീവിതത്തി ലാദ്യമായി അയാൾ തന്റെ യഥാർത്ഥസ്വഭാവം കാണിച്ചിരിക്കുന്നു. ഒരു നിമിഷം ഫെഡ്യായ്ക്ക് സഹതാപംപോലും തോന്നി. തലേന്നു രാത്രിയിലെ അയാളുടെ വികാരത്തെക്കുറിച്ചോർത്തപ്പോൾ വിഷമം മാത്രമല്ല പറഞ്ഞറിയിക്കാനാകാത്ത ആദരവും അവ്യക്തമായ ഒരു ഭീതിയും അനുഭവപ്പെട്ടു. ഫെഡ്യാ ക്ഷമ ചോദിക്കുന്നതുപോലെ എന്തോ ചില വാക്കുകൾ ഉച്ചരിച്ചു, ഏതാനും ദിവസങ്ങൾക്കുമുമ്പ് ആ അപരിചിതനോട് 'കുറോസിൽ' വച്ച് ചെയ്തതുപോലെ.

"ശരി, നിങ്ങൾക്കു പോകാം." ബോസ് പറഞ്ഞു. ഒരുപക്ഷേ ആ ഡിപ്പാർട്ടുമെന്റിൽ ജോലി ചെയ്യാൻ തുടങ്ങിയതിനുശേഷം ഈ വയസ്സിന് മൂത്ത, പതുങ്ങി ഇരിക്കാറുള്ള മന്തൻ ശരിക്കും തന്റെ ഉന്ന താധികാരിയാണെന്ന് ആദ്യമായി അയാൾക്കു ബോധ്യമായി. ആ നിമിഷം മുതൽ ഡിപ്പാർട്ട്മെന്റിലെ അയാളുടെ ജീവിതം അസഹനീ യമായി.

ആദ്യത്തെ രണ്ടോ മൂന്നോ പന്തയങ്ങൾ സാധാരണയായി അയാൾ ജയിക്കും. അപ്പോൾ സുപരിചിതമായ കളിക്കാരുടെയും കാണികളു ടെയും മുഖങ്ങൾ അയാൾക്കു ചുറ്റും വൃത്താകൃതിയിലുള്ള ഊഞ്ഞാൽ പോലെ കറങ്ങും. ഹൃദയത്തിൽ കാത്തുസൂക്ഷിച്ച സ്ഫടികക്കൊട്ടാരമുള്ള കൊടുമുടിയിലേക്ക് അയാൾ ഒരിക്കൽക്കൂടി കയറാൻ തുടങ്ങി. കിഴുക്കാൻതൂക്കായ മലഞ്ചെരിവിലൂടെയാണ് യാത്ര. താഴെ എവിടെയോ വൃത്തികെട്ട പരിചിതമുഖങ്ങൾ വൃത്താ കൃതിയിൽ നൃത്തം ചവിട്ടുന്നു. അപ്പോൾ അയാൾക്കു കളി നഷ്ടപ്പെ ടാൻ തുടങ്ങി. ഏതെങ്കിലും ഒരു സമ്പ്രദായം അയാൾ പിൻതുടരാൻ ശ്രമിക്കുംതോറും കൂടുതൽ കൂടുതൽ നഷ്ടപ്പെട്ടുകൊണ്ടിരുന്നു. പിന്നെ ഒരു സമ്പ്രദായവും പിൻതുടരാതെ കളിച്ചു. അപ്പോഴും നഷ്ടംതന്നെ. അപ്പോൾ അയാൾ പണം കൊണ്ടുവരുവാൻ വീട്ടിലേക്ക് ഓടി. ഉടനെ അതും നഷ്ടപ്പെട്ടു. വീണ്ടും പണത്തിന്നായി വീട്ടിലേക്ക് ഓട്ടം. *ഒബ്സെസ്സീവ് കംപൽസീവ് ന്യൂറോസിസ്* എന്നാണിതിനെ മെഡിക്കൽ സയൻസ് വിശേഷിപ്പിക്കുന്നത്. വലിയ പരാജയത്തി ലേക്കു നയിച്ചാലും കൂടുതൽ മർക്കടമുഷ്ടിയോടെയാവും അതേ ഉദ്യമം ആവർത്തിക്കുക.

താത്ക്കാലിക മഴ അവസാനിച്ചു. അഗ്രം കൂർത്ത ചുകന്ന ഇഷ്ടികകൾകൊണ്ടു നിർമിക്കപ്പെട്ട കെട്ടിടങ്ങൾ വരളുകയും കല്ല് വിരിച്ച റോഡുകൾ നിർദ്ദയമായ സൂര്യപ്രകാശത്തിൽ ചുട്ടുപഴുക്കുകയും ചെയ്തു. ഡോസ്റ്റൊയെവ്സ്കിമാരുടെ ബേദൻ–ബേദനിലെ ജീവിതം അസ്വസ്ഥമായ രാത്രികൾ പോലെയായി. ഗാഢനിദ്രയിലാണെങ്കിലും സമയം നീങ്ങിക്കൊണ്ടിരിക്കുന്നതിനെക്കുറിച്ചും രാത്രിയുടെ ദൈർഘ്യത്തെക്കുറിച്ചും നിങ്ങൾ ബോധവാനാകുന്നു. അങ്ങനെ ആദ്യം ഫെഡ്യാ തന്റെ വിവാഹമോതിരം പണയംവച്ചു. പിന്നെ അന്നാ ഗ്രിഗൊറ്യേവ്നയുടെ സ്വർണക്കമ്മലും സൂചിപതക്കവും. വിവാഹ ദിവസം അയാൾ അവൾക്കു നൽകിയ സമ്മാനം. അതു പണയം വയ്ക്കാനയാൾ പോയപ്പോഴാണ് ഒരുപക്ഷേ ജീവിതത്തിലാദ്യമായി അവൾ പൊട്ടിക്കരഞ്ഞത്. അവൾ സ്വയം കൈപിടിച്ചു ഞെരിച്ചു. ഒരിക്കലും അവൾ ഫെഡ്യായുടെ സാന്നിധ്യത്തിൽ ഇപ്രകാരം ചെയ്യാത്തതാണ്. അല്ലെങ്കിൽ, അങ്ങിനെയാണവൾ 'ഡയറി'യിൽ രേഖപ്പെടുത്തിയിട്ടുള്ളത്. സൂചിപതക്കവും കമ്മലും പണയംവച്ചുകിട്ടിയ തുക ചൂതാട്ടത്തിൽ കളഞ്ഞുകുളിച്ചപ്പോൾ, അവളുടെ 'ലെയിസ്ഷാളു'മായി അയാൾ ഇറങ്ങി. എന്നാൽ ആരും ആ ഷാൾ പണയത്തിന്നെടുത്തില്ല. ആദ്യം പോയത് ആഭരണ കടക്കാരന്റെ അടുത്തേക്കാണ്. ഗിൽറ്റ് സാധനങ്ങളേ എടുക്കുകയുള്ളൂ എന്ന് അയാൾ പറഞ്ഞു. *വീസ്മാൻ* എന്നൊരാളുടെ പേർ അയാൾ നിർദ്ദേശിച്ചു. പക്ഷേ *വീസ്മാന്റെ* വാതിൽ അടഞ്ഞുകിടക്കുകയായിരുന്നു. മഴയിലും വിയർപ്പിലും നനഞ്ഞുകുളിച്ച് ഫെഡ്യാ വീട്ടിൽ തിരിച്ചെത്തി. കാരണം കടുത്ത വെയിലുള്ള ആ സമയത്തും റോഡും ചെടികളും കഴുകി വൃത്തിയാക്കാനെന്നോണം ഇടയ്ക്കിടെ കനത്ത മഴ പെയ്യും.

ഉച്ചഭക്ഷണത്തിനുശേഷം ഫെഡ്യാ വീണ്ടും *വീസ്മാന്റെ* വീട്ടിലേക്ക് പാഞ്ഞു. എന്നാൽ, താൻ അത്തരം വസ്തുക്കൾ പണയത്തിനെടുക്കില്ലെന്നയാൾ പറഞ്ഞു, എന്നിട്ട് ഒരു *മാഡം എറ്റീനി*ന്റെ വിലാസം ഫെഡ്യായ്ക്കു നല്കി. അവരുടെ ഷോപ്പ് സ്ക്വയറിലാണുള്ളത്. ഫെഡ്യായ്ക്കതു കണ്ടുപിടിക്കാൻ കഴിഞ്ഞില്ല. അയാളവിടെ മുമ്പ് പോയിട്ടുള്ളതാണെങ്കിലും കറങ്ങിത്തിരിഞ്ഞ് പബ്ലിക് ബാത്ത് റൂമുകളുള്ള ഒരു ചെറിയ തെരുവിലാണ് ചെന്നുപെട്ടത്. ഒടുവിലയാൾ സ്ക്വയർ കണ്ടുപിടിച്ചു. ഇതിനകം ഷാൾ പൊതിഞ്ഞിരുന്ന കടലാസ്

മഴയിൽ കീറിപ്പറിഞ്ഞിരുന്നു; അതു പുറത്തുകാണാതിരിക്കാനായി കക്ഷത്ത് അമർത്തിപ്പിടിച്ചു. ഷോപ്പിൽ *മാഡം എറ്റീൻ* എന്നൊരാളില്ലായിരുന്നു. എന്നാൽ മറ്റൊരു സ്ത്രീയുടെ മുഖം മുറിയുടെ വാതിലിനു പിന്നിൽ നിന്നും ഉയർന്നുവന്നു. താൻ മാഡം എറ്റീനിന്റെ സഹോദരിയാണെന്നവർ പറഞ്ഞു, പിറ്റേന്നു വരുവാനും അവർ ആവശ്യപ്പെട്ടു.

അയാൾ വീണ്ടും വീട്ടിലേക്കോടി. അയാൾക്കന്നു ജയിച്ചേ മതിയാകൂ. ഒരിക്കൽക്കൂടി അയാൾ അന്നാഗ്രിഗൊറ്യേവ്നയുടെ മുന്നിൽ മുട്ടുകുത്തിനിന്നു. അവൾ അയാൾക്ക് തന്റെ വിവാഹമോതിരം നല്കി. അതയാൾ *വീസ്മാന്റെ* അടുക്കൽ പണയം വച്ചു. അന്നാഗ്രിഗൊറ്യേവ്നയുടെ അഭിപ്രായത്തിൽ ജൂതനായ അയാളെയും കാത്ത് ഫെഡ്യായ്ക്ക് കുറെനേരം നില്ക്കേണ്ടിവന്നു! മോതിരം പണയം വച്ചു കിട്ടിയ പണംകൊണ്ട് ചൂതാടി നൂറ്റിഎൺപത് ഫ്രാങ്ക് ഫെഡ്യാ നേടി. അയാൾ പണയംവച്ച രണ്ടു മോതിരങ്ങൾ തിരിച്ചെടുത്തു, അയാളുടെയും അന്നാഗ്രിഗൊറ്യേവ്നയുടേതും. ഒരു ബൊക്കെയും വാങ്ങി. എന്നാൽ ഇതെല്ലാം തുടങ്ങാനിരിക്കുന്ന കടുത്ത ദുഃഖത്തിനു മുമ്പുള്ള ജീവന്റെ അവസാന തുടുപ്പുകളായിരുന്നു.

ഫെഡ്യാ വീടിനും *കുർഹോസി*നുമിടയ്ക്ക് അങ്ങോട്ടുമിങ്ങോട്ടും പാഞ്ഞുകൊണ്ടിരുന്നു. പണയം എടുക്കുന്ന ഷോപ്പുകളിൽക്കയറും. പ്രസാധകനായ *ക്രയേവിസ്കി*യിൽനിന്നുള്ള പണം പ്രതീക്ഷിച്ച് പോകുന്ന വഴിക്ക് പോസ്റ്റ് ഓഫീസിൽ ചെല്ലും. കറുത്ത ബെർലിൻ ഫ്രോക്ക് കോട്ടും അതിന്നനുയോജ്യമായ പാന്റും ധരിച്ച് ഏറ്റവും അസാധാരണമായ രീതിയിലാണയാൾ ഓടിനടന്നത്. ചില സമയത്ത്, കറുത്ത ടൈയും വെളുത്ത ചെറിയ ഗ്ലൗസും പൊക്കമുള്ള ഒരു കറുത്ത തൊപ്പിയും ധരിച്ച ചെപ്പടിവിദ്യക്കാരനായി മാറും. വിവാഹ മോതിരങ്ങളും ഉടുപ്പുകളും അന്നാഗ്രിഗൊറ്യേവ്നയുടെ ഫർ തൊപ്പിയും വിദഗ്ദ്ധമായി ആകാശത്തേക്കെറിഞ്ഞും പിന്നെ അതേ വൈദഗ്ദ്ധ്യത്തോടെ അന്തരീക്ഷത്തിൽ നിന്ന് പിടിച്ചെടുത്തും വല്ലപ്പോഴും സ്വന്തം തൊപ്പിയും ഈ വസ്തുക്കളുടെ നീർച്ചുഴിയിലേക്കു വലിച്ചെറിഞ്ഞും അടുത്ത നിമിഷം അയാളൊരു ബാലെ ഡാൻസർ ആയി മാറും. അതും കറുത്ത സൂട്ട് ധരിച്ചുകൊണ്ട്. ബേദൻ-ബേദന്റെ ചുകന്ന ഇഷ്ടികക്കെട്ടിടങ്ങളുടെ പശ്ചാത്തലത്തിൽ ദുർഗ്രഹമായ

കാൽവയ്പുകളോടെ അനായാസം അയാൾ നൃത്തംചവിട്ടി. സ്വന്തം അച്ചുതണ്ടിൽ പമ്പരംപോലെ കറങ്ങി. ആദ്യം ആകാശത്തേക്കും പിന്നെ അന്നാഗ്രിഗൊറ്യേവ്നയ്ക്കു നേരെയും കൈകൾ നിവർത്തി. ഹാജരാകാനുള്ള അയാളുടെ കല്പന മാനിച്ച് അവൾ ഷാളിൽ സ്വയം പൊതിഞ്ഞുകൊണ്ട് എവിടെനിന്നോ പ്രത്യക്ഷപ്പെടും. ആ ഷാൾ അയാൾക്കു പണയംവയ്ക്കാൻ കഴിഞ്ഞിട്ടില്ല. പഴകിയ ഷൂസിനെ മറയ്ക്കുന്ന നീണ്ട പാവാടയാണവൾ ധരിച്ചിരിക്കുന്നത്. അവൾ പ്രത്യ ക്ഷപ്പെടുമ്പോൾ അയാൾ ഒറ്റക്കാലിൽ മുട്ടുകുത്തിനില്ക്കും. കൈവിരലുകൾ ഞൊടിച്ചുകൊണ്ട് അല്ലെങ്കിൽ ഇലത്താളം കൊട്ടി ഒരുതരം സംഗീതക്കച്ചേരി നടത്തും. അപ്പോൾ അവൾ തന്റെ നെക്ലെയിസുകൾ വലിച്ചെടുത്ത് അയാൾക്കുനേരെ ചുഴറ്റി എറിയും. അന്തരീക്ഷത്തിൽ വച്ച് അയാൾ അവ പിടിച്ചെടുക്കും, പിന്നെ സംഗീത പരിപാടി തുടരും. അയാളുടെ ഇലത്താളത്തിന്റെ ശബ്ദം കൊണ്ട വളുടെ ചെവി അടഞ്ഞുപോകും. പിന്നെ തന്റെ ഷാൾ ഊരി അവൾ എറിയും. തേഞ്ഞ ഷൂസിട്ട് ക്ലിക്ക് ശബ്ദം ഉണ്ടാക്കിനടന്ന് പങ്കാളിക്ക് അവൾ ഉടുപ്പും ഊരി എറിയും. മുട്ടുകുത്തിനിന്നിരുന്ന അയാൾ ചാടി എഴുന്നേറ്റ്, നെക്ലേസുകൾ, മോതിരങ്ങൾ, ഉടുപ്പ്, ഷാൾ എന്നിവ വീശി ആകാശത്തിലേക്കെറിയും; ചെപ്പടിവിദ്യ കാണിച്ച് അവയെ വിദ ഗ്ദ്ധമായി തിരിച്ചെടുക്കാൻ ശ്രമിക്കവേ അവൾ കൈയടിക്കും. കൈ ശിരസ്സിനു പിന്നിൽവച്ച് വട്ടംതിരിഞ്ഞുകൊണ്ട് പൗരസ്ത്യനൃത്തം ചെയ്യും. എന്നാൽ ആകാശത്തേക്കെറിഞ്ഞ വസ്തുക്കൾ തിരിച്ചുവ ന്നില്ല. അയാൾ തന്റെ തൊപ്പിയും വലിച്ചെറിഞ്ഞു, അതും അപ്രത്യ ക്ഷമായി. പിന്നെ കറുത്ത ബെർലിൻ സൂട്ട് ഊരിയെടുത്ത് ആകാശ ത്തേക്കു ചുഴറ്റി എറിഞ്ഞു. അതും തിരിച്ചുവന്നില്ല.

അവർ നാലുദിവസമായി വാടക കൊടുത്തിട്ടില്ല. അവരുടെ വീട്ടു ടമസ്ഥ ഉച്ചഭക്ഷണം കൊടുത്തയച്ചില്ല. രാവിലെ അന്നാഗ്രിഗൊറ്യേവ്ന മേരിയോട് കുറച്ച് ചൂടുവെള്ളം ചോദിച്ചു. ഒരു പ്രയോജനവുമില്ലാതെ വിറക് കത്തിക്കുന്നതിലൊരർത്ഥവുമില്ലെന്ന് വേലക്കാരി മറുപടി നല്കി. ഉല്ലാസത്തോടെ തുള്ളിച്ചാടി നടന്നിരുന്ന വായാടിപ്പെണ്ണായ അതേ മേരിതന്നെയാണോ ബാലിശമായി മറുപടി പറയുന്ന ഈ പെൺകുട്ടി? എന്നാൽ, അതങ്ങനെയാണ്. ഭൃത്യജനങ്ങൾ എപ്പോഴും യജമാനന്മാരേക്കാൾ കൂടുതൽ സത്യസന്ധരാണ്. നിങ്ങൾ മേലധി കാരിയുടെ മുറിയിലേക്കു പോകുമ്പോൾ നേരിടുന്ന സെക്രട്ടറിയുടെ

നോട്ടം കണ്ടാൽ മനസ്സിലാക്കാവുന്നതേയുള്ളു. അവളുടെ ബോസ്സിന് നിങ്ങളോടുള്ള പരിഗണന!

അലസമായ പതിവ് സവാരിക്കുശേഷം *ലിച്ചെൻ തെയിലർ അല്ലി*യിൽനിന്നവർ വീട്ടിലേക്കു മടങ്ങുകയായിരുന്നു. അവരുടെ കൈയിൽ ഒന്നും അവശേഷിച്ചിട്ടില്ല; അതുകൊണ്ട് നടക്കാൻ പോകാം. അല്ലെങ്കിൽ അങ്ങനെ നടിക്കാം. വെറും ഒരു വീട്ടുവേഷത്തിൽ ഈ തെരുവിലൂടെ നടക്കാൻ പോകുന്നത് അന്നാഗ്രിഗൊറ്യേവ്നയ്ക്ക് ഇഷ്ടമല്ല. ഇനി ആകെ ഒരു നല്ല വേഷം മാത്രമാണ് ബാക്കിയുള്ളത്; മറ്റെല്ലാം പണയംവച്ചു. എന്നാൽ തന്റെ മാർഗത്തിലൂടെ നീങ്ങണമെന്ന് ഫെഡ്യായ്ക്കു നിർബന്ധമായിരുന്നു. ആളുകൾ തന്നെ തുറിച്ചുനോക്കുകയാണെന്ന് അന്നാഗ്രിഗോറ്യേവ്നയ്ക്കു തോന്നി. സൂര്യാസ്തമനം *ആൾടെസ്സും ന്യൂസ് ലോസ്സും* സ്ഥിതി ചെയ്യുന്ന പർവ്വതത്തെ പ്രകാശിപ്പിച്ചു. ആ മനോഹരമായ കാഴ്ച ഫെഡ്യാ വിസ്മയത്തോടെ നോക്കി നിന്നു; അതാസ്വദിക്കാനും അയാൾ ആവശ്യപ്പെട്ടു, മോഹനമായ ആ 'ദൃശ്യ'ത്തിലേക്കു നോക്കി നിന്നു. രണ്ടു കോട്ടകൊത്തളങ്ങളും മലനിരകളും ഒരേസമയത്ത് പ്രകാശവലയത്തിൽ മങ്ങിനില്ക്കുന്നത് വിരളമായൊരു കാഴ്ചയാണ്. ഒരു മിനിറ്റിനുള്ളിൽ കോട്ടകൾ നിഴലിലാണ്ടുപോകും. തുടർന്ന് ഈ സുവർണ ത്രികോണം അപ്രത്യക്ഷമാകും. മലയുടെ ശിഖരങ്ങളും കോട്ടഗോപുരങ്ങളും കൂടി രൂപം നല്കിയ പ്രകാശമാനമായ ത്രികോണം എന്ന ഒന്ന് നിലകൊള്ളുന്നേയില്ല എന്ന ഭാവത്തിൽ അന്നാഗ്രിഗൊറ്യേവ്ന വളരെ വേഗത്തിൽ നടന്നു. അവളുടെ ശരീരം മുന്നോട്ടല്പം കുനിഞ്ഞിരുന്നു. അയാൾ "അന്നാ" എന്ന് ഉറക്കെ വിളിച്ചു. എന്നാൽ അവൾ കൂടുതൽ ധൃതിയിൽ നടന്നു, ഓടുന്ന രീതിയിൽ. അയാൾ അവളുടെ പിന്നാലെച്ചെന്ന് അല്പനേരത്തേക്കെങ്കിലും തിരിച്ചുവരുവാനാവശ്യപ്പെട്ടു. വളരെ വൈകുന്നതിനുമുമ്പ്, സൂര്യകിരണങ്ങളുടെ ഗതി മാറുന്നതിനു മുമ്പ്. എന്നാൽ സൂര്യാസ്തമനം സംഭവിച്ചുകഴിഞ്ഞു. അങ്ങനെ അവൾ കാരണം ഈ അസാധാരണ കാഴ്ച അയാൾക്ക് ആസ്വദിക്കാനായില്ല.

റോഡിൽ അവളുടെ പിന്നാലെ അയാൾ പാഞ്ഞു. മുറുകിയ ശ്വാസതാളത്തോടെ, വഴിപോക്കരുമായി ഉരുമ്മിക്കൊണ്ടായിരുന്നു അയാളുടെ ഓട്ടം. അവൾ പാർശ്വത്തിലുള്ള ഒരു തെരുവിലേക്കു

തിരിഞ്ഞു. ഒരു നിമിഷം അപ്രത്യക്ഷയായി. വീണ്ടും മരങ്ങൾക്കിടയിലൂടെ അവൾ കടന്നുപോകുന്നത് അയാൾ കണ്ടു. കൈകൾകൊണ്ട് മുഖം പൊത്തിയിരിക്കുന്നു. കരയുകയാണെന്ന പോലെ. മിക്കവാറും ഒരേസമയത്താണ് വീട്ടിൽ എത്തിയതെങ്കിലും അവർ വേർതിരിഞ്ഞുകൊണ്ടു നടന്നു. കിതപ്പോടെ അവൾ വീട്ടിൽ പ്രവേശിച്ചു. വീട്ടുടമയെയും മേരിയെയും മറ്റ് ഭൃത്യരെപ്പോലും കാണുമോ എന്ന ഭയത്തോടെ തലതാഴ്ത്തിയായിരുന്നു അവളുടെ ചലനം. കോപം സഹിക്കാനാകാതെ അയാൾ മുഖം ചുകപ്പിച്ചുകൊണ്ട് പിന്നാലെ എത്തി. മുറിക്കുള്ളിലെത്തിയ ഉടനെ അയാളവളുടെ കൈ പിടിച്ചു വലിച്ച് വാതിലിന്നടുത്തേക്കു കൊണ്ടുവന്നു. എന്നാൽ, അവൾ കൈ കുടഞ്ഞുമാറ്റി ഓടിച്ചെന്ന് മെത്തയിൽ കിടന്നു. ഉടുപ്പോ ഷൂസോ മാറ്റാൻ നിന്നില്ല. മുഖം കൈകൾകൊണ്ടു മറച്ചു. അയാളുടെ ജീവിതത്തിലെ ഇത്തരം അപൂർവനിമിഷങ്ങൾ അവൾ എപ്പോഴും നശിപ്പിച്ചുകൊണ്ടിരിക്കുന്നു! അവിടെ ഒരു നിമിഷം നില്ക്കാൻ അവൾക്കിത്ര വിഷമമെന്നോ? അസ്തമയരശ്മിയിൽ കുളിച്ചുനില്ക്കുന്ന പർവ്വതത്തെ നോക്കിക്കാണുന്നതിന് എന്താണിത്ര വിരോധം? അയാൾ കട്ടിലിന്നരികിലെത്തി അവളുടെ മുഖത്തുനിന്നും കൈകൾ ശക്തമായി വലിച്ചുമാറ്റി. എന്നാലവൾ കരയുകയല്ലായിരുന്നു. അവളുടെ കണ്ണുകൾ അടഞ്ഞിരുന്നു; മുഖം കല്ലുപോലെയുണ്ട്, തികഞ്ഞ നിസ്സംഗത. ആഹ്! അപ്പോൾ അവൾ മറുപടി പറയാൻപോലും ആഗ്രഹിക്കുന്നില്ല! അയാൾ അട്ടഹസിക്കാൻ തുടങ്ങി. അവൾ കൈകൾ കൊണ്ട് കാതുകൾ പൊത്തി തല അങ്ങോട്ടുമിങ്ങോട്ടും ആട്ടി. അവൾ വായ തുറന്നതേയില്ല. എന്നാൽ ദുർഗ്രഹമായവിധത്തിൽ അയാളെ പ്രകോപിപ്പിക്കാനെന്ന മട്ടിൽ എന്തോ പിറുപിറുത്തു. മുറിയിലെ ജനലയ്ക്കും കട്ടിലിനുമിടയിലായി അയാൾ ഞെരുങ്ങി നടന്നു. ഇടയ്ക്കിടയ്ക്ക് ഓടിവന്ന് ചെവി പൊത്തിപ്പിടിച്ച അവളുടെ കൈകൾ വലിച്ചുമാറ്റാൻ ശ്രമിക്കും. മറ്റു ചിലപ്പോൾ താൻ ജനലിലൂടെ പുറത്തേക്കു ചാടുമെന്ന് ഭീഷണിപ്പെടുത്തും. എന്നാൽ അതൊന്നും ശ്രദ്ധിക്കാതെ കണ്ണടച്ച് തല അങ്ങോട്ടുമിങ്ങോട്ടും ആട്ടി അവൾ പിറുപിറുക്കൽ തുടർന്നു. അയാൾ തന്റെ ബെർലിൻ ഫ്രോക്കോട്ട് ഊരി വലിച്ചെറിഞ്ഞു. പിന്നെ വെയിസ്റ്റ്കോട്ടിൽ പിടിച്ച് ശക്തിയായി വലിച്ചു, അതു കീറുകയും ബട്ടനുകൾ മുഴുവൻ നിലത്ത് കൊഴിഞ്ഞു

വീഴുകയും ചെയ്തു. ഇനി വെയ്സ്റ്റ് കോട്ടില്ലാതെ സൂട്ട് പണയംവ യ്ക്കാനാവില്ല. അതയാളെ കൂടുതൽ കുപിതനാക്കി. പരിഹാരമി ല്ലാത്ത രീതിയിൽ എന്തെങ്കിലും താൻ ചെയ്തേ മതിയാവൂ എന്ന് അയാൾക്കു തോന്നി. അയാൾ കട്ടിലിന്നരികിൽ ചെന്ന് അവളുടെ മുഖ ത്തേക്ക് ഒളിഞ്ഞുനോക്കി. അവളെ കഴുത്ത് ഞെരിച്ചു കൊല്ലുവാൻ ആഗ്രഹിച്ചു. വെറുപ്പോടെ. കണ്ണുകളടച്ച് അവൾ തിരിഞ്ഞുകിടക്കുക യാണ്. ചുണ്ടുകൾ മുറുകെപ്പിടിച്ചിരിക്കുന്നു. കൈകൾകൊണ്ട് കാതു കൾ മൂടിയിരിക്കുന്നു. തനിക്കു ചുറ്റുമുള്ള ഈ ലോകത്തിൽ നിന്ന വൾ വേറിട്ടുനില്ക്കാൻ ആഗ്രഹിക്കുന്നതുപോലെ. ആ സമയത്ത് അടുത്ത മുറിയുടെ വാതില്ക്കൽ ആരോ മുട്ടി. മുട്ടിയവനെ കയ്യാൽ പിടിക്കാനെന്ന ഭാവത്തിൽ അയാൾ അങ്ങോട്ട് കുതിച്ചു. അതു മേരി യാണ്. ഒരുപക്ഷേ അവളെ വീട്ടുടമസ്ഥ അയച്ചതാകാം. അല്ലെങ്കിൽ, അവൾ സ്വയം വന്നതായിരിക്കാം. എന്നാൽ പാറിപ്പറക്കുന്ന താടിയും കീറിപ്പറിഞ്ഞ വെയിസ്റ്റ്കോട്ടുമായി നില്ക്കുന്ന താമസക്കാരനെ കണ്ട വൾ വാപൊളിച്ച് വെടിയുണ്ടപോലെ പാഞ്ഞുപോയി.

അയാൾ തിരിച്ചുവന്നപ്പോൾ ബെഡ്ഷീറ്റെടുത്ത് തലയ്ക്കുമീതെ പുതച്ച് അന്നഗ്രിഗൊറ്യേവ്ന കട്ടിലിൽ കിടക്കുകയാണ്; അവളുടെ പഴകിയ ഷൂസ് കട്ടിലിന്നരികിൽ ഊരിവച്ചിട്ടുണ്ട്. കുത്തനെ വച്ചിരി ക്കുന്ന അതിലൊന്നിന്റെ ഹീൽ പാതിയും തേഞ്ഞുപോയിരിക്കുന്നു; അവൾക്കത് റിപ്പെയർ ചെയ്യാൻ സമയം കിട്ടിയില്ല. അതുകണ്ട് അയാ ളുടെ മനസ്സ് കരുണാർദ്രമായി. ഒരു ചുടുകാറ്റുപോലെ അയാളുടെ സ്നേഹവാത്സല്യങ്ങൾ ഉണർന്നു. അവളുടെ കട്ടിലിന്നരികിൽ മുട്ടു കുത്തിനിന്ന്, അവൾ മുഖം പുതച്ച വിരിയുടെ അഗ്രത്തിൽ അയാൾ ചുംബിക്കാൻ തുടങ്ങി. വളരെ ശാന്തയായി ശ്രേഷ്ഠമായ മുഖഭാവ ത്തോടെ സുഖമായി ഉറങ്ങുന്ന അവളെ ശല്യപ്പെടുത്താതെ വളരെ ശ്രദ്ധയോടെയാണയാൾ പുതപ്പിൽ സ്പർശിച്ചത്. പതിവുള്ള വിളർച്ച ആ മുഖത്തിനുണ്ട്. ഇപ്പോഴത്തെ അവളുടെ അവസ്ഥയും അതാ ണല്ലോ. നെറ്റിയും കവിളുകളും വിളർത്തിരിക്കുന്നു.

അവശേഷിച്ച ആ സായംകാലം അയാൾ മുറികളിൽ അങ്ങോട്ടു മിങ്ങോട്ടും നടന്നു കഴിച്ചുകൂട്ടി. തന്റെ ഡെസ്കിൽ മെഴുകുതിരി കത്തിച്ചുവച്ച് നടത്തത്തിന്നിടെ ഇടയ്ക്കിടയ്ക്ക് അന്നാഗ്രിഗൊറ്യേവ്ന യുടെ അടുത്തുചെന്ന് പുതപ്പ് ശരിയാക്കി. ഒരുപക്ഷേ, *ബെലിൻ*

*സ്കി*യെക്കുറിച്ചുള്ള ലേഖനം എഴുതുവാനായി ചിന്തയിലാണ്ടു നടക്കുകയായിരുന്നിരിക്കാം. എന്തായാലും, അയാൾക്ക് ഒരിക്കലും ആ ലേഖനം പ്രസിദ്ധീകരിക്കാനായില്ല. മിക്കവാറും മറ്റു പ്രശ്നങ്ങൾ ആയിരിക്കും അയാളെ അലട്ടിക്കൊണ്ടിരുന്നത്. പിറ്റേന്നു രാവിലെ, അന്നാഗ്രിഗൊറ്യേവ്നയെ വിട്ടുപിരിഞ്ഞശേഷം പാത്തുംപതുങ്ങിയും അയാൾ ഫ്ളാറ്റിന് പുറത്തുകടന്നു. ഒരു ഭാണ്ഡത്തിൽ അവളുടെ മാന്തളിർവർണത്തിലുള്ള ഉടുപ്പ് പൊതിഞ്ഞു പിടിച്ചിട്ടുണ്ട്. വീട്ടുടമസ്ഥയുടെ മുറി വിജയപൂർവം മറികടന്നു. തീർച്ചയായും, അവളോ അവളുടെ ഭൃത്യരോ ഭാണ്ഡവുമായി പോകുന്ന അയാളെ കാണരുത്. അയാൾ മുറ്റത്തിലൂടെ നടന്ന് തെരുവിലേക്കു നീങ്ങി. ഭാണ്ഡം തന്നിലേക്ക് അമർത്തിപ്പിടിച്ച് ഏതോ ജിപ്സി കള്ളനെപ്പോലെ കെട്ടിടത്തിന്റെ ചുമരുകളിൽ തൊട്ടുരുമ്മിക്കൊണ്ടായിരുന്നു ആ പോക്ക്. ഉണർന്നുവരുന്ന ബേദൻ-ബേദൻ തെരുവിലൂടെ അയാൾ *വീസ്മാന്റെ* അടുത്തേക്കോടി. അന്നാ ഗ്രിഗൊറ്യേവ്നയുടെ ഉടുപ്പിനയാൾക്ക് അഞ്ച് *തെയിലർ* ലഭിച്ചു. ഉടനെ ചൂതാട്ടമാരംഭിച്ചു. ആദ്യത്തെ പന്തയത്തിൽ തോറ്റു. ഇതു പുതിയ അനുഭവമാണ്. സാധാരണ ആദ്യത്തെ രണ്ടോ മൂന്നോ പന്തയത്തിൽ അയാൾ ജയിക്കാറുള്ളതാണ്. അതയാളെ അത്ഭുതപ്പെടുത്തുകയോ നിരാശനാക്കുകയോ ചെയ്തില്ല. അങ്ങനെ അയാൾ അതിവേഗം താഴോട്ട് പതിച്ചുകൊണ്ടിരുന്നു. തടുക്കാനാവാത്ത വീഴ്ചയുടെ വേഗത അയാളെ വല്ലാതെ സംഭ്രമിപ്പിച്ചു. പോകുന്ന വഴിക്കുള്ള എല്ലാ പ്രതിബന്ധങ്ങളിലും അയാൾ തട്ടിത്തടഞ്ഞു, ഇടിയേറ്റതു ശ്രദ്ധിച്ചതേയില്ല.

കുർഹോസ് വിട്ടശേഷം അയാൾ നേരെ *ഹോട്ടൽ യൂറോപ്പി*ലേക്കു പാഞ്ഞു. കടന്നുപോയ തെരുവുകളെപ്പറ്റി അയാൾ തീർത്തും അബോധവാനായിരുന്നു. താൻ ചെയ്യുന്നതെന്താണെന്നുപോലും അയാൾ ഓർത്തില്ല. പരിചയമുള്ള തടിയൻ മാനേജർ അയാളുടെ വഴിമുടക്കി. ടർജെനീവ് പുറത്തുപോയിരിക്കുകയാണെന്നയാൾ പറഞ്ഞു. എന്നാലയാൾക്കതു വിശ്വാസമായില്ല. മാനേജരെ തള്ളിമാറ്റി വീതിയുള്ള കാർപ്പെറ്റ് വിരിച്ച മാർബിൾ കോണിയിലേക്കു പോകാൻ ശ്രമിച്ചു. മാനേജർ ഇരുകരങ്ങളും വിരിച്ച് അയാളെ തടയാൻ നോക്കി, ഏതാണ്ട് ഒരു കൂട്ടം കോഴിക്കുഞ്ഞുങ്ങളെ ഓടിക്കുന്നതുപോലെ.

കൃത്യസമയത്തിന് *ഗോൻചറോവ്* പ്രത്യക്ഷപ്പെട്ടു. സാവധാനം കോണി ഇറങ്ങിവന്നു. തന്റെ തടിയൻ ശരീരം വഹിച്ച് വെള്ളിപ്പിടിയുള്ള 'വാക്കിംഗ്സ്റ്റിക്കി'ൽ ഭാരം ഊന്നിക്കൊണ്ടാണ് നീങ്ങുന്നത്. ഡോസ്റ്റോയെവ്സ്കിയെ കണ്ട് അയാൾ കോണിയുടെ താഴത്തെ പടിയിൽ നിന്നു, തന്റെ തടിച്ചുകുറുകിയ കൈ അലസമായി താഴേക്ക് നീട്ടി. ചത്തമീനിന്റേതുപോലുള്ള കണ്ണുകളോടെ അലസമായി അയാളെ മിഴിച്ചുനോക്കി. മനമില്ലാമനസ്സോടെ മാനേജർ പിൻവാങ്ങി, യജമാനൻ കൂട്ടിലേക്ക് ഓടിച്ച കാവൽനായയെപ്പോലെ. നിസ്സംഗതയോടെ *ഗോൻചറോവ്* സന്ദർശകൻ പറഞ്ഞതെല്ലാം നിശ്ശബ്ദം കേട്ടു. വീണ്ടും കോണി കയറിയാലെന്നപോലെ അയാൾ കൈകൾ വീശുകയും കിതയ്ക്കുകയും ചെയ്തു. ഗോൻചറോവ് പെഴ്സ് പുറത്തെടുത്ത് അതിൽനിന്ന് മൂന്നു സ്വർണനാണ്യമെടുത്ത് സന്ദർശകനു നല്കി. അപ്പോൾ ഗൊൻചറോവിന്റെ അതിഥി പെട്ടെന്ന് കുനിഞ്ഞ്, ലോബിയിലേക്കോടി. അവിടന്ന് കാസിനൊ കെട്ടിടത്തിലേക്കു പാഞ്ഞു. അതിവേഗം അയാൾ ആ മൂന്നു സ്വർണനാണ്യങ്ങളും നഷ്ടപ്പെടുത്തി. തോല്ക്കാനായി മതിവരാത്ത മോഹം പിടികൂടിയ ഉന്മാദിയെപ്പോലെ ആയിരുന്നു അയാൾ. പതനത്തിന്റെ വേഗത അയാളെ ഉന്മത്തനാക്കി. കൊടുമുടിയിലേക്കുള്ള അയാളുടെ നീക്കത്തിൽ ഒരു പ്രത്യേക തടസ്സം മറികടക്കാനായില്ലെങ്കിൽ. താഴേക്ക് വീഴുമ്പോഴും തടുത്തുനിർത്താനായി എന്തെങ്കിലും അതിർവരമ്പുകൾ ഉണ്ടാകില്ലേ? എന്നിരുന്നാലും ബാഹ്യമായ ചുറ്റുപാടുകളൊന്നും തടുക്കാനായിട്ട് ഇവിടെ ഇല്ല. ആ പതനത്തിന് വഴങ്ങിക്കൊടുക്കുക മാത്രമേ അയാൾക്കു ചെയ്യേണ്ടതുള്ളൂ. ആ തത്ത്വമനുസരിച്ച് കണ്ണുകളടച്ച് അയാൾ താഴോട്ട് വീണുകൊണ്ടിരുന്നു. പരിചിതമുഖങ്ങൾ വട്ടമിട്ടുനിന്ന് നൃത്തംചെയ്യുന്നു. ഇപ്പോൾ അവർ അയാൾക്കു മുകളിലാണ്. അയാൾക്കുനേരെ പല്ലിളിച്ച് വിരലുകൾ ചൂണ്ടിയാണ് നൃത്തം. അവർ പരസ്പരം നോക്കി അർത്ഥഗർഭമായി കണ്ണിറുക്കുകയും ചിരിക്കുകയും ചെയ്യുന്നു. *ടർജെനീവ്* രാജകീയ പ്രൗഢിയോടെ തന്റെ കുഞ്ചിരോമവും സ്വർണച്ചെയിനും പ്രദർശിപ്പിച്ചു. *ഗൊൻചറോവ്* 'സിക്സ് കോഴ്സ്' പ്രാതൽ കഴിച്ച് ഏമ്പക്കം വിട്ടു. *നെക്രസോവും ബെലിൻസ്കിയും* അസംഗതമായ ഏതോ വിഷയത്തെക്കുറിച്ച് പരസ്പരബന്ധമില്ലാതെ സംസാരിക്കുന്നു. *പനയേവ്* തന്റെ ഈർപ്പമുള്ള മീശയും മദ്യപന്റെ

കണ്ണുകളുമായി തുറിച്ചുനോക്കുന്നു. അവർക്കപ്പുറത്ത് അപരിചിതവും പരിചിതവുമായ നിരവധി മുഖങ്ങൾ. എല്ലാവരും പരസ്പരം നോക്കി, അയാൾക്കുനേരെ വിരൽ ചൂണ്ടി, കണ്ണിറുക്കുകയാണ്. എന്നാൽ, വിചിത്രമെന്നു പറയട്ടെ, അവരുടെ നൃത്തം എന്തുകൊണ്ടോ ദയനീയമായി തോന്നി. തലകറക്കമുണ്ടാക്കുന്ന ആ പതനം അയാൾ സ്വയം വരിച്ചതാണ്. പക്ഷേ അവർക്കത് ഉൾക്കൊള്ളാനുള്ള ഭാഗ്യമില്ല. അപമാനിതമായ കാര്യങ്ങൾ സംഭവിക്കുന്നത് അസാധാരണമൊന്നുമല്ല. എന്നാൽ അവരാകട്ടെ മിതത്വവും വകതിരിവും മാത്രം ലക്ഷ്യമിടുന്നവരാണ്. സമഗ്രമായ ഒരാശയത്തിന് മനുഷ്യനെ വിമോചിപ്പിക്കാനാകും. എന്നിട്ടവനെ സ്വതന്ത്രനാക്കി എല്ലാത്തിനും മുകളിൽ പ്രതിഷ്ഠിക്കാനാകും. ഈ ആശയം ഉൾക്കൊള്ളാനുള്ള മാർഗ്ഗം ഒരു കുറ്റകൃത്യമാണെങ്കിലും, യോഗ്യരായ ഈ മാന്യന്മാർ എല്ലാം അത്തരം ഒരാശയത്തിന് കീഴ്പ്പെടുവാൻ കഴിവുള്ളവരല്ല. എന്നു മാത്രമല്ല, ഉൾക്കൊള്ളാൻപോലും ശ്രമിക്കാത്തവരാണ്. ഭൗതികകാര്യങ്ങൾക്കായി ജീവിതം സമർപ്പിച്ച് സ്ഥിരമായി വരുമാനം കണക്കുകൂട്ടി ഇരിക്കുന്നവരാണവരെല്ലാം.

അയാൾ വീട്ടിലേക്ക് ഓടിച്ചെന്ന് അന്നാഗ്രിഗൊറ്യേവ്നയുടെ കാൽമുട്ടുകൾക്കു മുന്നിൽ വീണു. പണം നഷ്ടപ്പെടുത്തിയതിൽ തന്റെ കളങ്കമില്ലാത്ത വേദന അറിയിച്ചു. എന്നാൽ താഴേക്കു പതിക്കുമ്പോഴുണ്ടാകുന്ന അനുഭൂതി അയാളിൽനിന്ന് വിട്ടുപോയില്ല. ചുറ്റുപാടുമുള്ളവരിൽനിന്നും അയാൾ കൂടുതൽ ശ്രേഷ്ഠനായി മാറിയതുപോലെ. സഹജീവികളോടയാൾക്ക് അനുകമ്പപോലും തോന്നി. അരമണിക്കൂറിനുശേഷം, *ബേദൻ-ബേദന്റെ* ചുട്ടുപൊള്ളുന്ന തെരുവുകളിലൂടെ ഉച്ചനേരത്ത് വലിയൊരു ഭാണ്ഡവുമായി അയാൾ ഓടുന്നതു കാണാറായി. മുമ്പ് പുറത്തുപോയ സമയത്ത് അന്നാഗ്രിഗൊറ്യേവ്ന തുന്നി ശരിയാക്കിയ ബെർലിൻ സ്യൂട്ട് ആയിരുന്നു ആ ഭാണ്ഡത്തിനുള്ളിൽ. *വീസ്മാൻ* പുറത്തു പോയിരിക്കയാണ്. അതുകൊണ്ടയാൾ *ജോസലിന്റെ* അടുക്കലേക്കോടി. അയാൾ അപഹാസ്യമായൊരു തുക പറഞ്ഞപ്പോൾ വീണ്ടും *വീസ്മാന്റെ* അടുത്തേക്കുതന്നെ പാഞ്ഞു.

അരമണിക്കൂറിനുശേഷം യാതൊന്നിനേയും വകവയ്ക്കാതെ കളിക്കാരുടെയും കാണികളുടെയും ഇടയിലൂടെ അയാൾ തള്ളിക്കയറി.

ആരെങ്കിലും തന്നെ ഭേദ്യം ചെയ്യുകയോ അപമാനിക്കുകയോ ചെയ്തെങ്കിൽ എന്നുപോലും അയാൾ ആഗ്രഹിച്ചു. അയാൾ എല്ലാവരെയും തള്ളിമാറ്റി കളിനടക്കുന്ന മേശയ്ക്കരികിലെത്തി. സൂട്ട് പണയം വച്ച് നേടിയ പന്ത്രണ്ട് ഫ്രാങ്കിൽ മൂന്ന് ഫ്രാങ്ക് ഉടനെ നഷ്ടപ്പെടുത്തി. വിസ്മയിപ്പിക്കുന്ന ഒരു പതനത്തിന്റെ വികാരാവേശം അയാളെ കീഴടക്കി. എത്ര ആഹ്ലാദത്തോടെയാണ് താൻ പണം നഷ്ടപ്പെടുത്തിക്കൊണ്ടിരിക്കുന്നതെന്ന് എല്ലാവരും കാണട്ടെ. പ്രത്യേകിച്ച് ഓരോ *ക്രുട്സർ* ഇറക്കുമ്പോഴും കൈവിറക്കുന്നവരും, നീക്കങ്ങൾ മുഴുവൻ കണക്ക് കൂട്ടിയിരിക്കുന്നവരും. അയാൾ മൂന്നു ഫ്രാങ്ക് *പാസ്സി*യിൽ വച്ചു വീണ്ടും നഷ്ടപ്പെട്ടു. അസാമാന്യശാന്തതയോടെ, നഷ്ടപ്പെട്ട പണം അയാൾ തള്ളിമാറ്റി; സുപരിചിതമായ ഊഞ്ഞാൽ വൃത്തം അയാൾക്ക് ചുറ്റും കറങ്ങുന്നു. അവ 'ഷോകെയിസി'ലെ അപൂർവ്വ വസ്തുക്കളെപ്പോലെ വിളർത്ത് മെഴുകുപോലുള്ള രൂപങ്ങളാണ്, ഏതാനും നിസ്സാരനാണ്യങ്ങൾ മോഹിച്ച് ഉത്ക്കണ്ഠയോടെ വെയിസ്റ്റ്കോട്ടിന്റെ പോക്കറ്റിൽ കൈയിട്ടു നില്ക്കുന്നവർ. അയാൾ ഫ്രാങ്കുകൾ നഷ്ടപ്പെടുത്തുന്നത് അസൂയയോടെ അവർ നോക്കി നിന്നു.

മനോഹരമായി വസ്ത്രം ധരിച്ച മിഥുനങ്ങൾ നടക്കാനിറങ്ങിയ *ലിച്ചെൻ തെയിലർ അല്ലി*യുടെ ഒരു സൈഡ് റോഡിൽനിന്ന് ആ സമയത്തൊരാൾ പ്രത്യക്ഷപ്പെട്ടു. അന്നാ ഗ്രിഗൊറ്യേവ്ന! അവൾ ദൃഢമായ കാൽവയ്പുകളോടെ ദ്രുതഗതിയിൽ നടന്നുവരുന്നു, ഓടുന്നതുപോലെ. അതിരാവിലെ മുതൽ അവൾ ഫ്രെഞ്ചിൽനിന്ന് എന്തോ വിവർത്തനം ചെയ്യുകയായിരുന്നു. ഷോർട്ട്ഹാൻഡിൽ ആണ്. അതവൾക്കു മാത്രമേ മനസ്സിലാകൂ. ഈ ആവശ്യത്തിനു മാത്രമായി അവൾ ഒരു നോട്ടുബുക്ക് വച്ചിട്ടുണ്ട്. അവരുടെ ആഹാരത്തിനുള്ള മാർഗം അവൾക്ക് കണ്ടെത്തേണ്ടിയിരിക്കുന്നു. അവൾ തീൻമേശയ്ക്കടുത്തിരുന്ന് നോട്ടുകൾ കുത്തിക്കുറിക്കും. ഇടയ്ക്കിടെ കൈകൊണ്ട് ചെവി പൊത്തും. ഉത്സാഹത്തോടെ ചുണ്ടുകൾക്കിടയിലൂടെ നാവിന്റെ അറ്റം നീട്ടും. താഴത്തെ കരുവാന്റെ ആലയിലെ ചുറ്റിക മുഴങ്ങുമ്പോൾ അവൾ എഴുതിക്കൊണ്ടിരിക്കുന്ന മേശ കിടന്നു വിറയ്ക്കും. ഈ സമയത്താണവൾക്ക് നിർണായകമായ തീരുമാനങ്ങൾ തിടുക്കത്തിൽ എടുക്കേണ്ടിവന്നത്. തന്റെ ഉടുപ്പിന്റെ അരിക് തുന്നിയത് സൂക്ഷ്മമായി

പരിശോധിച്ച്, പൂ ചൂടിയ തൊപ്പിയുമായി തന്റെ രൂപം ചെറിയ കണ്ണാടിയിൽ വീക്ഷിച്ചു. മ്ലാനമായ ഒരു നോട്ടമായിരുന്നു അത്. തന്റെ മനസ്സിലുള്ള സംരംഭത്തിന് ഏറ്റവും അനുയോജ്യമാണാ ഭാവമെന്ന വൾക്കു തോന്നി. അവൾ നിശ്ശബ്ദം വീട്ടുടമയുടെ വാതിൽ മറികടന്ന് പുറത്തേക്കു നടന്നു. *കുർഹോസി*നടുത്തെത്തിയപ്പോൾ അവൾ നടത്തം മെല്ലെയാക്കി; ആത്മവിശ്വാസത്തോടെ ശാന്തതയോടെ കോണികയറിയശേഷം ഒരു സൈഡ്റൂമിലേക്ക് പെട്ടെന്നു കടന്നു. സാധാരണയായി ആദ്യത്തെ പാതി ദിവസവും ഫെഡ്യാ മെയിൻഹാളിലാണ് ചൂതാടാറുള്ളതെന്ന് അവൾക്കറിയാം. അവൾ പെഴ്സിൽ നിന്നും ഒരു ഫ്രാങ്ക് പുറത്തെടുത്തു. ഫ്ളാറ്റിൽനിന്ന് പുറത്താക്കൽ ഒഴിവാക്കാൻ വീട്ടുവാടക തുടങ്ങിയ അടിയന്തിരാവശ്യങ്ങൾക്കായി അവൾ ഒളിപ്പിച്ചുവച്ച പണമായിരുന്നു അത്. പെട്ടെന്ന് അവൾ *റോഗിൽ* വച്ചു. ജയിച്ചു. അവൾ വീണ്ടും പന്തയം വച്ചു. ഇപ്രാവശ്യം *നോയ്റിൽ*, വീണ്ടും ജയിച്ചു. അതോടെ അവളുടെ വൈകാരിക വിക്ഷോഭം മാറിക്കിട്ടി. വെള്ളത്തിൽ ചാടിക്കുളിക്കാൻ വേണ്ടി അരുവിക്കടുത്ത് വളരെ നേരം കാത്തുനിന്ന്, ഒടുവിൽ അതിലേക്കു ചാടിയ ആഹ്ലാദംപോലെയായിരുന്നു അവളുടെ വൈകാരികനില. അവൾ പത്ത് ഫ്രാങ്ക് ജയിച്ചു കഴിഞ്ഞു. എന്നാൽ, അതുപോര. അതുകൊണ്ടവൾ കൂടുതൽ കൂടുതൽ തുകയ്ക്കു പന്തയം വയ്ക്കാൻ തുടങ്ങി. സാവധാനം അവൾക്കു മുന്നിൽ കൂടിക്കിടന്ന ഫ്രാങ്കിന്റെ കൊച്ചുകൂമ്പാരം കുറയാൻ തുടങ്ങി. അവൾക്കു നഷ്ടപ്പെടാൻ തുടങ്ങുകയാണ്. അടുത്തു നിന്നിരുന്ന മൂടുപടത്തോടെയുള്ള തൊപ്പിയും മഞ്ഞ ഉടുപ്പും ധരിച്ചിരുന്ന സ്ത്രീയും അവളോടൊപ്പം കളിച്ചിരുന്നു. അവൾ എങ്ങനെയെങ്കിലും അന്നാഗ്രിഗൊറ്യേവ്നയ്ക്കു മുമ്പ് നാണയം എറിയും; കാരണം, കുനിയുമ്പോൾ എപ്പോഴും അവളുടെ ശിരോവസ്ത്രം അന്നാഗ്രിഗൊറ്യേവ്നയുടെ തൊപ്പിയിലെ പൂവിൽ കുടുങ്ങും. അതവളുടെ ഏകാഗ്രത തെറ്റിക്കും. ഒരുപക്ഷേ ഇത്തരം കാര്യങ്ങൾ ഫെഡ്യായിൽനിന്ന് അവൾ പഠിച്ചതായിരിക്കാം. അയാൾ വാതുവയ്ക്കുമ്പോൾ ഇപ്രകാരം ചിലർ മാർഗതടസ്സമുണ്ടാക്കാറുണ്ടല്ലോ.

ആ സമയത്ത് അടുത്ത മുറിയിൽ കളിച്ചിരുന്ന ഫെഡ്യാ, അപ്രതീക്ഷിതമായി *മാൻക്യൂ*യിൽ ജയിച്ചു. പിന്നെ, *റോഗിലും* *സീറോ*യിൽപോലും ജയിച്ചു. യാതൊരു മുൻകരുതലുമില്ലാതെ ഭ്രാന്തുപിടിച്ച

പോലെ അയാൾ പന്തയംവച്ചു. പണം നഷ്ടപ്പെടുത്തുന്നതിൽ ഒന്നാമൻ ആകണമെന്ന വാശിയോടെ. അതുകൊണ്ടായിരിക്കാം അയാൾ ജയിച്ചുകൊണ്ടിരുന്നത്. ഇതാണ് ശരിയായ രീതിയെന്നയാൾ ഒരു നിമിഷം ചിന്തിക്കുകപോലും ചെയ്തു. അയാളുടേതുപോലെ കളിക്കൽ, യാതൊരു രീതിയുമില്ലാത്ത കളിയാണ്. എന്നാൽ അതൊരു ക്ഷണിക ചിന്ത മാത്രം. ഇപ്പോൾ മറ്റ് കളിക്കാരുടെയും കാണികളുടെയും മുഖങ്ങൾ വീണ്ടും അയാൾക്കു ചുറ്റും കറങ്ങാൻ തുടങ്ങി. അയാളതത്ര ശ്രദ്ധിച്ചില്ലെങ്കിലും. ഒരു യഥാർത്ഥ ഊഞ്ഞാൽ അതിഭയങ്കരമായ വേഗതയിൽ കറങ്ങുകയാണ്. കളിക്കാരുടെയും കാണികളുടെയും മുഖങ്ങൾ ലയിച്ചുചേർന്ന് ഒറ്റ മഞ്ഞവരയായി മാറി. അവരുടെ അത്ഭുതവും അസൂയയും നിറഞ്ഞ പിറുപിറുക്കലുകൾ അയാൾക്കു കേൾക്കാൻ കഴിഞ്ഞു. പന്തയങ്ങൾ അയാൾ ഒന്നിനു പിറകെ ഒന്നായി, ശാന്തനായി നേടിക്കൊണ്ടിരിക്കുന്നത് നിരീക്ഷിക്കുമ്പോഴുള്ള അവരുടെ യഥാർത്ഥ അസൂയ. കുന്നിൻചെരുവിലൂടെ അയാൾ ഉന്നതങ്ങളിലേക്ക് വീണ്ടും കയറിക്കൊണ്ടിരിക്കുകയാണ്. അവർ എത്ര ദൂരെയാണ്! വട്ടത്തിൽ സംഘനൃത്തം ചെയ്യുന്ന പരിചിതമുഖങ്ങൾ, എല്ലാം അയാൾക്ക് എത്രയോ താഴെയാണ്. മലയുടെ ശിഖരത്തിൽ, കാർമേഘങ്ങൾ മൂടിയ സ്ഥലത്ത്, പരിചിതമായ *സ്ഫടിക കൊട്ടാരം* ഒളിഞ്ഞുനോക്കുന്നു. അയാൾ *സീറോ*യിൽ വാതുവച്ചു താൻ നേടിയതിന്റെ പാതിയും ഉടനെ നഷ്ടപ്പെട്ടു. പിന്നെ *റോഗിൽ* വച്ചു. വീണ്ടും നഷ്ടം. തനിക്കു ചുറ്റും എല്ലാം മങ്ങിപ്പോകുകയാണെന്നയാൾക്കു തോന്നി. ചുറ്റും വിജയശ്രീലാളിതമായ നോട്ടങ്ങൾ കുറഞ്ഞുവരുന്നത് അയാൾ കണ്ടു. ഊഞ്ഞാൽ അതിന്റെ സ്വന്തം ജാഡ്യം കൊണ്ടാണിപ്പോൾ കറങ്ങുന്നത്. അയാൾ ഒരിക്കൽക്കൂടി താഴോട്ട് പതിച്ചു. പലയിടത്തും ഉരഞ്ഞ് ശരീരത്തിൽ മുറിവുകൾ പറ്റി. പിടിച്ചുനിർത്താനാകാത്ത വേദനകൾ നിറഞ്ഞ മുറിവുകൾ. തന്റെ മുറിവുകളുടെ വേദന ലഘൂകരിക്കാനയാൾ വെറുതെ കണ്ടെത്തിയൊരു മാർഗം ആത്മത്യാഗമെന്ന മഹാ 'ആശയ'മായിരുന്നു. അതിന്റെ പ്രഭാവലയത്തിൽ മറ്റുള്ളവരോടൊപ്പം താനും. തന്റെ പതനത്തെക്കുറിച്ചുള്ള അയാളുടെ സിദ്ധാന്തങ്ങളെല്ലാം അർത്ഥശൂന്യമായിരുന്നു. മുറിവ് പ്രദർശിപ്പിക്കുക. എന്നാൽ, നമ്മളെല്ലാം അതുതന്നെയല്ലേ ചെയ്യുന്നത്? വിധി നമ്മളിൽ തുടർച്ചയായി ചൊരിയുന്ന പ്രഹരങ്ങൾ മയപ്പെടുത്താനായി നമ്മൾ സൗകര്യപ്രദമായ സ്വയം പ്രമാണങ്ങൾ കണ്ടെത്തുന്നു. വീണ്ടും

വീണ്ടും ആത്മവഞ്ചന നടത്തുന്നു. എന്നിട്ട് നമ്മുടെ തോൽവികളും ദൗർബല്യങ്ങളും ന്യായീകരിക്കുന്നു. തന്റെ കഠിനതടവുകാലത്ത് ഡോസ്റ്റോയെവ്സ്കി കടന്നുപോയ പ്രതിസന്ധിഘട്ടത്തിന്റെ വിശദീകരണവും ഇതല്ലേ? അവിടെ വച്ചയാൾ അനുഭവിച്ച നിന്ദകളോട് അനാരോഗ്യകരമായ ഈ അഹങ്കാരം എപ്പോഴെങ്കിലും പൊരുത്തപ്പെട്ടു പോയിട്ടുണ്ടോ? ഇല്ല, അയാൾക്കൊരു മാർഗമേയുള്ളൂ. ഈ നിന്ദകൾ മധുരമുള്ളതായി കരുതുക. "ഞാനൊരു കുരിശ് ചുമക്കുകയാണ്, ഞാനത് അർഹിക്കുന്നു" ഒരു കത്തിൽ അദ്ദേഹം എഴുതി. അതു സമർത്ഥിക്കാനായി തന്റെ പഴയ കാഴ്ചപ്പാടുകൾ മുഴുവൻ പ്രതിപാദിക്കേണ്ടതുണ്ടായിരുന്നു. അതു വഴിപിഴച്ചവയായിരുന്നു. കുറ്റകരം പോലുമായിരുന്നു. അതിനുവേണ്ടി കഷ്ടപ്പാടുകൾ അനുഭവിക്കുകയും ചെയ്തു. തന്റെ അബോധമനസ്സിലൂടെ അയാളതു ചെയ്തുതീർത്തിരുന്നു. മനുഷ്യമനസ്സിന് സ്വയം സംരക്ഷണം ആവശ്യമാണ്. പ്രത്യേകിച്ച് മനസ്സിന് വേണ്ടത്ര കരുത്തില്ലാത്തതാകുമ്പോൾ. കുറ്റവാളി ചെയ്തതുപോലെ *ക്രിവ്റ്റ്സോവി*ന്റെ മുഖമടച്ച് പ്രഹരിക്കാൻ കഴിവില്ലാതാകുമ്പോൾ, അല്ലെങ്കിൽ തന്നെ അപമാനിച്ചവരോട് പ്രതികാരത്തിന് മുതിരാതിരിക്കുമ്പോൾ, അയാൾ പോംവഴിക്കു നിർബന്ധിതനാവുകയാണ്. സ്വന്തം അബോധമനസ്സിന്റെ ആവശ്യങ്ങൾക്ക് അനുയോജ്യമായി തീരെ യുക്തിഹീനമാണെങ്കിലും വിവേകപൂർണ്ണമായ വാദഗതിയെ അയാൾ മാറ്റി മറിച്ചു. അറ്റകൈയായി ജീവിതത്തിൽ വല്ലപ്പോഴും അപ്രകാരം പ്രവർത്തിച്ചുപോകുന്നതാണത്. ഇരുട്ടത്ത് വൈദ്യുതിപ്രസരം കാണുന്നതുപോലെ ഒരിക്കൽ അടക്കിവച്ച കാഴ്ചകളും പ്രതിച്ഛായകളും ആളിക്കത്തുന്നു. തടവുകാലത്തെയും നാടുകടത്തപ്പെട്ട കാലത്തെയും നിർദ്ദയമായ രംഗങ്ങൾ ഉദ്ദീപിപ്പിച്ചിരിക്കുന്നു. എന്നിട്ട് ഒരു വിറയലോടെ തന്നെ നിന്ദിച്ചവരോടുള്ള മാനസികമായ പോരാട്ടത്തിന് നിർബന്ധിതനാകുന്നു. ഈ രംഗത്തും അയാൾ പരാജയപ്പെടുന്നു. കുറ്റവിമോചനത്തെക്കുറിച്ചുള്ള ഒരുതരം ആത്മീയ ചിന്തയായിരുന്നു ചൂതാട്ട മേശയ്ക്കരികിൽവച്ച് അപരിചിതനുമായുണ്ടായ സംഭവത്തിലൂടെ അയാളിൽ ഉദിച്ചത്. പനയേവും അയാളുടെ തുണക്കാരുമായുള്ള ബന്ധത്തിൽ ഇത്രതന്നെ ഗൗരവത്തിൽ ചിന്തിച്ചില്ലെങ്കിലും അവിടെയും ചിലപ്പോഴെല്ലാം ടർജെനീവിന്റെ ഇഷ്ടം സമ്പാദിക്കാനയാൾ ശ്രമിക്കുമായിരുന്നു. ആദരവോടെ പ്രശംസിക്കുക

പോലും ചെയ്തിട്ടുണ്ട്. എല്ലാം ആത്മാർത്ഥതയോടെയായിരുന്നു. ഒന്നും മനപ്പൂർവമല്ല. അതേസമയം സ്വന്തം ആത്മാഭിമാനവും അന്തസ്സും ഉപബോധമനസ്സിൽ കാത്തുരക്ഷിക്കാനും ശ്രമിച്ചു. എന്നിട്ടും, ബുദ്ധിപരവും ആത്മീയവുമായ മേഖലയിൽ പോരാട്ടം നടന്നു. അയാൾക്കു ചുറ്റും എല്ലാം വളരെ ലളിതമാക്കപ്പെട്ടു, എന്നാൽ ചവിട്ടിയരയ്ക്കപ്പെട്ട ആത്മാഭിമാനത്തെക്കുറിച്ചുള്ള ദർശനങ്ങളും പ്രതിബിംബങ്ങളും അയാളെ ഒരിക്കലും വിട്ടുപിരിഞ്ഞില്ല.

അഴുക്കു പുരണ്ടതും ചാരനിറവുമാർന്ന മഞ്ഞുപാളികൾ പൊതിഞ്ഞ ജനലയ്ക്കപ്പുറത്ത് ചുകന്ന നിയോൺ പ്രകാശത്തിൽ *ഇഷോറി വർക്സ്* എന്ന നിയോൺ ചിഹ്നം വളഞ്ഞുപുളഞ്ഞ് ചുകന്ന പാമ്പു പോലെ കാണപ്പെട്ടു. *ഇഷോറി* എന്ന ഇപ്പോഴത്തെ *ലെനിൻഗ്രാഡ്.* അതിന്റെ പരിസരത്ത് ഗ്രാമീണ വസതികൾ, പ്രാന്തപ്രദേശങ്ങൾ, അവിടെ വസിക്കുന്ന വിളർത്തു നിർവികാരമായ മുഖങ്ങളും സമൃദ്ധ മായ തലമുടിയുമുള്ള ഫിൻലാന്റുകാർ. “ഞാൻ ഇഷോറിയിലേക്ക് വണ്ടിയിൽ പോകുമ്പോൾ...” അങ്ങനെ ചിന്തിക്കാനാണ് കുറഞ്ഞ പക്ഷം ഞാനാഗ്രഹിക്കുന്നത്. പുഷ്കിന്റെ ഈ വരി, ഇതിലെ കടന്നു പോകുമ്പോഴെല്ലാം എന്തോ കാരണത്താൽ ഞാൻ ഓർത്തു പോകുന്നു. അറിയാതെ ബഹുമാനസൂചകമായി ഉയർന്നുവരുന്ന ചിന്ത, അതിനുശേഷം എപ്പോഴും പുഷ്കിൻ *പോഴാർസ്കി കട്‌ലറ്റ്* തിന്നത് ഓർത്തുപോകും. ഒരുപക്ഷേ *ഇഷോറി, പോഴാർസ്കി* എന്നീ വാക്കുകൾ തമ്മിലുള്ള സാമ്യംമൂലമായിരിക്കാം. തപാൽ വഹിക്കുന്ന കുതിരകളെ കാത്തുനിന്ന്, അലസമായി പോസ്റ്റുമാസ്റ്ററുടെ മകളുമായി ശൃംഗരിച്ചുനില്ക്കുമ്പോൾ ചിലപ്പോൾ ശരിക്കും അദ്ദേഹം അവിടന്ന് പോഴാർസ്കി കട്‌ലറ്റ് തിന്നിരിക്കാം. പീറ്റേഴ്സ്ബർഗിലേക്കു പോകുന്ന ഹൈവേയിൽ മങ്ങിക്കൊണ്ടിരിക്കുന്ന സാന്ധ്യപ്രകാശത്തിൽ ഉഗ്രമായ മഞ്ഞുകാറ്റടിക്കുന്നുണ്ടാകും. മണിയടിച്ചുകൊണ്ട് കുതിരവണ്ടി പായിക്കുന്ന വണ്ടിക്കാരൻ ഉത്സാഹത്തിമർപ്പിൽ കുതിക്കുക തന്നെ യാണ്. കുതിരകളുമായി തകരുന്ന മഞ്ഞുകട്ടകളിലൂടെ അദ്ദേഹം വണ്ടി വിടും. കമ്പിളി പുതച്ച് കുതിരവണ്ടിയിലിരിക്കുന്നത് *അലക്സാണ്ടർ സെർജെയേവിച്ച്* തന്നെയാണ് അദ്ദേഹം ധൃതിയിൽ പീറ്റേഴ്സ്ബർഗി ലേക്കു പോകുകയാണ്. അകത്താക്കിയ വീഞ്ഞിന്റെ ലഹരിയിൽ നല്ല

ഉന്മേഷവാൻ. പോസ്റ്റുമാസ്റ്ററുടെ മകളുടെ സൗന്ദര്യം, പീറ്റേഴ്സ് ബർഗിൽ പങ്കുകൊള്ളാൻ പോകുന്ന ബാൾ ഡാൻസിനെക്കുറിച്ചുള്ള ചിന്തകൾ, പുറപ്പെടുന്നതിനുമുമ്പ് അടുത്ത സൊസൈറ്റി സുന്ദരിയുമായി തുടങ്ങിവച്ച ചെറിയ പ്രേമബന്ധം തുടങ്ങിയവ അദ്ദേഹത്തെ ആവേശഭരിതനാക്കുന്നു. മനസ്സിൽ കവിതകൾ പൊട്ടിവിടരുന്നു. അവ അദ്ദേഹത്തിന്റെ രചനകളായി പ്രസിദ്ധീകരിക്കപ്പെടും. നിരവധി പുഷ്കിൻ ഗവേഷണപണ്ഡിതർ ഈ വരികളിലെ താളലയവും ആശയവും വിശകലനം ചെയ്യും. എന്നിട്ട് സാഹിത്യനിരൂപണ സെമിനാറുകളിൽ പരസ്പരം വാഗ്വാദം നടത്തും, തളരുന്നതുവരെ കോപിക്കും. അട്ടഹസിക്കും. കവിതാശകലം രചിക്കപ്പെട്ട കൃത്യമായ തിയതി ഉറപ്പിക്കാൻ ശ്രമിച്ചുകൊണ്ടും അതിന്റെ പിന്നിലുള്ള പ്രചോദനത്തെയും അതു സമർപ്പിക്കപ്പെട്ട വ്യക്തിയെയും ചൊല്ലി അവർ വാദിക്കും. പുഷ്കിൻ! നമ്മുടെ ഹൃദയങ്ങളിലും മനസ്സുകളിലും എത്ര സുദൃഢമായ സ്ഥാനമാണ് അദ്ദേഹം കണ്ടെത്തിയത്! ആ ഇരുണ്ട നിറവും വക്രിച്ച തലയും ചെറുതായി പുറത്തേക്കു തള്ളിയ ഇളം നീലക്കണ്ണുകളും ചുരുണ്ട മുടിയും (പുഷ്കിന്റെ മുടിയുടെ നിറത്തെക്കുറിച്ച് വിദഗ്ദ്ധർക്കിടയിലുള്ള വിവാദം ഇന്നും നിലച്ചിട്ടില്ല) അധികം കനത്തതല്ലാത്ത നീണ്ടു മെലിഞ്ഞ മുഖവും നിറഞ്ഞുനില്ക്കുന്ന കൃതാവും അദ്ദേഹത്തിന്റെ പ്രത്യേകതകളാണ്. മൊത്തത്തിൽ ഒരു മുരടിച്ച ഭാവം. കാഴ്ചയ്ക്കത്ര വൃത്തിയും വെടിപ്പുമൊന്നുമില്ല. *മോയിക്കാ*യിലെ വീട്ടിൽ തൂക്കിയിട്ടിട്ടുള്ള പുഷ്കിന്റെ ചിത്രത്തിന് വിളർത്ത്, ശോഷിച്ച മുഖമാണ്. ഈർപ്പമുള്ള നെറ്റിയിൽ മുടിയിഴകൾ ഒട്ടിക്കിടക്കുന്നു. ചുരുക്കത്തിൽ ഒരു വേട്ടയാടപ്പെട്ട മൃഗംപോലുണ്ട്. ഒരുപക്ഷേ ദ്വന്ദ്വയുദ്ധത്തിന് ഏതാനും നാളുകൾക്കുമുമ്പ് തന്റെ ജീവിതത്തിന്റെ അന്തിമകാലത്ത് അദ്ദേഹം ഇപ്രകാരമായിരുന്നിരിക്കാം. ഭാര്യയുടെ തണുപ്പൻ മട്ടിലുള്ള പെരുമാറ്റവും കർശന സ്വഭാവവുമാണ് പുഷ്കിനെ നാശത്തിലേക്കു നയിച്ചത്. വേലക്കാരുടെയോ പുസ്തകഷോപ്പ് ഉടമകളുടെയോ മുന്നിൽവച്ച് തന്റെ 'ബ്രാ'ക്ക് നാട വയ്ക്കുന്നതിൽ അവൾക്ക് യാതൊരു ലജ്ജയുമില്ല. ഭർത്താവിന്റെ കവിതകൾക്ക് അമ്പത് സ്വർണറൂബിൾകൂടി വാങ്ങിക്കാനായിട്ടാണ് പുസ്തകഷോപ്പുടമയെ അവൾ തന്റെ ഡ്രസ്സിംഗ് റൂമിലേക്കു വിളിച്ചുവരുത്തുന്നത്! പുഷ്കിൻ! ഒരു *ഡോൺ ജോൺ*, ഒരു

വികാരജീവി. പോരാടുവാൻ തയ്യാറെടുത്തുനില്ക്കുന്നവൻ. *കിഷിൻ യോവി*ലെ ഒരു ഹോട്ടൽമുറിയിൽ നഗ്നനായിരുന്ന് ഒരു കൈത്തോക്കുകൊണ്ട് വെറുതെ നിറയൊഴിച്ചു. പിന്നെ ചുകന്ന നിറത്തിലുള്ള രാത്രിത്തൊപ്പി ധരിച്ച് നഗരത്തിൽ അലസനായി ചുറ്റിക്കറങ്ങി. സുഭഗനായ ഒരു *പ്ലേബോയി*യെപ്പോലെ വസ്ത്രധാരണത്തിൽ കമ്പക്കാരനായ പുഷ്കിൻ ചെറുവിരലിലെ നഖം നീട്ടിവളർത്തി. ഭാര്യയോടദ്ദേഹം ഭയങ്കര അസൂയാലുവായിരുന്നു. അതിന് ന്യായീകരണം ഇല്ലാതില്ല. ഞാനൊരു ചിത്രകാരനായിരുന്നെങ്കിൽ *മരണവുമായുള്ള പുഷ്കിന്റെ വിവാഹം* എന്ന ശീർഷകത്തിൽ ഒരു ചിത്രം പെയിന്റു ചെയ്തേനെ. അതിൽ പുഷ്കിനെ യഥാർത്ഥരൂപത്തിൽ ഞാൻ ചിത്രീകരിക്കും. അദ്ദേഹത്തിന്റെ ഭാര്യ *ഗൊഞ്ചറോവയെ* പിണഞ്ഞു കിടക്കുന്ന ചപലമായ രേഖകളിലൂടെ. ഓരോ രേഖയും അവളുടെ ഓരോ അവയവത്തെയായിരിക്കും സൂചിപ്പിക്കുക - കൈകൾ, കാലുകൾ, തല അല്ലെങ്കിൽ ശരീരം - ശരിക്കും കെട്ടുപിണഞ്ഞ രേഖകൾകൊണ്ടൊരു കരവിരുത്. മനുഷ്യശരീരത്തിന്റെ അനുപാതം പൂർണമായും വികൃതമാക്കിക്കൊണ്ട്. കുറച്ചുനാളുകൾക്കുമുമ്പ് അത്തരം ചില ചിത്രങ്ങൾ ഒരു ആധുനിക ചിത്രകാരിയുടെ ഫ്ളാറ്റിൽ ഞാൻ കണ്ടിരുന്നു. അവൾ സ്ഥിരമായി സ്ത്രീരൂപങ്ങൾ അതുപോലെയാണ് വരയ്ക്കാറുള്ളത്. എല്ലാം ഒരേപോലെ പൈശാചികമല്ലെങ്കിലും ചില രാക്ഷസീയമായ തത്ത്വം ചിത്രീകരിക്കുവാൻ ലക്ഷ്യമിടുന്നു. രേഖകൾ പ്രതിനിധാനം ചെയ്യുന്നത് കൈകളും കാലുകളുമാണ്. അവ ചുറ്റിപ്പിണഞ്ഞ് പല ചുരുളുകളായി മാറി ഒരു ശരീരത്തിന്റെയും തലയുടെയും ആകൃതി പ്രാപിക്കുന്നു. അതു മനസ്സിലാക്കാൻ വരച്ച ആളുടെ സഹായംതന്നെ വേണം. ഒരു ഭൂമിശാസ്ത്ര ടീച്ചറെപ്പോലെ കൈയിൽ ഒരു ചൂണ്ടുകോൽ പിടിച്ചു നിന്ന് അവൾ അതു വ്യക്തമായി വിശദീകരിച്ചുകൊടുത്തു. *ഗൊഞ്ചറോവ*യുടെ കാര്യത്തിൽ ഇപ്രകാരം ചെയ്യേണ്ടതാണ്. അവരുടെ വിവാഹാഘോഷവേളയിൽ ഭീകരമായ ഈ രേഖകളിൽ ഒന്ന് ശരിക്കുള്ള പുഷ്കിന്റെ കഴുത്തിൽ ചുറ്റി വരിയുക. എന്നിട്ട് പുഷ്കിൻ ഒരു നീരാളിയുടെ പിടിയിൽ അമരുക. തീർച്ചയായും ഇത് അങ്ങേയറ്റം അകൃത്രിമമായിരിക്കും. ആ കലാകാരിയുടെ ഫ്ളാറ്റ് സന്ദർശിച്ചശേഷം പലപ്പോഴും അത്തരമൊരു പെയിന്റിംഗിനെക്കുറിച്ചു ഞാൻ ചിന്തിച്ചു പോകാറുണ്ട്. പിന്നീടൊരിക്കൽ അവളുടെ സ്റ്റുഡിയോ സന്ദർശിച്ചപ്പോൾ അവളോട് ആ ആശയം

നിർദ്ദേശിക്കാൻ ശ്രമിച്ചു. എന്നാൽ അതിനുള്ള മറുപടി പുഷ്കിൻ അവളിലത്ര ആവേശം പകരുന്നില്ലെന്നതായിരുന്നു. വാസ്തവത്തിൽ എന്റെ അഭിപ്രായവും അതുതന്നെയായിരുന്നു. എനിക്കവളുടെ മറുപടി കേട്ട് വളരെ സന്തോഷം തോന്നി. കാരണം പുഷ്കിനെ ഒരു വിഗ്രഹംപോലെ ആരാധിക്കാത്തവർ വിരളമാണ്. കവയിത്രികൾ പ്രത്യേകിച്ച് *മറീനാ സ്വെറ്റായേവാ.* "ഭർത്താക്കന്മാർക്ക് ഭീതി ഉയർത്തുന്നവൻ, ഭാര്യമാർക്ക് പരമാനന്ദം നല്കുന്നവൻ" എന്ന ഒരു പുസ്തകം മുഴുവൻ അദ്ദേഹത്തിനുവേണ്ടി അവർ വിനിയോഗിച്ചിരിക്കയാണ്. പ്രകടമായും അദ്ദേഹത്തോടവൾ പ്രേമത്തിലാണ്. *ബെല്ലാ അഖ്മാദുലീനാ* തന്റെ അവ്യക്തവും സ്വപ്നാടനം പോലുള്ളതുമായ കവിതകളിലൂടെ അദ്ദേഹത്തെ പ്രകീർത്തിക്കുന്നു. എന്നാൽ, ഡോസ്റ്റൊയെവ്സ്കിയെപ്പോലെ ഇത്രയും കടന്ന തീവ്രവികാരത്തോടെ പുഷ്കിനെ ആരാധിക്കുന്ന മറ്റൊരാളെ നിങ്ങൾക്ക് ഒരിക്കലും കണ്ടെത്താനാവില്ല. ഡോസ്റ്റോയെവ്സ്കിക്ക് അതൊരു അപ്രാപ്യമായ സ്വപ്നമായിരുന്നു. *സ്റ്റാവ്റോജിനെ*പ്പോലെ ആത്മസത്തയുടെ ഐക്യത്തിന്റെ പ്രതീകമാണദ്ദേഹം. (അതങ്ങനെ എഴുതപ്പെടാനേ തരമുള്ളൂ.) ഉദാത്തമായ നർമ്മബോധത്തിന്റെ വക്താവാണ്. (മറൈൻസ്ക്കി തിയറ്ററിൽ എത്ര വിധേയത്വത്തോടെയാണ് ഓർലോവ് പ്രഭുവിന്റെ മുമ്പിൽ പുഷ്കിൻ കുനിഞ്ഞിരുന്നതെന്ന് ഡോസ്റ്റോയെവ്സ്കിക്ക് അറിയാമോ?) കരുത്തും സ്ഥിരതയുമുള്ള സ്വഭാവക്കാരനാണ്. (ഡിസംബറിസ്റ്റുകൾ പുഷ്കിനെ കണക്കിലെടുത്തിരുന്നില്ലെന്ന് അദ്ദേഹത്തിനറിയാമോ? അദ്ദേഹത്തെ സ്ഥിരതയില്ലാത്തവനും നയമില്ലാത്തവനുമായിട്ടാണ് അവർ കരുതിയിരുന്നത്.) ഏറ്റവുമവസാനം എപ്പോഴും വിജയം കരസ്ഥമാക്കുന്ന, ഒരാളുടെ വഴിപിഴപ്പിക്കുന്നവന്റെ അക്ഷോഭ്യത. (ഇക്കാര്യത്തിൽ ഒന്നും ബ്രാക്കറ്റിൽ കൂട്ടിച്ചേർക്കേണ്ടതില്ല; ഈ മേഖലയിൽ പുഷ്കിന്റെ വൈദഗ്ദ്ധ്യം ശരിക്കും ചോദ്യം ചെയ്യാനാവാത്തതാണ്. അല്ലെങ്കിൽ, വൈരുദ്ധ്യാത്മകമായ ഘടകം മറ്റെവിടെയോ നിലകൊള്ളുന്നു.) ഡോസ്റ്റോയെവ്സ്കി എന്ന ഗദ്യസാഹിത്യകാരൻ ഒരുപക്ഷേ ആ കാലഘട്ടത്തിലെ ഏറ്റവും വികാരോജ്ജ്വലനായ കവി ആയിരുന്നു. അതേസമയം പുഷ്കിൻ എന്ന കവി ഏറ്റവും പ്രശാന്തനായ 'റിയലിസ്റ്റും'. എന്തായാലും ഏറ്റവും സുപ്രധാനമായ കാര്യം അവർ വ്യത്യസ്തകാലഘട്ടത്തിലാണ് ജീവിച്ചിരുന്നത്

എന്നതാണ്. അതുകൊണ്ട് കവിയുടെ ഗൂഢമായ പരിഹാസങ്ങളിൽനിന്ന് ഡോസ്റ്റോയെവ്സ്കിക്ക് രക്ഷപ്പെടാൻ കഴിഞ്ഞു. അല്ലെങ്കിൽ, ഡോസ്റ്റോയെവ്ക്സിയുടെ എല്ലാ സാഹിത്യപ്രതിയോഗികൾക്കും മുകളിലായി പുഷ്കിൻ നിലകൊള്ളുമായിരുന്നു.

മിക്കവാറും എല്ലാം നഷ്ടപ്പെട്ട ഫെഡ്യാ ഏതാനും ഫ്രാങ്കുകളുമായി മെയിൻഹാളിൽനിന്നും അടുത്തുള്ള ചെറിയ ചൂതാട്ടമുറിയിലേക്കു കടന്നു. അവിടെ ചൂതാടുന്ന അന്നാഗ്രിഗൊറ്യേവ്നയെ കണ്ടയാൾ അത്ഭുതപ്പെട്ടുപോയി. താൻ തെറ്റിദ്ധരിച്ചതാണോ എന്നാദ്യം അയാൾക്കു തോന്നി. എന്നാൽ, അല്ല, അതവൾ തന്നെയാണ്. പൂക്കൾ പിടിപ്പിച്ച വയലറ്റ് തൊപ്പി ധരിച്ചിരിക്കുന്നു. നീണ്ട കോട്ടു ധരിച്ച ചില അപരിചിതരും ഏതാനും മാന്യസ്ത്രീകളും അടുത്തുനില്ക്കുന്നു. അയാൾ ആളുകൾക്കിടയിലൂടെ ചൂതാട്ടമേശയ്ക്കരികിലെത്തി. അവൾ അപ്പോൾത്തന്നെ പന്തയംവച്ചതേയുള്ളൂ. കാരണം, അതിവേഗത്തിൽ ചുറ്റിക കറങ്ങിക്കൊണ്ടിരിക്കുന്ന ബോളിൽ കണ്ണുംനട്ട് നില്ക്കുകയാണവൾ. അയാൾ അവളുടെ കരം ഗ്രഹിച്ചു. അതു തണുത്തിരിക്കുന്നു. അവൾ ഞെട്ടിത്തിരിഞ്ഞു, അയാളെ കണ്ട് മുഖം വിളർത്തു. എന്നാൽ എന്തോ കാരണത്താൽ എല്ലാം പെട്ടെന്ന് ആഹ്ലാദകരമായൊരു തമാശയായി മാറി. *ചൂതാട്ടക്കാരന്റെ ഭാര്യ* എന്ന വാക്യം അയാളുടെ തലയ്ക്കകത്ത് ഉദിച്ചുയർന്നു. അതോടൊപ്പം പതിവുപോലെ അവളോട് വാത്സല്യവും അനുകമ്പയും കലർന്നൊരു വികാരവും മനസ്സിൽ വന്നുനിറഞ്ഞു. അവളിതിന് മുതിർന്നത് കാര്യങ്ങൾ നേർവഴിക്കു കൊണ്ടുവരാൻ വേണ്ടിയാണ്. ഏതു വിധേനയും എല്ലാം നേരെയാക്കി മുമ്പത്തെ നിലയിലെത്തിക്കണം. അവളുടെ കൈപിടിച്ച് അയാൾ മേശയ്ക്കരികിൽനിന്നും പുറത്തേക്കു നടന്നു. ലജ്ജകൊണ്ടും വെറുപ്പുകൊണ്ടും അവളുടെ കണ്ണുകൾ ഈറനണിഞ്ഞു. എങ്കിലും, എന്നത്തെയുംപോലെ തിളങ്ങുന്ന നേട്ടമായിരുന്നു അവളുടേത്. *"ബൻഷി!"* മൃദുവായി കൈയിൽ തട്ടിക്കൊണ്ടയാൾ പറഞ്ഞു. അവർ *കർഹോസ്* വിട്ട് മലയടിവാരത്തിലേക്കുള്ള ചെറിയ പാതയിലേക്കു കടന്നു. അവൾ അയാളുടെ കൈയിലേക്ക് ചാഞ്ഞുകൊണ്ടാണ് നടക്കുന്നത്. അയാൾ ഇടയ്ക്കിടെ അവളുടെ കണ്ണുകളിലേക്കു നോക്കും. ഇപ്പോൾ കണ്ണുനീർ വറ്റിയിട്ടുണ്ട്, അവയിൽ

നേരിയൊരു പുഞ്ചിരി പ്രകാശിക്കുന്നു. പല പ്രാവശ്യം അയാൾ ആ വാക്യം ഉച്ചരിച്ചു: *"ഒരു ചൂതാട്ടക്കാരി ഭാര്യ, ഹായ്!"*, അവളും അതിലെ ഹാസ്യം ആസ്വദിക്കാൻ തുടങ്ങിയിരുന്നു....

അവർ കുറ്റിക്കാടുകൾ നിറഞ്ഞ മലഞ്ചെരിവിലെത്തി. മെല്ലെ കുന്നു കയറി *ആൾടെസ് ക്ളോസ്സി*ലേക്ക് നീങ്ങി. മുകളിലേക്കുള്ള പടിയിലെത്തിയപ്പോൾ ആഹ്ലാദവാനായ ഫെഡ്യാ ഒരു പ്രത്യേക രീതിയിലുള്ള പാദചലനങ്ങളോടെ നൃത്തംചെയ്യാൻ തുടങ്ങി. തന്റെ ചുളിഞ്ഞ ഷൂസുകൾ നേരെയാക്കാൻ വേണ്ടിയാണങ്ങനെ താൻ ചെയ്തതെന്നായിരുന്നു അയാളുടെ വിശദീകരണം. അവർ മുകളിലെ കോട്ടയിലേക്കു നടന്നു. വഴിവക്കിലുള്ള ബഞ്ചുകൾക്കിടയിൽ അളന്നു നോക്കി തന്റെ സൗകര്യാർത്ഥം ചുവടുകളുടെ നീളംകൂട്ടിയും കുറച്ചും കൊണ്ട്, ഒരു നിശ്ചിത എണ്ണമായി അതയാൾ മനസ്സിൽ ക്ലിപ്തപ്പെടുത്തിയിരുന്നു എന്നുറപ്പാണ്. എന്നാൽ അത് അസാധ്യമാണെന്നു കണ്ടപ്പോൾ ദുശ്ശകുനമായി കരുതി. എന്നാൽ അന്നാഗ്രിഗൊറ്യേവ്നയ്ക്കിതൊന്നും അറിയില്ലായിരുന്നു. അയാൾ വെറുതെ വിഡ്ഢിത്തം പുലമ്പുകയാണെന്നവൾ വിചാരിച്ചു.

ഇത്തരം കോമാളിത്തങ്ങൾ അവസാനിപ്പിച്ച് അയാൾ പെട്ടെന്നൊരു നാടകീയ ഭാവം കൈക്കൊണ്ടു. ഒരു കാലിൽ മുട്ടുകുത്തി നിന്ന് ഒരു കൈ ചുറ്റും വീശാൻ തുടങ്ങി, ആരെയോ അഭിവാദ്യം ചെയ്യുന്ന മട്ടിൽ. അപ്പോൾ ഒരു വണ്ടി വരുന്ന ശബ്ദം കേട്ടു. ഒരു പക്ഷേ മറ്റൊരു അന്ധവിശ്വാസത്തിന്റെ അടയാളമെന്നോണം. എന്നാൽ, വണ്ടി ഒഴിഞ്ഞതായിരുന്നു. മുൻ സീറ്റിൽ അർദ്ധനിദ്രയിൽ ഇരിക്കുന്ന വണ്ടിക്കാരൻ മാത്രമാണതിലുള്ളത്. ഇക്കാര്യം പറഞ്ഞ് ഫെഡ്യായും അന്നാഗ്രിഗൊറ്യേവ്നയും കുറെനേരം ചിരിച്ചു. പിന്നെ കോട്ടയുടെ ഏറ്റവും മുകൾത്തട്ടിലേക്കവർ നടന്നു. ഇടുങ്ങിയ പിരിയൻ കോണിപ്പടികളിലൂടെ വേണം കയറുവാൻ. മുകളിലെത്തിയപ്പോഴേക്കും അന്നാഗ്രിഗൊറ്യേവ്ന തളർന്നുപോയി. അവൾ ഒരു ബെഞ്ചിൽ ഇരുന്നു. *റൈൻ* നദിയും *ബേദൻ-ബേദനും* ഉൾക്കൊള്ളുന്ന അതിമനോഹരദൃശ്യം അവിടെനിന്ന് കാണാം. ഫെഡ്യാ ആ പ്ലാറ്റ്ഫോമിന്റെ അറ്റത്തു ചെന്നുനിന്ന് അട്ടഹസിച്ചു: "ഗുഡ്ബൈ, അന്യാ, ഞാൻ താഴേക്കു ചാടാൻ പോകുകയാണ്!" അവർക്കു താഴെ നീലനിറമുള്ള റൈൻ വളഞ്ഞുപുളഞ്ഞ് ആകർഷണീയതയോടെ ഒഴുകുന്നു.

പ്രാചീന *ഗോഥിക്* ശൈലിയിലുള്ള പള്ളികളും കൂർത്ത അരികുകളുള്ള ഓടുമേഞ്ഞ കെട്ടിടങ്ങളും ആഡംബരം നിറഞ്ഞ പച്ചപിടിച്ച പാർക്കുകളും പൂന്തോട്ടങ്ങളും പരന്നുകിടക്കുന്ന *ബേദൻ-ബേദൻ* നഗരം താഴെ പ്രകാശിച്ചുനില്ക്കുന്നു. നേരെ അടിയിൽ പള്ളിക്ക് ഇടതുവശത്ത് പച്ചപിടിച്ച പരിസരത്തിനു നടുവിൽ ചുകന്ന ഇഷ്ടികകൾകൊണ്ട് നിർമിക്കപ്പെട്ട ഒരു കളിക്കോപ്പുപോലുള്ള കെട്ടിടമാണ് *കുർഹോസ്*. വെള്ളനിറത്തിലുള്ള കെട്ടിടം. ദീപക്കൂട്ടങ്ങളുടെ മഞ്ഞ വെളിച്ചത്തിനു കീഴെ, പുക കലർന്ന അന്തരീക്ഷം. അവിടെ ചൂതാട്ടം നടക്കുന്നു. പണം വാരി എറിയുന്നു. ആർത്തിയോടെ കൈകൾ നീട്ടി വാരിക്കൂട്ടുന്നു. ഈ ചൂതാട്ടക്കാരെല്ലാം പാവക്കൂത്തിലെ ബൊമ്മകളെപ്പോലെയാണ്. തിയേറ്ററിലെ അദൃശ്യനായ ഏതോ മനുഷ്യന്റെ അദൃശ്യമായ ചരടുവലിക്കനുസരിച്ച് നീളൻകോട്ടും വിളർത്ത മുഖവുമായി കൃത്രിമമായി ചുവടുവയ്ക്കുന്ന പാവകളെപ്പോലെ. പ്ലാറ്റ്ഫോമിന്റെ അറ്റത്തുനിന്ന് ഉറ്റുനോക്കുമ്പോൾ ഇവയെല്ലാം എത്ര അസാധാരണമായ രീതിയിൽ വ്യത്യസ്തമാണ്! അയാൾ നില്ക്കുന്ന അതേ ഉയരങ്ങളിലാണ് മീവൽപക്ഷികൾ പറക്കുന്നത്. കുറച്ചുകൂടി മുകളിൽ, കൊടുംതൂക്കായ പാറയ്ക്കു സമാന്തരമായി കോട്ടയ്ക്കു മുന്നിൽ കുറെ പക്ഷികൾ വട്ടമിട്ടു പറക്കുന്നു. മലയിലെ കഴുകന്മാരായിരിക്കാം. അല്ലെങ്കിൽ പരുന്തുകൾ. ഇതിനെല്ലാം മുകളിലായി കടുംനീലനിറത്തിലുള്ള ആകാശം. ക്രമേണ കടുംകറുപ്പായി മാറുന്ന ആകാശത്ത് ഏതുനിമിഷവും നക്ഷത്രങ്ങൾ പ്രത്യക്ഷപ്പെടുമെന്നു തോന്നും. താൻ നിന്നിരുന്ന പ്ലാറ്റ്ഫോമിൽനിന്ന് കുതിച്ചുചാടാനുള്ള വിചിത്രമായൊരു പ്രേരണ അയാളിലുദിച്ചു. വളരെ ഉയരങ്ങളിലേക്ക് പറക്കാനൊരു മോഹം. കടുംനീല ആകാശത്തേക്കു പറന്നുയരുവാൻ, അതുമായി അലിഞ്ഞുചേരുവാൻ, ജന്മമെടുക്കാൻ പോകുന്ന മറ്റു ലോകവുമായി അലിഞ്ഞുചേരുവാൻ, അല്ലെങ്കിൽ പൂർണവളർച്ച പ്രാപിച്ച് ജനവാസമുള്ള മറ്റേതെങ്കിലും ലോകത്തിലേക്കു പോകുവാൻ.

അന്നാഗ്രിഗൊറ്യേവ്ന അയാളുടെ അടുത്തു നില്ക്കുകയാണ്. മുഖം വല്ലാതെ വിളർത്തിരിക്കുന്നു. അയാളുടെ കൈ ബലമായി പിടിച്ചിട്ടുണ്ട്. അയാൾ അവളെ ബഞ്ചിലേക്ക് കൊണ്ടുപോയി. മുട്ടുകുത്തി നിന്ന് അവളുടെ കരങ്ങൾ ചുംബിക്കാൻ തുടങ്ങി. തനിക്കെങ്ങനെ അവളെക്കുറിച്ചും വരാനിരിക്കുന്ന *മിഷയെയോ സോണ്യായെ*

ക്കുറിച്ചോ ഓർക്കാതിരിക്കാനായി? എങ്ങനെ അവളെ മുകളിലേക്കു നിർബന്ധിച്ചു കയറ്റാനും പരിഹാസ്യമായ രീതിയിൽ അട്ടഹസിച്ച് അവളെ ഭയപ്പെടുത്താനും കഴിഞ്ഞു?

തിരിച്ചുവരുന്ന വഴിക്ക് അവർ പോസ്റ്റോഫീസിൽ കയറി കത്തുകൾ ഉണ്ടോ എന്നന്വേഷിച്ചു. അന്നാഗ്രിഗൊറ്യേവ്നക്കൊരു കത്തുണ്ടായിരുന്നു. അവളുടെ സഹോദരൻ 'വന്യാ' അയച്ച കത്ത്. അതിൽ നൂറ് റൂബിളും വച്ചിരുന്നു. ഇപ്പോൾ അവർക്ക് വീട്ടുടമയുടെ കടം വീട്ടാനാകും. ബ്രൂച്ച്, കമ്മൽ, വിവാഹമോതിരങ്ങൾ തുടങ്ങിയവ തിരിച്ചെടുത്ത് ഈ നശിച്ച സ്ഥലത്തുനിന്ന് രക്ഷപ്പെടാനാകും. പിറ്റേന്ന് അപ്രകാരം ചെയ്യാനവർ തീരുമാനിച്ചു. അങ്ങനെ അവർ വീട്ടിലെത്തി. തങ്ങളുടെ സാധനങ്ങളെല്ലാം സൂട്ട്കേസിൽ ഒതുക്കിവയ്ക്കാൻ തുടങ്ങി. ബ്രൂച്ചും കമ്മലുകളും വിവാഹമോതിരങ്ങളും തിരിച്ചെടുക്കാൻ വേണ്ടി നോട്ട് മാറ്റാനായി ഫെഡ്യാ പോയി. ലഗ്ഗേജ് എല്ലാം തയ്യാറാക്കിക്കഴിഞ്ഞപ്പോൾ ഫെഡ്യായെ നോക്കി അന്നാഗ്രിഗൊറ്യേവ്നാ പുറത്തേക്കു നടന്നു. പെട്ടെന്നാണ് തന്റെ മുടിയിൽ വയ്ക്കാറുള്ള 'കുഞ്ചലം' കാണാനില്ലെന്ന കാര്യം അവൾ മനസ്സിലാക്കിയത്. തലേന്ന് അതവൾ ധരിച്ചിരുന്നു. ഇന്ന് *കുർഹോസിൽ* പോകുമ്പോൾ മാത്രമാണതു ധരിക്കേണ്ടെന്നവൾ കരുതിയത്. ഒരുപക്ഷേ, ആ വൃത്തികെട്ട മേരി അതു മോഷ്ടിച്ചിട്ടുണ്ടായിരിക്കാം. അല്ലെങ്കിൽ മനപ്പൂർവം എവിടെയെങ്കിലും ഒളിപ്പിച്ചുവച്ചിരിക്കാം. ഇതിന് മുമ്പൊരിക്കലും അപ്രകാരം സംഭവിച്ചിട്ടുണ്ട്. അന്നവളുടെ ഡ്രായറിൽ എല്ലായിടത്തും അവളതു പരിശോധിച്ചു. അലമാരിയുടെ താഴത്തെ ഡ്രായറിൽനിന്നാണ് അതു കണ്ടെത്തിയത്. മേരിയായിരിക്കണം അന്നതവിടെ ഒളിപ്പിച്ചുവച്ചത്, ഉറപ്പാണ്. ഒന്നിനും കൊള്ളാത്തവൾ. ഒരിക്കൽ അവർ 'തെരീസാ'ക്ക് പിയേഴ്സ് പഴം കൊടുത്തപ്പോൾ മേരിക്കു നല്കാതിരുന്നതിന് അവൾ പ്രതികാരം ചെയ്തതാകാം. ഇതു രണ്ടാംതവണയാണ് സംഭവിക്കുന്നത്. അതുകൊണ്ടവൾ മേരിയെ വിളിച്ചു. താൻ അതു തലേന്ന് കണ്ടിരുന്നെന്നും അന്നാഗ്രിഗൊറ്യേവ്ന കുഞ്ചലം എവിടെയെങ്കിലും കളഞ്ഞിട്ടുണ്ടാകാമെന്നും മേരി തിരിച്ചടിച്ചു. പിന്നീട് അന്നാ ഗ്രിഗൊറ്യേവ്ന കുറച്ചുനേരത്തേക്കായി ഇസ്തിരി ആവശ്യപ്പെട്ടപ്പോൾ താൻ അത് ഉപയോഗിച്ചുകൊണ്ടിരിക്കുകയാണെന്ന് മേരി മറുപടി നല്കി. അന്നാ ഗ്രിഗൊറ്യേവ്ന ഈ അപമാനം നിശ്ശബ്ദം സഹിച്ചു.

കൃത്യം ഈ സമയത്താണ് ഫെഡ്യാ തിരിച്ചെത്തിയത്. മുഖം വിളറിവെളുത്തിട്ടുണ്ട്. പതിവുപോലെ അയാൾ മുട്ടുകുത്തിനിന്നു കൊണ്ട് ബ്രൂച്ചും കമ്മലുകളും വിവാഹമോതിരങ്ങളും തിരിച്ചെടുക്കാനായി അന്നാഗ്രിഗൊറ്യേവ്ന കൊടുത്ത പണം മുഴുവൻ താൻ ചൂതാടി നശിപ്പിച്ചു എന്ന് അവളോട് പറഞ്ഞു. അവശേഷിച്ച പണം സംരക്ഷിക്കാനായി അവൾ അയാളെ അമാനുഷശക്തിയോടെ പൊക്കി. തങ്ങൾക്ക് ഇരുവർക്കുംകൂടി ഉടനെ *വീസ്മാന്റെ* കടയിലേക്കു പോകണമെന്നു പറഞ്ഞു. കാരണം ഇനി ഒരിക്കലും അവൾക്കയാളെ വിശ്വസിക്കാനാവില്ല. ഫെഡ്യാ സസന്തോഷം അതിനു തയ്യാറായി. അങ്ങനെ, അവർ സൂട്ട്, കമ്മലുകൾ, ബ്രൂച്ച്, വിവാഹമോതിരങ്ങൾ തുടങ്ങിയ പണയ പണ്ടങ്ങൾ തിരിച്ചെടുത്തു. അവർ മെല്ലെ നടന്ന് വീട്ടിൽ എത്തി. അപ്പോഴും നഷ്ടപ്പെട്ട 'കുഞ്ചല'ത്തിന്റെ ഓർമ അന്നാഗ്രിഗൊറ്യോവ്നയുടെ മനസ്സിൽനിന്നും വിട്ടുമാറിയിട്ടില്ല.

അവർ വീട്ടിൽ തിരിച്ചെത്തിയപ്പോൾ വീണ്ടും അയാൾ ഭാര്യയുടെ മുന്നിൽ മുട്ടുകുത്തിനിന്നുകൊണ്ട് ഒരിക്കൽക്കൂടി ചൂതിൽ ഭാഗ്യ പരീക്ഷണം നടത്തുവാനായി പത്തു ഫ്രാങ്ക് ചോദിച്ചു. ഇത് ഏറ്റവും അവസാനത്തേതാണെന്നു വാക്കുകൊടുത്തു. എന്തായാലും, അവർ സ്ഥലംവിടുകയാണല്ലോ. അവസാനത്തേതായ ഈ അവസരം അയാൾക്കു നഷ്ടപ്പെടുത്താനാവില്ല. ജയിച്ചേ തീരൂ. ഒരു ചെറിയ വിജയമെങ്കിലും, അന്നാഗ്രിഗൊറ്യേവ്നയോട് ചോദിക്കുന്ന പത്ത് ഫ്രാങ്കിനെങ്കിലും. എന്നാൽ ഒന്നും നഷ്ടപ്പെടാതെ ജയിക്കുക എന്നതാണ് പ്രധാന കാര്യം. ഒറ്റ ഫ്രാങ്ക് പോലും. അപ്പോൾ അയാൾക്ക് മനസ്സമാധാനത്തോടെ സ്ഥലംവിടാനാകും. അയാളുടേതാണ് അന്തിമ വാക്ക്. അവസാന പന്തയം. അപ്പോൾ അതൊരു *ഐസോസെലെസ്* ത്രികോണമായി കാണപ്പെടും. മുനയില്ലാത്തൊരു ശിഖരമായിരിക്കും അതിന്റേത്. എങ്കിലും ശിഖരമെന്നു പറയുകയെങ്കിലും ചെയ്യാമല്ലോ. അല്ലെങ്കിൽ എല്ലാം സാധാരണ മട്ടിലുള്ള സമാന്തരരേഖപോലെ ഇരിക്കും, മകുടമില്ലാതെ.

പത്ത് ഫ്രാങ്ക് കിട്ടിയപ്പോൾ അയാൾ അല്പം പൊന്തിനില്ക്കുന്ന വാതിൽ ചാടിക്കടന്ന് കോണിയിലൂടെ ഓടി. തെരുവിലേക്കു പാഞ്ഞു. ആവേശത്തോടെ, വിജനമായ *ലിച്ചെൻതെയിലർ അല്ലി*യിലൂടെ *കുർഹോസി*ലേക്കു കിതച്ചുകൊണ്ട് ഓടി. അതിന്നിടയ്ക്ക് അന്നാ

ഗ്രിഗൊറ്യേവ്ന തന്റെ കാണാതായ കുഞ്ചലം തിരഞ്ഞുകൊണ്ടിരുന്നു. മൂന്ന് പ്ലെയിറ്റുകളും ഒരു കപ്പും സോസറും എടുത്തുവയ്ക്കാനായി ഒരു സൂട്ട്കേസ് തുറന്ന് വീണ്ടും ഒതുക്കിവെക്കേണ്ടിവന്നു. ഫെഡ്യാ ദയനീയമായ ഭാവത്തോടെ തിരിച്ചെത്തി. പിന്നിൽ വലിയൊരു ആപ്രി ക്കോട്ട് പൊതി ഒളിച്ചു പിടിച്ചുകൊണ്ടായിരുന്നു വരവ്. ആദ്യപന്തയ ത്തിലയാൾ ജയിച്ചിരുന്നു. പിന്നെ *പാസ്സിയിൽ* വച്ചു. വീണ്ടും ജയിച്ചു. പിന്നീട് കളിച്ചില്ല. അങ്ങനെ ആയിരുന്നു അവസാനം. അതുകൊണ്ട് സന്തോഷവും സമാധാനവുംമൂലം അയാളുടെ കണ്ണുകൾ പ്രകാശിച്ചി രുന്നു. അന്നാഗ്രിഗൊറ്യേവ്ന കുഞ്ചലം നഷ്ടപ്പെട്ടതിനെക്കുറിച്ച് പറഞ്ഞുകൊണ്ടിരുന്നതൊന്നും അയാൾ ശ്രദ്ധിച്ചില്ല. മേരിയെക്കുറി ച്ചുള്ള അവളുടെ സംശയവും മേരിയുടെ അപമര്യാദയോടെയുള്ള പെരുമാറ്റവും അവൾ വിവരിച്ചു. അയാൾ കുറച്ച് ആപ്രിക്കോട്ട് എടുത്ത് നന്നായി കഴുകി ഒരു പ്ലെയിറ്റിലിട്ട് കഴിക്കാനായി അന്നാ ഗ്രിഗൊറ്യേ വ്നയെ നിർബന്ധിച്ചു. അവളതു നിരസിച്ചു. വീണ്ടും തന്റെ കുഞ്ചലം തിരയുന്നതിൽ മുഴുകി. എല്ലാ ഡ്രായറുകളും വലിച്ചിട്ടു പരിശോധിച്ചു. അതുകണ്ട് അയാൾക്ക് വല്ലാത്ത ദേഷ്യം വന്നു. വല്ലാത്തൊരു ഹൃദ യവേദന. ഈ വിജയം, വളരെ ചെറുതാണെങ്കിലും തീർച്ചയായും അയാളുടെ ജീവിതത്തിലെ ഈ സന്തോഷകരമായ നിമിഷം അവൾ നശിപ്പിച്ചേ അടങ്ങൂ. എന്തായാലും വിജയമല്ലെ. ഏതോ വൃത്തികെട്ട കുഞ്ചലം മൂലം ആ സന്തോഷം പൂർണമായി അയാൾക്കാസ്വദിക്കാ നാകുന്നില്ല. പ്രത്യേകിച്ചും *ബേദൻ-ബേദന്റെ* അങ്ങേ അറ്റത്ത് കുതി ച്ചെത്തിയാണ് ആ ആപ്രിക്കോട്ട് പഴങ്ങൾ വാങ്ങിച്ചത്. കാരണം എല്ലാ കടകളും അടച്ചുകഴിഞ്ഞിരുന്നു. അടയ്ക്കാൻ പോകുന്ന കടയുടെ ഉടമയായ ജർമൻകാരനോട് തന്റെ രോഗിയായ ഭാര്യയ്ക്ക് കുറച്ച് ആപ്രിക്കോട്ട് വേണമെന്നു പറഞ്ഞതുകൊണ്ടാണിത് വാങ്ങിക്കാനാ യത്. അങ്ങനെ ജർമൻകാരന്റെ സഹാനുഭൂതി നേടാനായെങ്കിലും ഈ പ്രവൃത്തിയിലൂടെ സ്വയം നിന്ദിതനായി. ഇത്ര വൈകിയിട്ടും അതെങ്ങനെ വാങ്ങിക്കാൻ പറ്റി എന്നുപോലും അവൾ ചോദിച്ചില്ല. എന്നാൽ അവൾ ആ സമയം മുഴുവൻ ആ നശിച്ച കുഞ്ചലം തെര യാനായി ചെലവഴിക്കുകയായിരുന്നു. അതുകൊണ്ടയാൾ അവളുടെ നേരെ ഗർജിക്കാൻ തുടങ്ങി. അവൾ നിന്ദ്യയാണ്. അയാളുടെ സന്തോഷം മുഴുവൻ നശിപ്പിക്കുന്നവളാണ്. കിഴവികളാണ് കുഞ്ചലം

ധരിക്കുക.... ഇങ്ങനെ പോയി അയാളുടെ അട്ടഹാസങ്ങൾ. അവൾ തെരച്ചിൽ നിർത്തി നേരെനിന്ന് ദേഷ്യഭാവത്തോടെ അയാളെ തുറിച്ചു നോക്കി. അവളുടെ കണ്ണുകളിൽ കണ്ണുനീർ ഉണ്ടായിരുന്നില്ലെന്നു മാത്രമല്ല കുറ്റബോധത്തിന്റെ ലാഞ്ഛനപോലുമില്ലായിരുന്നു. ധിക്കാരം തുളുമ്പുന്ന ഭാവമായിരുന്നു അവളുടെ മുഖത്ത്. എന്തോ കടുത്ത കൃത്യം ചെയ്യാൻ പോകുന്ന ആളുടെ നൈരാശ്യത്തോടെയുള്ള തണുപ്പൻ മട്ടിലവൾ പറഞ്ഞു: "നാളെ ഞാൻ ഒറ്റയ്ക്കു തിരിച്ചുപോകുകയാണ്, നാളെ രാവിലെത്തന്നെ, നിങ്ങൾക്ക് ഇഷ്ടമുള്ളത് ചെയ്യാം." അപരിചിതവും വിചിത്രവുമായൊരു സ്വരത്തിലാണവൾ പറഞ്ഞത്. അവൾ സൂട്ട്കേസുകളുടെ അടുത്തേക്കു നടന്നുചെന്ന് അവയിൽനിന്ന് അയാളുടെ സാധനങ്ങൾ എടുത്തുമാറ്റാൻ തുടങ്ങി. സൂട്ട്, അണ്ടർവെയർ, കെർച്ചീഫുകൾ. അവ അയാളുടെ കിടക്കയിൽ എടുത്തുവച്ചു; അവളുടെ നിശ്ചയം ദൃഢമാണെന്നു വരുത്താനായി. ഇത്തരം ഒരു നിലയിലവളെ അയാൾ ഒരിക്കലും കണ്ടിട്ടില്ല. അവൾ തികച്ചും വിഭിന്നയായൊരു വ്യക്തിയായി മാറി. അയാൾക്കവളെ മനസ്സിലായില്ല. തളർന്ന്, ക്ഷീണിച്ച മുഖത്തോടുകൂടിയ ഒരു യുവതി ദുർഗ്രഹമായ വിധത്തിൽ തന്റെ മുറിയിൽ പ്രത്യക്ഷപ്പെട്ടിരിക്കുന്നു. ഇല്ല, അതൊരു സ്വപ്നമാണ്! എന്തൊക്കെ ആയാലും അയാളുടെ മക്കളുടെ അമ്മയാകാൻ പോകുന്നവളല്ലേ ഈ സ്ത്രീ. ഇന്നുതന്നെ ഏതാനും മണിക്കൂറുകൾക്കു മുമ്പ് അയാൾ കോട്ടയുടെ അറ്റത്ത് നിന്നപ്പോൾ അയാളുടെ അടുത്തെത്തി കൈപിടിച്ച് സ്നേഹപൂർവം ഓരത്തിൽനിന്ന് വലിച്ചുകൊണ്ടുവന്നവളല്ലേ അവൾ, ശരിക്കും അയാൾ താഴേക്ക് ചാടുമെന്നു കരുതിക്കൊണ്ട്. അതിന്റെ അർത്ഥം അവൾ അയാളെ സ്നേഹിക്കുന്നു എന്നാണ്.

അവൾ ശാന്തയായി അയാളുടെ സാധനങ്ങൾ മാറ്റിവച്ച് സൂട്ട്കേസ് വീണ്ടും പേക്ക് ചെയ്യാൻ തുടങ്ങി. അവൾ യഥാർത്ഥത്തിൽ വിട്ടുപോയാൽ ചിതറിക്കിടക്കുന്ന ഈ വാടക ഫർണീച്ചറിന്നിടയ്ക്ക് രണ്ട് മുറികളിൽ താൻ ഒറ്റയ്ക്ക് കഴിയുന്ന കാര്യം ഒരു നിമിഷം അയാൾ ഓർത്തുപോയി. മുകളിൽനിന്നു വരുന്ന കുട്ടികളുടെ ചീറലും താഴെ നിന്നുയരുന്ന കരുവാന്റെ ആലയിലെ ചെവി പൊട്ടുന്ന ചുറ്റികയടി ശബ്ദവും സഹിച്ച്. താൻ പുറത്തുപോയി വരുമ്പോൾ തന്നെ സ്വീകരിക്കാനാരുമില്ലാത്ത ഒഴിഞ്ഞ മുറികളെക്കുറിച്ചയാൾ ഓർത്തു. തനിക്കു

വേണ്ടി ചായ ഉണ്ടാക്കാൻ പാഞ്ഞുപോകാനാരുമില്ലാത്ത വിജനമായ മുറികൾ. രാത്രിയിൽ എന്നും അവളുടെ കട്ടിലിന്നരികിൽ ഗുഡ്നൈറ്റ് പറയാനായി ചെല്ലും. അവളുടെ പുതപ്പും മെത്തയും തൊട്ടുതലോടും. എന്നാൽ, ഇനി കിടക്ക ഒഴിഞ്ഞു കിടക്കുകയായിരിക്കും.

അവൾ സൂട്ട്കേസ് ഒരുക്കിക്കൊണ്ടിരുന്നു. പിന്നെ അലമാരയുടെ ഡ്രായറുകൾ പരിശോധിക്കാനായി ചെന്നു. അയാൾക്കുനേരെ അവൾ കണ്ണുയർത്തി നോക്കിയതേയില്ല. "അന്യാ, നിനക്ക് ഭ്രാന്ത് പിടിച്ചിരിക്കുന്നു!" അയാൾ അട്ടഹസിച്ചു, മുട്ടുകുത്തി അവളുടെ അരികിലേക്ക് ഇഴഞ്ഞുചെന്ന്, അവളുടെ കൈപിടിച്ച് ചുണ്ടുകളിലമർത്തി. അപ്പോഴും ശാന്തയായി അവൾ കൈ പിൻവലിച്ചു. ശരിക്കും അവളുടെ ഈ ശാന്തതയാണയാളെ ഏറ്റവും ഭയപ്പെടുത്തിയത്. അയാൾ ചാടി എഴുന്നേറ്റു. അവളോട് തനിക്കുനേരെ മുഖം തിരിക്കാനാവശ്യപ്പെട്ടു, അവളുടെ കണ്ണുകളിലേക്കു നോക്കുവാനായി. പെട്ടെന്ന് അയാളുടെ കീഴെ തറ കുലുങ്ങുന്നതായി തോന്നി. അയാൾ കാണാനാശിച്ച ആ മുഖത്തിനു പകരം, ചലിച്ചുകൊണ്ടിരിക്കുന്ന വിചിത്രമായൊരു വെള്ളപ്പുള്ളിയാണ് കണ്ടത്. അവളുടെ തലപിടിച്ച് തനിക്കു നേരെ തിരിച്ചതായി അയാൾ നല്ലതുപോലെ ഓർക്കുന്നു. അയാൾ ദർശിച്ച വെള്ളപ്പുള്ളി പെട്ടെന്ന് വികസിക്കാൻ തുടങ്ങി, അതിന്റെ വെള്ളനിറം മാറി ഇളംനീലയായി. പിന്നെ നല്ല കറുപ്പ് ആയിത്തീർന്നു. അയാൾ അന്ന് കോട്ടയുടെ അറ്റത്തു നില്ക്കുമ്പോൾ ദർശിച്ച ആകാശത്തിന്റെ അതേ കറുപ്പ്. അതെ, അതു ശരിക്കും ആകാശം തന്നെയാണ്. രാത്രിയിലെ ആകാശം നക്ഷത്രങ്ങൾ നിറഞ്ഞത്. എന്തുകൊണ്ടോ നക്ഷത്രങ്ങൾ സൂര്യനെപ്പോലെ ഭയങ്കര വലുതാണ്. ഓരോന്നും സുവർണശോഭ പരത്തുന്നു. അവയെ നേരിട്ടുനോക്കാം. കണ്ണ് മഞ്ഞളിപ്പിക്കില്ല. അയാൾ ഭൂമിയിൽനിന്നും വേർപെട്ട് ആ നക്ഷത്രങ്ങൾക്കിടയിലൂടെ പ്രപഞ്ചത്തിൽ സ്വതന്ത്രനായി പറന്നു. എന്നാൽ അവയിലൊന്നിന്നരികെ എത്തിയ ഉടനെ സുവർണശോഭ മങ്ങിപ്പോയി. അയാളുടെ ദൃഷ്ടി കല്ലുകൾ നിറഞ്ഞൊരു മരുപ്രദേശത്ത് പതിഞ്ഞു. അനന്തമായി പരന്നുകിടക്കുന്ന ശൂന്യപ്രദേശമാണത്. ചക്രവാള സീമകളില്ലാതെ കൊടുംതൂക്കായ പാറകൾക്കും കല്ലുകൾക്കുമിടയിൽ തകർന്നുപോയ നഗരാവശിഷ്ടങ്ങൾ പരന്നുകിടക്കുന്നു. മനുഷ്യരുടെ തലയോടുകളും അസ്ഥികളും ചിന്നിച്ചിതറി

ക്കിടക്കുന്നുണ്ട്. കല്ലുകൾ നിറഞ്ഞ ഈ മരുഭൂമിയിൽനിന്ന് വിചിത്രമായൊരുതരം ഗന്ധം വമിക്കുന്നുണ്ട്. ഇടിവെട്ടിനും കൊടുങ്കാറ്റിനും ശേഷം പതിവായി അനുഭവപ്പെടാറുള്ള *ഓസോൺ* മണം. അന്ന് കോട്ടയുടെ പ്ലാറ്റ്ഫോമിൽ നില്ക്കുമ്പോൾ കണ്ട പക്ഷികളെപ്പോലെ അയാൾ കൂടുതൽ വിദൂരതയിലേക്ക് അനായാസേന പറന്നു. എവിടെ പറന്നുചെന്നാലും എല്ലാ നക്ഷത്രങ്ങളിലും അയാൾ കണ്ട കാഴ്ച ഒരേപോലെ ഉള്ളതായിരുന്നു. പണ്ട് ജീവിച്ചിരുന്നവരുടെ അവശിഷ്ടങ്ങൾ പഴയ സംസ്കാരത്തിന്റെ ഭൗതികാവശിഷ്ടങ്ങൾ എല്ലാം നശിച്ചുകഴിഞ്ഞിരിക്കുന്നു. പിന്നെ ഭീമാകാരമായ നക്ഷത്രങ്ങൾ ചെറുതാകാൻ തുടങ്ങി. കറുത്തിരുണ്ട ആകാശത്തിൽ മഞ്ഞപ്രകാശത്തോടെ ഒരു പൂർണചന്ദ്രൻ പ്രത്യക്ഷപ്പെട്ടു. അതിൽ നിന്നുയർന്ന ഒരു കവചത്തിൽ പ്രാചീനമായ പുരോഹിതഭാഷയിൽ 'അതെ, അതെ' എന്നെഴുതിയിരിക്കുന്നു. ഈ പ്രകാശിക്കുന്ന കവചവും അതിലെ അക്ഷരങ്ങളും കിഴക്കു മുതൽ പടിഞ്ഞാറുവരെ, ആകാശം മുഴുവൻ പറന്നു നടന്നു; റഷ്യയുടെ ദൈവകല്പിതമായ വിധിയെ നിഷ്പ്രഭമാക്കിക്കൊണ്ട്. അയാൾ ആ കവചത്തിനു പിന്നാലെ യാതൊരുവിധ ബുദ്ധിമുട്ടും കൂടാതെ സുഖമായി പറന്നു. സ്വന്തം ശരീരത്തിന്റെ ഇന്ദ്രിയബോധം അയാൾക്കു നഷ്ടപ്പെട്ടു. മുമ്പ് അപ്രാപ്യമാണെന്നു കരുതപ്പെട്ട അവസ്ഥയുമായി അയാൾ അലിഞ്ഞുചേർന്നു. അത് സ്വന്തം മാംസത്തിന്റെ ഒരു ഭാഗമായി ഇപ്പോൾ മാറി.

അന്നാ ഗ്രിഗൊറ്യേവ്നായുടെ കിടക്കയ്ക്കും ചുമരിനുമിടയ്ക്ക് കാർപ്പെറ്റിൽ ചെരിഞ്ഞ് ഇരിക്കുകയാണ് ഇപ്പോൾ അയാൾ. അവിടം വരെ അയാളെ വലിച്ചുകൊണ്ടുവന്നപ്പോഴേക്കും ആ ശരീരത്തിന്റെ ഭാരംകൊണ്ടവൾ കിതക്കാൻ തുടങ്ങി. ഒരു തലയിണ എടുത്ത് ശിരസ്സിനുകീഴെ വച്ചു. അയാളുടെ അപസ്മാരബാധ തീരാറായി. എന്നാൽ ചുണ്ടുകളിൽ പതയുണ്ട്. അവളതു തുടച്ചുകളഞ്ഞു. സാവധാനം കണ്ണുതുറന്ന് അയാളവളെ തിരിച്ചറിയാത്തതുപോലെ നോക്കി. *കോമ്മെക്കാ* - എന്തോ കാരണവശാൽ അയാൾ ഫ്രഞ്ചിൽ പറഞ്ഞു. "ഞാൻ ഇവിടെയുണ്ട്, ഫെഡ്യ്യാ, ഞാനിവിടെ നിങ്ങളോടൊപ്പമുണ്ട്.' അയാളുടെ അരികിൽ മുട്ടുകുത്തിനിന്ന് തന്റെ കവിൾ അയാളുടെ തണുത്ത നെറ്റിയിൽ അമർത്തിവച്ചുകൊണ്ടവൾ മറുപടി നല്കി. "ഞാൻ നിങ്ങളോടൊപ്പമുണ്ട്, ഇവിടെത്തന്നെയുണ്ട്." അവൾ

ആവർത്തിച്ചു. ദുഃഖവും വാത്സല്യവും അവളുടെ വാക്കുകളിൽ നിറഞ്ഞുനിന്നു.

ഉച്ചതിരിഞ്ഞ് രണ്ടുമണിക്കാണ് *ബേദൻ–ബേദനിൽ*നിന്ന് ട്രെയിൻ പുറപ്പെടുന്നത്. എന്നാൽ കുഞ്ചലമില്ലാതെ പോകാനാവില്ല. പിറ്റേന്ന് അതിരാവിലെ പൂർവാധികം ഊർജസ്വലതയോടെ കുഞ്ചലം അന്വേഷിക്കുന്ന പരിപാടി വീണ്ടും തുടങ്ങി. ആദ്യം മേരിയെ വിളിച്ചുവരുത്തി, പിന്നെ തെരീസയെ. അവരെ അന്നാഗ്രിഗൊറ്യേവ്നയും ഫെഡ്യയും ക്രോസ് വിസ്താരം നടത്തി. അയാൾ അപസ്മാരബാധയെത്തുടർന്ന് വളരെ മോശം, മാനസികാവസ്ഥയിലായിരുന്നു. പെട്ടെന്നു കോപം വന്നു ഗർജിക്കാൻ തുടങ്ങും. കാലത്ത് ഉണർന്നപ്പോൾ കണ്ണ് തുറക്കുന്നതിനു മുമ്പുതന്നെ അയാൾ അസുഖകരമായൊരു വൈകാരികാവസ്ഥയിലായിരുന്നു. മനക്കണ്ണിലൂടെ ഒരുതരം ദ്രവിച്ച മുനയുള്ള ത്രികോണം ദർശിച്ചു. വളരെ ബുദ്ധിമുട്ടി, അതിന്റെ അർത്ഥം മനസ്സിലാക്കാൻ ശ്രമിച്ചു. അപ്പോൾ പെട്ടെന്ന് ഓർമവന്നു: നഷ്ടപ്പെട്ട കുഞ്ചലം - അതെ, ശരിക്കും ത്രികോണം അപൂർണമാകാനുള്ള കാരണം അതാണ്. കുഞ്ചലം അപ്പോഴും കണ്ടുകിട്ടിയിട്ടില്ല. അതില്ലാതെ അവർക്ക് സ്ഥലംവിടാനാകില്ല. അതുകൊണ്ട് മേരിയും തെരീസയും എല്ലായിടത്തും തെരഞ്ഞു. പിന്നെ, തെരീസ പോയി. മേരി അന്നാഗ്രിഗൊറ്യേവ്നയുടെ കിടക്ക പരിശോധിച്ചു, പിന്നെ ഫെഡ്യായുടേത്. ഒടുവിൽ അതു കണ്ടെത്തി. ഫെഡ്യായുടെ കിടക്കയ്ക്കു താഴെ ഒരു വശത്ത്... താൻ അവിടെ നേരത്തെ തെരഞ്ഞതാണെന്ന് ഫെഡ്യ ശഠിച്ചു. അപ്പോൾ കുഞ്ചലം അവിടെ ഉണ്ടായിരുന്നില്ല. ഇപ്പോൾ അതവിടെനിന്ന് കണ്ടെടുത്ത നിലയ്ക്ക് മേരി അവിടെ വച്ചതായിരിക്കണം. കണ്ണുനീരൊഴുക്കിക്കൊണ്ട് മേരി യജമാനത്തിയെ കാണാനായി ഓടി. യജമാനത്തി അവരുടെ മുറിയിൽ പാഞ്ഞെത്തി, തന്റെ ജോലിക്കാർ സത്യസന്ധരാണെന്നും താൻ കള്ളന്മാരെ ജോലിക്കു നിർത്തിയിട്ടില്ലെന്നും അട്ടഹസിച്ചുകൊണ്ട് തന്റെ പരന്ന മാറിടത്തിൽ സ്വയം ഇടിച്ചു. വിക്ടർ യൂഗോവിന്റെ നോവലിലെ കഥാപാത്രത്തെ മനസ്സിൽ കണ്ടുകൊണ്ട് ഈ സ്ത്രീയെ *മാഡം തെനാർദ്ദിയർ* എന്നാണ് അന്നാഗ്രിഗൊറ്യേവ്ന വിളിക്കാറ്. മനുഷ്യത്വമില്ലാത്ത പുരുഷഭാവമുള്ള തൊള്ളപൊളിയൻ പെണ്ണ്. കോപത്തോടെ അലറി സ്വന്തം മുഷ്ടികൊണ്ട് നെഞ്ചത്തിടിക്കുന്നതു കണ്ട് ഫെഡ്യാക്ക്

മറ്റൊരു സുപരിചിത നാമമാണോർമ്മ വന്നത്. “ആഹാ!” അയാൾ ചിന്തിച്ചു: *കുറ്റവും ശിക്ഷയും* എന്ന നോവലിലെ *കാതറീനാ ഇവനോവ്ന*. മുഖത്തും കഴുത്തിലും ചുകന്ന പുള്ളികളുള്ളവൾ. കഷ്ട പ്പെട്ട് ശ്വാസോച്ഛ്വാസം ചെയ്യുന്ന ക്ഷയരോഗിയായ അവൾ ഭർത്താവിന്റെ ശവസംസ്കാരസദ്യയിൽ വച്ച് വെപ്രാളപ്പെട്ട് താൻ ഉന്നതകുലജാതയാണെന്നു വിരുന്നുകാരെ ബോധ്യപ്പെടുത്താൻ ശ്രമിക്കുന്ന രംഗം. കാണികളിൽ അതു ചിരിയാണുയർത്തിയത്. പ്രത്യേകിച്ച് മണ്ടിയും ധിക്കാരിയും വായാടിയുമായ ജർമൻകാരി വീട്ടുടമസ്ഥ, *അമാലിയ ഇവനോവ്ന*യിൽ. *കാതെറീനാ ഇവനോവ്ന*യെപ്പോലുള്ളവരെ എത്ര കൃത്യമായിട്ടാണയാൾ ചിത്രീകരിച്ചിരിക്കുന്നത്. ഇപ്പോൾ നടക്കുന്ന രംഗത്ത് കാര്യങ്ങൾ നേരെ മറിച്ചാണെങ്കിലും. എന്നാൽ, നീറിപ്പുകയുന്ന ആ അന്തരീക്ഷം ജീവിതത്തോട് എത്ര സത്യസന്ധമായിട്ടാണ് അലിഞ്ഞുചേർന്നിരിക്കുന്നത്.

കഴിഞ്ഞ നവംബർ മുതൽ അയാൾ ഒന്നും എഴുതിയിട്ടില്ല. ആദ്യം വിവാഹം. പിന്നെ ഈ ചൂതാട്ടപരിപാടികൾ. മറ്റെല്ലാത്തിനെയും അയാളുടെ തലയിൽനിന്നും ആട്ടിപ്പായിച്ചു. അതുകൊണ്ട് *ബെലിൻസ്കി*യെക്കുറിച്ചുള്ള ലേഖനംപോലും അയാൾക്ക് എഴുതാൻ കഴിഞ്ഞില്ല. ഗൗരവത്തോടെ ചിന്തിക്കാനവസരം ലഭിച്ചില്ല. ആകസ്മികമായാണ് ഇത്തരം ചിന്തകൾ അയാളുടെ മനസ്സിലൂടെ കടന്നുപോയത്. ഇപ്പോൾ വാതിലിന്നപ്പുറത്ത് എവിടെനിന്നോ വീട്ടുടമസ്ഥയുടെ ശബ്ദം കേൾക്കാം. കുഞ്ചലസംഭവം അവസാനിച്ചിരിക്കുന്നു. അയാൾ സ്വന്തം ഡെസ്കിനരികിൽ കൈകളിൽ താടിവച്ച് കണ്ണുകൾ അടച്ച് ഇരുന്നു. ജീർണിച്ചു വളഞ്ഞ ശിഖരം അയാളുടെ മനസ്സിൽ വീണ്ടും പ്രത്യക്ഷപ്പെട്ടു. തലേന്നയാൾ നേടിയ വിജയം വെറും രണ്ടു പ്രാവശ്യം മാത്രം ചക്രം തിരിച്ചപ്പോൾ നേടിയതാണ്. വെറും ഒരു ഒറ്റ നമ്പർ, പ്രത്യേകിച്ച് മൂന്ന്, മറ്റ് അക്കങ്ങളെ ഹരിക്കാനാവുന്നത്. ട്രെയിൻ പുറപ്പെടാൻ ഇനിയും രണ്ടു മണിക്കൂർ ഉണ്ട്. വൻസമ്പത്ത് നേടാൻ അത്രയും സമയം ധാരാളം. അവസാനസാധ്യതയും തട്ടിക്കളഞ്ഞു കൊണ്ടയാൾ അവിടെ ഇരിക്കുകയാണ്. അന്തിമമായ അവസരം പാഴാക്കി ഡെസ്കിന്നരികെ ഒരു കൊള്ളരുതാത്തവനെപ്പോലെ വെറുതെ ഇരിക്കുന്നു. അധികം ദൂരെയല്ലാതെ, *ലിച്ചെൻ തെയിലർ അല്ലി*യുടെ അറ്റത്ത് വെളുത്ത ഇരുനിലക്കെട്ടിടം. അവിടെ ദീപക്കൂട്ടങ്ങൾ

ചൊരിയുന്ന പ്രകാശങ്ങൾക്കു കീഴെ തടിച്ച പച്ച കർട്ടനിട്ട പൊക്കമുള്ള ജനലകൾക്കു പിന്നിൽ, നീലവിരിയിട്ട മേശകളിന്മേൽ, പുകയിലയുടെ പുകനിറഞ്ഞ അന്തരീക്ഷത്തിലേക്ക് പ്രകാശം ആഴ്ന്നിറങ്ങുന്ന തിള ങ്ങുന്ന സ്വർണനാണ്യങ്ങളുടെ കൂമ്പാരം കാണാം. പള്ളികളിലെ കുന്തിരിക്കത്തിന്റെ പുകപടലത്താൽ ആവൃതമായ വിഗ്രഹത്തിന്റെ ആകാരം മെഴുകുതിരി വെട്ടത്തിൽ മിന്നിത്തിളങ്ങുന്നതുപോലെ.

ഇതു തന്റെ ഏറ്റവും അവസാനത്തെ ചൂതാട്ടമാണെന്ന് അന്നാ ഗ്രിഗൊറ്യേവ്നയോടയാൾ ശപഥം ചെയ്തു. വെറുതെ ഒന്നു പോയി നോക്കുക മാത്രമാണാഗ്രഹം. ഒരു *ഗിൽഡെർ* മാത്രം മതി, അഥവാ *കുർഹോസി*നു നേരെ ചെല്ലാൻ തോന്നിയെങ്കിലോ! ആ സമയത്ത്, ലഗ്ഗേജ് ചാർജ് കുറയ്ക്കാനായി പുസ്തകങ്ങളെല്ലാം തന്റെ കറുത്ത ഉടുപ്പിൽ പൊതിഞ്ഞു വയ്ക്കാൻ തുടങ്ങുകയായിരുന്നു അന്നാഗ്രിഗൊ റ്യേവ്ന കുറച്ച് ഫെഡ്യ്യായുടെ ഓവർകോട്ടിലും വച്ചു. അപ്പോൾ അത വർക്ക് കൈയിൽ കരുതാവുന്ന ലഗ്ഗേജായി ട്രെയിനിൽ കൂടെ കൊണ്ടു പോകാം. പിന്നെ അലമാരയുടെ എല്ലാ ഡ്രായറുകളും കിടക്കകളും ഒന്നുകൂടി പരിശോധിച്ച്, തങ്ങൾ ഒന്നും മറന്നുപോയിട്ടില്ലെന്ന് ഉറപ്പു വരുത്തണം. അതിനുള്ളിൽ ഫെഡ്യ്യാ തിരിച്ചെത്തി. അവളുടെ മുന്നിൽ മുട്ടുകുത്തിനിന്ന് താൻ എല്ലാം നഷ്ടപ്പെടുത്തി എന്നു പറഞ്ഞു. താൻ ഒരു നികൃഷ്ടനാണെന്ന് സ്വയം കുറ്റപ്പെടുത്തി. കാരണം അയാൾ സ്വന്തം വിവാഹമോതിരം വീണ്ടും പണയപ്പെടുത്തിയിരിക്കുന്നു. അതു കൊണ്ട് അവർക്ക് സ്ഥലംവിടാനാവശ്യമുള്ള പണം ഇല്ലാതായിരി ക്കുന്നു. അപ്പുറത്തെ മൂലയിലുള്ള *മൊപ്പെർട്ടി*ന്റെ അടുത്തേക്ക്, അവ ളുടെ കമ്മലുകൾ പണയം വയ്ക്കാനായി അയാൾ പാഞ്ഞു.

സ്വർണനാണയക്കൂമ്പാരം വിചിത്രമായ ശോഭയോടെ അപ്പോഴും മിന്നിത്തിളങ്ങുന്നുണ്ട്. വണ്ടി പുറപ്പെടുവാൻ ഇനിയും ഒന്നരമണിക്കൂർ ഇരിക്കെ, അഞ്ച് ഫ്രാങ്ക് പോക്കറ്റിലിട്ടുകൊണ്ട് ഫെഡ്യ്യാ *കുർഹോസി* ലേക്കു വീണ്ടും പാഞ്ഞു. മുമ്പ്, അയാൾ തോറ്റ് മോതിരം പണയം വച്ചപ്പോൾ ആവേശഭരിതനായി തന്റെ ഏഴാമത്തെ പന്തയം (ഒരു ഒറ്റ നമ്പർ) ‘സീറോ’യിൽ വച്ചു. ഭാഗ്യനമ്പറായ ‘ഏഴി’ൽ വിശ്വാസമർപ്പിച്ച് എല്ലാം നഷ്ടപ്പെടുത്തി. ചൂതാട്ടമേശയുടെ സൂപ്പർവൈസർ പണ മെല്ലാം വാരിയെടുത്തു കൂമ്പാരത്തിലിട്ട്, ഉള്ളംകൈകൊണ്ട് നിരത്തി. ആ കൂമ്പാരം ഒന്നുകൂടി കൂർത്തുവരുന്നതു കാണാനയാളാഗ്രഹിച്ചു.

കളിക്കാരുടെയും കാണികളുടെയും പിന്നിലയാൾ നിശ്ശബ്ദനായി നിന്നു. അവരുടെ തലകൾക്കിടയിലൂടെ സൂപ്പർവൈസറുടെ അടുത്തുള്ള നാണ്യകൂമ്പാരത്തിലേക്കെത്തിനോക്കി. കളിയുടെ പുരോഗതിക്കനുസരിച്ച് അതു വലുതാകുകയും ചെറുതാകുകയും ചെയ്യുന്നു. അഞ്ച് ഫ്രാങ്ക് കൈയിൽ പിടിച്ചുകൊണ്ട് ആ കൂമ്പാരത്തിന്റെ ശിഖരം മൂർധന്യത്തിലെത്തുന്നതു നോക്കിനില്ക്കുമ്പോൾ ഹൃദയമിടിപ്പ് നിന്നതുപോലെ അയാൾക്കു തോന്നി. ആ നിമിഷമാണ് തന്റെ ജീവിതത്തിലെ നിർണായകഘട്ടമെന്നയാൾ കരുതി. സൂപ്പർവൈസർ ചൂതാട്ടക്കാർക്ക് നഷ്ടപ്പെട്ട പണം വാരിക്കൂട്ടിക്കൊണ്ടിരുന്നു; അതു ഭയങ്കര ഉയരത്തിലായപ്പോൾ, ഏതു നിമിഷവും അതു നിലംപതിച്ചേക്കാമെന്നു തോന്നി. അതിനു മുകൾഭാഗം ഒരു ത്രികോണ രൂപത്തിലായി. താൻ എന്താണ് ചെയ്യുന്നതെന്നറിയാതെ ഒറ്റക്കുതിപ്പിന് മേശയ്ക്കു മുന്നിലെത്തി. സൂപ്പർവൈസർ വാതുവയ്ക്കാനായി ആളുകളെ വിളിച്ച ഉടനെ അഞ്ചു ഫ്രാങ്ക് നാണ്യം (വീണ്ടും ഒറ്റ നമ്പറിൽ) അയാൾ ഇട്ടു. ബാൾ ശക്തിയായി കറങ്ങിത്തിരിഞ്ഞ് പെട്ടെന്ന് സീറോയിൽച്ചെന്നു വീണു. ആഹ്ലാദത്തിന്റേയും നിരാശയുടേയും ആർപ്പുവിളികൾ നാനാഭാഗത്തുനിന്നും ഒപ്പം ഉയർന്നു. ചില കളിക്കാർക്ക് വൻസമ്പത്ത് പെട്ടെന്ന് ലഭിച്ചു. മറ്റു ചിലർക്ക് സർവസ്വവും നഷ്ടപ്പെട്ടു.

അയാൾ *കുർഹോസി*ലെ ജനക്കൂട്ടത്തിന്നിടയിലൂടെ പുറത്തേക്കു നടന്നു. അയാളുടെ തല കുനിഞ്ഞുകിടന്നു. അയാളുടെ അവസാന നാണ്യം ചൂതാട്ടത്തിൽ നഷ്ടപ്പെട്ടു. അതോടൊപ്പം അയാളുടെ അവസാന ആശയും. അയാൾ താഴേയ്ക്ക് ഉരുണ്ടുവീഴുകയാണ്. അന്തിമവും മാറ്റാനാവാത്തതുമായ പതനം ആണ് ഇപ്പോൾ. അയാൾക്കു മുകളിൽ എന്നും അപ്രാപ്യമായ ശിഖരത്തിൽ നാടകശാലയിലേതുപോലെ അർദ്ധവൃത്താകൃതിയിൽ പരിചിതരൂപങ്ങൾ നിരന്നുനില്ക്കുന്നു. അവർ പരസ്പരം കണ്ണുകൾ ചിമ്മുകയും പല്ലിളിക്കുകയും സന്തോഷത്തോടെ അടക്കിച്ചിരിക്കുകയും അയാൾക്കു നേരെ വിരൽചൂണ്ടുകയും ചെയ്യുന്നു. അയാൾ കൂടുതൽ വേഗതയോടെ താഴോട്ടു വീണുകൊണ്ടിരിക്കയാണ്, ഏതിലെങ്കിലുമൊന്നിൽ പിടിച്ച് കരകയറാൻപോലും ശ്രമിക്കാതെ.

ശ്വാസം നിലച്ച മട്ടിൽ വിളറിയ മുഖവുമായി അയാൾ വീട്ടിൽ തിരിച്ചെത്തിയപ്പോൾ, പതിനൊന്ന് *ഗിൽഡെർ* ആവശ്യപ്പെട്ട വീട്ടുടമ

സ്ഥയുമായി വാദിച്ചുനില്ക്കുകയായിരുന്നു അന്നാഗ്രിഗൊറ്യേവ്ന. അവൾ ചൂടായപ്പോൾ വീട്ടുടമസ്ഥ വീണ്ടും നെഞ്ചത്ത് ഇടിക്കാൻ തുടങ്ങി. പിന്നെ, സർവീസിനും തീച്ചൂളയുടെ വിറകിനുമുള്ള പണം അവൾ ആവശ്യപ്പെട്ടു. അന്നാഗ്രിഗൊറ്യേവ്ന രണ്ട് ഗിൽഡെർ കൂടി കൊടുക്കാമെന്നേറ്റു.അതു പോരാ എന്ന് വീട്ടുടമസ്ഥ വാദിച്ചു. അന്നാഗ്രിഗൊറ്യേവ്ന ഒരു *ഗിൽഡെർ* കൂടി നല്കാമെന്നു പറഞ്ഞപ്പോൾ, അവൾ വീണ്ടും നെഞ്ചത്ത് ഇടിക്കാൻ തുടങ്ങി. തന്റെ സേവനത്തിൽ സത്യസന്ധതയില്ലാത്തവരാരുമില്ലെന്നവൾ അട്ടഹസിച്ചു. ഒടുവിൽ അവൾ പോയപ്പോൾ ഒരു വണ്ടി വിളിക്കാനായി ഫെഡ്യാ ധൃതിയിൽ പാഞ്ഞു. അയാൾ പുറത്തുകടന്ന ഉടനെ പൊട്ടിപ്പോയ ഒരു 'ഫ്ളവർ വാസി'ന് പതിനെട്ട് *ക്രുട്സർ* കൊടുക്കണമെന്ന് വീട്ടുടമസ്ഥ ആവശ്യപ്പെട്ടു. ഈ സമയത്ത് ഫെഡ്യാ വണ്ടിയുമായി തിരിച്ചെത്തി. അയാൾ വിയർത്തുകുളിച്ചിട്ടുണ്ട്. അയാൾക്കു ജലദോഷം പിടിക്കുമോ എന്നോർത്ത് അന്നാഗ്രിഗൊറ്യേവ്നാ പേടിച്ചു. അതിന്നിടയിൽ വീട്ടുടമസ്ഥ മുറിക്കുള്ളിൽ ഓടിനടന്ന് ഓരോന്ന് ആവശ്യപ്പെടുകയും നെഞ്ചത്ത് ഇടിക്കുകയും ചെയ്തുകൊണ്ടിരുന്നു. ഒടുവിൽ, ഫെഡ്യാ വണ്ടി വിളിക്കാൻ പോയപ്പോൾ വാങ്ങിച്ചുകൊണ്ടുവന്ന കുറച്ച് ബ്രഡ്ഡും ജാമും ധൃതിയിൽ കഴിച്ച് അവർ മുറിവിട്ട് കോണി ഇറങ്ങാൻ തുടങ്ങി. വീട്ടുടമസ്ഥ അവരെ യാത്ര അയക്കാൻ വന്നില്ല, മേരിയും. കോണിയുടെ താഴത്തു നിന്നിരുന്ന മേരി അവരുടെ നേരെ തലതിരിച്ചു നോക്കിയതുപോലുമില്ല. എന്ത് നന്ദിയില്ലാത്ത പെൺകുട്ടി! അവർ അവൾക്ക് എത്ര പ്രാവശ്യം പഴങ്ങളും മറ്റ് കൊച്ചുസമ്മാനങ്ങളും നല്കിയിട്ടുള്ളതാണ്. എന്നിട്ടവൾക്ക് 'ഗുഡ്ബൈ' പറയാനുള്ള സന്മനസ്സ് പോലുമില്ലാതെ പോയി! പുറമെ നിന്ന കരുവാന്റെ വൃത്തികെട്ട മക്കളെയാണ് വണ്ടിയുടെ അടുത്തായി ആകെ അവർ കണ്ടുമുട്ടിയത്. അവരെ ഒരിക്കലും ഉറങ്ങാനനുവദിക്കാത്ത നശിച്ച കുട്ടികൾ. അവർ വണ്ടിയിൽ കയറിയപ്പോൾ വീട്ടുമസ്ഥയുടെയും മേരിയുടെയും മുഖങ്ങൾ ജനലയ്ക്കൽ പ്രത്യക്ഷപ്പെട്ടു. അവരുടെ നേരെ എന്തോ ഭീഷണിപ്പെടുത്തുന്ന വാക്കുകൾ വീട്ടുടമസ്ഥ വിളിച്ചുപറയുന്നുണ്ട്. ഏതു നിമിഷവും കല്ലുകൾ തങ്ങൾക്കുനേരെ പറന്നുവന്നേക്കാമെന്നവർ പെട്ടെന്ന് ചിന്തിച്ചുപോയി.

എന്നാൽ, വണ്ടി നീങ്ങി. കല്ലുപതിച്ച റോഡിലൂടെ കുതിരകൾ ഓടുമ്പോഴുള്ള കുളമ്പടിശബ്ദം ഉയർന്നു. വെള്ള അക്കേഷ്യ മരങ്ങൾ

വച്ചുപിടിപ്പിച്ച സുപരിചിതമായ *ബേദൻ-ബേദൻ* തെരുവുകളിലൂടെ അവർ വണ്ടി ഓടിച്ചുപോയി. ഓടിട്ട മേൽക്കൂരകളുള്ള വീടുകൾ അവർ പിന്നിട്ടു. എന്നും കാണാറുള്ള വീടുകൾ; വേനൽക്കാലം കഴിയാറാ യെങ്കിലും ചൂടുള്ള ഉച്ചസമയമായതിനാൽ ജനലകളും വാതിലുകളും അടച്ചിട്ടിരിക്കയാണ്. പണയത്തിൽനിന്നും തിരിച്ചെടുത്ത പഴയ കറുത്ത ബെർലിൻ കോട്ടും ധരിച്ച്, പുസ്തകക്കെട്ടും പിടിച്ച് കുനി ഞ്ഞിരിക്കുകയാണ് ഫെഡ്യാ. അതുപോലെ, പണയത്തിൽനിന്നും തിരിച്ചുവാങ്ങിച്ച വയലറ്റ് ഉടുപ്പും ഷാളുമാണ് അന്നാഗ്രിഗൊറ്യേവ്ന ധരിച്ചിരിക്കുന്നത്. ഉടുപ്പിലെ കീറലുകൾ മറയ്ക്കാനായി ഷാൾ വളരെ ഉപയോഗപ്പെട്ടു, തൊപ്പിയോടൊപ്പം ശിരോവസ്ത്രവും അവൾ അണി ഞ്ഞിട്ടുണ്ട്. തന്റെ കറുത്ത തൊപ്പിയാണ് ഫെഡ്യ ഇട്ടിട്ടുള്ളത്. അത് ഇടയ്ക്കിടെ പൊക്കി ശിരസ്സിലെ വിയർപ്പ് അയാൾ തുടച്ചുകൊണ്ടി രിക്കുന്നു. അപ്പോൾ പുസ്തകക്കെട്ട് കാൽക്കീഴിൽ വയ്ക്കും. സുപ രിചിതമായ ആ കെട്ടിടങ്ങളും തെരുവുകളും ചെസ്റ്റ്നട്ട് മരങ്ങൾ വരി വരിയായി നില്ക്കുന്ന *ലിച്ചെൻ തെയിലർ അല്ലി*യും നോക്കിക്കണ്ട പ്പോൾ, അവർ വളരെക്കാലമായി അവിടെ താമസിക്കയായിരുന്നു എന്ന് അന്നാഗ്രിഗൊറ്യേവ്നയ്ക്കു തോന്നി. ശാശ്വതമായി! അതിനും പുറമെ, മറ്റൊന്നുംതന്നെ അവരുടെ ജീവിതത്തിലില്ലെന്നും. ഈ സ്ഥലം വിട്ടുപോകുന്നതു തടയാനായി എന്തെങ്കിലും സംഭവിക്കുമെന്ന് അവൾ ഭയപ്പെട്ടു; കുറച്ചുനേരമായി ഈ ചിന്ത അവളെ അലട്ടിക്കൊ ണ്ടിരുന്നു. നഗരത്തിന്റെ ഏതു ഭാഗത്തുനിന്നും കാണാവുന്ന ടൗൺ ഹാൾ ടവറിലെ ക്ലോക്കിൽ ഇടയ്ക്കിടെ അവൾ നോക്കിക്കൊണ്ടിരുന്നു.

ദൈവത്തിന് സ്തുതി! അവർ സമയത്തിനുതന്നെ എത്തി. പോർട്ടർ അവരുടെ സൂട്ട്കേസുകൾ ലഗ്ഗേജ് വാനിലേക്കു കൊണ്ടു പോകവെ, ഫെഡ്യാ ടിക്കറ്റെടുക്കാനായി പാഞ്ഞു. ട്രെയിൻ പുറപ്പെ ടാൻ തയ്യാറായി നില്ക്കുന്നു. കൂടെ കൊണ്ടുപോകാനുള്ള പുസ്തക ക്കെട്ട് അന്നാഗ്രിഗൊറ്യേവ്നയ്ക്കടുത്ത് ബഞ്ചിൽ കിടപ്പുണ്ട്. ആ സമ യത്ത് 'തെരേസാ' പ്രത്യക്ഷപ്പെട്ടു; ചുറ്റുപാടും നോക്കി പ്ലാറ്റ്ഫോമി ലൂടെ അവൾ ഓടിഅടുക്കുന്നു. അന്നാഗ്രിഗൊറ്യേവ്നയുടെ വയറൊന്ന് കത്തി. അന്നയ്ക്കു വീടുവിട്ടു പോകാനാവില്ലെന്ന ഒരു മുൻകൂർ തോന്നൽ അവൾക്കുണ്ടായിരുന്നു; അവരുടെ യാത്ര തടയാനായി എന്തെങ്കിലും സംഭവിക്കുമോ?

അന്നാ ഗ്രിഗൊറ്യേവ്നയെ കണ്ടപ്പോൾ തെരേസാ നിന്നു. കിതപ്പോടെ അതിവേഗത്തിൽ അവളോടെന്തോ പറയാൻ തുടങ്ങി. അന്നാ ഗ്രിഗൊറ്യേവ്ന ഫ്ളാറ്റിന്റെ താക്കോലും കൂടെ കൊണ്ടുവന്നിരിക്കുന്നു. അവൾ ആശ്വാസത്തോടെ ദീർഘശ്വാസം വലിച്ചു. അവൾ ഹാന്റ് ബാഗിലുള്ള സാധനങ്ങളെല്ലാം പുറത്തെടുത്തിട്ട് തെരഞ്ഞ് താക്കോൽ കണ്ടെത്തി. ഫ്ളാറ്റിന്റെ താക്കോൽ എടുത്തുകൊണ്ടു പോകുന്നത് ശരിക്കും അവളുടെ ഒരു ദുശ്ശീലമാണ്. താക്കോലിനോടൊപ്പം കുറച്ച് *ക്രൂട്ട്സറും* അവൾ തെരേസയ്ക്കു നൽകി. അവൾ അതിന് നന്ദിയും ശുഭയാത്രയും നേർന്നു. എന്തൊക്കെ ആയാലും *ബേദൻ-ബേദനി*ലെ ഏറ്റവും നല്ല വ്യക്തി അവൾ തന്നെയാണ്. അത്രയ്ക്ക് അനുസരണയും വിധേയത്വവും ഉള്ളവൾ. അവർ മോശമായി പരിചരിക്കപ്പെട്ടതിൽ തീർച്ചയായും വിഷമിച്ചിരുന്നവൾ.

കമ്പാർട്ടുമെന്റിൽ നല്ല ചൂടായിരുന്നു. ട്രെയിൻ നീങ്ങാൻ തുടങ്ങിയപ്പോൾ കുറെശ്ശെ തണുപ്പുവന്നു. ചുകന്ന ഇഷ്ടികകൊണ്ട് നിർമിക്കപ്പെട്ട ഓടുമേഞ്ഞ മേൽക്കൂരകളുള്ള കെട്ടിടങ്ങൾ ജനലിലൂടെ കടന്നുപോയി. ദൂരെ പച്ചവിരിച്ച മലകൾ. *ആൾടെസും ന്യൂസ്സ്ക്ക്ളോസു*മുള്ള ആ മലകളിലൊന്നിൽ പാറകൾ പുറത്തേക്കു തള്ളിനില്ക്കുന്നു. ഇനി ഒരിക്കലും തിരിച്ചുവരാത്തവിധത്തിൽ അവർ ഈ സ്ഥലം വിട്ടുപോകുകയാണ്. ആ പശ്ചാത്തലത്തിൽ അവളതിന്റെ സൗന്ദര്യം വീക്ഷിച്ചു. ആദ്യമായി അവർ അവിടെ വന്നപ്പോൾ മലകളാൽ ചുറ്റപ്പെട്ട നഗരവും കുറച്ചു ദൂരെ ഒഴുകുന്ന നീലനിറമുള്ള റൈൻ നദിയും എന്തുമാത്രം അവരെ ആകർഷിച്ചു. ഒരുനിമിഷം അവൾക്കു ദുഃഖം തോന്നി. "വേർപാട്, എല്ലായിടത്തും, മരണമാണ്." *മറീനാ സ്വറ്റായേവ* ദുഃഖത്തിന്റെ വൈകാരികതയെക്കുറിച്ച് വിവരിക്കവെ പറഞ്ഞതാണിത്. എന്നെ സംബന്ധിച്ചിടത്തോളം ഏറ്റവും അസുഖകരമായ പരിതഃസ്ഥിതിയിൽനിന്ന് വിടവാങ്ങുമ്പോൾപോലും എനിക്കപ്രകാരം അനുഭവപ്പെടാറുണ്ട്. കാരണം എനിക്കറിയാം അവരുടെ ഇടയിലേക്ക് ഞാനിനി ഒരിക്കലും തിരിച്ചുവരില്ലെന്ന്.

എവിടെനിന്നോ കുറച്ച് കറുത്ത മുന്തിരി ഫെഡ്യാ സംഘടിപ്പിച്ചു. വളരെ സ്വാദുള്ള ആ മുന്തിരി ട്രെയിനിലിരുന്ന് അവർ കഴിച്ചു. നിർഭാഗ്യവശാൽ ആവശ്യത്തിനുള്ളത്ര ഫെഡ്യാ കൊണ്ടുവന്നിരുന്നില്ല. സുപരിചിതമായ *ഷാർസ്‌വാൾഡ്* അല്ലെങ്കിൽ *തുരിഞ്ചർ*

വാൾഡ് പുറത്ത് നീണ്ടുകിടക്കുകയാണ്. അവിടെ ആളുകൾ ട്രെയിനുകൾ മാറിക്കൊണ്ടേ ഇരിക്കുന്നു. അവസാനമില്ലാത്തതുപോലെ. ഒരു കൂട്ടം സഹയാത്രികർ മാറി മറ്റൊരു കൂട്ടം വന്നു. രണ്ടു വൃദ്ധകളും ഒരു യുവതിയും ഇരുമ്പുവടിയും പിടിച്ചെത്തി. ബാസലിലേക്ക് പോകുകയാണ് അവർ. പിന്നെ ഗൗരവഭാവമുള്ള ഒരു മധ്യവയസ്ക. അവർ വിവാഹം കഴിക്കാനാഗ്രഹിക്കുന്നവളാണെന്ന് എന്തോ കാരണവശാൽ അന്നാഗ്രിഗൊറ്യേവ്ന ഉറപ്പിച്ചു! അതിനുശേഷം ഒരു ജർമൻ യുവാവ് അന്നാഗ്രിഗൊറ്യേവ്നയുടെ കാലിൽ ചവിട്ടി കടന്നുപോയി. അയാൾ വളരെ വിനീതനായി അവളോടു മാപ്പ് ചോദിച്ചു. പിന്നീടാണയാൾ വലിയ വായാടിയാണെന്നു മനസ്സിലായത്. ഫെഡ്യാ ഉടനെ സീറ്റിന്റെ മൂലയിലേക്കു വലിഞ്ഞു. അന്നാഗ്രിഗൊറ്യേവ്നയെയും ജർമനെയും അയാൾ ദേഷ്യത്തോടെ നോക്കി. എന്നാലതുകൊണ്ടൊരു ഫലവുമുണ്ടായില്ല. പിന്നെ, ദുഃഖാചരണത്തിലായിരുന്ന ഒരു സ്ത്രീ, റഷ്യയിൽ ഇപ്പോഴും പാസ്പോർട്ട് എന്ന വസ്തു നിലനില്ക്കുന്നുണ്ടോ എന്നു കണ്ടെത്തുവാൻ വ്യഗ്രത കാട്ടി. അന്നാഗ്രിഗൊറ്യേവ്നയെ ഒരു ജർമൻകാരിയാണെന്നാണവൾ കരുതിയത്. അതൊരു അപമാനമായി അന്നാഗ്രിഗൊറ്യേവ്ന എടുത്തു. തികച്ചും മര്യാദകേട്. വേറെ രണ്ട് യുവതീയുവാക്കളുമുണ്ട്. ജർമൻ നവവധൂവരന്മാർ.

'സാൻഡ്വിച്ച്' വാങ്ങിക്കാനായി ഏതോ ഒരു സ്റ്റേഷനിൽ ഫെഡ്യാ ഇറങ്ങി. ആവശ്യത്തിന് ചില്ലറ ഇല്ലാതിരുന്നതിനാൽ, പത്ത് ഫ്രാങ്കിന് ഫെഡ്യാ ചില്ലറ വാങ്ങി. എന്നാൽ, കച്ചവടക്കാരൻ ഒരു ഫ്രാങ്ക് കുറവാണയാൾക്കു നല്കിയത്. അക്കാര്യം അയാളോട് ഫെഡ്യാ പറഞ്ഞപ്പോൾ അയാൾ കേട്ട ഭാവംപോലും നടിച്ചില്ല. മറ്റ് ഇടപാടുകാരുമായി തിരക്കിലാണെന്ന ഭാവത്തിൽ നിന്നു. ആ സമയത്താണ് മൂന്നാം മണി അടിച്ചത്; അന്നാഗ്രിഗൊറ്യേവ്ന വാതിലടച്ചിട്ട കമ്പാർട്ടുമെന്റിൽ ഇരിക്കുകയാണ്, ടിക്കറ്റ് ഫെഡ്യായുടെ കൈയിലും. ഫെഡ്യാ ഫ്രാങ്കിനുവേണ്ടി അലറി നോക്കി, ട്രെയിനിന്റെ വിസിലിനേക്കാൾ ഉച്ചത്തിൽ. ഭയങ്കര ദേഷ്യത്തിൽ മുഖം ചുകപ്പിച്ച് പാറിപ്പറക്കുന്ന മുടിയുമായി ഫെഡ്യ കമ്പാർട്ടുമെന്റിൽ പാഞ്ഞെത്തി. ആ വായാടി ജർമനുമായി നടന്ന സംഭവങ്ങളെല്ലാം വിവരിച്ചുകൊടുത്തു. ഒടുവിൽ ഉറക്കെ ഇങ്ങിനെ പറഞ്ഞുനിർത്തി എല്ലാ രാജ്യത്തിലെയും

കള്ളന്മാരെ ഒന്നിച്ചുകൂട്ടിയാലുള്ളതിനേക്കാൾ കൂടുതൽ കള്ളന്മാർ ജർമനിയിലുണ്ട്. ആ കമ്പാർട്ടുമെന്റിലുണ്ടായിരുന്ന രണ്ടു വൃദ്ധകൾ ഉറക്കെത്തന്നെ അതിനോട് വിയോജിപ്പ് പ്രകടിപ്പിച്ചു. എന്നാൽ യുവാവായ ജർമൻകാരൻ മര്യാദയുടെ പേരിൽ അതിനോടു യോജിച്ചു. അങ്ങനെ സാൻഡ്‌വിച്ച് സംഭവത്തിൽ നഷ്ടപ്പെട്ട ഒരു ഫ്രാങ്കിന് ഒരു പരിധിവരെ പ്രതികാരം ചെയ്തല്ലോ എന്ന് ഫെഡ്യ ആശ്വസിച്ചു. ആ ജർമൻകാരൻ അന്നാഗ്രിഗൊറ്യേവ്നയോട് അടുപ്പം കാണിക്കുന്നതിനോടും! ജനലയ്ക്കു പുറമെ വീണ്ടും റൈൻനദി പ്രത്യക്ഷപ്പെട്ടു. പച്ച നിറത്തിലുള്ള വിശാലമായ ജലപ്പരപ്പും പുഴയുടെ നടുവിലെ പാറകളും മറ്റും അന്നാഗ്രിഗൊറ്യേവ്നയെ ആഹ്ലാദിപ്പിച്ചു. അവളതിനെ പഴയൊരു സുഹൃത്തായി സ്വാഗതം ചെയ്തു.

പിറ്റേന്നു രാവിലെ അവർ *ബാസെലിൽ* എത്തി. റെയിൽവെ സ്റ്റേഷനിൽ ഭയങ്കര തിരക്കാണ്. തങ്ങളുടെ ലഗ്ഗേജിന്നായി അവിടെ കാത്തുനില്ക്കണോ എന്ന് അന്നാഗ്രിഗൊറ്യേവ്നയ്ക്കോ ഫെഡ്യായ്ക്കോ ശരിക്കറിയില്ലായിരുന്നു. അവരുടെ അടുക്കൽ വീണ്ടും എങ്ങനെയോ വന്നുപെട്ട ആ വായാടി ജർമൻ ലഗ്ഗേജിനെക്കുറിച്ചവരെ പറഞ്ഞു മനസ്സിലാക്കി. അതു നേരെ ജനീവയിലേക്ക് അയക്കും. അന്നാഗ്രിഗൊറ്യേവ്നയും ഫെഡ്യായും ചെറിയൊരു ലൈൻബസ്സിൽ കയറി. ഫെഡ്യായുടെ കൈയിൽ പുസ്തകക്കെട്ടുണ്ട്. *പ്രിൻസ് മിഷ്ക്കിൻ* പോലുള്ള പുസ്തകങ്ങൾ അക്കൂട്ടത്തിലുണ്ട്. അയാൾ ഏതോ ഇംഗ്ലീഷുകാരികളുടെ കാലുകളിൽ ചവിട്ടിയായിരുന്നു നടന്നത്. ആ പുസ്തകക്കെട്ട് അന്നാഗ്രിഗൊറ്യേവ്നയെ ഏല്പിച്ച് സ്റ്റേഷനിലേക്കു വീണ്ടും പാഞ്ഞു, തങ്ങളുടെ പാർസലിന് എന്തു സംഭവിക്കുമെന്നു ചോദിച്ചു മനസ്സിലാക്കാൻ. ഏതാനും മിനിറ്റുകൾക്കുശേഷം അയാൾ വണ്ടിയിലേക്കു തിരിച്ചുവന്നു. വീണ്ടും ഇംഗ്ലീഷുകാരികളുടെ പാദങ്ങളിൽ ചവിട്ടിക്കൂട്ടി നടന്നു.

വണ്ടി വലിയ ആ നഗരം താണ്ടി വിശാലമായ ഒരു നദിക്കു മീതെയുള്ള പാലം മറികടന്നു. വീണ്ടും റൈൻ നദി കണ്ടപ്പോൾ ആനന്ദകരമായ അതിശയത്തോടെ അന്നാഗ്രിഗൊറ്യേവ്ന നോക്കി ഇരുന്നു. പാലത്തിന്റെ കൈവരികളിൽ പിടിച്ചുനിന്ന് വൃദ്ധരായ രണ്ടോ മൂന്നോ മദ്യപാനികൾ എന്തിനെക്കുറിച്ചോ വാദിച്ചുകൊണ്ട് നില്ക്കുന്നു. അവർ ചുറ്റും കൈകൾ വീശുന്നുണ്ട്. സ്വിറ്റ്സർലാന്റിലെ മിഥ്യയായ

സ്വാതന്ത്ര്യശൈലിയെക്കുറിച്ച് അന്നാഗ്രിഗൊറ്യേവ്ന അയവിറക്കി. പിന്നീടവർ *സംഗോൾഡെനെൻ കോപ്ഫെ* ഹോട്ടലിലെത്തി. അവിടത്തെ വെയിറ്ററും പോർട്ടർമാരുമെല്ലാം കുടിയന്മാരാണെന്നവർക്കു മനസ്സിലായി. അവർ ഇംഗ്ലീഷ് കുടുംബമാണെന്നു വിചാരിച്ച് എല്ലാവരെയും ഒറ്റമുറിയിൽ ഒതുക്കാൻ ശ്രമിച്ചു.

ഒരുവിധത്തിൽ സാധനങ്ങളെല്ലാം മുറിയിൽ ഒതുക്കിവച്ച് ഡോസ്റ്റോയെവ്സ്കിമാർ നഗരം സന്ദർശിക്കാനായി ഇറങ്ങി. പ്രധാനമായും കത്തിഡ്രലും പ്രാദേശികമ്യൂസിയവും. ഇരുണ്ട ദിവസമായിരുന്നതിനാൽ ചിത്രങ്ങൾ അവ്യക്തമായിരുന്നു; വിശേഷിച്ചും കത്തിഡ്രലിൽ. മ്യൂസിയത്തിൽ കുറച്ചുകൂടി പ്രകാശമുണ്ടായിരുന്നെന്നു പറയാം. ഒറ്റ ചിത്രവും അവരുടെ പ്രത്യേക ശ്രദ്ധയാകർഷിക്കുന്നവയായിരുന്നില്ല, *ഹോൾബീൻ ദി യംഗർ* പെയിന്റു ചെയ്ത ഒരു ചിത്രമൊഴിച്ച്, എന്തോ കാരണവശാൽ അന്നാഗ്രിഗൊറ്യേവ്ന അതിനെ *ദി ഡെത്ത് ഓഫ് ജീസസ് ക്രൈസ്റ്റ്* എന്നാണ് വിളിച്ചത്, യഥാർത്ഥ പേര് *ക്രൈസ്റ്റ് ഇൻ ദി സെപുൾക്രെ* എന്നായിരുന്നെങ്കിലും. നീണ്ട ഒരു ത്രികോണാകൃതിയാണതിന്റേത്. ക്രിസ്തുവിന്റെ പീഡാനുഭവങ്ങളും മരണവും വൈകാരികതയോടെ പ്രദർശിപ്പിക്കുന്ന കീഴ്വഴക്കത്തിന് വിപരീതമായി വെറുതെ ഒരു വെള്ളത്തുണിയിൽ ശവശരീരം കിടക്കുന്നതായാണ് കാട്ടിയിരിക്കുന്നത്, ഒരു 'മോർച്ചറി'യിലേതുപോലെ. നീണ്ട മൂക്കാണ് അതിന്റേത്. ശരീരം കീറിമുറിച്ചിരിക്കുന്നു. അത് അഴുകിത്തുടങ്ങിയിട്ടുണ്ട്. പ്രത്യേകിച്ച് മുഖവും ആനുപാതികമല്ലാത്ത രീതിയിൽ നീണ്ട കാലുകളും ഭീതിയോടെയാണ് അന്നാഗ്രിഗൊറ്യേവ്നാ വീക്ഷിച്ചത്. ഫെഡ്യയാകട്ടെ ഹർഷോന്മാദത്തോടെയും. ചുമരിന്നടുത്ത് ഒരു കസേര കിടക്കുന്നതുകണ്ട് ദൃഢമായ കാൽവെപ്പുകളോടെ ധൃതിയിൽ അങ്ങോട്ടു നടന്നുചെന്ന് അതെടുത്ത് മുറിയുടെ നടുവിലിട്ട് അതിൽ കയറിനിന്ന് പെയിന്റിംഗിൽ ശ്രദ്ധയോടെ നോക്കി. *ഗൊറോഖോവായ സ്ട്രീറ്റി*ലെ *റൊഗോസിൻ* ഹൗസിൽ നീണ്ട ആ ചിത്രം വാതിലിനു മുകളിൽ സമാന്തരമായാണ് വച്ചിരിക്കുന്നത്. അതെ, ശരിക്കും അങ്ങനെത്തന്നെയാണത് തൂക്കിയിടേണ്ടത്. സ്വിറ്റ്സർലന്റിലെ ഈ ചിത്രം കണ്ടിട്ട് *പ്രിൻസ് മിഷ്കിൻ*, കസേരയിൽ കയറിനില്ക്കുന്ന ഈ മനുഷ്യന്റെ ചിന്തകൾ തന്നെയാണ് പ്രകടിപ്പിച്ചത്. "ഇത്തരം പെയിന്റിംഗ് നിങ്ങളുടെ വിശ്വാസം നശിപ്പിക്കാൻ

ധാരാളമാണ്!" ദുർമാർഗിയും അഹങ്കാരിയുമായ ആ സ്ത്രീക്കുനേരെ വികാരാവേശത്തോടെ ജ്വലിക്കുന്ന കൊച്ചുകണ്ണുകളോടെ നോക്കുന്ന വ്യാപാരിയുടെ രൂപം ഇതിൽ തെളിയിച്ചുകാണിച്ചിട്ടില്ല. മാത്രമല്ല, ഡോസ്റ്റോയെവ്സ്കിയുടെ അനശ്വരയായ ആ നായികയുടെയും. രൂപം ഇല്ല; *പ്രിൻസി*ന്റെ പോലും യഥാർത്ഥരൂപം കാണിച്ചിട്ടില്ല; ആ വിഷാദഭാവം - പാതി ക്രിസ്തുവും പാതി ഡോൺക്വിക്സോട്ടുമായവൻ, കസേരയിൽ കയറിനില്ക്കുന്ന ഈ മനുഷ്യന്റെ അതേ രോഗം ബാധിച്ചിട്ടുള്ളവൻ. തന്റെ മറ്റ് കഥാപാത്രങ്ങളോ രംഗങ്ങളോ ഭാവി നോവലിനെക്കുറിച്ചുള്ള നേരിയ സൂചനയോ ഇല്ലെങ്കിലും എന്തോ കാരണത്താൽ ഈ ചിത്രത്തിൽ വ്യക്തവും പൂർണവുമായ വിവരങ്ങളുണ്ട്. 'പൂരിതലായനി'യിൽ രൂപംകൊള്ളുന്ന ആദ്യ 'ക്രിസ്റ്റൽ' പോലെ - ബാക്കിയുള്ളത്, സ്വയം പുറത്തേക്കു വരാനുള്ള തയ്യാറെടുപ്പിൽ ഒരുപക്ഷേ ഒരു കനത്ത മൂടൽമഞ്ഞിൽ ഒളിഞ്ഞിരിക്കുന്നുണ്ടാകാം.

പുതിയ ആവേശത്തോടെ അയാൾ ആ ചിത്രത്തിലേക്കു തുറിച്ചുനോക്കി. ഏതാനും നിമിഷത്തേക്ക് അവ മങ്ങുന്നതുപോലെ കാണപ്പെട്ടു. അലിഞ്ഞു പോകുകപോലും ചെയ്തു. ആ സ്ഥാനത്ത് പരിചിതമുഖങ്ങൾ പ്രത്യക്ഷപ്പെട്ടു. പൂച്ചക്കണ്ണുകളുള്ള ചതഞ്ഞ മുഖം. പിന്നെ വട്ടമിട്ട് നൃത്തംചെയ്യുന്നവരുടെ മുഖങ്ങൾ. മലയുടെ ശിഖരത്തിൽ അർദ്ധവൃത്താകൃതിയിലവർ നിരന്നുനിന്ന് അയാൾക്കുനേരെ വിരൽ ചൂണ്ടുവാനും പല്ലിളിക്കാനും പരസ്പരം കണ്ണിറുക്കി കാട്ടാനും തുടങ്ങി. അയാളെ കസേരയിൽനിന്നിറക്കിവിടാനവർ ശ്രമിച്ചു. എന്നാൽ അടുത്ത നിമിഷം അവർ എല്ലാവരും അപ്രത്യക്ഷരായി. വീണ്ടും ക്രിസ്തുവിന്റെ മൃതശരീരം അയാൾക്കു വ്യക്തമായി കാണാറായി. ആരോ, ദൈവവിശ്വാസം നഷ്ടപ്പെട്ടതിനെക്കുറിച്ച് പറഞ്ഞ വാക്കുകൾ കേൾക്കാൻ കഴിഞ്ഞു. ഈ ആശയം ഒരു നോവലിന്റെ കേന്ദ്രബിന്ദുവാകും. ആ മൂടൽമഞ്ഞിൽനിന്ന് വേറെയും ചില അവ്യക്തരൂപങ്ങളും രംഗങ്ങളും ഉയർന്നുവന്നു. മിന്നിത്തിളങ്ങുന്ന ഒരു കത്തി ആകാശത്തേക്ക് കണ്ണുകളുയർത്തി പറയുന്നു: "ദൈവമെ, യേശുക്രിസ്തുവിനുവേണ്ടി എന്നോട് ക്ഷമിക്കൂ." പിന്നെ, ഒരു പട്ടാളക്കാരൻ വെള്ളിക്കുരിശാണെന്നു നടിച്ച്, തന്റെ ഓട്ടുകുരിശ് വില്ക്കുന്നു. സ്വന്തം കുഞ്ഞിന്റെ ആദ്യത്തെ ചിരി കണ്ട് ഒരു പാവം കർഷകസ്ത്രീ

ദൈവത്തോട് എന്തോ ഉച്ചരിക്കുന്നു. നോവലിലെ രണ്ട് പ്രധാന കഥാപാത്രങ്ങൾ കുരിശുകൾ പരസ്പരം കൈമാറുന്നു. അസാധാരണമാംവിധം വിജനമായ *സമ്മർ ഗാർഡൻ*നോടൊപ്പം പീറ്റേഴ്സ്ബർഗ് ഭാഗത്ത് കനത്തുകൂടിയ കാർമേഘങ്ങൾ. *ലിറ്റിനിപ്രോസ്പെക്ടി*നടുത്ത് വിലകുറഞ്ഞ ഏതോ ഒരു പീറ്റേഴ്സ്ബർഗ് ഹോട്ടലിലെ ഇരുണ്ട ഇടനാഴിയിൽ വീണ്ടും കത്തിയുടെ മിന്നിത്തിളക്കം. പിന്നെ, ജ്വലിക്കുന്ന, ക്രൂരതയുള്ള കൊച്ചുകണ്ണുകളുടെ ദ്രുതചലനം. ഇരുട്ടിൽ വീണ്ടും ഒരു കത്തിയുടെ തിളക്കം. അതു ദുർമാർഗിയായ അഹങ്കാരിപ്പെണ്ണിന്റെ വെളുത്ത മാറിടത്തിനു താഴെ കുത്തിയിറക്കപ്പെടുകയാണ്.

അറ്റൻഡന്റ് വന്ന് കസേരയിൽ കയറി നില്ക്കുന്ന വ്യക്തിയുടെ കൈ പിടിച്ചുവലിച്ചു. അന്നാഗ്രിഗൊറ്യേവ്ന അയാളുടെ അടുത്തു നില്ക്കുന്നുണ്ട്. ഭർത്താവിന്റെ വിചിത്ര പെരുമാറ്റത്തിലവൾ ക്ഷമ യാചിച്ചു. ഫൈൻ അടിച്ചെങ്കിലോ എന്നായിരുന്നു അവളുടെ ഭയം. അയാൾ കസേരയിൽനിന്നും അനുസരണയോടെ താഴെ ഇറങ്ങി; അപ്പോൾ അയാളുടെ ഭാവം ഒരു സ്വപ്നാടനക്കാരന്റേതുപോലെ ആയിരുന്നു. അത്തരം ഒരു പ്രവൃത്തി താൻ ചെയ്തെന്ന മട്ടേ ഇല്ല. അയാൾ അന്നാഗ്രിഗൊറ്യേവ്നയോടൊപ്പം നടന്ന് പുറത്തേക്കുള്ള കവാടത്തിലെത്തി. പിന്നെ കുതിരവണ്ടികളും ബസ്സുകളും നിറഞ്ഞ തെരുവിൽ പ്രവേശിച്ചു. കണ്ണാടികൊണ്ടുള്ള ജനൽപ്പാളികൾ ഉറപ്പിച്ച വലിയ വീടുകൾ പിന്നിട്ട് എങ്ങോട്ടോ പാഞ്ഞുകൊണ്ടിരിക്കുന്ന ജനങ്ങൾക്കിടയിലൂടെ അവർ ഒന്നും ശ്രദ്ധിക്കാതെ അലക്ഷ്യമായി നടന്നു. അയാൾ ഒരു മലയുടെ കൊടുമുടിയിലാണ്, തനിക്ക് അപ്രാപ്യമാണെന്ന് മുമ്പു കരുതിയ അതേ കൊടുമുടിയിൽ. ഈ കൊടുമുടിയിൽനിന്ന് നോക്കിയാൽ മിക്കവാറും ഭൂഗോളം മുഴുവൻ കാണാം. അതിലെ പട്ടണങ്ങളും നദികളും കൊച്ചു ഗ്രാമങ്ങളും സമുദ്രങ്ങളും പള്ളികളും അതിലെ മുഴുവൻ ജീവജാലങ്ങളും അവരുടെ കോലാഹലങ്ങളും വഴക്കുകളുമെല്ലാം. ഒരുപക്ഷേ അയാൾ ഇപ്പോൾ അതേ സ്ഫടികക്കൊട്ടാരത്തിലായിരിക്കാം. കൊടുമുടിയിലേക്കു കഷ്ടപ്പെട്ട് കയറാൻ ശ്രമിക്കുമ്പോൾ ഉറ്റുനോക്കിയിരുന്ന അതേ *സ്ഫടികക്കൊട്ടാരം*!

അവർ *സംഗോൾഡെനെൻ കോപ്ഫെ* ഹോട്ടലിൽ തിരിച്ചെത്തി ഭക്ഷണം കഴിച്ചു. പിന്നെ, സന്ധ്യയ്ക്ക് വീണ്ടും നഗരത്തിൽ നടക്കാൻ

പോയി. അന്നുരാത്രി അവർ ചക്രവാളസീമകൾ പിന്നിട്ട് പുറത്തേക്കു നീന്തിപ്പോയി. ഒരേ താളത്തിലായിരുന്നു അവരുടെ ശ്വാസോച്ഛ്വാസവും ചലനങ്ങളും. വെള്ളത്തിലേക്ക് എടുത്തുചാടി പിന്നീട് പുറത്തുവരുന്നതുവരെ ഒരിക്കൽപോലും എതിർദിശയിലേക്കുള്ള ഒഴുക്കിൽപെട്ട് ഗതി മാറിയിട്ടില്ല.

മഞ്ഞ് മൂടിയ ജനലുകൾക്കപ്പുറത്ത് നേരിയ പ്രകാശം കടന്നുപോകുന്നതു കാണാം. *ലെനിൻഗ്രാഡി*ലെ പ്ലാറ്റ്ഫോം ലൈറ്റുകളാണ്. യാത്രക്കാർ സൂട്ട്കേസുകളും ബാഗുകളും പിടിച്ച് ഇടനാഴിയിൽ അക്ഷമരായി നില്ക്കുകയാണ്. പ്ലാറ്റ്ഫോമിലേക്കുള്ള വാതിൽ തുറന്നതോടെ തണുത്തുറഞ്ഞ നീരാവി വണ്ടിയിലേക്ക് അടിച്ചുകയറി. ട്രെയിൻ നിന്നു. കൈയിൽ സൂട്ട്കേസുമായി ഞാൻ പ്ലാറ്റ്ഫോമിലേക്ക് ഇറങ്ങി. മറ്റുള്ളവരുടെ പിന്നാലെ നടന്ന് ബഹളംവയ്ക്കുന്ന ജനക്കൂട്ടത്തിൽ ലയിച്ചു. യാത്രക്കാരുടെയും മങ്ങിയ പ്രകാശമുള്ള സ്റ്റേഷൻ കെട്ടിടത്തിനു മുന്നിൽ അവരെ കാത്തുനില്ക്കുന്നവരുടെയും തിരക്കാണ്. അടുത്ത പ്ലാറ്റ്ഫോമിൽ ഹോക്കിസ്റ്റിക്കുകൾ പുറത്തേക്ക് ഉന്തിനില്ക്കുന്ന സ്പോർട്സ് ബാഗുകൾ നിറച്ച ഒരു വാൻ നില്ക്കുന്നുണ്ട്. മോസ്കൊ *ഡൈനാമൊ*യും ലെനിൻഗ്രാഡ് *സെനിത്തും* അന്ന് കളിച്ചിരുന്നു. ആ ടീം ഇപ്പോൾ മോസ്കൊയിലേക്ക് *റെഡ് ആരൊ*യിൽ തിരിച്ചെത്തുകയാണ്.

മോസ്കൊ സ്റ്റേഷന് മുന്നിലുള്ള സ്ക്വയർ മിക്കവാറും ശൂന്യമായിരുന്നു. ഭൂരിപക്ഷം യാത്രക്കാരും മെട്രോയിലേക്ക് അപ്രത്യക്ഷരായി. ബാക്കിയുള്ളവർ സ്ക്വയറിന്റെ ഇടതുവശത്തുള്ള ഇപ്പോൾ *ലിഗോവ്കാ* എന്നറിയപ്പെടുന്ന ലീഗോവ്സ്കി പ്രോസ്പെക്ട് ട്രാം സ്റ്റോപ്പുകളിലേക്കും. കുറച്ചു ധീരന്മാരും സാഹസികരും ഏതെങ്കിലും ഒരു ടാക്സി പിടിക്കാനായി കാത്തുനില്ക്കുന്നു. ടാക്സി ഇടയ്ക്കിടെ സ്റ്റേഷനിൽ എത്താറുണ്ട്. പച്ചവെളിച്ചമുള്ള ഓരോ കാറിനു ചുറ്റും, അതിൽ കടന്നുകൂടാനായി ഒരു പോരാട്ടംതന്നെ നടക്കും. പാതിരാത്രി ആകാറായി. തെരുവുവിളക്കുകളിൽനിന്നും സ്ക്വയറിലെ ഫ്ളഡ് ലൈറ്റിൽനിന്നും വരുന്ന വെളിച്ചത്തിൽ നിങ്ങൾക്ക് മഞ്ഞ് ചീളുകൾ ഇടയ്ക്കിടെ വർഷിച്ചുകൊണ്ടിരിക്കുന്നതു കാണാം. തണുപ്പിക്കുന്ന, മരവിപ്പിക്കുന്ന ചീളുകൾ. തണുത്ത അന്തരീക്ഷം നിങ്ങളുടെ നാസാരന്ധ്രങ്ങളെ ഒട്ടിച്ചേർക്കും. കാൽക്കീഴിൽ മഞ്ഞുകട്ടകൾ ഞെരിഞ്ഞമർന്നു. രണ്ടുനിര തെരുവുവിളക്കുകളുള്ള *നെവ്സ്കി പ്രോസ്പെക്ട്* വിജനമായി കിടക്കുന്നത് സ്ക്വയറിൽ നിന്നാൽത്തന്നെ കാണാം. ദൂരെ എത്തുമ്പോൾ ഒന്നായിച്ചേർന്ന് അത് മൂടൽമഞ്ഞിൽ അപ്രത്യക്ഷമാകുന്നു. ഇരുട്ടിൽ നീങ്ങുന്ന അവസാന ട്രോളി ബസ്സുകളുടെ ലൈറ്റുകൾ ഇടവിട്ട് കാണാം.

സ്ക്വയറിന്റെ ചുറ്റും നടന്ന് ആദ്യം ഞാൻ *ലിഗോവ്കാ* കടന്നു. ട്രാം സ്റ്റോപ്പിന്റെ അപ്പുറത്തെവിടെയോ ഇരുട്ടിൽ തെരുവുവിളക്കുകളുടെ നേരിയ പ്രകാശമുണ്ട്. *ലിഗോവ്കാ*യുടെ ഒരുവശത്ത് *കുസ്നെച്ച്നി* മാർക്കറ്റിന്നരികിലായി ഒരു സാധാരണ പീറ്റേഴ്സ്ബർഗ് വസതിയുണ്ട്. ചാരനിറത്തിലുള്ള ആ വസതിയിലാണദ്ദേഹം തന്റെ ജീവിതത്തിലെ അവസാനവർഷങ്ങൾ ചെലവഴിച്ചത്. അതിലെ തുകൽകട്ടിലിൽ തന്റെ ജന്മദിനത്തിന് ഏതോ സുഹൃത്ത് നല്കിയ സമ്മാന ഫോട്ടോയ്ക്കു താഴെ *സിസ്റ്റീൻ മഡോണ*യുടെ ഫോട്ടോയ്ക്കു താഴെ

കിടന്നാണദ്ദേഹം മരിച്ചത്. ഇവിടെയാണ് ഒരു ടാക്സി വണ്ടിയിൽ *ബനിന്റെ* കഥയിലെ *നൂസ് ഇയേഴ്സ്*ലെ, നായകൻ ചായംതേച്ച് പകിട്ടേറ്റിയ പെണ്ണിനോടൊപ്പം രാത്രിയിൽ, കുപ്രസിദ്ധമായ ആ ഡിസ്ട്രിക്ടിനു നേരെ നീങ്ങിയത്. സാഹിത്യനിരൂപകർ ഈ കഥയെ *കുറ്റവും ശിക്ഷ*യുടെ വിരോധാർത്ഥമായി കണക്കാക്കുന്നു. സ്ക്വയറുമായി ചേരുന്നിടത്തുവച്ച് ഞാൻ *നെവ്സ്കി* കടന്നു. പിന്നെ *വോസ്റ്റാനിയെ സ്ട്രീറ്റി*ലേക്കു വന്നു, പഴയ *സ്നമെങ്കാ* ആണിത്. *മയ്ക്കോവി*നെ സന്ദർശിക്കാൻ അദ്ദേഹം പലപ്പോഴും നടന്നുപോയിരുന്നത് ഈ തെരുവിലൂടെ ആയിരുന്നു. *മയ്ക്കോവ്* അവിടെയാണ് താമസിച്ചിരുന്നത്. *നെവ്സ്കി*യിലെ എഡിറ്റോറിയൽ ഓഫീസിലോ പ്രിന്റിംഗ് ഓഫീസിലോ പോയശേഷം *സ്ലിവ്ചൻസ്കി*യുടെ വീട്ടിലേക്കു പോകും. അവിടെ അദ്ദേഹം കുറച്ചുനാൾ താമസിച്ചിട്ടുണ്ട്. അല്ലെങ്കിൽ *സ്ട്രുബിൻസ്കി*യുടെ ഗ്രീക്ക് ചർച്ചിന്നടുത്തുള്ള വീട്ടിലേക്കു പോകും. പില്ക്കാലത്ത് അവിടെയും അദ്ദേഹം കുറച്ചുകാലം കഴിഞ്ഞിട്ടുണ്ട്.

ലെനിൻഗ്രാഡിലെത്തുമ്പോൾ ഞാൻ എപ്പോഴും എന്റെ ഒരു സുഹൃത്തിന്റെ ഫ്ളാറ്റിലാണ് തങ്ങാറുള്ളത്. യുദ്ധത്തിനു മുമ്പേ അവർ *സ്നമെങ്കാ*യിലായിരുന്നു താമസം. മഞ്ഞുകട്ടകൾ ചവിട്ടി അരച്ചുകൊണ്ട് വലിയ കനമില്ലാത്ത സൂട്ട്കേസും പിടിച്ച് രാത്രിയിലെ മഞ്ഞുറഞ്ഞ വായു ആസ്വദിച്ച് നെവ്സ്കിയിലേതുപോലെ വിദൂരതയിലേക്കു പോയി ഒന്നിച്ചുചേർന്ന് അപ്രത്യക്ഷമാകുന്ന രണ്ടുനിര തെരുവുവിളക്കുകൾ നോക്കിക്കൊണ്ട് ഞാൻ തിരക്കുകൂട്ടാതെ നടന്നു. കിറുകിറശബ്ദത്തോടെ ഓടിവരുന്ന ട്രാമിനെ പോകാനനുവദിച്ചുകൊണ്ട് ഒരു ജംഗ്ഷനിൽ നിന്നു. രണ്ടോ മൂന്നോ കംപാർട്ടുമെന്റുകൾ തമ്മിൽ മുട്ടി ഉരുമ്മിക്കൊണ്ട് അതു കടന്നുപോയി. മഞ്ഞുമൂടിയ അതിന്റെ ജനലകളിലൂടെ രാത്രിസഞ്ചാരികളുടെ ഒറ്റപ്പെട്ട നിഴലുകൾ ക്ഷണനേരത്തേക്കു കാണാൻ കഴിയും. എന്റെ സുഹൃത്ത് താമസിക്കുന്ന വീട് ക്രോസ് റോഡിൽത്തന്നെയാണ്. സുപരിചിതമായ ആ ജീർണിച്ച പ്രവേശനവാതിലിലൂടെ ഞാൻ കടന്നു. അവിടെ എപ്പോഴും പൂച്ചകളുടെ ഗന്ധമാണ്. കല്ല് വിരിച്ച നിലത്ത് കുടിയന്മാർ വലിച്ചെറിഞ്ഞ മദ്യക്കുപ്പികളുടെ ചില്ലുകൾ ചിതറിക്കിടക്കുന്നു. ഒന്നോ രണ്ടോ ഇലക്ട്രിക്ക് ബൾബുകൾ മിന്നിക്കത്തുന്ന പൊട്ടിപ്പൊളിഞ്ഞ, കുത്തനെയുള്ള കോണിപ്പടികൾ കയറാൻ തുടങ്ങി ഞാൻ. പുറത്തെ

പൊക്കമുള്ള വാതിൽ പഴകിയിരിക്കുന്നു. പഴയ ഫാഷനിലുള്ള ഡോർബെല്ലിന്റെ പിടി ഞാൻ തിരിച്ചു. വാതിലിന്നപ്പുറത്തുനിന്ന് ചലന മൊന്നും കേൾക്കാതായപ്പോൾ വീണ്ടും തിരിച്ചു. ഈയിടെയായി *ഗിൽഡാ യക്കോവ്‌ലേവ്‌ന*യുടെ ചെവി സ്വല്പം പതുക്കെയാണ്. ഒടു വിൽ നേരിയ കാലടിസ്വരം വാതിലിന് പുറകിൽനിന്നും കേൾക്കാൻ കഴിഞ്ഞു. തുടർന്ന് വാതിലിന്റെ ഓടാമ്പൽ വലിക്കുന്ന ശബ്ദം. പൊക്ക മുള്ള വാതിലിനു മുന്നിൽ ഒരു ഡ്രസ്സിംഗ് ഗൗൺ ധരിച്ചുകൊണ്ട് കൃശ ഗാത്രിയായ വൃദ്ധ, *ഗിൽഡായക്കോവ്‌ലേവ്‌ന* നില്ക്കുന്നു. ചുളിഞ്ഞ മുഖവും നുണക്കുഴിയുള്ള കവിളും കറുത്ത മുടിയുമാണവർക്കുള്ളത്. എനിക്കോർമയുള്ള കാലം മുതൽ അവർ മുടി കറുപ്പിക്കാറുണ്ട്. അതു കൊണ്ട് അവർ ഒരു വൃദ്ധയാണെന്നൊരിക്കലും തോന്നിയിട്ടില്ല. എനിക്ക് *ഗില്യാ*യാണവർ. ഞാൻ കൊച്ചുകുട്ടിയായിരുന്നപ്പോൾ അങ്ങ നെയാണ് വിളിക്കാറ്. അന്നു ഞങ്ങൾ ഒരേ നഗരത്തിലാണ് താമസി ച്ചിരുന്നത്. എന്റെ അമ്മയുടെ ഏറ്റവും അടുത്ത കൂട്ടുകാരി ആയി രുന്നു അവർ.

കുനിഞ്ഞുകൊണ്ട് ഞാനവരുടെ ചുളിഞ്ഞ കവിളിൽ മൃദുവായി ചുംബിച്ചു. ഉടനെ ഉച്ചത്തിൽ ശബ്ദമുണ്ടാക്കിക്കൊണ്ടുള്ള ഒരു ഉമ്മ അവർ എനിക്കു തിരിച്ചുതന്നു. “നിനക്ക് ട്രെയിൻ പിടിക്കാൻ പറ്റിയോ?” അവർ ധൃതിയിൽ ചോദിച്ചു: “ട്രെയിൻ വൈകുമെന്നാണ് ഞാൻ കരുതിയത്. ഞാൻ റെയിൽവെ സ്റ്റേഷനിലേക്ക് ഫോൺ ചെയ്തിരുന്നു. മോസ്കൊയിലെ കാലാവസ്ഥ എങ്ങനെയുണ്ട്?” പിന്നെ വാതിൽ ഉള്ളിൽ നിന്നടച്ച് എന്റെ മറുപടി ശ്രദ്ധിക്കാതെ മുറി യിലേക്കെന്നെ പിൻതുടർന്നു. എന്റെ സ്വന്തം മുറിയാണതെന്നപോലെ ഞാൻ നേരത്തെത്തന്നെ അതിലേക്ക് പ്രവേശിച്ചുകഴിഞ്ഞിരുന്നു. “ഞാൻ നിന്റെ കട്ടിലെല്ലാം ശരിയാക്കി ഇട്ടിട്ടുണ്ട്.” അവർ പറഞ്ഞു: “ഞാൻ നിനക്കുവേണ്ടി പാൻകേക്ക് ചൂടാക്കട്ടെ, അതോ നീ തണു ത്തതു കഴിക്കുന്നോ? യെലിസെയേവിന്റെ കടയിൽനിന്ന് ഞാൻ കുറച്ച് ‘ഇറച്ചിയട’ വാങ്ങിച്ചു; നിന്റെ അമ്മ ഇപ്പോഴും പഥ്യത്തിലാണോ? കുറച്ച് കോഴി ഇറച്ചി കഴിക്കൂ - *അന്നാ ഡിമിട്രിയേവ്‌ന* പാകം ചെയ്ത താണ്. നാളെ നമ്മൾക്ക് സൂപ്പും ഇറച്ചിക്കുറുമയും കഴിക്കാം. നിന്റെ പ്രിയപ്പെട്ട വിഭവം. മുഖ്യഭക്ഷണം ബീഫ് കട്‌ലറ്റും. ഇന്നലെ മാർക്ക റ്റിൽ നിന്ന് വാങ്ങിച്ചതാണവ. മോസ്കൊയിലായിരുന്നപ്പോൾ നീ

മാർക്കറ്റിൽ പോകാറുണ്ടോ?" – ചെറിയ വട്ടമേശയിൽ ഭക്ഷണസാധനങ്ങൾ നിരത്തിവച്ചിരിക്കുന്നു. പഴയ സോഫ വൃത്തിയായി സജ്ജീകരിച്ചിട്ടുണ്ട്. തൂവെള്ള തലയിണയ്ക്ക് ഭംഗിയുള്ള കവർ ഇട്ടിരിക്കുന്നു. "*ഗിലേച്കാ*, ഇങ്ങനെ മഞ്ഞ് മൂടിക്കിടക്കുന്ന സമയത്ത് നിങ്ങൾ എന്തിനാണ് മാർക്കറ്റിൽ കഷ്ടപ്പെട്ടു പോയത്? കിടക്കവിരിക്കലും മറ്റും ഞാൻ വന്നിട്ട് മതിയായിരുന്നില്ലേ? ഇത്രയും ഭാരമുള്ള കിടക്ക നിങ്ങൾ ഒറ്റയ്ക്കാണോ പൊക്കിയെടുത്തു വിരിച്ചത്?" അതിശയോക്തിപരമായ ഈ വക സംസാരങ്ങളൊക്കെ കപടമായിരുന്നു. അവരതിനെ അവഗണിച്ചുകൊണ്ടു പറയും. "ഓഹ്! ശാന്തനാകൂ!"

ഇരുവരും സന്തുഷ്ടരായി. ഈ രംഗം ഞാൻ ഓരോ തവണ എത്തുമ്പോഴും ആവർത്തിക്കപ്പെടുന്നു. ഞാൻ സൂട്ട്കേസ് തുറന്ന് ഒരു പെട്ടി ചോക്കലേറ്റും കുറെ വാഴപ്പഴവും പുറത്തെടുത്തു. അവ ഗില്യാക്ക് വളരെ ഇഷ്ടമാണ്. "നിനക്ക് വട്ടാണ്!' എന്ന് അവർ പറയും, വാഴപ്പഴം ശരിക്കു പഴുത്തിട്ടില്ലെന്ന് പറയാൻ ഒട്ടും മറക്കാതെ! പിന്നെ, ഞാൻ ടവൽ എടുത്ത് അയൽവാസികളുടെ ഉറക്കം കെടുത്താതെ മെല്ലെ കുളിമുറിയിലേക്കു പോകും. ഇരുവശത്തും വാതിലുകളുള്ള വലിയൊരു മുറിയാണത്. വാഷ്ടബ്ബുകളും പഴയ ഫർണീച്ചറും അതിൽ കുത്തിനിറച്ചിരിക്കുന്നു. ഒരു ഭാഗം മാത്രമാണ് കുളിക്കാനായി നീക്കിവച്ചിരിക്കുന്നത്. മറ്റെ ഭാഗം കർട്ടൻ ഇട്ട് വേർതിരിച്ചിരിക്കുന്നു. അവിടം കഴുകിയ തുണി ഉണക്കാനിടാനായി ഉപയോഗിക്കുന്നു. ഒരു തിയേറ്റർ സ്റ്റേജിന്റെ പിൻഭാഗത്തെ അനുസ്മരിപ്പിക്കുംവിധം മുറിയിൽ ഒരുപാട് കയറുകൾ വലിച്ചുകെട്ടിയിട്ടുണ്ട്.

ഗില്യാക്കു പുറമെ മറ്റ് ചില സ്ത്രീകളും ആ ഫ്ളാറ്റിൽ താമസിക്കുന്നുണ്ട്. പ്രായമായ സഹോദരിമാർ *ഖായാ*യും *ട്സില്യാമർക്കോവ്ന*യും. ഇരുവരും നല്ല ബലിഷ്ഠരാണ്. മുടിയിൽ ചുകപ്പ് നിറത്തിൽ ചായംതേച്ചിരിക്കുന്നു. നഗരപ്രാന്തത്തിൽ താമസിക്കുന്ന അവരുടെ ഒരു സഹോദരി, ഇടയ്ക്കിടെ അവരെ സന്ദർശിക്കാൻ വരാറുണ്ടെന്നതല്ലാതെ മറ്റൊന്നും അവരെക്കുറിച്ച് എനിക്കറിയില്ല. അവരെല്ലാം നന്നായി ഭക്ഷണം പാകംചെയ്യുന്നവരാണ്. മധുരമുള്ള സോസിൽ കാരറ്റ്, കട്ലറ്റ്, സ്റ്റഫ് ചെയ്ത മീനും ഇറച്ചിയും, എലവാങ്ങിന്റെ സുഗന്ധമുള്ള കേക്കുകളും. പിന്നെ ഉള്ളത് *ലിയോറ*യാണ്, *ഖായാ*യുടെയോ സഹോദരി *സില്യാ*യുടെയോ മകൾ. തടിച്ചുകൊഴുത്ത

അവിവാഹിതയായ ഒരു യുവതി. യുവത്വം അവസാനിക്കാറായിരിക്കുന്നു. ആംബുലൻസ് സർവീസിൽ ഒരു നെഴ്സ് ആയി ജോലി ചെയ്യുകയാണ്. ഒരു ഭർത്താവിനെ നേടാനാവുമെന്ന പ്രതീക്ഷയിലാണവൾ. എന്നാൽ ഒതുക്കത്തോടെ അന്തസ്സോർത്ത് ആ ചിന്ത മറ്റുള്ളവരിൽനിന്നും ഒളിച്ചുവയ്ക്കുന്നു! എന്നെങ്കിലും സന്തോഷകരമായൊരു വഴിത്തിരിവുണ്ടാകുമെന്നു പ്രതീക്ഷിക്കുന്നു. അവൾ ഉറങ്ങുകയാണെങ്കിലും അല്ലെങ്കിലും, തുറന്നുകിടക്കുന്ന വാതിലിലൂടെ നിങ്ങൾക്കവളുടെ മെത്ത കാണാനാകും, വിരി മാറ്റിയിട്ട വലിയ തൂവൽതലയിണയോടുകൂടിയ മെത്ത; അശ്രദ്ധമായി പിന്നിലേക്കു വലിച്ചിട്ട നനുത്ത തൂവൽ നിറച്ച ഇളംനീല കിൽറ്റും. അവസാനമായി *അന്നാഡിമിത്രിയേവ്നാ*; ഒരു ശോഷിച്ച വൃദ്ധ; ഒരു കാലത്തവർ അന്തസ്സുള്ള ഒരു സുന്ദരിയായിരുന്നു. വിറയ്ക്കുന്ന കൈകളും ആടുന്ന ശിരസ്സും വച്ചുകൊണ്ടവർ വീട് ഭരിക്കുന്നതിൽ ഗില്യായെ സഹായിക്കുന്നു. ഒരു വെള്ളക്കാരൻ ഓഫീസറായിരുന്ന ഭർത്താവിനോടൊപ്പം (അയാൾ നേരത്തെ മരിച്ചുപോയി) അവർ മുഴുവൻ ഫ്ളാറ്റും സ്വന്തമായി ഉപയോഗിക്കയായിരുന്നു. അവർ തന്റെ കൊച്ചുമുറിയിൽ സദാസമയം പുകവലിച്ചുകൊണ്ടിരിക്കും. ടി.വി. ഓഫ് ചെയ്യാറേയില്ല. *വോഡ്ക* കൊടുത്താൽ ഒരിക്കലും നിരസിക്കില്ല. സോവിയറ്റ് ഭരണത്തെ ശക്തമായി പിൻതാങ്ങുന്നവൾ. ഇതുകൊണ്ടെല്ലാം *ഗില്യാ*ക്ക് അവരോട് ഭയങ്കര ദേഷ്യമാണ്. *അന്നാ ഡിമിത്രിയേവ്ന*യെ ഒരു മരമണ്ടിയായാണവർ കരുതുന്നത്.

ഡിന്നറിനുശേഷം ഞാൻ സോഫയിൽ കിടന്നു. നീളം കുറവായതിനാൽ എന്റെ കാലുകൾ പുറത്തേക്കു തൂങ്ങിക്കിടന്നു. തലയിണയ്ക്ക് ഭയങ്കര പൊക്കം. അതെടുത്തു മാറ്റിയാൽ എന്റെ തല താഴ്ന്നുപോകും. ഗില്യാ ബോധപൂർവം ഒരുക്കിവച്ചിരുന്ന ബ്ലാങ്കറ്റ് എടുത്തുപുതച്ച് ഞാനതിൽ കിടന്നു. ബുക്ക് കേസിൽ നിരത്തിവച്ചിരുന്ന പുസ്തകങ്ങളിൽനിന്ന് വിപ്ലവത്തിനു മുമ്പ് അടിച്ച പഴയ *ഡോസ്റ്റോയെവ്സ്കി കൃതികളുടെ* ഒരു വാല്യം എടുത്തു വായിക്കാൻ തുടങ്ങി. ചാരനിറവും കടുംനീലനിറവുമുള്ള പുറംചട്ടയിൽ സുവർണ നിറത്തിലുള്ള ചിത്രപ്പണികൾ രേഖപ്പെടുത്തിയവ. ഉപരോധത്തിൽ അവശേഷിച്ച പുസ്തകങ്ങളാണവ. യൂറോളജിയെക്കുറിച്ചുള്ള ഒരു സമ്പൂർണ്ണ ലൈബ്രറിക്കുവേണ്ട പുസ്തകങ്ങളുമുണ്ടായിരുന്നു.

ആർക്കും ഒരു പ്രയോജനവുമില്ലാത്തവ. അടുത്ത മുറിയിലെ കറുത്ത ചുമരലമാരയിൽ അവ നിരത്തിവച്ചിട്ടുണ്ട്. ഗില്യാ ആ മുറിയിൽ കിടന്നുറങ്ങാൻ പോകുകയാണ്. വളരെ കർശനമായ നിഷ്ഠയോടെ *മോസ്യാ*യുടെ ഈ പുസ്തകങ്ങൾ സൂക്ഷിച്ചുവച്ചിട്ടുണ്ട്, മോസ്യായുടെ ജന്മദിനത്തിനും മരണദിനത്തിനും അദ്ദേഹത്തിന്റെ ശവകുടീരം സന്ദർശിക്കുന്ന അതേ കർശനനിഷ്ഠയോടെ. ചിലപ്പോൾ യാതൊരു കാരണവുമില്ലാതെയും ശവകുടീരം സന്ദർശിക്കും. നീണ്ട ഇരുപതു വർഷങ്ങൾക്കു മുമ്പാണ് അദ്ദേഹം ഗില്യായുടെ മെത്തയിൽ കിടന്നു മരിച്ചത്. ഞങ്ങളുടെ കുടുംബത്തിൽ *മൊയ്സി എൺസ്റ്റോവിച്ചിനെ മോസ്യാ* എന്നാണ് വിളിച്ചിരുന്നത്. എന്തുകൊണ്ടെന്നാൽ ഗില്യാ അങ്ങനെയാണ് അദ്ദേഹത്തെ വിളിക്കാറ്. ജർമൻ പേര് ലോപിച്ച് ഉണ്ടായതായിരിക്കണം അത്. *മൊയ്സി – മോസസ് – മോസ്യാ*, എന്തായാലും *വിപ്ലവ*ത്തിനുമുമ്പ് അദ്ദേഹം ജർമനിയിൽ എവിടെയോ ആണ് പഠിച്ചിരുന്നത്. ഉന്നതവിദ്യാഭ്യാസം നടത്താനാഗ്രഹിക്കുന്ന എല്ലാ ജൂതന്മാരെയുംപോലെ. അദ്ദേഹത്തിന്റെ അച്ഛനിലും ജർമൻ സ്വാധീനശക്തി ചെലുത്തിയിരുന്നതായി കാണാം. *എൺസ്റ്റ്* എന്ന പേരുതന്നെ ജർമൻ ആണ്. മോസ്യാ നല്ല പൊക്കത്തിൽ സുന്ദരനായൊരു വ്യക്തിയായിരുന്നു. ജർമൻശൈലിയിൽ കൃത്യനിഷ്ഠ പാലിക്കുന്നവൻ. തല പൂർണമായും കഷണ്ടിയാണ്. പൊടിമീശയും ജടപിടിച്ച പുരികങ്ങളും കറുത്ത കണ്ണുകളും. യൂറോളജി പ്രൊഫസറായ അദ്ദേഹം ചെറുപ്പത്തിൽ പ്രഗല്ഭനായ ചെസ് കളിക്കാരനായിരുന്നു. വലിയ പുരസ്കാരങ്ങൾ നേടിയിട്ടുണ്ട്. പിടിച്ച് ചെലവുചെയ്യുന്നവനായാണ് അയാൾ പൊതുവെ കരുതപ്പെട്ടിരുന്നത്, അഥവാ ഒരു പിശുക്കനായിപ്പോലും. 1937-ൽ *മോസ്യ* ജയിലിലടക്കപ്പെട്ടിട്ടുണ്ട്. ഭാഗ്യത്തിന് ആരുടെയോ പ്രയത്നത്താൽ പെട്ടെന്ന് സ്വതന്ത്രനാക്കപ്പെട്ടു. ഇക്കഥ വികാരാവേശത്തോടെ പലപ്പോഴും *ഗില്യാ* വിശദീകരിക്കാറുണ്ട്; അദ്ദേഹത്തിന്റെ അറസ്റ്റ്, ജയിൽവാസം, തിരിച്ചുവരവ്.

രാത്രി വളരെ വൈകിയശേഷം കോളിംഗ് ബെൽ അടിക്കുന്നതു കേട്ടു, തന്നെ അന്വേഷിച്ച് ആരോ എത്തിയിരിക്കുകയാണെന്നു കരുതി *ഗില്യാ* വാതിൽ തുറന്നു. എന്നാൽ അതു *മോസ്യ*യായിരുന്നു. സ്വന്തം കണ്ണുകളെ വിശ്വസിക്കാനാകാതെ അവൾ അയാളെ ഒരു കുതിപ്പോടെ ആശ്ലേഷിച്ചു. ഒപ്പം അവളുടെ ഉറ്റമിത്രം 'എൽസാ'യുടെ

കഥയും പറഞ്ഞു. ആ സ്നേഹിത അവൾക്കുവേണ്ടി അത്ര അധികം നന്മ ചെയ്തിട്ടുണ്ട്. *മോസ്യ* ജയിലിലായിരുന്ന കാലമത്രയും അവൾ *ഗില്യാ*യോടൊപ്പം താമസിച്ചു. *ഗില്യാ*യെ ആദരിക്കാനായി സ്വന്തം മകളെ *ഗിൽഡാ* എന്നു വിളിച്ചു. അതെ, *എൽസാ* ആ വീടിന്റെ വിശ്വസ്തയായൊരു സുഹൃത്താണ്. *മോസ്യാ* ഒരു യൂറോളജിസ്റ്റ് ആയിരുന്നെങ്കിലും അയാളാണ് ആദ്യമായി അവൾക്കു സ്തനാർബുദമുണ്ടെന്നു കണ്ടെത്തിയത്.

ഡസ്കിൽ സ്ഥിരമായി ഉറപ്പിച്ചിട്ടുള്ളതാണ് മോസ്യയുടെ പഴയ ഫാഷനിലുള്ള പച്ച ഷെയിഡോടുകൂടിയ ടേബിൾ ലാമ്പ്. അതിൽ നിന്ന് ഉയരുന്ന വെളിച്ചം ഞാൻ വായിച്ചുകൊണ്ടിരുന്ന പുസ്തകത്തിന്റെ ഏടുകളിൽ പതിഞ്ഞു. പുറമെ ട്രാം കടന്നുപോയപ്പോൾ അതിന്റെ പ്രകാശവലയം വിറച്ചു, വീട് ചെറുതായൊന്നു കുലുങ്ങി, അത് ഉറപ്പോടെ നിർമിക്കപ്പെട്ട ഒരു പഴയ കെട്ടിടമായിരുന്നെങ്കിലും. അടുത്ത മുറിയിൽ ഗില്യാ ഉറക്കഗുളിക വിഴുങ്ങുന്ന ശബ്ദം കേൾക്കാം. പിന്നെ കിടക്കയ്ക്കു മുകളിലെ ലൈറ്റ് ഓഫ് ചെയ്യുന്നതും. "നീ ഇപ്പോഴും ഡോസ്റ്റോയെവ്സ്കിയിൽ അത്ര തത്പരനാണോ?" എപ്പോഴും അവർ എന്നോട് ചോദിക്കും, അതിന് ഉത്തരം ലഭിക്കുന്നതിനു മുമ്പ് ഉടനെ തുടരും "*ബ്രോഡ്സ്കി*മാരുടെ അടുത്തു വച്ച് മാത്രം അക്കാര്യം സംസാരിക്കരുത്." ബ്രോഡ്സ്കി അവരുടെ പഴയ ബോസ് ആണ്. അവർ ജോലി ഉപേക്ഷിച്ചിട്ട് വളരെ കാലമായെങ്കിലും അദ്ദേഹവും കുടുംബവുമായുള്ള സൗഹൃദം ഇപ്പോഴും തുടരുന്നു. പ്രത്യേകിച്ച് അദ്ദേഹത്തിന്റെ ഭാര്യ *ദോറാ എബ്രാമോവ്ന*യോട്. ഊർജസ്വലയായ ആ മെലിഞ്ഞ സ്ത്രീ വലിയൊരു കുടുംബത്തിന്റെ നടത്തിപ്പുകാരി മാത്രമല്ല ബ്രോഡ്സ്കി നയിക്കുന്ന അഡ്മിനിസ്ട്രേഷൻ ആന്റ് റിസർച്ച് സെക്ഷന്റെ ഇൻചാർജ് കൂടിയാണ്. ബ്രോഡ്സ്കിമാർ എല്ലാ യഹൂദ ആഘോഷങ്ങളും ആചരിക്കാറുണ്ട്. വിലക്കപ്പെട്ട ആഹാരമൊന്നും അവർ കഴിക്കില്ല. വളരെ വർഷങ്ങളായി അവർ ഇസ്രായേലിലേക്ക് കുടിയേറിപ്പാർക്കാൻ ഉദ്ദേശിച്ചുകൊണ്ടിരിക്കുന്നു. എന്നാൽ ബ്രോഡ്സ്കിയുടെ പുത്രന്മാർ ഏതോ ചില രഹസ്യ പ്രവർത്തനങ്ങളിൽ ഏർപ്പെട്ടിരിക്കുകയാണ്. സ്വയം ഒരു വിദ്യാഭ്യാസ വിദഗ്ദ്ധനായ അയാൾ തന്റെ പേരുമായി ബന്ധപ്പെടുത്തിയുള്ള ഏതെങ്കിലും പ്രകോപനത്തെ ഭയപ്പെട്ടു.

അന്നു രാത്രി ഗില്യായുടെ ഫ്ളാറ്റിനടുത്തുള്ള വളവിലൂടെ കറ കറ ശബ്ദമുണ്ടാക്കി ഓടുന്ന രാത്രി ട്രാമുകളെ ശ്രവിച്ചുകൊണ്ട് ആ പൊട്ടിയ സോഫയിൽ കിടന്ന് പച്ച ഷെയിഡ് ഉള്ള ടേബിൾ ലാമ്പിന്റെ ആടുന്ന പ്രകാശത്തിൽ ഡോസ്റ്റോയെവ്സ്കിയുടെ *ഒരു എഴുത്തുകാരന്റെ ഡയറി* (1877, അല്ലെങ്കിൽ 1878) അടങ്ങുന്ന വാല്യം ഞാൻ വായിച്ചുകൊണ്ടിരുന്നു. ഒഴിഞ്ഞ കംപാർട്ടുമെന്റുള്ള ട്രാമുകൾ എപ്പോഴും ചാഞ്ചാടി ഒച്ചവച്ചുകൊണ്ടാണ് ഓടുക. ദൂരെ, മൂടൽമഞ്ഞിൽ തെരുവുവിളക്കുകളുടെ നിര ലയിച്ചുചേരുന്ന ദിക്കിലേക്ക് അവ പായുകയാണ്. ഒടുവിൽ, ജൂതന്മാരെക്കുറിച്ച് പ്രത്യേകമായി പ്രതിപാദിക്കുന്ന ഒരു ലേഖനത്തിൽ ഞാൻ എത്തി. *ജൂതൻമാരെ സംബന്ധിച്ച ചോദ്യങ്ങൾ* എന്നാണതിന്റെ പേര്. അങ്ങനെ ഒരു ലേഖനം കണ്ടെത്തിയതിൽ എനിക്കത്ഭുതം തോന്നിയില്ല. കാരണം അദ്ദേഹത്തിന്റെ നോവലുകളിൽ ജൂത സ്ത്രീപുരുഷന്മാരെയും ജൂതക്കുട്ടികളെയുംകുറിച്ചുള്ള വിവരണങ്ങൾ സുലഭമായിക്കാണാം. അതിനായി അവരെക്കുറിച്ച് അദ്ദേഹം വിശദമായി അന്വേഷിച്ചു പഠിച്ചിരിക്കണം. *ഭൂതാവിഷ്ടരി*ലെ പേടിച്ചുകരഞ്ഞ് പരാതിപ്പെടുന്ന *ലിയാംഷിൻ*, *മരിച്ചവരുടെ വീട്ടിൽ നിന്നുള്ള ഓർമ്മക്കുറിപ്പി*ലെ ഗർവിഷ്ഠനും അതേസമയം ഭീരുവുമായ *ഇസയ്യ ഫോമിച്ച്* (സഹകുറ്റവാളികൾക്ക് ഭയങ്കരമായ പലിശയ്ക്കു പണം കടം കൊടുക്കാൻ മനഃപ്രയാസമില്ലാത്തവൻ), എല്ലാ ജൂതന്മാരുടെയും മുഖത്തു പ്രകടമാകുന്ന സ്ഥായിയായ ദുഃഖഭാവമുള്ള, *കുറ്റവും ശിക്ഷയും* എന്ന കൃതിയിലെ *റെയർമാൻ* (അയാളുടെ ഹാസ്യമായ റഷ്യൻ ഉച്ചാരണം എത്ര പരിഹാസ്യമായ രീതിയിലാണ് നോവലിൽ എടുത്തുകാട്ടിയിരിക്കുന്നത്), ക്രിസ്ത്യൻ കുട്ടിയെ കുരിശിലേറ്റി വിരലുകൾ മുറിച്ചുകളഞ്ഞ് ആ വേദന കണ്ടു രസിക്കുന്ന ജൂതൻ, *ദി ബ്രദേഴ്സ് കാരമസോവിലെ ലിസാഖൊഖ് ലാകോവ.* പലപ്പോഴും അവർ പേരില്ലാ കഥാപാത്രങ്ങളായി പണം പലിശയ്ക്കു കൊടുക്കുന്നവരും മർക്കടമുഷ്ടികളുമായ കച്ചവടക്കാരും കള്ളന്മാരും ആയിട്ടാണ് ചിത്രീകരിക്കപ്പെടാറുള്ളത്. അപൂർണ്ണമായ ഒരു ചിത്രമാണത്. ചിലപ്പോൾ *കൊച്ചു ജൂതന്മാർ* എന്നോ മറ്റോ നീചസ്വഭാവമുള്ള എന്തെങ്കിലും വിശേഷണം ഉപയോഗിക്കും. മനുഷ്യാവസ്ഥയുടെ ഏറ്റവും താഴ്ന്നതും നീചവുമായ വിശേഷണമാണത്. ഇതു സംബന്ധിച്ച് പ്രത്യേക സിദ്ധാന്തമൊന്നുമില്ലെങ്കിലും. ഈ നോവലുകളുടെ

രചയിതാവ് എവിടെയെങ്കിലും ഈ വിഷയത്തെക്കുറിച്ചുള്ള തന്റെ അന്തിമ സിദ്ധാന്തം പ്രകടിപ്പിച്ചിരിക്കണം. സന്ദർഭവശാൽ പഴയ വാദ ഗതികളും മിത്തുകളും ഇപ്പോഴും വിലപ്പോകുന്നുണ്ട്. സ്വർണവും രത്നങ്ങളും പലസ്തീനിലേക്കയക്കുന്നവർ, അള്ളിപ്പിടിക്കുന്ന ആർത്തിയോടെ ലോകത്തെ മുഴുവൻ കെണിയിൽ അകപ്പെടു ത്തുന്നവർ. റഷ്യൻ മഹാരാജ്യത്തെ നിർദ്ദയം ചൂഷണം ചെയ്ത് ജനതയെ കുടിയന്മാരാക്കിയവർ. അവർക്കു തുല്യാവകാശം കൊടു ക്കാനാകില്ല. (അവർ കുടിയന്മാരായ റഷ്യക്കാരെ ചൂഷണംചെയ്ത്, തങ്ങൾക്ക് തുല്യഅധികാരങ്ങൾ നേടിയെടുത്തവരാണ്). അല്ലെങ്കിൽ അവർ ആ റഷ്യൻ ജനതയെ പൂർണമായും വിഴുങ്ങിക്കളഞ്ഞേനെ, തുടങ്ങിയ സിദ്ധാന്തങ്ങൾ - ഇതെല്ലാം പിടയ്ക്കുന്ന ഹൃദയത്തോടെ യാണ് ഞാൻ വായിച്ചത്. ഈ വാദഗതിയിൽനിന്ന് എന്തെങ്കിലും കണ്ടെത്താൻ ഞാൻ ആഗ്രഹിച്ചു. *ബ്ലേക്ക് ഹൺഡ്റഡ്സ്**ലെ ചില അംഗങ്ങളിൽനിന്നു കേൾക്കാൻ പ്രതീക്ഷിച്ചതുപോലെ. ചില ആശാ കിരണങ്ങൾ, മറ്റ് ദിശയിലേക്കു വഴി തുറക്കുന്ന ചില ചലനങ്ങൾ. പുതിയൊരു കോണിലൂടെ പ്രശ്നത്തെ വീക്ഷിക്കാനുള്ള എന്തെങ്കി ലുമൊരു ഉദ്യമം. മറ്റുള്ളവരുടെ ദുരിതങ്ങളിൽ, വികാരം കൊള്ളുന്ന ഒരാൾ, തന്റെ നോവലുകളിലെ *നിന്ദിതരും പീഡിതരുമായവരെ* ആവേശത്തോടെ സംരക്ഷിക്കുന്നവൻ, ഈ ഭൂമിയിലെ ഓരോ വ്യക്തിക്കും ജീവിക്കാനുള്ള അവകാശത്തിനുവേണ്ടി വികാരതീവ്ര തയോടെ പ്രഭാഷണം നടത്തുന്നവൻ, ഓരോ ഇലയോടും പുൽക്കൊടി യോടും വികാരത്തോടെ സ്തോത്രം ആലപിക്കുന്നവൻ. അങ്ങിനെ യൊരാൾ ആയിരക്കണക്കിന് സംവത്സരങ്ങളായി പീഡിപ്പിക്കപ്പെടുന്ന ഒരു ജനവിഭാഗത്തെ ന്യായീകരിക്കാനോ രക്ഷിക്കാനോ ഒരു വാക്കു പോലും പറഞ്ഞിട്ടില്ല. അതെന്നെ വല്ലാതെ സ്പർശിച്ചു. ഇത്രയും അന്ധനാകാനദ്ദേഹത്തിനെങ്ങനെ കഴിഞ്ഞു? ഒരുപക്ഷേ, വെറുപ്പ് മൂല മുള്ള അന്ധതയാണോ? ജൂതന്മാരെ അദ്ദേഹം മനുഷ്യരായിട്ടുപോലും കാണുന്നില്ല; *പൊളിനേഷ്യൻ ദ്വീപിൽ* നിന്നോ മറ്റോ വന്ന ഗിരിവർഗ ക്കാരെപ്പോലെ കാടന്മാരാണവർ. ഞാനും എന്റെ നിരവധി സുഹൃ ത്തുക്കളും പരിചയക്കാരും ഈ ഗിരിവർഗത്തിൽപെട്ടവരാണ്. റഷ്യൻ

* 1905-ൽ റഷ്യയിൽ രൂപം കൊണ്ട വിപ്ലവ വിരുദ്ധ സംഘടന. ആന്റിസെമിറ്റിസവും അവരുടെ മുഖമുദ്രയായിരുന്നു.

സാഹിത്യത്തെക്കുറിച്ച് ഞാൻ ചർച്ച ചെയ്യാറുള്ളത് ഇവരോടാണ്. ഈ *ഗിരിവർഗ*ത്തിൽപെട്ടവരോർ തന്നെയാണ്, *ലിയോനിഡ് ഗ്രോസ്സ്മാനും ഡോളിനിനും സിൽബെർഷ്ടീനും റോസൻബ്ലിയും കിർപോട്ടിനും കോഗനും ഫ്രിഡ്ലെണ്ടറും ബ്രെഗോവയും ബോർഷ്ചെവ്സ്കിയും ഗോസെൻപുഡും മിൽക്കീനയും ഹുസ്സും സണ്ടെലോവിച്ചും ഷ്ക്കൂളോവിസ്കിയും ബെൽക്കിനും, ബെർഗ് മാനും ഡോസ്യാ ലവോവ്ന സോർക്കിനായും* മറ്റ് നിരവധി പേരും. ഡോസ്റ്റൊയെവ്സ്കിയുടെ സാഹിത്യപൈതൃകത്തെക്കുറിച്ച് പഠനം നടത്തിയവരാണവർ. മിക്കവാറും ഒരു കുത്തകാവകാശംപോലെ! അതിലെന്തോ അസ്വാഭാവികത തോന്നും. ആദ്യനോട്ടത്തിൽത്തന്നെ അത് അമ്പരപ്പിക്കും. ഭക്ത്യാദരപൂർവം എത്ര വൈകാരികതയോടെ യാണവർ ഡയറികളും നോട്ടുപുസ്തകങ്ങളും പകർപ്പുകളും കത്തു കളും കീറിമുറിച്ച് വിശകലനം ചെയ്തിട്ടുള്ളത്. ഇപ്പോഴും ആ പ്രക്രിയ തുടർന്നുകൊണ്ടിരിക്കുന്നു. തങ്ങളുടെ വംശത്തോട് അവജ്ഞ കാട്ടു കയും വെറുക്കുകയും ചെയ്ത ഈ മനുഷ്യന്റെ ഏറ്റവും നിസ്സാര മായ ജീവചരിത്രവിവരണങ്ങൾപോലും അവർ വിശകലനം ചെയ്യുന്നു. ഒരുപക്ഷേ ശത്രുവർഗനേതാവിനു നേരെ നടത്തപ്പെടുന്ന ഒരുതരം മൃഗീയമായ ക്രൂരതയായിരിക്കാം! എന്തായാലും ജൂതർക്ക് ഡോസ്റ്റോ യെവ്സ്കിയോടുള്ള ഈ പ്രത്യേക ആകർഷണം മറ്റെന്തോ ആകാ നാണ് സാധ്യത. അദ്ദേഹത്തിനു പിന്നിൽ ഒളിച്ചിരിക്കാനുള്ള മോഹം, അല്ലെങ്കിൽ അദ്ദേഹത്തെ മുന്നിൽ നിർത്തി ആത്മരക്ഷ നേടാനുള്ള ത്വര! ഒരു ജനതയെ കൂട്ടക്കൊല ചെയ്യുന്ന സമയത്ത് വാതിലിൽ കുരിശ് വരച്ചുവയ്ക്കുകയോ ക്രിസ്തുമതം സ്വീകരിക്കുകയോ ചെയ്യു ന്നതുപോലെ. ഇവിടെ ജൂതരുടെ വികാരം കണക്കിലെടുക്കാതിരിക്കാ നാകില്ല. റഷ്യൻ സംസ്കാരത്തിന്റെ കരുത്തുറ്റ ഒരു ഭാഗമാണവർ, അതുപോലെ റഷ്യയുടെ ദേശീയ ചൈതന്യം കാത്തുരക്ഷിക്കുന്ന വരും.

പുറമെ ട്രാമുകളുടെ ശബ്ദം നിലച്ചു. ഞാൻ കുറച്ചുനേരമായി വിളക്കണച്ചിട്ട്. മോസ്യായുടെ വിളക്കെടുത്ത് ശ്രദ്ധയോടെ ഡൈനിംഗ് ടേബിളിൽ വച്ചു. അടുത്ത മുറിയിൽനിന്ന് ഗില്യായുടെ മൃദുവായ കൂർക്കംവലി കേൾക്കാം. പത്തു ശ്വാസം കഴിഞ്ഞാൽ ഒരു മൃദുവായ വലി. അത്ര മൃദുവായതിനാൽ ഉറക്കത്തിൽ തേങ്ങുകയാണെന്നേ

തോന്നൂ. എന്റെ കാലുകൾ സോഫയുടെ അറ്റത്തുനിന്ന് പുറത്തേക്ക് ഞാന്നുകിടക്കുന്നു. ജനലിന്നപ്പുറത്ത് പീറ്റേഴ്സ്ബർഗിന്റേതായ ശീതകാല കൂരിരിട്ട്. ഇപ്പോൾ രാത്രി വളരെ വൈകിയെങ്കിലും, നേരം വെളുക്കുവാൻ അനന്തമായൊരു കാലംതന്നെ ഉണ്ടെന്നു തോന്നും. നിങ്ങൾക്കു ശാന്തമായി അവിടെ കിടക്കാം. ഉറക്കത്തെക്കുറിച്ചോർത്ത് വ്യാകുലപ്പെടേണ്ടതില്ല. എന്തെന്നാൽ പെട്ടെന്നു വെളിച്ചമാകും.

ഇറുകിയ ചെക്ക് ട്രൗസറും കറുത്ത തൊപ്പിയും കറുത്തു നീണ്ട ബെർലിൻ ഫ്രോക്ക് കോട്ടും ധരിച്ച് പോക്കറ്റിൽ 'സാൻഡ്‌വിച്ചു'കളുമായി, *ബേദൻ-ബേദനും ബാസെലിനു*മിടയ്ക്കുള്ള ഏതോ ഒരു സ്റ്റേഷനിലെ മഞ്ഞുമൂടിയ പ്ലാറ്റ്‌ഫോമിലൂടെ ഏകാകിയായി അയാൾ ഓടിപ്പായുന്നു. പരിഹാസ്യമായ നൃത്തച്ചുവടുകളോടെ ആരെയൊക്കെയോ വണങ്ങുന്നു. ഒരു ഫ്രാങ്ക് കുറച്ചുകൊടുത്ത തട്ടുകടക്കാരനോട് എന്തോ ഗർജിക്കുന്നു. പക്ഷേ, ട്രെയിൻ നേരത്തെ പോയിക്കഴിഞ്ഞിരുന്നു. രാത്രി പറന്നെത്തിയിരിക്കുന്നു. തന്നെ പിന്തുടരുന്ന കനത്ത പ്രകാശവലയത്തിൽ ആ മനുഷ്യൻ അങ്ങോട്ടുമിങ്ങോട്ടുമുള്ള നെട്ടോട്ടവും വണങ്ങലും തുടരുന്നു. പോകുന്നിടത്തെല്ലാം ഒരേ രംഗവേദിയിലെ നടനംപോലെ. അടർന്നുവീഴുന്ന മഞ്ഞുപാളികൾ. അയാളുടെ മുഖവും താടിയുമെല്ലാം മഞ്ഞുകൊണ്ട് മൂടി. പ്ലാറ്റ്‌ഫോം അവസാനിച്ചു. ഒരു സർക്കസ് ടെന്റിന്റെ മുകളറ്റത്തിനു കുറുകെ വരിഞ്ഞു കെട്ടിയ കയറിലൂടെ അയാൾ ഓടി. മഞ്ഞുകൊണ്ടുള്ള മുഖംമൂടി ബഫൂണിന്റെ പൊയ്മുഖമായി മാറി. അതിനുള്ളിൽനിന്ന് കുറച്ചു നരച്ച താടി രോമങ്ങൾ പുറത്തു ചാടി. ശിരസ്സിലെ തൊപ്പിയെടുത്ത് ആകാശത്തിലേക്കു വലിച്ചെറിഞ്ഞ് പാതിവഴിയിൽവച്ച് പിടിച്ചെടുക്കും. കുനിഞ്ഞും തിരിഞ്ഞും പലതരത്തിലുള്ള നൃത്തച്ചുവടുകൾ വയ്ക്കും. താഴെ മുൻവരിയിലിരുന്ന്, വരിഞ്ഞുകെട്ടിയ കയറിലൂടെ നീങ്ങുന്ന പ്രകാശിക്കുന്ന രൂപത്തെ നോക്കിക്കാണുന്ന ഒരാൾ. വലിയ ശിരസ്സും സിംഹത്തെപോലുള്ള കുഞ്ചിരോമവും ഭംഗിയായി വെട്ടിനിർത്തിയ താടിയും ഉള്ള ഒരാൾ. തിളങ്ങുന്ന കൂളിംഗ് ഗ്ലാസ്സിന്റെ ചെയിൻ അയാളുടെ കൺമുന്നിലേക്ക് എടുത്തുകാട്ടി. ബഫൂൺ വേഷം നൃത്തം ചെയ്തു. മുൻനിരയിലിരിക്കുന്ന ആ മനുഷ്യനു വേണ്ടി മാത്രം കറുത്ത തൊപ്പികൊണ്ട് ചെപ്പടിവിദ്യ കാണിച്ചു. കയറിലെ നടത്തം നിർത്തി. അയാൾ ഒരു കാൽ ആദ്യം പൊക്കി, പിന്നെ മറ്റേ കാലും, ഒരു ഓപ്പറാ

നർത്തകിയെപ്പോലെ. അതേസമയം തന്റെ ജാക്കറ്റ് ഊരി അന്തരീക്ഷത്തിലേക്കു വീശി മേൽക്കൂരയുടെ അഗ്രത്തിലെത്തുന്നവിധം എറിഞ്ഞു. വലിച്ചുമുറുക്കിയ കയറിൽ നൃത്തംവയ്ക്കുന്ന ആൾ തീർച്ചയായും താഴെ വീണുപോകുമെന്നു തോന്നി. എന്നാൽ അയാളെ ശ്രദ്ധിച്ചുകൊണ്ടിരുന്ന മനുഷ്യന്റെ മുഖം അചഞ്ചലമായിരുന്നു. സ്വർണച്ചെയിനിൽ പിടിപ്പിച്ച കൂളിംഗ് ഗ്ലാസ് കണ്ണടയ്ക്കു പിന്നിലുള്ള അയാളുടെ കണ്ണുകൾക്കുള്ളിൽ ഇടയ്ക്കിടെ തീക്ഷ്ണവികാരവും പ്രോത്സാഹനത്തിന്റേതായ തിളക്കവും കാണപ്പെട്ടു. ഒടുവിൽ ഡാൻസർ കയറിൽനിന്നും പിടഞ്ഞു നിലംപതിച്ചപ്പോൾ മാത്രമാണ് വലിയ ശിരസ്സും സിംഹത്തിന്റെ കുഞ്ചിരോമവുമുള്ള ആ മനുഷ്യന്റെ മുഖം ഒരു പുഞ്ചിരിയോടെ പ്രകാശിച്ചത്. ആകർഷണീയവും അഭിജാതവും ഗർവ്വ് കലർന്നതുമായ പുഞ്ചിരി. തന്റെ കൂളിംഗ് ഗ്ലാസ് എടുത്തുമാറ്റി. അയാൾ ചിരിച്ചു. അതിനെ എതിരേറ്റുകൊണ്ട് കൈയടി. വരിഞ്ഞുമുറുക്കിയ കയറിൽനിന്ന് നിലംപതിച്ച ആ അഭ്യാസി മഞ്ഞുമൂടിയ പ്ലാറ്റ്ഫോമിലൂടെ വീണ്ടും ഓടുകയായിരുന്നു. ഇത് *ബേദൻ-ബേദനും ബാസെലിനും* ഇടയ്ക്കുള്ള പഴയ സ്റ്റേഷനല്ല. ഇത് *ക്ലെർ* ആണ്. മോസ്കൊവിനും പീറ്റേഴ്സ്ബർഗിനും ഇടയ്ക്കുള്ളത്. തന്റെ ഫ്രോക്ക്-കോട്ടിന്റെ അറ്റം പറത്തിക്കൊണ്ട് അയാൾ പ്ലാറ്റ്ഫോമിൽ പായുകയാണ്. എക്സ്പ്രസ് ട്രെയിനിൽനിന്നും കാലുകൾക്ക് ചെറിയൊരു വ്യായാമം കൊടുക്കാനോ ശുദ്ധവായു ശ്വസിക്കാനോ വേണ്ടി പുറത്തിറങ്ങുന്ന ബഹുമാന്യവ്യക്തികളെ പിടികൂടാനായി അയാൾ വൃഥാ ശ്രമം നടത്തുന്നു. അയാൾ ഒരു സർക്കാർ ഉദ്യോഗസ്ഥനിൽനിന്ന് മറ്റൊരു ഉദ്യോഗസ്ഥനിലേക്ക് നിരാശയോടെ ഓടുന്നു. കരംഗ്രഹിക്കാനോ ഒരു നോക്ക് കാണാനോ ശ്രമിക്കുന്നു. ഭവ്യതയോടെ എന്തോ അഭ്യർത്ഥിച്ചുകൊണ്ട് കുനിയുന്നു. ആ ഉന്നത സർക്കാർ ഉദ്യോഗസ്ഥന്മാർ ഒന്നാംക്ലാസ് കംപാർട്ടുമെന്റിലേക്ക് അപ്രത്യക്ഷരാകുന്നു. അയാൾ ട്രെയിനിന്റെ പിന്നാലെ ഓടാൻ ശ്രമിക്കുന്നു. ആ പ്ലാറ്റ്ഫോം ചൂതാട്ടമുറിയിലേക്കുള്ള ഒരു കോണിയായി മാറുന്നു. പരവതാനി വിരിച്ച ആ മാർബിൾ കോണിപ്പടികളിലൂടെ അയാൾ സാവധാനം കയറുകയാണ്, ഉദാസീനനായി. അയാളുടെ മുന്നിലൂടെ പല പോളണ്ടുകാരും ജൂതരും കോലാഹലം വയ്ക്കുന്നുണ്ട്. *റോത്ത്സ്ചൈൽഡ്* പോലും അയാൾക്കൊന്നുമല്ല നിസ്സാരൻ. കാരണം അയാൾ

സ്വയം, ഏതാനും മിനിറ്റുകൾക്കുള്ളിൽ *റോത്ത്സ് ചൈൽഡി*നേക്കാൾ ധനികനാകും. കഠിനഹൃദയനായ ആ ജൂതൻ പണം കടംകൊടുത്ത് കോടികൾ നേടി. ഭാഗ്യമുണ്ടെങ്കിൽ താനത് ചൂതിലൂടെ നേടും, അത്ര തന്നെ. മുൻകൂട്ടി ഊഹിക്കാവുന്ന സുഖകരമായൊരു ദൈവയോഗം. എന്തായാലും കോടികളല്ല അയാൾക്കു പ്രധാനം, ആ ആശയമാണ്. അയാൾ അലസഭാവത്തോടെ ചൂതാട്ടക്കാരുടേയും കാണികളുടേയും ഇടയിലൂടെ തള്ളിക്കയറി. പണക്കൊതിയന്മാരായ ആ പാവം വിഡ്ഢി കൾ. ഗർവ്വോടെ അവരുടെ വിളറിയ മുഖങ്ങളിലേക്കു തുറിച്ചുനോക്കിക്കൊണ്ട് അയാൾ നടന്നു. എല്ലാം ശുഷ്ക്കിച്ച പേക്കോലങ്ങൾ! ആദ്യപന്തയത്തിൽത്തന്നെ അരമില്യൺ അയാൾ നേടി, പിന്നെ ഒരു മില്യൻ. അപ്പോഴേക്കും ആരോ അയാളുടെ കൈപിടിച്ചുവലിച്ചു. നല്ല വേദന തോന്നി. ഒരു വാഷ്ടബ്ബുപോലെ കുഴിഞ്ഞ മുഖവും പുറത്തേക്ക് തള്ളിനില്ക്കുന്ന ചെവികളും മര്യാദയില്ലാത്ത നോട്ടവും ഉള്ള ഒരു മനുഷ്യനായിരുന്നു അയാളെ പിടിച്ചുവലിച്ചത്. ആ മനുഷ്യന്റെ തുറിച്ച കണ്ണുകൾക്കു കീഴെ അയാൾ നിലംപതിച്ചു, വാതിൽവരെ നിലത്തു കിടന്ന് ഇഴഞ്ഞു. പിന്നെ കോണിപ്പടികളിലൂടെ ഉരുണ്ടു വീണു. എന്നാൽ വേദന തോന്നിയില്ല. അതിന്നിടെ അയാൾക്കു തൊപ്പി നഷ്ടപ്പെട്ടു. തന്റെ വൃത്തികേടായ രൂപം നേരെയാക്കാനായി അയാൾ പ്രവേശനഹാളിൽ തൂക്കിയിട്ടിരുന്ന വലിയ കണ്ണാടിക്കു മുന്നിൽ ചെന്നു നിന്നു. പൊക്കംകുറഞ്ഞ *ഈസയ്യഫോമിച്ചിനെ*യാണതിൽ തന്റെ പ്രതിബിംബമായി അയാൾ കണ്ടത്, കോഴിയുടെ നെഞ്ചുപോലെ കൂരച്ച നെഞ്ചുള്ള ഒരു നഗ്നരൂപം. അയാൾ ഞെട്ടി പുറകോട്ടു മാറിയപ്പോൾ *ഈസയ്യഫോമിച്ചും* പുറകോട്ടു മാറി. അയാൾ സ്റ്റേഷനിൽനിന്ന് വാങ്ങി പോക്കറ്റിൽ വച്ചിരുന്ന *സാൻഡ്വിച്ച്കൾ* എടുത്ത് എറിയാൻ തുടങ്ങി. സ്റ്റേഷനിൽനിന്ന് അതു വാങ്ങിയപ്പോൾ ചില്ലറയുടെ പേരിൽ പറ്റിക്കപ്പെട്ട ഒരു പലിശക്കാരനെപ്പോലെ അയാൾ അലറിപ്പൊളിച്ചിരുന്നു. പക്ഷേ, തീവണ്ടി എഞ്ചിന്റെ വിസിലടിയിൽ ആ ശബ്ദം മുങ്ങിപ്പോയി. സാൻഡ്വിച്ചുകൾ കൊണ്ടുള്ള ഏറ് കൂടുംതോറും ആ അവ്യക്തമായ രൂപം കൂടുതൽ വ്യക്തമായി, ജീവസ്സുറ്റതായി മാറി.

ഞാൻ ഉണർന്നപ്പോൾ നേരം വെളുത്തുകഴിഞ്ഞിരുന്നു. ഇരുണ്ട വെളിച്ചം. ജനലിനപ്പുറത്ത് മഞ്ഞിൻകണങ്ങൾ വർഷിച്ചുകൊണ്ടിരിക്കുന്നു. ഇടനാഴിയിൽ ശ്രദ്ധയോടെ പതിക്കുന്ന കാലടിസ്വരം കേൾക്കാം,

*ഗില്യാ*യുടെ ശബ്ദവും. *അന്നാ ഡിമിത്രിയേവ്നയ്ക്ക്* വീട് വൃത്തിയാക്കി വയ്ക്കുന്നതിനെക്കുറിച്ചുള്ള നിർദ്ദേശങ്ങളാണെന്നു തോന്നുന്നു. കസേരയിലേക്ക് കൈനീട്ടിക്കൊണ്ട് ഞാൻ വാച്ചെടുത്തു നോക്കി. പത്തര ആയിരിക്കുന്നു. പീറ്റേഴ്സ്ബർഗിലെ ഒരു ഇരുണ്ട പ്രഭാതം.

പ്രാതലിനുശേഷം മോസ്യായുടെ പഴയ സോഫയിലിരുന്ന് ഗില്യായുമായി ഞാൻ നീണ്ട നർമസല്ലാപത്തിലേർപ്പെട്ടു. എന്റെ ജോലിയെയും പരിചയക്കാരെയുംകുറിച്ചവൾ പല ചോദ്യങ്ങൾ ചോദിച്ചു. അവളുടെ പഴയ മേലാധികാരിയെയും ചെറുമകനെയും ചെറുമകളെയുംകുറിച്ചും പറഞ്ഞു. അവൻ വിവാഹമോചനത്തിനുശേഷം പുതിയൊരു കുടുംബം കെട്ടിപ്പടുത്തു. ഗില്യായ്ക്ക് അവന്റെ പുതിയ ഭാര്യയോട് യാതൊരു വിദ്വേഷവുമില്ലെങ്കിലും അവരുടെ വീട്ടിൽ കാലെടുത്തു കുത്താനുദ്ദേശിക്കുന്നില്ല. ശാന്തമായ അവളുടെ കണ്ണുകളിൽനിന്ന് ക്രോധത്തിന്റെ തീപ്പൊരി പാറി. സ്വരം കഠിനമായി. ഉച്ചാരണത്തിലെ ആരോഹണാവരോഹണവും പദപ്രയോഗവും മാറി. പിന്നെ ചാടി എഴുന്നേറ്റ് സംസാരിക്കാൻ തുടങ്ങി. *യിദ്ദിഷ്* ഭാഷയിൽ അലറി. 'കീവി'ന്നടുത്തുള്ള പ്രദേശത്ത് അവളുടെ മാതാപിതാക്കൾ ഈ ഭാഷയിലാണ് സംസാരിക്കാറ്. അവൾ ജനിച്ചതും കീവിലാണ്. എന്നാൽ ഏറ്റവും രസം *ലെനിൻഗ്രാഡ് ബ്ലോക്കേഡി*നെക്കുറിച്ചുള്ള അവളുടെ കഥകളാണ്. ജനങ്ങൾ ശരിക്കും പട്ടികളെയും പൂച്ചകളെയും തിന്നത്, ഒരു കഷണം റൊട്ടിക്കു പകരം അവൾ മോസ്യയുടെ മനോഹരമായ രണ്ടു തുണികൾ നല്കിയത് തുടങ്ങിയവ. എഴുന്നേല്ക്കാൻ പറ്റാത്തത്ര ക്ഷീണിതനായിരുന്നു *മോസ്യാ*. ഈ റോട്ടിക്കഷണവും രണ്ട് കഷണം കുതിരമാംസവും അവൾ കൊടുത്തപ്പോൾ അവളുടെ കൺമുമ്പിൽ വച്ചുകൊണ്ടുതന്നെ അയാൾ കരുത്തു നേടി. ശാസ്ത്രജ്ഞന്മാരുടെ ഒരു സ്ഥാപനത്തിൽനിന്നാണീ മാംസം അവൾ സമ്പാദിച്ചത്. അതും ഇരുപത്തിനാല് മണിക്കൂർ ക്യൂ നിന്നശേഷം. *പെട്രോഗ്രാഡ് സൈഡിൽ* ഉള്ള ഇൻസ്റ്റിറ്റ്യൂട്ടിലാണവൾ ജോലി ചെയ്തിരുന്നത്. അതുകൊണ്ട് ദിവസേന രണ്ടു പ്രാവശ്യം അവൾക്ക് *നെവ്സ്കി പ്രോസ്പക്ടിലേക്കു* പോകേണ്ടിവന്നിരുന്നു. അല്ലെങ്കിൽ *കിറോവ് ബ്രിഡ്ജ്* മുറിച്ചുകടക്കേണ്ടിവന്നിരുന്നു. അപ്പോൾ മരവിച്ച ശവശരീരങ്ങൾ വലിച്ചിഴച്ചുകൊണ്ടുപോകുന്നതവൾ കണ്ടിട്ടുണ്ട്. അതേസ്ഥലത്ത്, കൺമുന്നിൽവച്ച് ആളുകൾ തണുത്തു മരവിച്ചു വീഴുന്നതിനവൾ സാക്ഷ്യം

വഹിച്ചിട്ടുണ്ട്. ചിലപ്പോൾ അവരുടെ മൃതദേഹം എടുത്തു മാറ്റും. അല്ലെങ്കിൽ നടപ്പാതയിൽ അടുത്ത വസന്തംവരെ അവ മരവിച്ചു കിടക്കും.

ഞങ്ങളുടെ ഏറ്റവും ഹൃദ്യമായ സംഭാഷണം നടക്കാറുള്ളത് പതിവായി സായാഹ്നങ്ങളിലാണ്, അത്താഴശേഷം. അപ്പോൾ പുറത്ത് താരതമ്യേന ശാന്തമായ അന്തരീക്ഷമായിരിക്കും, മഴ ആരംഭിക്കാൻ പോകുന്നതുപോലെ തോന്നും. എന്നാൽ, ഒരിക്കലും ഇരുട്ടാകാറില്ല. കാരണം വെളുത്ത രാത്രികളുടെ കാലമാണത്. അതിനും പുറമെ വേണ്ടതിലധികം സ്ട്രീറ്റ് ലൈറ്റുകൾ രാത്രി മുഴുവൻ കത്തിനില്ക്കും. ഈ സംഭാഷണങ്ങൾ നീണ്ട ശീതകാല രാത്രികളിൽ പ്രത്യേകിച്ചു സൗകര്യപ്രദവും സുഖകരവുമായിരിക്കും. അപ്പോൾ നേരം പുലരുമെന്നു പ്രതീക്ഷിക്കുകയേ വേണ്ട. പിന്നെ, ജനലയ്ക്കപ്പുറത്ത് മഞ്ഞു നിറഞ്ഞ കൊടുങ്കാറ്റ് രൂപപ്പെടുന്നു. അവ തെരുവ് വിളക്കുകളെ നിഷ്പ്രഭമാക്കുന്നു. താഴെ എവിടെയോ ഒരു കോണിൽ ട്രാമുകളുടെ ഞരക്കം. ഞാൻ മോസ്യായുടെ സോഫയിൽ ചാരിക്കിടക്കുകയായിരിക്കും. അപ്പോൾ ഗില്യ എന്നോട് കഥകൾ പറഞ്ഞ് അടുത്ത് ഇരിക്കും. വളരെ അനായാസം വിശദമായിട്ടാണവളുടെ കഥ പറച്ചിൽ. ഒന്നാംതരം ഓർമശക്തിയാണവളുടേത്. ആദ്യത്തെ മേലധികാരിയെക്കുറിച്ച് അവൾ തുടങ്ങും.

ഒരു പ്രശസ്ത കെമിസ്റ്റ് ആയ അയാൾ ജയിലിലടയ്ക്കപ്പെട്ടു; രാജ്യത്തിന്റെ ആവശ്യത്തിനായി ശാസ്ത്രജ്ഞന്മാരെ അടച്ചിടുന്ന സ്പെഷ്യൽ ക്യാമ്പിലേക്കയാൾ നാടുകടത്തപ്പെട്ടു. യുദ്ധത്തിന് അടുത്താണയാളെ സ്വതന്ത്രനാക്കിയത്. *റൊമെയിൻ റോളണ്ട്* ആണ് അയാൾക്കുവേണ്ടി സ്റ്റാലിന്റെ അടുത്തുവരെ നിവേദനം എത്തിച്ചത്. പ്രശസ്തനായ കെമിസ്റ്റായിരുന്ന ആ മേലധികാരി ഏതാനും മാസങ്ങൾക്കുശേഷം വീണ്ടും തടവുകാരനാക്കപ്പെട്ടു. തുടർന്ന് യാതൊരു തുമ്പും കിട്ടാത്ത രീതിയിൽ അപ്രത്യക്ഷനായി. പിന്നെ മോസ്യായുടെ അറസ്റ്റിനെക്കുറിച്ചായി ഗില്യായുടെ സംസാരം. ജൂതന്മാരുടേതുപോലെ കുടുംബപ്പേരുള്ള ഒരാളായിരുന്നു കേസന്വേഷകൻ. അയാളായിരുന്നു മോസ്യായെ ചോദ്യം ചെയ്തുകൊണ്ടിരുന്നത്. ലെനിൻഗ്രാഡിന് പുറത്തുപോലും അയാളുടെ ക്രൂരത കുപ്രസിദ്ധമാണ്. ഒരു ദിവസം രാത്രി വളരെ വൈകി മോസ്യാ തിരിച്ചെത്തിയപ്പോൾ അവൾ അയാളെ കണ്ട് സ്തബ്ധയായി; അവളുടെ സുഹൃത്ത് എൽസായും. മോസ്യാ

ജയിലിലായിരുന്ന ആ വിഷമഘട്ടത്തിൽ എൽസായയാണ് അവളോടൊപ്പം താമസിച്ചിരുന്നത്.

ഇപ്പോഴും വേഗം ഇരുട്ടാകുന്നു. ഹ്രസ്വമായ പകലുള്ള ശീതകാലം അവസാനിക്കാറായിരുന്നു. പുറമെ തെരുവിൽ മഞ്ഞ് ഉറഞ്ഞുകിടക്കുന്നു. ആളുകൾ നടക്കുമ്പോൾ മഞ്ഞ് കരകരശബ്ദം പുറപ്പെടുവിക്കുന്നു. ട്രാഫിക് ലൈറ്റുകൾക്കു പിറകിൽ ട്രാമുകൾ വരിവരിയായി നിലകൊള്ളുന്നു. തെരുവുവിളക്കിന്റെ പ്രകാശത്തിൽ അവർ മഞ്ഞുമൂടിയ ബസ് സ്റ്റോപ്പുകളിലും ട്രാം സ്റ്റോപ്പുകളിലും നടപ്പാതയിലും നീങ്ങുന്നു. മൂലയിലെ സ്റ്റോറിനു പുറത്ത് ആളുകൾ കൊച്ചു കൊച്ചു ഗ്രൂപ്പുകളായിട്ടാണ് നില്ക്കുന്നത്. മദ്യപാനത്തിനുള്ള മൂവർസംഘം രൂപീകരിക്കുകയാണവർ. ഷോപ്പിന് കുറച്ചപ്പുറത്തായി വിളറി ക്ഷീണിച്ച് എല്ലുംതോലുമായ ചില കോലങ്ങളെ നിങ്ങൾക്കു കാണാം. കെട്ടിടത്തിന്റെ മതിലുകളിൽ ചാരി നില്ക്കുന്നു. മതിലിലെ കുമ്മായം അവരുടെ പുറത്ത് ഒട്ടിപ്പിടിച്ചിട്ടുണ്ട്. തടഞ്ഞുനിർത്താനാകാത്ത വിധം മെല്ലെ അവർ നടപ്പാതയിലേക്കു കുഴഞ്ഞുവീഴുന്നു. ചുകന്ന കുരിശടയാളമുള്ള സ്പെഷ്യൽ വണ്ടികളെത്തി അവരെ എടുത്തു കൊണ്ടുപോകുന്നതുവരെ അവർ ആ നടപ്പാതയിൽ മലർന്നടിച്ചു കിടക്കുന്നുണ്ടാകും. ഒരാഘോഷക്കാലത്തെപ്പോലെ പ്രശോഭിച്ചുനില്ക്കുന്ന പുഴ. ഞാൻ *നെവ്സ്കി പ്രോസ്പെക്ടി*ന്റെ ഭാഗത്തേക്ക് നടക്കുകയായിരുന്നു. സത്യത്തിൽ അതൊരു നദി തന്നെയായിരുന്നു, *നെവ്സ്കി പ്രോസ്പെക്ട്*, ദൂരെ *നേവാ*യിലേക്ക് ഒഴുകുന്നു. അതിന്റെ ഒരു പോഷകനദി വീതിയിൽ നേരെ ഒഴുകി *നെവ്സ്കി ഡിസ്ട്രിക്ടിനെ* രണ്ടായി വിഭജിക്കുന്നു. അതിലൊന്ന് വളരെ കുലീനമായൊരു പ്രദേശമായിരുന്നു, പ്രഭുത്വത്തിന്റെ പ്രതീകം. മുമ്പത്തെ സെർജിയേവിസ്കായാ, നഡ്ഷേഴ്ഡിൻ സ്കായാ, ബസ്സീനായാ, കിറോച്ച്നായാ തെരുവുകൾ, വൊസ്ക്രെസെൻസ്കി പ്രോസ്പെക്ട് എന്നിവ അതിലുൾപ്പെടുന്നു. കുറ്റമറ്റ അവിടത്തെ കൂറ്റൻ കെട്ടിടങ്ങൾ സവിശേഷങ്ങളാണ്. സ്ക്വയർ ഓഫ് ആർട്സിന് ചുറ്റുമുള്ള കലാശില്പങ്ങളുടെ ശൃംഖല അത്ഭുതകരമായ വിധത്തിൽ പൂർണത പ്രാപിച്ചിരിക്കുന്നു. ഒരുതരം വിഷാദവും ഭയഭക്തിയും ഉളവാക്കുന്നതാണ് ഫീൽഡ് ഓഫ് മാർസ്. അതിന്നടുത്തുള്ള എഞ്ചിനിയേഴ്സ് പാലസ്സിലെ കൂർത്ത ഗോപുരങ്ങളും അങ്കണവും ഉപഗ്രഹങ്ങളും ആരുടെയും ശ്രദ്ധയാകർഷിക്കും, തീവ്രമായ

ഏതോ രഹസ്യത്തിന്റെ കാവൽക്കാരെന്ന പോലെ. കെട്ടിടങ്ങൾ നിരയായി നില്ക്കുന്ന ചെറിയ വളവുള്ള *ഫൊണ്ടാങ്കാ*, *മൊയ്ക്ക* പുഴയോരങ്ങൾ. മിക്കവാറും എല്ലാ കെട്ടിടങ്ങളും അലങ്കാരവേലകൾ നിറഞ്ഞതാണ്. *കത്തിഡ്രൽ ഓഫ് ക്രൈസ്റ്റി*ന്റെ ചുകപ്പും സുവർണ്ണനിറവുമുള്ള കപോള നിനച്ചിരിക്കാതെ പെട്ടെന്ന് പ്രത്യക്ഷമാകുന്നു. പഴയ *മില്യേനയ* തെരുവിൽ പ്രഭുകുലജാതരുടെ ബഹുനിലകളുള്ള അഭിജാത ഗൃഹങ്ങൾ വരിയായി നില്ക്കുന്നു. ചുമരിൽ ചിത്രവേലകളും ഗ്ലാസ് ജനലുകളുമുള്ളവ. മുമ്പത്തെ ആ *ഇംഗ്ലീഷ് തീരങ്ങളിൽ* ഇപ്പോൾ സ്വകാര്യ വില്ലകൾ ഇല്ല. എന്നാൽ പേടിപ്പിക്കുന്ന വിശാലതയുള്ള *നേവ*യെ നോക്കി ഇപ്പോൾ നിലകൊള്ളുന്നത് കൊട്ടാരങ്ങളാണ്. അഴിമുഖംപോലെ വീതിയുള്ള ഇംഗ്ലീഷ് തീരങ്ങൾ പാലസ് തീരങ്ങളായി മാറി. റഷ്യൻ സാമ്രാജ്യത്തിന്റെ ഹൃദയമായിരുന്ന *വിന്റർ പാലസ്* അവിടെയാണ്. ഇപ്പോൾ അതു പ്രദർശനത്തിനുള്ള ഒരു മ്യൂസിയമായി മാറിയിരിക്കുന്നു. ആ നഗരത്തിന്റെ മറ്റെ പാതി. ഒരു കാലത്ത് സാധാരണക്കാരുടേതായിരുന്നു. നേർരേഖയിലുള്ള തെരുവുകളല്ല ഇടയ്ക്കിടെ പാർശ്വത്തിലേക്ക് മാറിപ്പോകുന്ന പാതകളാണ് അവിടത്തേത്. ഒരറ്റം അടഞ്ഞ ഇടുങ്ങിയ വഴികൾ. *കാതറീൻ കനാലി*നെ ചുറ്റി അതു നീങ്ങുന്നു. പഴയ *ബോൾഷായാ*, *സ്രെദ്ന്യായാ*, *മലയ മെഷ്ചൻസ്കായാ സ്ട്രീറ്റ്* എന്നിവ അതിൽ ഉൾപ്പെടുന്നു. (അല്ലെങ്കിൽ, *സ്റ്റോല്യാർനി ലെയിൻ*), നാലോ അഞ്ചോ നിലയുള്ള വാടകക്കെട്ടിടങ്ങൾ നിരയായി നില്ക്കുന്നുണ്ട്. ഉള്ളിൽ പ്രവേശിച്ചാൽ പുറത്തുവരാൻ പറ്റാത്ത രീതിയിൽ കുഴയ്ക്കുന്ന ദുർഘടമാർഗങ്ങളാണവിടെ. പെട്ടെന്നവ കാതറീൻ കനാലിന്റെ കൈവരികളിൽ ചെന്നെത്തും. അതിൽ ഏറ്റവും കുഴപ്പം പിടിച്ച ദുർഘടമാർഗത്തിലൂടെ തെറ്റാതെ പോയിട്ടു വേണം കൃത്യമായി ആ ഫ്ളാറ്റിന്റെ ഫോട്ടോ എനിക്ക് എടുക്കേണ്ടുന്നത്. എനിക്കാണെങ്കിൽ ഒട്ടും സമയമില്ല. പിന്നെ വിശ്വസിക്കാൻ കൊള്ളാത്ത ലെനിൻഗ്രാഡ് കാലാവസ്ഥ. അതിനുംപുറമെ അനാവശ്യമായ വസ്തുക്കളുടെ ഫോട്ടോ എടുക്കൽ ഏതുനിമിഷവും തടയപ്പെട്ടേക്കാമെന്ന ഭീഷണി. *റസ്കോൾ നിക്കോവിന്റെ* വീട് അല്ലെങ്കിൽ പണം പലിശയ്ക്കു കടം കൊടുക്കുന്നവളുടെ വീട്, അല്ലെങ്കിൽ *സോനെച്ച്ക*യുടെ വീട്, അല്ലെങ്കിൽ നാടുകടത്തലിനുശേഷം തിരിച്ചുവന്ന ഉടനെ, തന്റെ ഏറ്റവും ഇരുണ്ടതും നിഗൂഢവുമായി കാലഘട്ടം

കഴിച്ചുകൂട്ടിയ അവരുടെ കഥാകാരന്റെ വസതി എന്നിവിടങ്ങളിൽ ഞാൻ അലഞ്ഞുതിരിഞ്ഞു. ആ വസതി എനിക്കത് ക്യാമറയിലേക്കു പകർത്തേണ്ടതുണ്ട്.

ശരിക്കും ഇവിടെ, കാതറീൻ കനാൽത്തീരത്തെ ഈ മൂലയിലെ വീട്ടിൽവച്ചാണ് ശിരോവസ്ത്രം വലിച്ചുതാഴ്ത്തിക്കൊണ്ട് ആ സ്ത്രീ അയാളെ സന്ദർശിക്കാനെത്തിയത്. പിന്നീട് അവർ ഒന്നിച്ച് ഒരേ കാബിനിൽ കപ്പൽ യാത്ര ചെയ്തിട്ടും അയാൾ സ്പർശിക്കാൻ ധൈര്യപ്പെടാതിരുന്നവൾ. കനാലിന് കുറുകെക്കൂടി പോകുന്ന കുഴഞ്ഞുമറിഞ്ഞ ദുർഘടമായ ഈ വഴികളിലൂടെ വന്ന് ഇതിലേതോ കെട്ടിടത്തിൽ ഇരുന്ന് അന്നാഗ്രിഗൊറ്യേവ്ന ഡിക്ടേഷൻ എടുത്തിരുന്നു. അതിനു മുമ്പാണാ സംഭവം. തന്റെ പ്രതിയോഗിയെ കാലേക്കൂട്ടി തടഞ്ഞ് അവൾ ഇടുങ്ങിയ കോണി കയറി രണ്ടാംനിലയിലെത്തും. അയാളുടെ പഠനമുറിയിലെ വട്ടമേശയ്ക്കരികെ ദൃഷ്ടി താഴ്ത്തി ഇരുന്ന് അയാൾ പറഞ്ഞുകൊടുത്ത '*ദി ഗാംബ്ലർ*' എഴുതിയെടുക്കും. അയാളുടെ ദൃഷ്ടി തന്നിലാണ് പതിഞ്ഞിരിക്കുന്നതെന്ന് അയാളെ നോക്കാതെത്തന്നെ അവൾക്കറിയാമായിരുന്നു, അയാളുടെ പാദപതനങ്ങൾക്കു ചെവിയോർത്ത് അവൾക്കു ചുറ്റും അയാളുടെ ശബ്ദം വലയം ചെയ്യുന്നതും കാത്ത് അവൾ കുറിപ്പുകൾ പകർത്തി. അയാളടുത്തെത്തുമ്പോഴെല്ലാം ഹൃദയമിടിപ്പ് തെറ്റുന്നതുപോലെ തോന്നി. പിന്നീട് ഒരു തീവ്രാനുരാഗം അവളിലേക്ക് അയാൾ വികാരപൂർവ്വം തുളച്ചുകയറുന്നതുവരെ അതു തുടർന്നു.

ഞാൻ *നെവ്സ്കി*യിലെത്തിയപ്പോൾ അതു ശരിക്കും ഒരു പുഴ പോലെ കാണപ്പെട്ടു. ശീതകാല ആഘോഷങ്ങൾക്കു നടുവിലൂടെ ഒഴുകുന്ന ഒരു പുഴ. ജനക്കൂട്ടം മഞ്ഞിലൂടെ തെന്നിനടക്കുന്നു. അതിന്നിടയിൽ നൂറുകണക്കിന് ലൈറ്റുകൾ പ്രകാശിക്കുന്നു.; ചുകപ്പ്, പച്ച, ഓറഞ്ച് അവയുടെ കണക്കില്ലാത്തത്ര പ്രതിബിംബങ്ങൾ മഞ്ഞുവിരിയിട്ട നിലത്തുനിന്നും ഉയരുന്നു. അവ പുഴയുടെ തീരത്തുകൂടെ അങ്ങോട്ടും ഇങ്ങോട്ടും ഒഴുകിനടക്കുന്നു. പാതയുടെ ഇരുവശത്തുമുള്ള കല്ലുപാകിയ നടപ്പാതയിലൂടെ നീങ്ങുന്നു. ലൈറ്റുകൾ പിടിപ്പിച്ച കടകളുടെ ജനലകൾ വെട്ടിത്തിളങ്ങുന്നു. ഇടയ്ക്കിടെ റസ്റ്റോറന്റിന്റെ വാതിലുകൾ തുറക്കുമ്പോൾ നീരാവിപടലം വന്നു മൂടുന്നു. എല്ലാറ്റിനും മുകളിലായി വിവിധ വർണ ബൾബുകൾ ഉപയോഗിച്ചുള്ള

പരസ്യചിത്രങ്ങൾ നൃത്തംവയ്ക്കുന്നു. പുറത്തേക്കു പോകുന്ന നീരാവിപടലം ഈ പരസ്യചിത്രങ്ങളെയും പൊതിയുന്നു. ട്രാഫിക് സിഗ്നലുകൾ ഒന്ന് കണ്ണു ചിമ്മുമ്പോൾ, താഴോട്ടും മേലോട്ടും ചലിച്ചു കൊണ്ടിരിക്കുന്ന ലൈറ്റുകൾ ഒരു നിമിഷം നിശ്ചലമാകും. അപ്പോൾ ജനക്കൂട്ടം പാലം കുറുകെ കടന്ന് അപ്പുറത്തേക്കു പായും.

ഞാനും അപ്പുറത്ത് എത്തിയിരുന്നു. എന്നിട്ട് ആ വശത്തെ തെരുവിലേക്കു പ്രവേശിച്ചു. *നെവ്സ്കി*യിലെ പ്രഭാപൂരത്തിനുശേഷം അവിടം വളരെ ശാന്തവും ഇരുണ്ടതുമായിട്ടാണെനിക്കു തോന്നിയത്. രണ്ടു വരി തെരുവുവിളക്കുകൾ നീണ്ടുകിടക്കുന്നുണ്ടെങ്കിലും ഒടുവിലവ ഇരുട്ടിലേക്കു പോയി മറയുന്നു. ഏതോ ഒരു കെട്ടിടത്തിൽ ഉറപ്പിച്ച 'തെരുവ് ബോർഡ്' നോക്കിയപ്പോൾ, ഞാൻ *മാരറ്റി*ലൂടെയാണ് നടക്കുന്നതെന്നു മനസ്സിലായി. മുമ്പത്തെ *നിക്കോളായേസ്കായാ തെരുവ്* – *നെവ്സ്കി*യിൽനിന്നധികം ദൂരെയല്ലാതെ, ഒരുപക്ഷേ, ഞാൻ നടക്കുന്ന ഇതേ സ്ഥലം, ഇവിടെ എവിടെയോ വച്ചാണ്, തുകൽകോട്ടു ധരിച്ച ഏതോ ഒരു പ്രാകൃതൻ അയാളെ മറികടന്നുചെന്ന് മുഷ്ടി ചുരുട്ടി മുഖത്തടിച്ചത്. അയാൾ മരിക്കുന്നതിനു രണ്ടു വർഷം മുമ്പാണിതു സംഭവിച്ചത്. പതിവു സായാഹ്നസവാരി കഴിഞ്ഞ് വീട്ടിലേക്കു മടങ്ങുകയായിരുന്നു അയാൾ. അയാളെ ഇടിച്ചു നിലത്തു വീഴ്ത്തി. തൊപ്പി തെറിച്ച് റോഡിലെ മഞ്ഞിലൂടെ ഉരുണ്ടുപോയി. മാർച്ച് അവസാനമായതിനാൽ അപ്പോഴും മഞ്ഞ് നല്ലവണ്ണം ഉണ്ടായിരുന്നു. അയാൾക്കു ചുറ്റും ജനങ്ങൾ തടിച്ചുകൂടി, അവർ അയാളെ എഴുന്നേറ്റു നില്ക്കാൻ സഹായിച്ചു. മുഖത്തുനിന്ന് ചോര ഒലിക്കുന്നുണ്ടായിരുന്നു. പോലീസുകാരൻ ഓടിച്ചെന്ന് ആ മദ്യപാനിയെ പിടികൂടി ചില സാക്ഷികളോടൊപ്പം പോലീസ് സ്റ്റേഷനിലേക്കു കൊണ്ടുപോയി. ഏതാനും ദിവസങ്ങൾക്കുശേഷം വിചാരണ നടന്നു. അപരാധിക്ക് പതിനാറ് റൂബിൾ പിഴ വിധിച്ചു. അവിടെ സന്നിഹിതനായിരുന്ന പീഡിതനാകട്ടെ അപരാധിയോടു ദാക്ഷിണ്യം കാണിക്കണമെന്നും അപരാധിക്കു മാപ്പ് കൊടുക്കണമെന്നും കോടതിയോടു യാചിച്ചു. എന്നിട്ടയാൾ അപരാധി കോടതിക്കു പുറത്തുവരുന്നതുവരെ വാതില്ക്കൽ കാത്തുനിന്നു. പുറത്തു വന്നപ്പോൾ പതിനാറ് റൂബിൾ അയാളുടെ കൈയിൽ വച്ചുകൊടുത്തു.

ഇക്കാലത്ത് അയാൾ *സ്ലാവോനിക്ക് പ്രശ്ന*ത്തെക്കുറിച്ച് പ്രത്യേകിച്ചും വിപുലമായി എഴുതിക്കൊണ്ടിരിക്കയായിരുന്നു. യൂറോപ്പിനെ

സ്വതന്ത്രയാക്കേണ്ട ചുമതല ദൈവം നല്കിയിട്ടുള്ളത് റഷ്യക്കാർക്കാണെന്നയാൾ ഊന്നിപ്പറഞ്ഞു. അതു ദൈവനിയോഗമാണ്. ഈ വിധിയുടെ അടിസ്ഥാനം അയാളുടെ അഭിപ്രായത്തിൽ റഷ്യയുടെ സവിശേഷവും അതുല്യവുമായ ദേശീയ ചിന്താഗതിയും സ്വഭാവവുമാണ്. അതയാൾ അച്ചടിക്കാൻ പറ്റാത്ത ഭാഷയിൽ പ്രകടിപ്പിച്ചു, പല അർത്ഥത്തിൽ. അതായത് സാധാരണക്കാരുടെ ഭാഷയിൽ പലവിധത്തിൽ ഉറപ്പിച്ചു പറഞ്ഞു. തീർച്ചയായും മറ്റുള്ളവരെ അപമാനിക്കാനോ, ശകാരിക്കാനോ വേണ്ടിയല്ലായിരുന്നു. എന്നാൽ, എല്ലാ യഥാർത്ഥ റഷ്യക്കാരന്റെ ആത്മാവിലും മറഞ്ഞുകിടക്കുന്ന ഗഹനവും അഗാധവും വിശുദ്ധവുമായ വികാരങ്ങൾ പ്രകടിപ്പിക്കുവാൻ വേണ്ടിയായിരുന്നു അത്.

ഞാൻ നടന്നുകൊണ്ടിരുന്ന കല്ല് വിരിച്ച നടപ്പാതയുടെ ഇരുവശത്തും മഞ്ഞ് കൂമ്പാരമായി കിടക്കുകയാണ്. കാൽനടക്കാരുടെ കാലൊച്ച വല്ലപ്പോഴും കടന്നുപോകുന്ന കാറുകളുടെ ഇരമ്പലിൽ മുങ്ങി. മഞ്ഞിന്റെ ധൂളികൾ തെറിപ്പിച്ചുകൊണ്ടവ കടന്നുപോയി. തെരുവ് അവസാനിച്ചെങ്കിലും അജ്ഞാതമായ ഒരു സഹജവാസനയെന്നോണം അവിടേക്കുമിവിടേക്കും നടന്നു. ആദ്യം ഇടത്തോട്ട്, പിന്നെ വലത്തോട്ട്, വീണ്ടും മഞ്ഞുമൂടിക്കിടക്കുന്ന ശാന്തമായ റോഡിലൂടെ. ഇരുവശത്തും മൂന്നും നാലും നിലയുള്ള വാടകക്കെട്ടിടങ്ങൾ നിരയായി നില്ക്കുന്നു. ജനലുകളിലൂടെ മങ്ങിയ വെളിച്ചം കാണാം. പ്രവേശന കവാടങ്ങൾ കിണറിന്നകംപോലെ ഇരുളടഞ്ഞതാണ്. *ലിഗോവ്ക്കായ്ക്കു* സമാന്തരമായി പോകണം. വഴി മാററുത്. പെട്ടെന്ന് ഇരുട്ടു പിടിച്ച ഒരു ഇരുനിലക്കെട്ടിടത്തിന്നരികിലേക്ക് ഞാൻ ഓടിയെത്തി. അതിന്റെ ഗെയിറ്റുകൾ പൂട്ടിക്കിടക്കുന്നു. എന്റെ വലതുഭാഗത്ത് ഗംഭീരമായൊരു പള്ളിയാണ്, വെള്ളനിറത്തിൽ ഉള്ളത്. അത് ആകാശത്തേക്ക് ഉയർന്നുനില്ക്കുന്നു. വ്യക്തമായി കാണാനാകുന്നില്ല. അതിന്റെ കപ്പേളകൾ കാർമേഘങ്ങൾക്കുള്ളിൽ അപ്രത്യക്ഷമായിരിക്കയാണ്. എന്റെ മുന്നിൽ *കുസ്നേച്നി* മാർക്കറ്റ് ആണ്. വലതുവശത്തും പിന്നിലും *വ്ളാഡിമർ* ചർച്ചും. ഞാൻ കൃത്യമായ സ്ഥലത്ത് വന്നെത്തിയിരിക്കുന്നു. എന്റെ ഹൃദയം സന്തോഷംകൊണ്ടും പറഞ്ഞറിയിക്കാനാവാത്ത മറ്റെന്തോ വികാരംകൊണ്ടും പിടയ്ക്കാൻ തുടങ്ങി.

കുസ്നേച്നി മാർക്കറ്റിന് ഇടതുവശത്തായി ഞാൻ നില്ക്കുന്ന റോഡിന് എതിരെ വലതുമാറി ഒരു നാലുനിലക്കെട്ടിടമുണ്ട്, പാതി താഴത്തെ നിലയോടുകൂടിയത്. കണ്ടാൽ അഞ്ചുനിലക്കെട്ടിടമാണെന്നു തോന്നും. ഒരു മൂലയ്ക്കായി സ്ഥിതി ചെയ്യുന്ന ചാരനിറത്തിലുള്ള ആ കെട്ടിടം ഇരുട്ടിൽ കറുപ്പ് നിറമായി കാണപ്പെട്ടു. കെട്ടിടത്തിന്റെ മൂല കൂർത്തതല്ല. ഉരുട്ടി എടുത്തിട്ടുള്ളതാണ്, മറ്റ് പല പീറ്റേഴ്സ്ബർഗ് കെട്ടിടങ്ങൾപോലെ. ഇതിലെ ഫ്ളാറ്റിന്റെ മൂലച്ചുമരുകൾ നിറയെ ജനലുകളും ബാൽക്കണികളുമാണ്. വാതിൽ കടന്ന് കോണി കയറി എത്തുന്നത് പ്രവേശനഹാളിലേക്കാണ്. ക്ലോക്ക്റൂം നില്ക്കുന്നത് പാതി അടിത്തറമേലും. കോണിയുടെ അടുത്തുള്ള വാതിലിന്നരികിൽ ഒരു സ്ത്രീ മേശയ്ക്കരികിലിരുന്ന് ടിക്കറ്റുകൾ കൊടുക്കുന്നു. ഈ ടിക്കറ്റുകൾ നിങ്ങൾക്കു വേണമെങ്കിൽ ഓർമ്മയ്ക്കായി സൂക്ഷിച്ചുവയ്ക്കാം. അല്ലെങ്കിൽ കളയാം. കാരണം ആരും അതു പരിശോധിക്കുന്നില്ല. അതിനും പുറമെ വിനീതനായ ഒരു ഗൈഡിനേയും അവൾ തരാൻ തയ്യാറാണ്. അയാൾ മ്യൂസിയം വിവരിച്ചുതരും. എഴുത്തുകാരന്റെ ഫോട്ടോയുടെ വൃത്തികെട്ട ഒരു കോപ്പി അതിലുണ്ട്. അദ്ദേഹം സ്റ്റഡി റൂമിൽ ഉപയോഗിച്ചിരുന്ന ഫർണീച്ചർ ഉണ്ട്. അതിൽ ഏതാനും വാചകങ്ങളും, *സാൾട്ടിക്കോവ്-ഷെഡ്രിന്റെ* ഒരു ഉദ്ധരണിയും. നെറ്റിയിൽ മുഴയുള്ള അദ്ദേഹത്തിന്റെ ഫോട്ടോ കൊത്തിവച്ച ദീർഘചതുരാകൃതിയിലുള്ള ലോഹത്തകിടിൽ പണിത ബാഡ്ജ് വില്പനയ്ക്കു വച്ചിട്ടുണ്ട്. കോണി കയറിയാൽ നിങ്ങൾ വലിയൊരു ഓഡിറ്റോറിയത്തിലെത്തും. അവിടെ നാടകങ്ങളും സിനിമകളും പ്രദർശിപ്പിക്കപ്പെടുന്നു; യോഗങ്ങളും നടത്താറുണ്ട്. ഒന്നും രണ്ടും നിലകൾ നിറയെ മുറികളാണ്. ഭംഗിയായി പോളിഷ് ചെയ്ത മരംകൊണ്ടുള്ള തറയാണതിലേത്. പള്ളികളിലേതുപോലെ മെഴുകുഗന്ധം വമിക്കുന്നു. എഴുത്തുകാരന്റെ ജീവിതത്തെയും കൃതികളെയും ആസ്പദമാക്കി അതിന്റെ ഓർമയ്ക്കായി സമർപ്പിച്ച ഒരു എക്സിബിഷൻ അവിടെ ഉണ്ട്. ഗ്ലാസ് ഷെൽഫുകളിലും പലതരം സ്റ്റാൻഡുകളിലും അദ്ദേഹത്തിന്റെ കത്തുകളുടെ പകർപ്പുകളും കൃതികളുടെ ഒന്നാംപതിപ്പുകളും അദ്ദേഹത്തിന്റെ ഫോട്ടോകളും ചിത്രങ്ങളും കുടുംബാംഗങ്ങളുടെയും സമകാലികരുടെയും ചിത്രങ്ങളും, അന്നത്തെ പീറ്റേഴ്സ്ബർഗ് സംഭവങ്ങളുടെ പത്രവാർത്തകളും പീറ്റേഴ്സ്ബർഗിന്റെയും

ഓംസ്ക് കോട്ടയുടെയും വലിയ ഫോട്ടോകളും വച്ചിട്ടുണ്ട്. അതിനും പുറമെ വിദേശയാത്രയ്ക്കിടെ അദ്ദേഹം എടുത്ത ഫ്ളോറൻസ്, റോം, ജനീവ എന്നിവിടങ്ങളിലെ ഫോട്ടോകൾ, അദ്ദേഹത്തിന്റെ നോവലിലെ ചിത്രങ്ങൾ, അദ്ദേഹത്തിന്റെ കൃതികൾ നാടകരൂപത്തിലാക്കിയപ്പോൾ തിയേറ്ററിൽ വച്ചെടുത്ത പല രംഗങ്ങളുടെയും ഫോട്ടോകൾ തുടങ്ങി മറ്റ് എല്ലാവിധ രേഖകളും അടങ്ങിയിരിക്കുന്നു.

പള്ളിയിലേതുപോലുള്ള ഒരു നിശ്ശബ്ദത ആ മ്യൂസിയത്തിൽ നില നിന്നു. കറങ്ങിനടന്ന ഏതാനും ദമ്പതികളുടെ ആദരപൂർവ്വമുള്ള കുശുകുശുക്കൽ മാത്രമാണ് ഇടയ്ക്കിടെ ആ നിശ്ശബ്ദതയ്ക്കു ഭംഗം വരുത്തിയത്. അല്ലെങ്കിൽ മുഖക്കുരുവുള്ള ഒരു യുവാവ് തന്റെ നോട്ട് ബുക്കിൽ ശുഷ്കാന്തിയോടെ കുറിച്ചെടുക്കാനായി പേജുകൾ മറിക്കുമ്പോഴുള്ള ശബ്ദം. അതുമല്ലെങ്കിൽ ഏതെങ്കിലും സന്ദർശകൻ വെളിച്ചം കുറവായ ഭാഗത്തെ ട്യൂബ്ലൈറ്റ് ഓൺ ചെയ്യുമ്പോൾ ഉണ്ടാകുന്ന കിറുകിറുശബ്ദം. പ്രായമായ ചില സ്ത്രീ അറ്റൻഡർമാർ കുറച്ചുനേരത്തിന് പുറത്തുപോകുമ്പോൾ ബോധപൂർവം അണയ്ക്കുന്ന ലൈറ്റുകളാണവ. എന്നാൽ, ഇടയ്ക്കിടെ അപ്രതീക്ഷിതമായി ഉറക്കെയുള്ള സംസാരവും കേട്ടുകൊണ്ടിരുന്നു. അതു മ്യൂസിയത്തിലെ നിശ്ശബ്ദത തകർത്തു. ആത്മവിശ്വാസത്തോടെ എന്തോ വിശദീകരിക്കുന്ന ഗൈഡിനോടൊപ്പം സ്കൂൾ കുട്ടികളുടെ ഒരു സംഘം അടുത്തു വരുകയാണ്. മുൻനിശ്ചയപ്രകാരമുള്ള പദ്ധതി അനുസരിച്ചാണ് അവരുടെ നിരീക്ഷണം. ഗൈഡ് അവർക്കു വിവരിച്ചു കൊടുത്തിരുന്നത് അത്ര താത്പര്യമില്ലാത്ത ചില കാര്യങ്ങളാണ്. എന്നാൽ ഗൈഡിനെ സംബന്ധിച്ചിടത്തോളം ശ്രദ്ധിക്കപ്പെടേണ്ട സുപ്രധാന കാര്യങ്ങൾ. കുറച്ചുദൂരെ മാറിനിന്ന സ്കൂൾ കുട്ടികൾ പരസ്പരം ഉടുപ്പിന്റെ കൈകൾ പിടിച്ചുവലിച്ച് ചുറ്റുപാടും നോക്കി കുലുങ്ങിച്ചിരിച്ചു. മാനേജ്മെന്റും ഗവേഷണവിഭാഗവും സ്ഥിതിചെയ്യുന്ന മുകളിലെ നിലയിൽനിന്നാണ് ഗൈഡുകൾ പതിവായി താഴേയ്ക്കു വരാറുള്ളത്. ഒരു *താർത്താർ* ക്രിസ്ത്യൻ പേരുള്ള യുവതിയാണ് അതിന്റെ ഡയറക്ടർ. പ്രശസ്തനായൊരു ജനറലിന്റെ കുടുംബപ്പേര് ആണവരുടേത്. അയാളുടെ ഭാര്യയാണവർ. വട്ടമുഖവും നീണ്ടു തിളങ്ങുന്ന കരിനീല ക്കണ്ണുകളുമുള്ള ഒരു സുന്ദരി. പല ഉദ്യോഗസ്ഥമേധാവികളുമായി ചർച്ചയിലേർപ്പെട്ട് സദാസമയം തിരക്കിലായിരിക്കും അവൾ.

ഇടയ്ക്കിടെ ചില ആദ്ധ്യാത്മികമായ ചോദ്യങ്ങൾ ചോദിച്ച് അവള വരെ ആശ്ചര്യപ്പെടുത്തും. പെട്ടെന്ന് വിഷയം മാറ്റി അവരെ അത്ഭുത പ്പെടുത്തിക്കൊണ്ട് സ്വന്തം ആരോഗ്യപ്രശ്നത്തിലേയ്ക്കു കടക്കും. അടുത്ത മുറി ഗവേഷണ വിഭാഗത്തിന്റേതാണ്. അവിടെ അഭ്യസ്ത വിദ്യരായ അനേകം യുവതീയുവാക്കൾ ഇരിക്കുന്നു. അവർ യഹൂദ വംശജരാണെന്ന് ഒറ്റനോട്ടത്തിൽ നിങ്ങൾക്ക് ഊഹിക്കാനാകും. സാഹി ത്യലോകത്തിലെ കിംവദന്തികളാണവരുടെ സംസാരവിഷയം. ചിലർ സ്ഥിരമായി ഫോൺ ചെയ്തുകൊണ്ടിരിക്കും. പിന്നെ സൗഹൃദത്തോ ടെയുള്ള പൊട്ടിച്ചിരി. ടെലിഫോൺ പിടിച്ചിരുന്ന ഒരാൾ സുപ്രസി ദ്ധനായ ഒരു നടനെക്കുറിച്ച് വർണിക്കാൻ തുടങ്ങി. സന്ദർഭവശാൽ അയാളും ഒരു യഹൂദ കുടുംബപ്പേര് ഉള്ളവനാണ്. ഡോസ്റ്റോയെ വ്സ്കിയുടെ കഥകൾ മ്യൂസിയത്തിലെ ഓഡിറ്റോറിയത്തിൽ പൊതു വേദിയിലയാൾ വായിക്കാറുണ്ട്. പല തവണ നാടകം അഭിനയിച്ചി ട്ടുണ്ട്. ഒരു ദിവസത്തിന്റെ പകുതി സമയവും അയാൾ ബാത്ത് ടബ്ബിൽ കിടക്കുകയായിരുന്നത്രെ. അയാൾക്കുവേണ്ടി ഫോൺ ചെയ്യുന്നവരോ ടെല്ലാം ആൾ വീട്ടിലില്ലെന്നു പറഞ്ഞുകൊണ്ടിരുന്നു. അപ്പോൾ അയാ ളുടെ ഒരു സഹപ്രവർത്തകൻ നിർദ്ദേശിച്ചു, 'അയാളിനിയും മുങ്ങിമ രിച്ചില്ലേ' എന്ന് വീണ്ടും ഫോൺ ചെയ്തു ചോദിക്കുവാൻ. ഇത് എല്ലാ വരേയും പൊട്ടിച്ചിരിപ്പിച്ചു. പെട്ടെന്നവിടേക്ക് ഡയറക്ടർ പ്രവേശിച്ചു. അവർ വീണ്ടും ആ കഥ അവൾക്കായി വർണിച്ചുകൊടുത്തു. അവ രോടൊപ്പം ചിരിക്കണമെന്ന ആഗ്രഹം അവൾക്കുമുണ്ടെന്ന് ആർക്കും കണ്ടാൽ മനസ്സിലാകും. എന്നാൽ അവൾ ഗൗരവം നടിച്ച് ഒരാളോട് ജോലിയെക്കുറിച്ച് എന്തോ ചോദിച്ചു. അതത്ര പ്രധാന കാര്യമല്ലായി രുന്നെങ്കിലും മറുപടി നല്കപ്പെട്ടു. അവർ അവൾക്കു പ്രിയങ്കരമായ ആത്മീയകാര്യങ്ങളെക്കുറിച്ചുപോലും ചർച്ച ചെയ്യാൻ തുടങ്ങി. നർമ്മ രസം കലർന്ന രീതിയിൽ, അവളുടേതായ പ്രത്യേക ശൈലിയിൽ. അവളാ സഹപ്രവർത്തകന്റെ വാക്കുകൾ ഗൗരവം നടിച്ച് അവഗണി ക്കാൻ ശ്രമിച്ചെങ്കിലും അധികനേരം പിടിച്ചുനില്ക്കാനാകാതെ അവ രോടൊപ്പം പൊട്ടിച്ചിരിച്ചു.

ഇവിടെ ഈ രണ്ടാംനിലയിലാണ് (പാതി അടിത്തറ ഒരു നിലയായി നിങ്ങൾ കണക്കാക്കുകയാണെങ്കിൽ) അദ്ദേഹത്തിന്റെ ഫ്ളാറ്റ് സ്ഥിതിചെയ്തിരുന്നത്. പ്രവേശനഹാളിലെ ഒരു പ്രത്യേക

സ്റ്റാന്റിൽ വലിയൊരു മരപ്പിടിയും ചെറുതായി മങ്ങിത്തുടങ്ങിയ കറുത്ത കാൻവാസ്സും ഉള്ള ഒരു കുട ഇരിക്കുന്നു. അദ്ദേഹം നടക്കാൻ പോകുമ്പോൾ ഉപയോഗിച്ചിരുന്ന കുടയാണത്. വീതിയുള്ള അരികോടുകൂടിയ വളരെ പഴയ ഒരു തൊപ്പി ഒരു മരയാണിയിൽ തൂങ്ങിക്കിടക്കുന്നു (ഇതു ശരിക്കും അദ്ദേഹത്തിന്റേതു തന്നെയാണോ?) ആദ്യത്തെ മുറിയിൽ, സന്ദർശനമുറിയാണെന്നെനിക്കു തോന്നുന്നു, ചില പഴയ പുസ്തക അലമാരകളുണ്ട്. അവ നിറയെ പുസ്തകങ്ങളാണ്. വൃത്തിയുള്ള രണ്ടുമൂന്ന് കൊച്ച് *ലേഡീസ് മേശ*കളും ഉണ്ടവിടെ. കൊത്തുപണികൾ കാലപ്പഴക്കത്താൽ ഇരുണ്ടുപോയിരിക്കുന്നു. താഴെയും ചില ശില്പവേലകൾ ചെയ്തിരിക്കുന്നു (ഏകദേശം ഗില്യായുടെ മേശപോലെ). അതിലൊരു മേശപ്പുറത്ത് നോട്ടു പുസ്തകത്തിൽനിന്നും കീറിയെടുത്ത ഒരു കടലാസ്സുകഷണം കിടക്കുന്നു. ഏതാനും വാക്യങ്ങൾ കുട്ടിയുടേതായ വിലക്ഷണമായ കൈയക്ഷരത്തിൽ എഴുതി *ല്യൂബാ* എന്ന് ഒപ്പ് ഇട്ടിരിക്കുന്നു. ചുമരുകളിൽ കുടുംബചിത്രങ്ങൾ തൂങ്ങിക്കിടക്കുന്നു; അന്നാഗ്രിഗൊറ്യേവ്നയുടെ ഒറ്റയ്ക്കുള്ള ചിത്രവുമുണ്ട്. പിന്നെ അവളും കുട്ടികളും (ല്യൂബയും ഫെഡ്യയും). അച്ഛന്റെ മരണശേഷം എടുത്ത ചിത്രങ്ങളിലൊന്നിൽ പതിനൊന്നുകാരിയായ ല്യൂബ പ്രായംതികഞ്ഞ ഒരു യുവതിയെപ്പോലുണ്ട്; അവളുടെ അഴിച്ചിട്ട മുടിയും ഷൂസുവരെ മറയ്ക്കുന്ന നീളൻ ഉടുപ്പും അതു പ്രത്യേകിച്ച് വ്യക്തമാക്കുന്നു.

അച്ഛൻ മരിച്ച് ഏതാനും വർഷങ്ങൾക്കുശേഷം അവൾ അമ്മയിൽനിന്നും വേർപെട്ട് ഒറ്റയ്ക്കു താമസമാക്കി ഒരു തികഞ്ഞ താന്തോന്നിയെപ്പോലെ ജീവിച്ചു. അന്നാഗ്രിഗൊറ്യേവ്നയെ അതു വല്ലാതെ വേദനിപ്പിച്ചിരുന്നു. ഒരു പെൺകുട്ടിയുടെ ശവമഞ്ചം പള്ളിയിലേക്കു കൊണ്ടുപോകുന്നതുകണ്ട് അന്നാഗ്രിഗൊറ്യേവ്നയുടെ അതിശയിപ്പിക്കുന്ന വാക്കുകൾ ഇപ്രകാരമായിരുന്നു. “അവർ ചുമന്നു കൊണ്ടുപോകുന്നത് എന്തുകൊണ്ട് എന്റെ മകൾ ആയിക്കൂടാ!” ഏതാനും വർഷങ്ങൾക്കുശേഷം *ല്യൂബോവ് ഫിയഡൊറോവ്ന* വിദേശത്തേക്കു പോയി. അവളുടെ മാനസികനില തെറ്റിയതുകൊണ്ടായിരിക്കാം. അവൾ തീർച്ചയായും ഒരു മനോരോഗി ആയിരിക്കണം. എന്തൊക്കെ ആയാലും ആ മാനസികാവസ്ഥയ്ക്കിടയിലും അവൾ അച്ഛനെക്കുറിച്ച്

ഓർമ്മക്കുറിപ്പുകളെഴുതി. *ഡോസ്റ്റോയെവ്സ്കി പണ്ഡിതന്മാർ* അതത്ര ഗൗരവത്തോടെ എടുത്തിട്ടില്ല. അതിലെ പല *വസ്തു*തകളും അവൾ നിരത്തിയിട്ടുള്ളത് അവിശ്വസനീയമാണ് എന്നവർ കരുതുന്നു. അവളുടെ വാദഗതികൾ ഉപരിപ്ലവവും പക്ഷപാതപരവുമാണ്. പ്രത്യേകിച്ച് ഡോസ്റ്റോയെവ്സ്കി സ്കാൻഡിനേവിയൻ വംശജ നാണെന്നു തെളിയിക്കാനുള്ള അവളുടെ ഉദ്യമം വികലമാണ്. ഇക്കാര്യത്തിൽ അത്യാവേശം കാണിച്ച ഒരു വ്യക്തി പണ്ഡിതനായ *ഗോൺഫെൽഡ്* ആണ്. *ല്യൂബോവ് ഫിയഡൊറോവ്ന*യുടെ കൃതികൾക്ക് അവതാരിക എഴുതിയ അദ്ദേഹം പ്രഖ്യാപിച്ചിരിക്കു ന്നത്, റഷ്യൻ രാജ്യത്തിന്റെ ഭാഗമല്ല ഡോസ്റ്റോയെവ്സ്കി എന്നു നേരിയ സംശയംപോലും പ്രകടിപ്പിക്കുന്നത് അദ്ദേഹത്തെ ഭ്രഷ്ട നാക്കുന്നതിനു തുല്യമാണെന്നാണ്. അതു വ്യക്തിപരമായ നിന്ദ യാണ്.

അദ്ദേഹത്തിന്റെ മകൻ ഫെഡ്യാ ചിത്രത്തിൽ ചുറുചുറുക്കുള്ള ഹൈസ്കൂൾ കുട്ടിയെപ്പോലെ ഉണ്ട്. അവന്റെ തലയുടെ ആകൃതി, അച്ഛന്റെ തലയോട്ടിയുടെ വൃത്തികേടായി വരച്ചിട്ട ഒരു ഹാസ്യചിത്രം പോലുണ്ട്. മറ്റൊരു മുറിയുള്ളത് അന്നാഗ്രിഗൊറ്യേവ്നയുടെതായി രിക്കണം. അതിലും ചിത്രങ്ങളുണ്ട്, ചിലത് ചുമരിലും തൂക്കിയിട്ടി ട്ടുണ്ട്. ചെറിയൊരു ഡെസ്കും ആ മുറിയിലുണ്ട്. പിന്നെ മുന്നോട്ടു പോയാൽ മറ്റൊരു മുറി കാണാം അത്ര പ്രധാനപ്പെട്ടതൊന്നുമല്ല. ഇതു പഠനമുറിയിലേക്കു നയിക്കുന്നു. അതിലെ ഡെസ്ക് നിറയെ പുസ്തകങ്ങളും കയ്യെഴുത്തു പ്രതികളും *പാപിരോസ* കടലാസുകളും, ഒരു പുകയിലച്ചെപ്പുമാണ്. അതിനുംപുറമെ എരിഞ്ഞുകഴിഞ്ഞ രണ്ടു മെഴുകുതിരികളും ഒരു മഷിസ്റ്റാൻഡും ഒരു ഡെസ്ക് കലണ്ടറുമുണ്ട്. അദ്ദേഹത്തിന്റെ മരണദിവസമാണ് ഡെസ്ക് കലണ്ടറിൽ തുറന്നു വച്ചിട്ടുള്ളത്. ഡെക്സിന്നടുത്ത് പുസ്തകങ്ങൾ നിറഞ്ഞ ഒരു അലമാര ഉണ്ട്. അദ്ദേഹത്തിന്റെ വിധിനിർണായകമായ ശ്വാസകോശ രോഗ വുമായി ബന്ധപ്പെട്ട രക്തസ്രാവത്തിൽ വലിയ പങ്കുവഹിച്ചത് ഈ പുസ്തക അലമാരയാണെന്നാണ് തന്റെ *സ്മരണകളിൽ* അന്നാ ഗ്രിഗൊറ്യേവ്ന അവരുടെ സ്മരണകളിൽ രേഖപ്പെടുത്തിയിരിക്കു ന്നത്. താഴെ വീണുപോയ പെൻഹോൾഡർ എടുക്കാനായി ഈ അല മാര തള്ളിനീക്കിയ രാത്രിയായിരുന്നു അസുഖം തുടങ്ങിയത്.

എന്തായാലും പെട്ടെന്ന് രക്തസ്രാവം നിലച്ചെങ്കിലും, പിറ്റേന്നത് പൂർവാധികം ശക്തിയോടെ തുടങ്ങി. അന്നാഗ്രിഗൊറ്യേവ്നയുടെ വിശദീകരണമനുസരിച്ച്, സ്ഥിരം സന്ദർശകനായ ഒരാളോട് ഫിയൊഡോർ മിഖെയിലോവിച്ച് വളരെ ക്ഷുഭിതനായി. വളരെ നല്ലൊരു മനുഷ്യനായിരുന്നെങ്കിലും സദാ വാദിച്ചുകൊണ്ടിരിക്കുന്നവൻ. അന്ന് സന്ദർശിക്കാനെത്തിയ ഫെഡ്യായുടെ പ്രിയ സഹോദരി, *വെരാ മിഖെയ്ലോവ്നായെ*ക്കുറിച്ചും അവളുടെ *സ്മരണകളിൽ* സൂചിപ്പിക്കുന്നുണ്ട്. പൂർവികസ്വത്തിന്റെ കാര്യം പ്രത്യേകമായി ചർച്ച ചെയ്യാനായിരുന്നു മോസ്കോയിൽനിന്നുള്ള അവളുടെ വരവ്. ഇതേ സഹോദരിയാണ് *സ്തരായാ ബസ്മന്നായാ* തെരുവിലെ *ഇൻസ്റ്റിറ്റ്യൂട്ട് ഓഫ് സർവെയിംഗിൽ* താമസിച്ചിരുന്നത്.

വിവാഹിതരായ ഉടനെ അന്നായും ഫെഡ്യായുംകൂടി മോസ്കൊയിലെത്തി. ഹോട്ടൽ 'ഡുസ്സോട്ടി'ലെ മുറിയിൽ താമസിക്കവെയാണവളുടെ കുടുംബം സന്ദർശിച്ചത്. ആ ഹോട്ടൽ മുറിയിൽ നിന്നാൽ മോസ്കൊ പള്ളികളുടെ മഞ്ഞുമൂടിയ കപ്പേളകളും അതിനു താഴെ മഞ്ഞു വിരിച്ച തെരുവും കാണാം. ആ റോഡിലൂടെ 'സ്ലെഡ്ജുകളും' മൂന്നു കുതിരകൾ വലിക്കുന്ന വണ്ടികളും ഓടിക്കൊണ്ടിരിക്കും. ഇത്തരം ഒരു സ്ലെഡ്ജിൽ കയറി രോമക്കമ്പിളികൊണ്ട് പുതച്ചിരുന്ന്, അവർ മോസ്കൊ മുഴുവൻ ഓടിച്ചുകണ്ടിട്ടുണ്ട്. പള്ളികളുടെ മുന്നിൽ അവർ സ്ലെഡ്ജ് നിർത്തും. അവയെക്കുറിച്ച് ഫെഡ്യ വിവരിച്ചുകൊടുക്കും; അവയെല്ലാം തന്റേതാണെന്നതുപോലെ. അദ്ദേഹത്തിന് മോസ്കൊ നന്നായി അറിയാം. സ്ലെഡ്ജിൽനിന്ന് താഴെ ഇറങ്ങി മുട്ടുകുത്തി തൊപ്പി എടുത്ത്. പള്ളിയിലേക്കു നോക്കി കുരിശുവരയ്ക്കും; അവളും അതുപോലെത്തന്നെ ചെയ്യും. പിന്നെ *വെരാ മിഖെയ്ലോവ്നയു*ടെ സന്ദർശനമുറിയിൽ സമചിത്തതയോടെ ആ കുടുംബത്തിലെ എല്ലാ അംഗങ്ങളുടേയും വെറുപ്പു നിറഞ്ഞ ദൃഷ്ടികൾക്കിരയായി ഇരിക്കും. അവരുടെ ഒരു ബന്ധുവിനെ ഫെഡ്യ വിവാഹം കഴിക്കണമെന്നായിരുന്നു ആ കുടുംബക്കാർ ആഗ്രഹിച്ചിരുന്നത്. അവരുടെ നോട്ടവും നിന്ദയും വർദ്ധിച്ചുവന്നപ്പോൾ കോപത്തോടെ അവളും ആ നോട്ടം തിരിച്ചു നല്കി. മനപ്പൂർവം മോശമായ മുഖഭാവം വരുത്തി ഉടുപ്പിലെ ചുളിവുകൾ നിവർത്തിക്കൊണ്ട് അവളിരുന്നു. ആഗ്രഹിച്ചില്ലെങ്കിലും

അവളുടെ വിരലുകൾ അപ്പോൾ വിറച്ചുകൊണ്ടിരുന്നു. അവളുടെ രക്ഷയ്ക്കുള്ള പായ്മരത്തിലവൾ മുറുകെ പിടിച്ചെങ്കിലും പിടി വഴുതി കടലിലേക്കെറിയപ്പെടുമോ എന്നവൾ ഭയപ്പെട്ടു. ഇത്തരം കുറ്റപ്പെടുത്തുന്ന നോട്ടങ്ങളും അതിരൂക്ഷമായ പ്രസ്താവനകളും അവൾ സഹിച്ചു. പായ്മരത്തിൽ കൂടുതൽ കരുത്തോടെ മുറുക്കിപ്പിടിച്ചു. അദ്ദേഹത്തിന്റെ മോസ്കൊയിലെ ബന്ധുക്കളുമായുള്ള ഈ ആദ്യസംഘട്ടനം അവൾക്കൊരിക്കലും മറക്കാൻ കഴിഞ്ഞില്ല. പീറ്റേഴ്സ്ബർഗിലെ ബന്ധുക്കളോട് തുല്യനിലവാരമുള്ളവരായിരുന്നു അവർ. ധിക്കാരത്തോടെ പല്ലിളിച്ചു കാണിക്കുന്ന ആ *പാഷാ*യും *എമിലിയാഫിയോഡൊറ്യേവ്ന*യും. (അയാളുടെ മരിച്ചുപോയ സഹോദരൻ മിഖെയിലിന്റെ ഭാര്യ). തിളങ്ങുന്ന കരിനീലക്കണ്ണുകളുള്ള അവൾ പാഷായെപ്പോലെ തുടക്കംമുതലേ അവളോട് ശത്രുത വച്ചുപുലർത്തി. ഫെഡ്യാ ജീവിതകാലം മുഴുവൻ അവരെ സഹായിക്കുമെന്ന വിശ്വാസത്തിൽ അന്നാ ഗ്രിഗൊറ്യേവ്നയെ തങ്ങളുടെ മാർഗത്തിലെ ഒരു പ്രതിബന്ധമായാണവർ കരുതിയത്. *എമിലിയ ഫിയോഡൊറ്യേവ്ന*യ്ക്ക് മുതിർന്ന മക്കൾ ഉണ്ട്. അവർക്ക് അമ്മയെ നന്നായി നോക്കാൻ കഴിയും. *പാഷാ*യാകട്ടെ ജോലി ചെയ്യാൻ താത്പര്യമില്ലാത്ത ഒരു കുഴിമടിയനാണ്. ഫെഡ്യായ്ക്ക് അപമാനം വരുത്തിവയ്ക്കുന്നവൻ. ഏതു ജോലി അദ്ദേഹം അവന് ശരിപ്പെടുത്തിക്കൊടുത്താലും ഇതാണ് ഗതി. എന്നാൽ ഫെഡ്യാ പിന്നെയും അവനെ സഹായിച്ചുകൊണ്ടിരുന്നു. ആദ്യത്തേത് വാസ്തവത്തിൽ അവർ വിദേശത്തേക്കു പോകുന്നതിനു മുമ്പായിരുന്നു. *പാഷായും എമിലിയ ഫിയോഡൊറോവ്ന*യും അക്ഷരാർത്ഥത്തിൽ അവരെ തടഞ്ഞുനിർത്തി. വാതിലിനു പുറത്തുപോകാനനുവദിക്കാതെ തടഞ്ഞുവച്ചു. പണം ആവശ്യപ്പെട്ടു. ഫെഡ്യായുടെ ഒരേ ഒരു ഓവർ കോട്ട് പണയംവയ്ക്കാൻ നിർബന്ധിച്ചു. അന്നാഗ്രിഗൊറ്യേവ്നയുടെ മാലാഖയെപ്പോലുള്ള അമ്മയോടാണവർ നന്ദിപറയേണ്ടത്. അമ്മ പാഷായ്ക്കും എമിലിയായ്ക്കും പണം നല്കി. അതുപോലെ ഫെഡ്യായ്ക്കും അന്നായ്ക്കും. അങ്ങനെ കുടുംബം നിലനിർത്തിക്കൊണ്ട് തത്ക്കാലം അവർക്കു പീറ്റേഴ്സ്ബർഗിൽനിന്നും രക്ഷപ്പെടാൻ കഴിഞ്ഞു. അവർ വിദേശത്തുനിന്നും തിരിച്ചെത്തിയപ്പോഴേക്കും മരിച്ചുപോയ സഹോദരൻ പുകയില ഫാക്ടറിക്കുവേണ്ടി വരുത്തിവച്ച കടത്തിന്റെ പേരിൽ സ്വത്ത്

മുഴുവൻ ജപ്തിക്കിരയായിക്കഴിഞ്ഞിരുന്നു. പതിനായിരം റൂബിളിന്റെ ബില്ലുകളാണ് ഫെഡ്യായ്ക്കു ലഭിച്ചത്. ചിലതെല്ലാം വ്യാജബില്ലുകളായിരുന്നു. ഇതിന്റെ എല്ലാം ഫലമായി അദ്ദേഹം സഹോദരനോടൊപ്പം നടത്തിയിരുന്ന പബ്ലിഷിംഗ് സ്ഥാപനം നാണം കെട്ട രീതിയിൽ പിരിച്ചുവിടേണ്ടിവന്നു. ഫെഡ്യാ കടക്കാരുടെ തടവിലേക്ക് അയക്കപ്പെട്ടു.

അപ്പോഴേക്കും കാര്യങ്ങളെല്ലാം അവൾ ഏറ്റെടുത്തുകഴിഞ്ഞിരുന്നു എന്നതു ശരിയാണ്. കുറെശ്ശെയായി പണം കടം നല്കിയ അട്ടകളെപ്പോലുള്ള മനുഷ്യരിൽനിന്നവൾ മോചനം നേടി. ഇവിടെയും അമ്മയുടെ സാമ്പത്തികസഹായമില്ലാതെ അവൾക്കു കാര്യങ്ങൾ നിയന്ത്രിക്കാനാവില്ലായിരുന്നു. *എമിലിയാ ഫിയോഡൊറോവ്നയ്ക്കും പാഷായ്ക്കും* പുറമെ ഫെഡ്യായുടെ കുടിയനും രോഗിയുമായ സഹോദരൻ *നിക്കൊളായ്ക്ക്* പ്രതിമാസം അമ്പതു റൂബിളും നല്കണമായിരുന്നു. പൊതുവെ ആർക്കും പണം നിഷേധിക്കുന്നവനല്ല ഫെഡ്യ. വാസ്തവത്തിൽ നേരിൽ കണ്ടുമുട്ടുന്ന യാചകർക്കെല്ലാം അയാൾ പണം ദാനം ചെയ്തു; ചിലപ്പോൾ ഒരേ ആൾക്കുതന്നെ ഒരേ ദിവസം പല പ്രാവശ്യം! ഒരു ദിവസം *സ്തരായറുസ്സാ*യിൽവച്ച് അന്നാഗ്രിഗൊറ്യേവ്ന ഷാൾ കൊണ്ട് മക്കളെ പുതപ്പിച്ച ശേഷം അദ്ദേഹം പതിവായി വരാറുള്ള റോഡിൽ നിലയുറപ്പിച്ചു. "ദയവായി സർ" ഫെഡ്യ അവരുടെ അടുത്തെത്തിയപ്പോൾ അവൾ പറഞ്ഞു: "എനിക്കൊരു രോഗിയായ ഭർത്താവും രണ്ടു കുട്ടികളുമുണ്ട്." ഫെഡ്യാ ഉടനെ സ്വന്തം ഭാര്യയ്ക്കു ഭിക്ഷ നല്കി." അവൾ ആഹ്ലാദത്തോടെ പൊട്ടിച്ചിരിച്ചപ്പോൾ അദ്ദേഹം കുപിതനായി. ഈശ്വരനിന്ദയാണ് അതെന്നയാൾ ആക്ഷേപിച്ചു. "യാചകന്റെ നീട്ടിയ കൈയിൽ കല്ല് വച്ചുകൊടുക്കുന്നതിനു തുല്യമാണത്!" അയാൾ അലറി. ബോട്ടുജെട്ടിക്കുനേരെ അവർ ഒന്നിച്ചുനടക്കവെ ദേഷ്യത്തോടെ തുടർന്നു: "മനുഷ്യന്റെ ഏറ്റവും നല്ല വികാരത്തെ പരിഹസിക്കലാണത്, നിനക്കു മനസ്സിലാകുന്നുണ്ടോ? ഉച്ചത്തിലുള്ള ഈ ഗർജനം കേട്ട് ആളുകൾ അവരെ നോക്കാൻ തുടങ്ങി. എന്നാൽ, അന്നാഗ്രിഗൊറ്യേവ്നയ്ക്ക് ഒരു കുറ്റബോധവും തോന്നിയില്ല. കാരണം, ഏതാനും വർഷങ്ങളായി ഈ മനുഷ്യൻ ഭയങ്കര ധാരാളിയാണ്. അയാളുടെ ഈ ദാനശീലം മറ്റുള്ളവരുടെ മുന്നിൽ അയാളെ ഒരു പരിഹാസപാത്രമാക്കിയിരിക്കുന്നു. അയാളുടെ ഈ

ദാനശീലത്തിലൂടെ നേട്ടങ്ങൾ കൊയ്തിട്ടുള്ളവർപോലും! ഇതിൽ എന്തോ അസ്വാഭാവികതയുണ്ട്, ഏതോ അനിയന്ത്രിതാവേശം, മുമ്പ് ചെയ്ത ഏതോ പാപങ്ങൾക്കു പ്രായശ്ചിത്തം ചെയ്യുന്നതുപോലെ. അല്ലെങ്കിൽ ഉള്ളിലമർത്തപ്പെട്ട ഏതോ ചേതോവികാരം മൂലമാകാം; ഒരുപക്ഷേ സഹജവാസനാപ്രേരിതമാകാം. പശ്ചാത്താപരൂപത്തിലുള്ള ഒരുതരം ഭ്രാന്തായി മാറുന്നു അത്. എന്നാൽ, പ്രധാന പ്രശ്നം അയാൾ അവിടെയും ഇവിടെയുമായി പണം വാരിവിതറുന്നു എന്നതാണ്; അന്നാഗ്രിഗൊറ്യേവ്ന ജീവിതം നയിക്കാനായി എത്രമാത്രം സാമ്പത്തികപ്രശ്നം നേരിടുന്നു എന്ന സത്യം അയാൾ ഓർക്കുന്നേയില്ല. അവർക്കിപ്പോഴും കുറെ കടം വീട്ടാനുമുണ്ട്.

ഒരു പുസ്തകവ്യാപാരം തുടങ്ങിയ അന്നാഗ്രിഗൊറ്യേവ്ന രാത്രി വളരെ വൈകുന്നതുവരെ ഇരുന്നു ജോലി ചെയ്യും. കത്തുകൾ എഴുതലും കവറുകൾ സീല് ചെയ്യലും പതിവുകാർക്ക് അവ എത്തിച്ചുകൊടുക്കലും അവളുടെ ജോലിയാണ്. അതിനും പുറമെ കണക്കുകൾ പരിശോധിക്കണം; എല്ലാറ്റിനുമുപരി വീട്ടുജോലികളും. അവർക്കു കുട്ടികളുണ്ട്. അവരുടെ കാലശേഷം കുട്ടികൾക്കായി എന്തെങ്കിലും സമ്പാദ്യം കരുതിവയ്ക്കണമല്ലോ. നീണ്ട ഇടനാഴിയുടെ അറ്റത്ത് മിന്നിക്കത്തുന്ന വെളിച്ചംപോലെ, ഇക്കാര്യത്തിൽ നേരിയൊരു ആശാകിരണം മോസ്കൊയിലെ അയാളുടെ ആന്റിയിൽനിന്നും ഒസ്യത്തായി അയാൾക്കും ബന്ധുക്കൾക്കും ലഭിച്ചേക്കാവുന്ന 1500 ഏക്കർ എസ്റ്റേറ്റ് ആണ്. വൻകാടുകളുള്ള ആ എസ്റ്റേറ്റ് *റിയാസനിൽ* സ്ഥിതി ചെയ്യുന്നു. ഫെഡ്യ്യായ്ക്കതിൽ വലിയ താത്പര്യമൊന്നുമില്ലെങ്കിലും തങ്ങളുടെ ഭാവിജീവിതത്തിൽ ഏറ്റവും ആശ്രയിക്കാവുന്ന രക്ഷാമാർഗം അതു മാത്രമാണെന്ന് അന്നാഗ്രിഗൊറ്യേവ്ന അയാളോട് വിശദീകരിച്ചുകൊടുക്കാൻ ശ്രമിക്കും; ഏറ്റവും പ്രധാനമായിട്ടുള്ളത് അവരുടെ കുട്ടികളുടെ കാര്യമാണ്. അയാൾ കാര്യങ്ങൾ പെട്ടെന്ന് മനസ്സിലാക്കി, താനൊരു ജന്മിയാണെന്ന് ചിലപ്പോൾ വിഭാവനം ചെയ്തു നോക്കും. വലിയ ധനികനും വലിയ കർഷകപ്രഭുവും. എന്നിട്ട് സുഹൃത്തുക്കളുടെ മുന്നിൽ പൂർവിക എസ്റ്റേറ്റ് പ്രദർശിപ്പിക്കും. അലസചിന്തകളിൽ ഇത്തരം വിചിത്രസംഭവങ്ങൾ കടന്നുവന്നാലും പ്രലോഭനങ്ങൾ അമർച്ച ചെയ്യാനയാൾ ശ്രമിച്ചു. ഈ സമയത്താണ് അയാളുടെ പ്രിയസഹോദരി, *വെരാ മിഖേയ്ലോവ്ന* മോസ്കൊയിൽനിന്നും

പീറ്റേഴ്സ്ബർഗ് സന്ദർശിക്കാനെത്തുന്നെന്ന് അറിഞ്ഞത്. പ്രത്യേക ദൗത്യത്തോടുകൂടെയാണവളുടെ വരവ്. തന്റെ സഹോദരികൾക്കു വേണ്ടി *കുമാനീനാ* ആന്റിയുടെ ഒസ്യത്ത് പ്രകാരം ഫെഡ്യായ്ക്കുള്ള അവകാശം ത്യജിക്കണമെന്ന് അഭ്യർത്ഥിക്കുവാൻ. ഇതു കേട്ടതോടെ നീണ്ട ഇടനാഴിയുടെ അറ്റത്ത് മിന്നിക്കൊണ്ടിരുന്ന ആ അരണ്ട വെളിച്ചം അണഞ്ഞു. തന്റെ പ്രിയപ്പെട്ട സഹോദരിമാരെക്കുറിച്ച്, പ്രത്യേകിച്ച് വെരാ മിഖെയ്ലോവ്നയെക്കുറിച്ച് ഫെഡ്യാ പറയാൻ തുടങ്ങിയപ്പോൾ (ബാല്യകാലം മുതൽ അവളോടാണയാൾക്ക് ഏറ്റവും അഗാധമായ സ്നേഹം) അന്നാ വിളർത്തുപോയി. തണുപ്പൻമട്ടിൽ എതിർപ്പോടെ അയാളെ തുറിച്ചുനോക്കി. ഓരോ വാക്കും സ്ഫുടമായി ഉച്ചരിച്ചുകൊണ്ടവൾ പ്രഖ്യാപിച്ചു: "നിങ്ങൾ മനുഷ്യവർഗത്തിന്റെ ഒരു ഉപകാരിതന്നെ! എന്നാൽ ബന്ധുക്കളുടെ താളത്തിനനുസരിച്ചു തുള്ളുന്നവൻ!" അയാളും അപ്പോൾ വിളർത്തുപോയി. പിന്നീട് കുറച്ചുനാൾ അയാൾ വളരെ ഗൗരവത്തിലായിരുന്നു. വളരെ വിരളമായേ അന്നാ ഗ്രിഗൊറ്യേവ്നയോട് സംസാരിക്കാറുണ്ടായിരുന്നുള്ളൂ.

ഒരു ഇരുണ്ട ശീതകാലദിവസം *വെരാ മിഖെയ്ലോവ്ന* പീറ്റേഴ്സ്ബർഗിലെത്തി അവരോടൊപ്പം ഉച്ചഭക്ഷണത്തിന് ഇരുന്നു. സഹോദരിയെ മാത്രം നോക്കിക്കൊണ്ട് അന്നാഗ്രിഗൊറ്യേവ്ന എന്നൊരു വ്യക്തി ജീവിച്ചിരിപ്പില്ല എന്നതുപോലെയായിരുന്നു അയാളുടെ സംസാരം. അവരുടെ മോസ്കൊയിലെ ബന്ധുക്കളെക്കുറിച്ചും സുഹൃത്തുക്കളെക്കുറിച്ചും ഉത്സാഹത്തോടെ അയാൾ തിരക്കി. *വെരാ മിഖെയ്ലോവ്ന* സംഭ്രാന്തയായി കാണപ്പെട്ടു. ഒറ്റവാക്കിലുള്ള മറുപടിയാണവൾ നല്കിക്കൊണ്ടിരുന്നത്. സൂപ്പ് വിളമ്പിക്കൊടുത്ത ഉടനെ അവൾ കാര്യത്തിലേക്കു കടന്നു. സഹോദരന് വളരെ ഗുണകരമായ കാര്യമാണത് എന്നവൾ വിശദീകരിച്ചു. അയാൾ സ്വന്തം ഷെയർ വിട്ടുകൊടുത്താൽ അതിനുള്ള പണം ലഭിക്കും. അയാൾ സദാസമയം സ്വന്തം ജോലിയിൽ മുഴുകിയിരിക്കുന്നവനായതിനാൽ *റിയാസൻ* പ്രോവിൻസിലേക്കു യാത്രചെയ്യുക എന്നതത്ര എളുപ്പമല്ല. അതിനും പുറമെ യാത്രമൂലം പണവും സമയവും നഷ്ടമാകുന്നു. അയാൾ നിശ്ശബ്ദനായി റൊട്ടിത്തുണ്ടുകൾ തിരുപ്പിടിച്ച് താഴോട്ട് ദൃഷ്ടി പായിച്ചുകൊണ്ടിരുന്നു. അയാൾ സൂപ്പ് സ്പർശിച്ചതേയില്ല. അന്നാ ഗ്രിഗൊറ്യേവ്നായുടെ പ്രത്യാശയോടെയുള്ള നോട്ടം അയാൾ മനസ്സിൽ

കണ്ടിരുന്നു. രണ്ടാമത്തെ കോഴ്സ് വിളമ്പിയപ്പോൾ വെരാ മിഖേയ്ലോവ്ന പെട്ടെന്ന് കത്തിയും മുള്ളും താഴെവച്ച് ഒരു ഉറുമാൽ എടുത്തു ശക്തിയായി മൂക്കു ചീറ്റി പൊട്ടിക്കരഞ്ഞു. പിന്നെ മെല്ലെ കണ്ണുനീർ ഒപ്പിയശേഷം അവൾ പറയാൻ തുടങ്ങി. അയാൾ അക്കാര്യം സമ്മതിക്കുന്നില്ലെങ്കിൽ സ്വന്തം സഹോദരിമാരോടു ചെയ്യുന്ന മനുഷ്യത്വമില്ലാത്ത പ്രവൃത്തിയായിരിക്കും അതെന്ന്. അന്നാ ഗ്രിഗൊറ്യേവ്നയ്ക്കു നേരെ നോക്കാതെതന്നെ, അയാളെ നിരീക്ഷിക്കുന്ന ആ ദൃഷ്ടികൾ അയാൾക്കറിയാൻ കഴിഞ്ഞു. ആ നോട്ടം അധിക്ഷേപവും പരിഹാസവും നിറഞ്ഞതായിരുന്നു. "ദൈവത്തെ ഓർത്ത് എനിക്കു മനസ്സമാധാനം തരൂ, എല്ലാവരും!" ആവിപറക്കുന്ന ഭക്ഷണം വിളമ്പിവച്ച പ്ലെയിറ്റ് തട്ടിമാറ്റിക്കൊണ്ടയാൾ അലറി. അപ്പോഴും കോളറിനു താഴെ അയാൾ നാപ്കിൻ മടക്കിക്കുത്തിവച്ചിരുന്നു.

അയാൾ തീൻമേശയിൽനിന്നും ചാടി എഴുന്നേറ്റ് വേഗം പഠനമുറിയിലേക്കു നടന്നു. വാതിൽ ഉറക്കെ വലിച്ചടച്ച് ഡെസ്കിന്നരികിൽ തലയിൽ കൈകൊടുത്തുകൊണ്ട് ഇരുന്നു. ഹൃദയം ഉറക്കെ മിടിച്ചിരുന്നു. ചുറ്റിക എടുത്ത് അടിക്കുന്നതുപോലുള്ള ശബ്ദം ചെവികളിൽ മുഴങ്ങി. ഡൈനിംഗ് റൂമിൽനിന്നോ ഡ്രോയിംഗ് റൂമിൽനിന്നോ മറ്റെവിടെനിന്നോ അടക്കിയ ശബ്ദംകേട്ടു. സാവധാനം അതു മാഞ്ഞുപോയി. ഒരുപക്ഷേ, അന്നാ ഗ്രിഗൊറ്യേവ്ന അയാളുടെ സഹോദരിയെ വാതില്ക്കലേക്ക് ആനയിച്ചതാകാം. സഹോദരിയുമായുള്ള അയാളുടെ പുനഃസമാഗമം, അയാൾ അത്രയും ആകാംക്ഷയോടെ കാത്തിരുന്ന ഫാമിലി ലഞ്ച്, കുട്ടിക്കാലം മുതൽ സഹോദരിക്ക് ഇഷ്ടപ്പെട്ടിരുന്ന മധുരപലഹാരങ്ങൾ വാങ്ങിച്ചുകൊണ്ടുവന്നത് – എല്ലാം വ്യർത്ഥമായി. അതു വേണ്ടരീതിയിൽത്തന്നെ പരിചരിക്കപ്പെട്ടിരിക്കുന്നു! അയാൾക്ക് എന്തെങ്കിലും വലിച്ചെറിയാനോ തല്ലിത്തകർക്കാനോ നശിപ്പിക്കാനോ തോന്നി. പെട്ടെന്ന് തന്റെ കൈവെള്ളകളിൽ എന്തോ ഒട്ടുന്ന ദ്രാവകം നിറഞ്ഞിരിക്കുന്നതുപോലെ അനുഭവപ്പെട്ടു. മുറിയിലപ്പോൾ നല്ല ഇരുട്ടാണ്. വിറയ്ക്കുന്ന കൈകളോടെ ഡെസ്കിൽ ഉണ്ടായിരുന്ന രണ്ടു മെഴുകുതിരികളിലൊന്ന് കത്തിച്ചു. കസേരയിൽനിന്നും ഭീതിയോടെ ചാടി എഴുന്നേറ്റു. അയാളുടെ ഇരുകൈകളിലും നിറയെ രക്തമാണ്. ഇപ്പോൾത്തന്നെ ഒരു കൊലപാതകം നടത്തിയതുപോലെ. യാന്ത്രികമായി അയാളുടെ കൈ താടിമീശയിലേക്കു നീങ്ങി. ഒരു

പക്ഷേ കൈ തുടക്കാൻ വേണ്ടിയാകാം. എന്നാൽ രക്തസ്രാവം വർദ്ധിച്ചുകൊണ്ടിരുന്നു. ലഞ്ച് സമയത്ത് കോളറിൽ മടക്കിവച്ചിരുന്ന നാപ്കിൻ അയാൾ വലിച്ചെടുത്തു. റെയിൽവേ ലൈൻമാന്റെ മുന്നറിയിപ്പുപതാകപോലെ അതു ചുകന്നു കുതിർന്നിരുന്നു. എങ്കിലും ഇതു തനിക്കു സംഭവിച്ചതല്ല എന്ന വിശ്വാസത്തോടെ എന്നാൽ, പ്രതിവിധിയില്ലാത്തതെന്തോ സംഭവിച്ചിട്ടുണ്ടെന്ന അറിവോടെ അയാൾ പഠനമുറിയുടെ വാതില്ക്കലേക്കോടി. അതു മലർക്കെ തുറന്ന് സർവശക്തിയും സംഭരിച്ച് ഉറക്കെ നിലവിളിച്ചു: "അന്യാ!" അയാളുടെ ശബ്ദം നേർത്തിരുന്നെങ്കിലും ഫ്ളാറ്റിന്റെ മറ്റെ അറ്റത്തു നിന്നവൾ കേട്ടു. നടന്ന സംഭവങ്ങളിൽ ഖേദം പ്രകടിപ്പിച്ച് അവൾ *വെരാ മിഖെയ്‌ലോവ്നയെ* പ്രവേശനഹാളിന്റെ വാതില്ക്കൽ വച്ച് യാത്ര അയക്കുകയായിരുന്നു.

അവൾ മുറികളിലൂടെ പാഞ്ഞുചെന്നു. കുട്ടികളെപ്പോലും ശ്രദ്ധിക്കാതെ ഫർണിച്ചറിൽ തട്ടിത്തടഞ്ഞുകൊണ്ടായിരുന്നു ഓട്ടം. കാരണം ഭീകരമായതെന്തോ സംഭവിച്ചിട്ടുണ്ടെന്നവളുടെ മനസ്സ് മന്ത്രിച്ചു. അയാളുടെ ജീവിതത്തിലെ ബാക്കിയുള്ള രണ്ടു ദിനങ്ങൾ കറുത്ത തുകൽവിരിച്ച ആ കട്ടിലിൽത്തന്നെ കഴിഞ്ഞു. ഇപ്പോളത് പഠനമുറിയിൽ, ബഹുമതിസൂചകമായി കെട്ടി സൂക്ഷിച്ചിരിക്കയാണ്. (ഡോസ്റ്റോയെവ്സ്കി കുടുംബത്തിലെ ആരിൽനിന്നോ മ്യൂസിയത്തിന് ലഭിച്ചതാണത്). അതിനു മുകളിൽ *സിസ്റ്റീൻ മഡോണയുടെ* ചിത്രം തൂക്കി ഇട്ടിരിക്കുന്നു. അയാളുടെ ഏതോ സുഹൃത്ത് കൊടുത്തതാണ്. അന്നാഗ്രിഗൊറ്യേവ്ന അയാളുടെ ജന്മദിനത്തിനത് അവിടെ തൂക്കി ഇട്ടു. അയാളുടെ പതിവ് ഡോക്ടർ എത്തി. പരിശോധനയ്ക്കുശേഷം, പെട്ടെന്ന് അത്യാഹിതം സംഭവിക്കുമെന്നു പേടിക്കേണ്ടതില്ലെന്ന് അഭിപ്രായപ്പെട്ടു. ഡോക്ടർ പോയ ഉടനെ വീണ്ടും രോഗിക്ക് രക്തസ്രാവമുണ്ടായി. കുറച്ചുസമയത്തേക്ക് അദ്ദേഹം അബോധാവസ്ഥയിലായി. തന്റെ കട്ടിലിന്നരികിൽ മുട്ടുകുത്തിനില്ക്കുന്ന അന്നാഗ്രിഗൊറ്യേവ്നയോട് കുമ്പസാരത്തിനും അന്ത്യകൂദാശയ്ക്കുമായി പുരോഹിതനെ വരുത്തുവാനയാൾ ആവശ്യപ്പെട്ടു. പുരോഹിതൻ ഉടനെ എത്തി. കാരണം *വ്ളാഡിമർ* ചർച്ച് തൊട്ടടുത്താണ്. ഞാനിപ്പോൾ നോക്കിക്കാണുന്നത് ശീതകാല കാർമേഘങ്ങൾക്കുള്ളിൽ അപ്രത്യക്ഷമായ അതിലെ കപ്പേളകളാണ്. അന്നാഗ്രിഗൊറ്യേവ്നാ രാത്രിമുഴുവൻ

ഭർത്താവിന്റെ പഠനമുറിയിൽ കഴിച്ചുകൂട്ടി, അല്ലെങ്കിൽ ഒരുവിധത്തിൽ ചാരുകസേരയിൽ ഒതുങ്ങിക്കൂടി. കണ്ണടച്ചതേയില്ല. ഇടയ്ക്കിടെ അദ്ദേഹത്തെ ചെന്നുനോക്കും. ഉറങ്ങുന്ന സമയത്ത് *കിൽറ്റ്* നേരെയാക്കും. നെറ്റിയിൽ കൈവച്ചു നോക്കും.

അന്ന് തെളിഞ്ഞു പ്രകാശിക്കുന്ന ഒരു പ്രഭാതമായിരുന്നു. ശീതകാലമായിരുന്നെങ്കിലും അഗോചരമായ വസന്തത്തിന്റെ വരവ് സൂചിപ്പിക്കുന്ന എന്തോ ഒന്ന് അതിലുണ്ടായിരുന്നു. ഒരുപക്ഷേ ആകാശത്തിന്റെ നീലിമ ആയിരിക്കാം. ഗ്രീഷ്മകാലത്തിന്റേതായ ഒരു ഇളം നീലനിറം അതിനുണ്ടായിരുന്നു. സൂര്യപ്രകാശം പഠനമുറിയുടെ ജനലയിലൂടെയുള്ള ദൃശ്യമാണ്. കടകളുടെ ജാലകങ്ങൾക്കുകീഴെ കച്ചവടക്കാർ സാധനങ്ങൾ നിരത്തിവയ്ക്കുമ്പോൾ ഉയരുന്ന ശബ്ദകോലാഹലങ്ങൾ കേൾക്കാം. *വ്‌ളാഡിമർ* പള്ളിയിൽനിന്നു വരുന്ന പ്രത്യേകതരം മണിനാദവും അതോടൊപ്പം കേൾക്കാം. അയാൾ കുറച്ച് റൊട്ടിയും പാലും അന്നാഗ്രിഗൊറ്യേവ്നയുടെ അമ്മ തയ്യാറാക്കിയ ഫ്രൂട്ട് ജ്യൂസും കഴിച്ചു. അന്നാഗ്രിഗൊറ്യേവ്ന ആ സമയം വേഗം പുറത്തുകടന്ന് കടയിൽ പോയി ഭർത്താവിന് ഇഷ്ടമുള്ള കുറച്ച് മുന്തിരി വാങ്ങിക്കൊണ്ടുവന്നു. ആ കാലത്ത് ഈ ഇനം മുന്തിരി കിട്ടുവാൻ പ്രയാസമാണ്. അവൾ ധൃതിയിൽ കോണിപ്പടികൾ ഓടിക്കയറവെ *ബേദൻ-ബേദനി*ലെ സംഭവങ്ങൾ ഓർത്തുപോയി. അദ്ദേഹം എത്ര താത്പര്യത്തോടെയാണ് അവൾക്കുവേണ്ടി മുന്തിരി, പ്രത്യേകിച്ച് ആ കറുത്ത ഇനം മുന്തിരി, വാങ്ങിക്കൊണ്ടുവരാറുള്ളത്. അവർ യാത്ര ചെയ്യുമ്പോൾ ട്രെയിനിലിരുന്ന് അവ കഴിച്ചത്, സാൻഡ്‌വിച്ചും കൈയിൽ പിടിച്ച് ഏതു നിമിഷവും പുറപ്പെടാൻ തയ്യാറായി നില്ക്കുന്ന ട്രെയിനിലേക്ക് അദ്ദേഹം പ്ലാറ്റ്ഫോമിലൂടെ ഓടിപ്പിടഞ്ഞു വന്നത്. എല്ലാം അവളുടെ മനസ്സിലൂടെ കടന്നുപോയി. കട്ടിലിന്നടുത്തിരുന്ന് അദ്ദേഹത്തിന്റെ നെഞ്ചിൽ ഒരു നാപ്കിൻ പിടിപ്പിച്ച് അവൾ മുന്തിരി വായിൽ വച്ചുകൊടുത്തു. ഓരോ മുന്തിരി കഴിക്കുമ്പോഴും അയാൾ നൂതനമായ കരുത്താർജിക്കുന്നതുപോലെ അവൾക്കു തോന്നി. ജീവിതത്തിലേക്കു തിരിച്ചുവരുന്നതുപോലെ. ആ ദിവസം അനേകം ജനങ്ങൾ അദ്ദേഹത്തെ കാണാനെത്തി - എഡിറ്റോറിയൽ ഓഫീസ്, സെൻസർ ഡിപ്പാർട്ടുമെന്റ് തുടങ്ങിയിടത്തുനിന്നെല്ലാം. പിന്നെ അടുത്തു നടത്താൻ പോകുന്ന *പുഷ്കിൻ സന്ധ്യ*യുടെ

സംഘാടകരും വന്നു. ആ ചടങ്ങിൽ പ്രസംഗിക്കേണ്ടവനാണ്. അയാളുടെ ആരോഗ്യത്തിൽ അവർ ഉത്ക്കണ്ഠാകുലരായിരുന്നു. അയാൾ ഒരുവിധത്തിൽ ബിസിനസ് സംബന്ധമായ ഏതാനും കൊച്ച് കത്തുകൾ അവൾക്കു പറഞ്ഞുകൊടുക്കുകപോലും ചെയ്തു. ചില പ്പോൾ പെട്ടെന്നു ശുണ്ഠി പിടിക്കും. ഒരിക്കൽക്കൂടി പഴയ ഫെഡ്യാ യാകും.

അസുഖകരമായ ആ ദിവസം അവസാനിക്കാറായപ്പോൾ അവൾ കുട്ടികളെ നേരത്തെ കിടത്തി ഉറക്കി. പിന്നെ മുകളിലെ നില യിൽച്ചെന്ന് അവരോട് മുറിയിൽ നടന്ന് ഒച്ചയുണ്ടാക്കരുതെന്ന് ആവശ്യപ്പെട്ടു. കാരണം, ശബ്ദം അതെപ്പോഴും ഫെഡ്യായെ ശുണ്ഠി പിടിപ്പിക്കുകയും കുപിതനാക്കുകയും ചെയ്യും. പിന്നെ ഏതാനും ഷോർട്ട്ഹാൻഡ് കുറിപ്പുകൾ അവൾ ഡയറിയിൽ എഴുതി. അതിനു ശേഷം ഒരു വൈക്കോൽ കിടക്ക തയ്യാറാക്കി രോഗിയുടെ കിടക്ക യ്ക്കരികെ താഴെക്കിടന്നു. അവൾ ഇതെല്ലാം ചെയ്തു തീർത്തപ്പോ ഴേക്കും രാത്രിയായി. ഈ വീട്ടിലെ അദ്ദേഹത്തിന്റെ അവസാനരാത്രി, ഈ ലോകത്തിലെയും. പല പ്രാവശ്യം അവൾ ഉറക്കത്തിൽനിന്നും ഉണർന്നു. മെഴുകുതിരി കത്തിച്ച് അദ്ദേഹത്തിന്റെ മുഖത്തേക്കു തുറിച്ചുനോക്കി. അതു വിളർത്തിരുന്നു. എന്നാൽ ശാന്തമായി ശ്വാസോ ച്ഛ്വാസം ചെയ്യുന്നുണ്ട്. അതവളെ ആശ്വസിപ്പിച്ചു. വീണ്ടും ഉറങ്ങാൻ കിടന്നു. എന്നാൽ രാവിലെ കണ്ണ് തുറന്നപ്പോൾ അയാൾ ഉണർന്നിരി ക്കുന്നതായി കണ്ടു. അവളെ നോക്കാനായി തല തിരിച്ചിരിക്കുന്നു. ആ തുറിച്ചുനോട്ടത്തിൽ എന്തോ ഉണ്ട്, അതവളുടെ മനസ്സ് തകർത്തു.

'ഞാൻ ഇന്ന് മരിക്കും, അന്യാ' അയാൾ ശാന്തനായി അതേ മട്ടിൽ നോക്കിക്കൊണ്ട് പറഞ്ഞു. അവൾ അയാളുടെ അരികിലെത്തി കര ങ്ങൾ തന്റെ കൈകുമ്പിളിലാക്കി. എല്ലാം നേരെയാകുമെന്നും അപകട മേഖല തരണം ചെയ്തതായി ഡോക്ടർമാർ കരുതുന്നെന്നും അയാളെ പറഞ്ഞു വിശ്വസിപ്പിക്കാനവൾ ശ്രമിച്ചു. അവളുടെ കൈകൾ ഒരു ഭാഗത്തേക്കു വലിച്ചുകൊണ്ട് അയാൾ പതുക്കെയുള്ള മന്ത്രിക്കൽ തുടർന്നുകൊണ്ടിരുന്നു. കാരണം, അയാൾക്ക് ഉറക്കെ സംസാരിക്കാൻ പറ്റില്ല. സുവിശേഷ പുസ്തകങ്ങൾ എടുത്തു തരാനായി അയാൾ അവളോട് ആവശ്യപ്പെട്ടു. തടവിലായിരുന്നപ്പോൾ *ഡിസംബ റിസ്റ്റുകളുടെ* ഭാര്യമാർ കൊടുത്തതായിരുന്നു അവ. അവയിലെ

മാർജിനുകളിൽ പലയിടത്തും അടയാളങ്ങളിട്ട് ആ പുണ്യഗ്രന്ഥങ്ങൾ അയാൾ എപ്പോഴും കൂടെ സൂക്ഷിച്ചുവച്ചിരുന്നു. പേജുകളിലേക്കു നോക്കാതെ അലക്ഷ്യമായി ഒരു പുസ്തകം അയാൾ തുറന്നു. ആ പേജിലെ മുകളിൽനിന്ന് മൂന്നാമത്തെ ഖണ്ഡിക ഉറക്കെ വായിക്കു വാനായി ഭാര്യയോട് ആവശ്യപ്പെട്ടു. "അപ്പോൾ യേശു അയാളോട് മറുപടി നല്കി. ഇപ്പോൾ അത് അപ്രകാരം തന്നെ സഹിക്കട്ടെ. അങ്ങ നെ നീതി നിറവേറ്റപ്പെടട്ടെ." എന്നവൾ വായിച്ചു. 'നീ നോക്കൂ' അയാൾ പറഞ്ഞു. 'അപ്രകാരം തന്നെ സഹിക്കുക. അതുകൊണ്ട് ഞാൻ മരിക്കും." പിന്നെ അയാൾ പുസ്തകം അടച്ചു. അന്നാഗ്രിഗൊറ്യേവ്ന അയാളുടെ അരികിൽ മുട്ടുകുത്തിനിന്നു. വീണ്ടും അവളുടെ കരങ്ങൾ ഗ്രഹിച്ച് അയാൾ സ്വന്തം ചുണ്ടുകളോടടുപ്പിച്ച് ചുംബിച്ചു. പിന്നെ ഉറക്കത്തിലേക്കു വഴുതി വീണു. ശാന്തമായ ശ്വാസോച്ഛ്വാസത്തോടെ അയാൾ നിദ്രയിലാണ്ടു. അവൾ ആ നിലയിൽത്തന്നെ മുട്ടുകുത്തിനില്പാണ്. അനങ്ങിയാൽ ഉണർന്നെങ്കിലോ എന്ന ഭയത്താൽ. അയാൾ ഉണർന്നപ്പോൾ നേരം നന്നായി പുലർന്നിരുന്നു. അയാൾ വാച്ചിന് സ്വയം ചാവി കൊടുത്തു. പിന്നെ അവളോട് തന്റെ പല്ല് തേച്ചു കൊടുക്കാനാവശ്യപ്പെട്ടു. വസ്ത്രം ധരിക്കാൻ സഹായിക്കണമെന്നു പറഞ്ഞു. തന്റെ കഷണ്ടിയുള്ള ഭാഗം മറയ്ക്കുന്നവിധത്തിൽ അയാൾ മുടിചീകാൻ തുടങ്ങിയപ്പോൾ അതയാളെ ക്ഷീണിപ്പിച്ചെങ്കിലോ എന്നു കരുതി അന്നാഗ്രിഗൊറ്യേവ്ന ചീപ്പ് പിടിച്ചുവാങ്ങി ഭർത്താവിന്റെ മുടി ചീകിക്കൊടുത്തു. അപ്പോൾ അയാൾ കോപത്തോടെ അലറി: 'എന്താണ് നീ തെറ്റായ ഭാഗത്തേക്കു ചീകുന്നത്?'. ഈ ദേഷ്യവും ഒച്ചയിടലും നല്ലതല്ല എന്നവൾ ഭയന്നുവെങ്കിലും ഭർത്താവിന്റെ ദേഷ്യപ്രകടനം വാസ്തവത്തിൽ അവളെ സന്തോഷിപ്പിക്കുകയാണുണ്ടായത്. ഈ ജന്മവാസന തിരിച്ചുവന്നപ്പോൾ അയാൾ സുഖപ്പെടുമെന്നൊരു ആശ അവളിലുദിച്ചു. അവളുടെ സഹായത്തോടെ അയാൾ വസ്ത്രധാരണം പൂർത്തിയാക്കി. സോക്സ് വലിച്ചിടാൻ ശ്രമിക്കവെ ചുണ്ടുകളിലും താടിയിലും രക്തം ഒലിച്ചിറങ്ങാൻ തുടങ്ങി. അവൾ ഉടനെ അയാളെ കട്ടിലിൽ കിടത്തി. ഒരു ടവൽ എടുത്ത് ചുണ്ടുകളിൽനിന്നും താടിയിൽനിന്നും ചോര തുടച്ചുകളഞ്ഞു. പൂർണമായി വസ്ത്രധാരണം ചെയ്ത് അയാൾ തന്റെ കറുത്ത തുകൽ വിരിച്ച കട്ടിലിൽ കിടക്കുകയാണ്. അവിടെനിന്ന് എഴുന്നേല്ക്കാൻ പിന്നെ ശ്രമിച്ചില്ല.

ആ ദിവസം മുഴുവൻ സന്ദർശകരുടെ നിലയ്ക്കാത്ത പ്രവാഹമായിരുന്നു. എന്നാൽ അവരെ അകത്തേക്കു കടത്തിവിടാതിരിക്കാൻ അന്നാ ഗ്രിഗൊറ്യേവ്ന ശ്രമിച്ചു. ഡോക്ടർമാർ മാത്രം ഇടയ്ക്കിടെ മുറിയിൽ വന്നുംപോയും ഇരുന്നു. അദ്ദേഹത്തിന്റെ നാഡിമിടിപ്പ് പരിശോധിച്ചു. ശ്വാസോച്ഛ്വാസം നിരീക്ഷിച്ചു. അവരെ പിൻതുടർന്ന് പ്രവേശനഹാൾവരെ ചെന്ന അന്നാ ഗ്രിഗൊറ്യേവ്നയുടെ ചോദ്യരൂപേണയുള്ള നോട്ടത്തിന് യാതൊരു ഉറപ്പുമില്ല എന്ന അർത്ഥത്തിൽ അവർ തോളുകൾ കുലുക്കി. രാവിലെ തുടക്കം മുതൽ മ്ലാനത തളം കെട്ടിനിന്നു. അദ്ദേഹം അവിടെ ഇരുന്നു ജോലി ചെയ്യുകയാണെന്നതുപോലെ. ദിവസം മുഴുവൻ പഠനമുറിയിലെ ഡെസ്കിൽ രണ്ടു മെഴുകുതിരികൾ കത്തിനിന്നു. ഏതാനും മിനിറ്റുകൾ വിശ്രമിക്കാൻ വേണ്ടി പണിനിർത്തിക്കിടന്നതാണെന്നേ തോന്നൂ. അന്നാ ഗ്രിഗൊറ്യേവ്ന അദ്ദേഹത്തെ വിട്ടുനിന്നതേയില്ല. അടുത്തു മുട്ടുകുത്തിനിന്ന് സദാസമയം ഭർത്താവിന്റെ കൈകൾ സ്വന്തം കരങ്ങളിലാക്കി മുറുകെ പിടിച്ചു. ഇപ്പോൾ അദ്ദേഹത്തിന് തല പൊക്കാൻപോലും പറ്റാതായി. മധ്യാഹ്നമായപ്പോൾ പാഷാ എത്തി. വാതിലിനപ്പുറത്തുനിന്ന് നോട്ടറിയെ, പ്രമാണങ്ങൾ സാക്ഷ്യപ്പെടുത്തുന്ന ഉദ്യോഗസ്ഥനെ, വിളിക്കുന്ന കാര്യം അവൻ ആരോടോ പറയുന്നത് അന്നാ ഗ്രിഗൊറ്യേവ്ന കേട്ടു. രോഗിയും അതു കേട്ടതുപോലെ തോന്നി. കാരണം താക്കോൽ ദ്വാരത്തിനുനേരെ അദ്ദേഹം തല കുനിക്കുന്നതു കണ്ടു. പാഷാ തങ്ങളെ നിരീക്ഷിക്കുന്നുണ്ടെന്ന അർത്ഥത്തിൽ. എന്തൊക്കെ ആയാലും അവനെ ഉള്ളിലേക്കു കടത്തിവിടാനദ്ദേഹം അനുവദിച്ചു. പാഷാ നിശ്ശബ്ദനായി. കാലൊച്ച കേൾപ്പിക്കാതെ പ്രവേശിച്ചു. അമ്മയുടെ രണ്ടാം ഭർത്താവിന്റെ അടുത്തേക്കു നടന്നു. അദ്ദേഹത്തിന്റെ കരം ഗ്രഹിക്കാനായി കുനിഞ്ഞു. എന്നാൽ കട്ടിലിൽ ശയിക്കുന്നയാൾ കൈകുലുക്കി പാഷായെ കാണാൻ താത്പര്യമില്ല എന്ന അർത്ഥത്തിൽ തല കുലുക്കി. പിന്നെ വളരെ പതിഞ്ഞ സ്വരത്തിൽ സ്വന്തം മക്കളോട് യാത്രപറയാനായി അവരെ വിളിക്കാനാവശ്യപ്പെട്ടു. അന്നാ ഗ്രിഗൊറ്യേവ്ന അവരെ മുറിയിലേക്കു കൊണ്ടുവന്നു. ജീവിതകാലം മുഴുവൻ അവർ അച്ഛന്റെ താടിമീശകൊണ്ടുള്ള ഇക്കിളിപ്പെടുത്തൽ ഒരുപക്ഷേ ഓർക്കുന്നുണ്ടാകാം. അന്നാഗ്രിഗൊറ്യേവ്നയുടെ നിർബന്ധപ്രകാരം അവർ അച്ഛന്റെ കട്ടിലിന്നരികിൽ പേടിച്ച് പരിഭ്രമത്തോടെ അമ്മയെ

അനുകരിച്ച് മുട്ടുകുത്തിനിന്നു. അദ്ദേഹം അവർക്കുനേരെ തലതിരിച്ച് അവരുടെ നെറ്റിയിൽ ചുംബിച്ചു - ആദ്യം ല്യൂബയും പിന്നെ ഫെഡ്യയും. അതിനുശേഷം കൈ ഉയർത്തി അവർക്കുനേരെ കുരിശ് വരച്ചു. കുട്ടികൾ പോയപ്പോൾ അദ്ദേഹം കണ്ണുകളടച്ച് നിശ്ചലനായി കിടന്നു. ഭർത്താവിന്റെ ശ്വാസം നിലച്ചുവോ എന്ന് അന്നാഗ്രിഗൊറ്യേവ്ന ഭയന്നുപോയി. “നിങ്ങൾ ഉറങ്ങുകയാണോ?” അവൾ മെല്ലെ ചോദിച്ചുകൊണ്ട് അദ്ദേഹത്തിനു മുന്നിൽ കുനിഞ്ഞുനോക്കി. അദ്ദേഹം കണ്ണുകൾ തുറന്നു. അന്നു രാവിലെ അതിൽ ദർശിച്ച അതേ ഭാവം ഒരിക്കൽക്കൂടി അവൾ കണ്ടു. തീവ്രവേദന നിറഞ്ഞ നൈരാശ്യമാണ് അവൾക്കു തോന്നിയത്. താൻ മരിക്കാൻ പോകുകയാണ് എന്നാണ് ആ ഭാവത്തിലുള്ളതെന്നവൾ പെട്ടെന്നു തിരിച്ചറിഞ്ഞു.

വികാരാധിക്യത്താൽ അവളുടെ തൊണ്ട അടഞ്ഞു. അദ്ദേഹത്തിന്റെ മുന്നിൽ തേങ്ങിക്കരയാതിരിക്കാനായി അവൾ പഠനമുറിക്കു പുറത്തുവന്നു. അവൾ മുറിയിലെത്തി ഡെസ്കിൽ തലവച്ച് കണ്ണീരൊഴുക്കി. എപ്പോഴും ശ്രദ്ധിച്ച് ഒതുക്കി വയ്ക്കാറുള്ള അവളുടെ തലമുടി കൈകളിലും ഡെസ്കിലും ചിന്നിച്ചിതറിക്കിടന്നു. എന്നാൽ ശരിക്കും അവൾക്കു കരയാൻ കഴിഞ്ഞില്ല. അതുകൊണ്ട് അവളുടെ തേങ്ങൽ ചിരിപോലെയോ ഒരു ഉന്മാദാവസ്ഥയുടെ തുടക്കം പോലെയോ കാണപ്പെട്ടു. കുട്ടികൾ അമ്മയെ ഭീതിയോടെ നോക്കി നിന്നു. ഉറുമാൽ തലയിൽ കെട്ടിയ, വസൂരിക്കല നിറഞ്ഞ മുഖമുള്ള, പ്രായമായ പാചകക്കാരി മരിയ വാതില്ക്കൽ നിന്നിരുന്നു. പ്രവേശന ഹാളിൽനിന്നും സ്വീകരണമുറിയിൽനിന്നും അടക്കിയ ശബ്ദങ്ങളുടെ മൂളൽ കേൾക്കാം. ചുമയ്ക്കുന്ന ശബ്ദവും. പലതരം സുഹൃത്തുക്കൾ, പരിചയക്കാർ, കേട്ടറിഞ്ഞവർ, എല്ലാം സാവധാനമായി ഫ്ളാറ്റിൽ വന്നുനിറഞ്ഞു. ചിലർ ശ്രദ്ധയോടെ വാതിൽ തുറന്ന് സാവധാനം ഉള്ളിലേക്കു നുഴഞ്ഞുകയറി. കരഞ്ഞുകൊണ്ടിരിക്കുന്ന ആ സ്ത്രീയിൽനിന്നും കുറച്ചുമാറിനിന്ന് എന്തിനെക്കുറിച്ചോ പരസ്പരം മന്ത്രിച്ചു. അപ്പോൾ കണ്ണുനീർ തുടച്ച് മുടി നേരെയാക്കി അവൾ മരിച്ചുകൊണ്ടിരിക്കുന്ന മനുഷ്യന്റെ മുറിയിലേക്ക് ഓടുന്നതുമാതിരി അതിവേഗം നടന്നു. എങ്ങനെ അവൾക്കദ്ദേഹത്തെ ഒറ്റയ്ക്കാക്കി പോകാൻ കഴിഞ്ഞു. ഒരു നിമിഷനേരത്തേക്കാണെങ്കിൽപോലും. അദ്ദേഹം അതേ നിലയിൽത്തന്നെ അവിടെ മലർന്നുകിടക്കുകയാണ്. അദ്ദേഹത്തിന്റെ

കണ്ണുകൾ തുറന്നുവച്ചിരിക്കുന്നു. ദൃഷ്ടി ഉത്തരത്തിലാണ്. അവിടന്ന് എന്തോ വായിച്ചു മനസ്സിലാക്കുകയാണെന്നേ ആ നോട്ടം കണ്ടാൽ തോന്നൂ. എന്നാൽ പരസ്പരബന്ധമില്ലാത്ത രീതിയിലാണ് സംസാരം. “എത്ര നീതിയില്ലാത്തവരാണവർ!” (ഒരുപക്ഷേ സഹോദരിമാരെക്കുറിച്ചാകാം)... “ഒരു വരൾച്ച സൃഷ്ടിക്കരുത്”. (അന്നാ ഗ്രിഗൊറ്യേവ്നയോടായിരിക്കാനാണ് സാധ്യത). മരിയ സ്റ്റൗ കെടുത്തിയോ?... ആവശ്യത്തിനുണ്ടോ?... നിന്നെ ഞാൻ എത്രമാത്രം നശിപ്പിക്കുകയാണ്... ഇതും, *ഗ്രിഗൊറോവിച്ചിന്റെ* വരവും മറ്റ് സംഭവങ്ങളും അപൂർണമായ ശകലങ്ങളായിട്ടാണെങ്കിലും ഡയറിയിൽ രേഖപ്പെടുത്താൻ അന്നാ ഗ്രിഗൊറ്യേവ്നയ്ക്കു കഴിഞ്ഞിരിക്കുന്നു. മരണശേഷം, അല്ലെങ്കിൽ അതേദിവസം സന്ധ്യയ്ക്ക്! എന്തൊക്കെ ആയിട്ടും അവൾക്കു ബുദ്ധി നഷ്ടപ്പെട്ടില്ല. അല്ലെങ്കിൽ ആളുകൾ ഇപ്പോൾ പറയാൻ ഇഷ്ടപ്പെടുന്നതുപോലെ. സംഭവങ്ങളുടെ പരിപൂർണ്ണ നിയന്ത്രണം നഷ്ടമായില്ല. അവൾ ഡോക്ടർമാരെ വിളിപ്പിച്ചു വണ്ടിക്കാരുമായുള്ള ഇടപാടുകൾ തീർത്തു. ഡോക്ടർമാരുടെ നിർദ്ദേശാനുസരണം രോഗിക്ക് വിഴുങ്ങാൻ ഐസ് വാങ്ങാനായി മരിയായെ വിട്ടു. പ്രമാണം സാക്ഷ്യപ്പെടുത്തുന്ന ഉദ്യോഗസ്ഥനെ വീട്ടിനുള്ളിലേക്ക് വരാനവൾ അനുവദിച്ചില്ല. പാഷാക്കത് വളരെ നിർബന്ധമായിരുന്നു. ഭർത്താവിന്റെ നിലയെക്കുറിച്ച് അവൾ സന്ദർശകർക്കു വിവരങ്ങൾ നല്കി. രണ്ടോ മൂന്നോ ബിസിനസ് പ്രമാണങ്ങൾപോലും അവൾ ഒപ്പുവച്ചു.

അപ്പോൾ സമയം ഏകദേശം വൈകുന്നേരം ഏഴ് മണിയായിരുന്നു. മെഴുകുതിരി കത്തിക്കഴിഞ്ഞിരുന്നതിനാൽ അവൾ അദ്ദേഹത്തിന്റെ ഡെസ്കിലെ രണ്ടു മെഴുകുതിരികൾ മാറ്റി. അദ്ദേഹത്തിന്റെ ചുണ്ടുകളിലും താടിയിലും ചോരത്തുള്ളികൾ വീണ്ടും ഇറ്റിറ്റുവീഴാൻ തുടങ്ങി. കസേരയുടെ പിന്നിൽ തൂക്കിയിട്ടിരുന്ന ടവൽ എടുത്ത് അവൾ രക്തം തുടച്ചുകളഞ്ഞു. മരിയയെ വിളിച്ച് അവളുടെ സഹായത്തോടെ മറ്റൊരു തലയിണകൂടി അദ്ദേഹത്തിന്റെ തലയ്ക്കു കീഴെ വച്ചു. ശിരസ്സ് കുറച്ചു പൊങ്ങിയിരിക്കണമെന്ന് അദ്ദേഹത്തിന്റെ ഡോക്ടർമാരായ *കൊസ്സ്ലോക്കാവും വോൻബ്രെട്സലും* നിർദ്ദേശിച്ചതുപ്രകാരമായിരുന്നു അത്. അവർ അടുത്തുനിന്ന് ഇടയ്ക്കിടെ നാഡിമിടിപ്പ് പരിശോധിക്കുകയും സ്റ്റെതസ്കോപ്പുവച്ച് നെഞ്ച് പരിശോധിക്കുകയും ചെയ്തുകൊണ്ടിരുന്നു. അവർ അർത്ഥഗർഭമായി പിന്നീട് പരസ്പരം നോക്കി.

വീണ്ടും വായയുടെ ഒരു മൂലയിലൂടെ രക്തം ഒലിക്കാൻ തുടങ്ങി. നെഞ്ചിൽ മുറിവേറ്റവനെപ്പോലെ. അന്നാഗ്രിഗൊറ്യേവ്ന അതു തുടച്ചു മാറ്റിയെങ്കിലും ടവൽ മാറ്റിയ ഉടനെ അതേ സ്ഥാനത്തുനിന്നുതന്നെ പിന്നെയും രക്തം വന്നുകൊണ്ടിരുന്നു. അവൾ ഒന്നും ചെയ്തിട്ടേ ഇല്ല എന്നതുപോലെ. പുതുതായുള്ള രക്തസ്രാവം തടയാനവർ ഒരു മാർഗ്ഗവും കണ്ടില്ല. കുറച്ചു രക്തം തലയിലേക്കുപോലും തെറിച്ചു. അവൾ വീണ്ടും അദ്ദേഹത്തിന്റെ കരം ഗ്രഹിച്ചുകൊണ്ട് കട്ടിലിന്നരികെ മുട്ടുകുത്തിനിന്നു. അദ്ദേഹത്തിനുനേരെ മെല്ലെ കുനിഞ്ഞുനില്ക്കുന്ന അവളുടെ രൂപം കണ്ടാൽ ശ്മശാനത്തിലെ ശവക്കല്ലറയ്ക്കു മുന്നിൽ ചിത്രീകരിച്ച വ്യാകുലയായ സ്ത്രീയാണെന്നു തോന്നും. അദ്ദേഹം കണ്ണുകളടച്ച് അവിടെ കിടക്കുകയാണ്. അവൾ വിളിച്ചിട്ടും കണ്ണു തുറക്കുന്നില്ല. അവൾ, മെല്ലെയെങ്കിലും വ്യക്തമായി അദ്ദേഹത്തെ പേരെടുത്തു വിളിച്ചു. അദ്ദേഹം അബോധാവസ്ഥയിലാണെന്നു തോന്നുന്നു. അടുത്ത മുറികളിൽനിന്ന് സന്ദർശകരുടെ അടക്കിപ്പിടിച്ച സംസാരം മുഴങ്ങുന്നു. മുൻവാതിലിലെ മണിയിൽ ജാഗ്രതാനാദം. അവൾ അദ്ദേഹത്തിന്റെ കൈയിൽ മെല്ലെ തട്ടിയപ്പോൾ അതു മറ്റൊരു അപസ്മാരബാധയാണെന്നവൾക്ക് പെട്ടെന്നു തോന്നി. മുമ്പ് പല പ്പോഴും ഉണ്ടായിട്ടുള്ളതുപോലുള്ള അപസ്മാരം, അദ്ദേഹത്തിന് ബോധം തിരിച്ചുകിട്ടില്ലെന്നു മാത്രം. ഏതു നിമിഷവും അദ്ദേഹം കണ്ണു തുറക്കും. തന്നെ തിരിച്ചറിഞ്ഞ് എഴുന്നേല്ക്കാനായി അവളുടെ സഹായം ആവശ്യപ്പെടും. ഇതെല്ലാം വെറും സ്വപ്നമാണെന്ന് ചില പ്പോൾ അവൾക്കു തോന്നും. ഏതു നിമിഷവും അവൾ ഉണർത്തപ്പെ ട്ടേക്കും. കടുപ്പമുള്ള ചായ ഗ്ലാസിൽ സ്പൂൺ ഇട്ട് ഇളക്കി പഠനമുറി യിൽ അദ്ദേഹം ഉലാത്തുന്നതവൾക്കു കാണാൻ കഴിയും. എന്നാൽ, അടുത്ത മുറിയിൽനിന്നുള്ള ശബ്ദം കൂടുതൽ വ്യക്തമായി കേട്ടു തുടങ്ങി. ആളുകൾ അടുത്തുവരുന്ന ശബ്ദം അവൾക്കു കേൾക്കാം. സന്ദർശകർ പഠനമുറിയിലേക്കു കയറിത്തുടങ്ങിയെന്നു തോന്നുന്നു. അതൊരു യാഥാർത്ഥ്യമാണെന്നറിഞ്ഞ് അവൾ പേടിച്ചുവിറച്ചു. മരിച്ചു കൊണ്ടിരിക്കുന്ന ഭർത്താവിനു മുന്നിൽ അവൾ മുട്ടുകുത്തി നില്ക്കു കയാണ്. എന്നും രാത്രി തന്റെ അടുത്ത് ഗുഡ്നൈറ്റ് പറയാനെത്താ റുള്ള അവളുടെ ഭർത്താവ് ഫെഡ്യാ. *ബാദ് എമിൽ*നിന്ന് വികാരോ ജ്ജ്വലമായ നീണ്ട കത്തുകൾ അയക്കാറുള്ളവൻ. എല്ലാ വേനലിലും

രോഗചികിത്സയ്ക്കായി അദ്ദേഹം അവിടെ പോകുമായിരുന്നു. വളരെ അസൂയാലു ആയിരുന്നു അദ്ദേഹം. പ്രത്യേകിച്ച്, തന്റെ കൃതികൾ വായിക്കുന്ന സമയത്ത്, പെട്ടെന്ന് അവൾ ആരോടെങ്കിലും ഒരു വാക്ക് സംസാരിക്കയോ ആരെയെങ്കിലും നോക്കുകയോ ചെയ്താൽ. അദ്ദേഹം ഒരു വിചിത്രരംഗം തന്നെ സൃഷ്ടിക്കും. പിന്നെ അവർ ഒറ്റയ്ക്കാണ് വീട്ടിലേക്കു മടങ്ങുക. എന്നാൽ അധികനേരം അദ്ദേഹത്തിന് പിടിച്ചുനില്ക്കാനാവില്ല. അവളെ പിടികൂടി ക്ഷമ യാചിക്കും. മാപ്പു കൊടുത്തില്ലെങ്കിൽ അവിടെ വച്ചുതന്നെ അവളുടെ മുന്നിൽ മുട്ടുകുത്തിനില്ക്കുമെന്ന് ഭീഷണിപ്പെടുത്തും. അപ്പോൾ അവൾ മാപ്പ് നല്കും. പിന്നെ ഒന്നിച്ചു നടക്കും. അവളെ ശ്രദ്ധയോടെ കൈകൊണ്ട് ചുറ്റിപ്പിടിച്ച് അവളുടെ കണ്ണുകളിലേക്ക് ഉറ്റുനോക്കും. ഒരു നിമിഷം അവളെ വിട്ട് കടയിലേക്കോടി അവൾക്കുവേണ്ടി കുറച്ച് മധുരപലഹാരങ്ങൾ വാങ്ങിക്കൊണ്ടുവരും. പിന്നെ അണ്ടിപ്പരിപ്പ്, ഉണക്കമുന്തിരി, മിഠായി. വീട്ടിലെത്തിയാൽ അവർ ചായ കുടിക്കും. അവൾക്കും കുട്ടികൾക്കും അദ്ദേഹം പലഹാരങ്ങൾ നല്കും. അവൾ ജലദോഷം പിടിച്ച് തുമ്മിയാൽ അദ്ദേഹം ദേഷ്യപ്പെടും. തുമ്മരുതെന്നു പറയും. അതവളെ ചിരിപ്പിക്കും. ഒടുവിൽ അദ്ദേഹവും ചിരിക്കാൻ തുടങ്ങും.

മരണശയ്യയിൽ കിടക്കുന്ന ആളുടെ മുറി സന്ദർശകർ കീഴടക്കിക്കഴിഞ്ഞു. ദുഃഖാചരണമെന്നപോലെ അർദ്ധവൃത്താകൃതിയിലവർ നിലയുറപ്പിച്ചു. അദ്ദേഹം കിടന്നിരുന്ന കട്ടിലിന്നരികിൽ വരാൻ ധൈര്യപ്പെടാതെ പഠനമുറിയുടെ ഒരറ്റത്തായിരുന്നു അമ്മയുടെ നില്പ്. ദുഃഖത്തിന്റെ മൂർത്തീകരണമായ, മുട്ടുകുത്തിനില്ക്കുന്ന അന്ന എന്ന സ്ത്രീക്ക് ഈ അപരിചിതരുടെ ഉച്ഛ്വാസങ്ങൾ കേൾക്കാൻ കഴിയും. അലിഖിതമായ ഏതോ നിയമമനുസരിച്ച് അവർ ഇപ്പോൾ അവളുടെ ഭർത്താവിനുമേൽ അവകാശം നേടുകയാണ്. അവരുടെ സാന്നിധ്യത്തിൽ അവൾക്ക് സ്വയം കരയാൻപോലും അനുവാദമില്ല; അവൾ നിർവികാരയായി മരിച്ചുകൊണ്ടിരിക്കുന്ന മനുഷ്യന്റെ കൈയിൽ തല ചായ്ച്ചു. മുട്ടുകുത്തിനില്ക്കുന്ന അവളോട് എഴുന്നേറ്റ് താത്കാലികമായി അല്പനേരം വിശ്രമിക്കാൻ ആരോ നിർബന്ധിച്ചു. ആരോ ഒരാൾ ആദരവോടെ ഒരു കസേര അവളുടെ പിന്നിൽ കൊണ്ടുവച്ചു. അതീവശ്രദ്ധയോടെ പിടിച്ച് എഴുന്നേല്ക്കാൻ സഹായിച്ചു. ഡെസ്കിനു മേൽ വിറച്ചുകൊണ്ട് എരിഞ്ഞുനില്ക്കുന്ന മെഴുകുതിരിയുടെ

തീനാളങ്ങളും രോഗിയുടെ കട്ടിലിനു മുകളിൽ തൂങ്ങിക്കിടന്നിരുന്ന, മേഘപ്പാളികൾക്കിടയിൽ കുഞ്ഞിനോടൊപ്പം പൊങ്ങിക്കിടക്കുന്ന *സിസ്റ്റിൻ മഡോണ*യുടെ ചിത്രവും ജനലകളിൽ പ്രതിബിംബിച്ചു.

ജനലകൾക്കപ്പുറത്ത് പീറ്റേഴ്സ്ബർഗിന്റെ ശീതകാലരാത്രി അരങ്ങേറുകയാണ്. ഇപ്പോൾ കാണപ്പെടുന്നതുപോലെത്തന്നെ മഞ്ഞുമൂടിയ ഇതേ റോഡുകളും *വ്ളാഡിമിർ പള്ളി*യുടെ കപ്പേളകൾ മറയ്ക്കുന്ന ഇരുണ്ട ആകാശവും. ആരുടെയോ നനുത്ത കാലടിശബ്ദം തന്റെ അടുത്തേക്കു വരുന്നതായി അന്നാ ഗ്രിഗൊറ്യേവ്ന കേട്ടു. അമ്മയാണ്. അമ്മയെക്കണ്ടപ്പോൾ അവൾക്കു സ്വയം പിടിച്ചുനില്ക്കാനായില്ല. അവൾ തേങ്ങിക്കരഞ്ഞ്, അമ്മയുടെ മാറിൽ തലചായ്ച്ചു. അമ്മയും സ്വയം നിയന്ത്രിക്കാനാകാതെ കരയാൻ തുടങ്ങി. മരിക്കുന്ന ആളുടെ അരികിൽ ചെറുതായി കുനിഞ്ഞുനിന്ന് വെള്ളികൊണ്ടുള്ള തന്റെ വലിയ വാച്ചിൽ നോക്കി *ഡോ. കൊസ്ലോക്കാവ്* അദ്ദേഹത്തിന്റെ താഴ്ന്നുകൊണ്ടിരിക്കുന്ന നാഡിമിടിപ്പ് പരിശോധിച്ചുകൊണ്ടിരിക്കുന്നു. മെഴുകുതിരിയുടെ പ്രകാശം നേരെ രോഗിയുടെ മുഖത്താണടിക്കുന്നത്. തലയിണയുടെ വെള്ളനിറവുമായി ലയിച്ചതുപോലെ അത്രയ്ക്കു വിളർത്തിരുന്നു ആ മുഖം. കണ്ണിനു ചുറ്റുഭാഗവും താടിയും മാത്രമാണ് കറുപ്പുള്ളതായി കാണപ്പെട്ടത്. അന്നു രാവിലെ അന്നാ ഗ്രിഗൊറ്യേവ്നയുടെ സഹായത്തോടെ ധരിച്ച സൂട്ടുമായി അദ്ദേഹം അങ്ങനെ കിടക്കുകയാണ്. ആ നിമിഷത്തിൽത്തന്നെ മാരകമായി മുറിവേറ്റ ഒരാളെപ്പോലെ അദ്ദേഹത്തിന്റെ നെഞ്ച് അപസ്മാരത്താൽ ഉയരുകയും താഴുകയും ചെയ്തുകൊണ്ടിരുന്നു. ഉള്ളിൽനിന്ന് ഉരുണ്ടുകൂടി ഉയർന്നുവരുന്ന കുറുങ്ങൽ ശബ്ദം. വായിലൂടെയും മൂക്കിലൂടെയും രക്തം നിറഞ്ഞ പതയായി ചീറ്റി. അന്നാ ഗ്രിഗൊറ്യേവ്ന കട്ടിലിലേക്കു കുനിഞ്ഞുനോക്കി. വീണ്ടും അപസ്മാരബാധ തുടങ്ങിയതാണെന്നവൾ ഒരു നിമിഷം ഓർത്തു. കാരണം അപസ്മാരമുണ്ടാകുമ്പോൾ രക്തം പുരണ്ട പത അദ്ദേഹത്തിന്റെ വായിൽ മിക്കപ്പോഴും പ്രത്യക്ഷപ്പെടാറുണ്ട്. നെഞ്ചിനുള്ളിൽനിന്ന് കുറുങ്ങൽ ശബ്ദവും ഉയരാറുണ്ട്. ഇതെല്ലാം പെട്ടെന്നു മാറുമെന്നും ഏതു നിമിഷവും കണ്ണുതുറന്ന് അവളെ വിളിക്കുമെന്നും അവൾ ദൃഢമായി വിശ്വസിച്ചു. സന്ദർശകസംഘമാകട്ടെ അർദ്ധവൃത്താകൃതിയിൽനിന്നുകൊണ്ട് മുറിയുടെ പകുതിയും കരസ്ഥമാക്കി. തടഞ്ഞുനിർത്താനാവാത്തവിധത്തിൽ അവർ നിരങ്ങിനീങ്ങി അടുക്കുകയാണ്.

ആ കാണികളുടെ മുന്നിലായി നീങ്ങുന്നത് പൊക്കമുള്ള വെളുത്ത തലമുടിയുള്ള *ഗ്രിഗൊറോവിച്ച്* ആണ്. 'കൊച്ച് ഫ്രെഞ്ചി', മരിച്ചു കൊണ്ടിരിക്കുന്ന ആ മനുഷ്യൻ ഈയിടെ നല്കിയ പേരാണത്. അദ്ദേഹത്തിന്റെ രചന വായിക്കുന്ന ഒരു ദിവസം ഗ്രിഗൊറ്യേവ്നയുടെ കൈയിൽ ചുംബിക്കുന്നതയാൾ കണ്ടു. അവസാനകാലത്ത് അന്നാ ഗ്രിഗൊറ്യേവ്നയോട് അദ്ദേഹം സംശയാലുവായ രംഗങ്ങളിലൊന്നായിരുന്നു അത്. എന്തായാലും അതൊരിക്കലും ഇഷ്ടപ്പെട്ടിട്ടില്ലാത്ത അയാളെ ഈ സംഭവത്തിനുശേഷം വിദ്വേഷത്തോടും പകയോടും കൂടിയാണ് കാണാറുള്ളത്. അയാളെ നുണയൻ എന്നും പൊങ്ങച്ച ക്കാരനെന്നും അധിക്ഷേപിച്ചു. മര്യാദയില്ലാത്ത രീതിയിൽ അയാളുടെ സഹവാസം ഒഴിവാക്കി. ഒരുപക്ഷേ അദ്ദേഹത്തിന്റെ അന്തക്കരണ ത്തിന്റെ പ്രേരണമൂലമായിരിക്കാമത്. (പിൽക്കാലത്ത് അദ്ദേഹത്തിന് വന്നുചേർന്നത്) അല്ലെങ്കിൽ അവ്യക്തമായൊരു യാദൃച്ഛികത്വം. പഴയ കാലങ്ങളിൽ *പനയേവ്* സംഘം അദ്ദേഹത്തെ ക്ലേശിപ്പിച്ചുകൊണ്ടിരുന്നപ്പോൾ, ഇതേ *ഗ്രിഗൊറോവിച്ചാണ്* തികഞ്ഞ ഉപകാരിയും സഹായിയും ആയി അദ്ദേഹത്തോടൊപ്പം ഒരു സംരക്ഷകനെപ്പോലെ നിലയുറപ്പിച്ചിരുന്നത്. '*പാവപ്പെട്ടവർ*' നെക്രാസോവിനു നല്കിയത് അയാളാണ്. പിന്നീട്, *അവ്ദോത്യാ പനയേവിന്റെ* സ്മരണകളിൽ അയാൾ സൗഹൃദം നിറഞ്ഞ വ്യക്തിയായയാണ് ചിത്രീകരിക്കപ്പെട്ടിരിക്കുന്നത്. പനയേവ് സംഘത്തിലേക്ക് – *ടർജെനീവ്, നെക്രാസോവ്, ബെലിൻസ്കി* – ഗ്രിഗൊറോവിച്ച് അയാളെ ആനയിച്ചു. ആവേശഭരിതമായ ചില വാക്കുകൾ തന്റെ ഗുണകാംക്ഷിയും സഹവാസിയുമായൊരാളോട് '*പാവപ്പെട്ടവരു*'ടെ രചയിതാവ് നിഷ്ക്കളങ്കതയോടെ ഉച്ചരിച്ചതും അദ്ദേഹത്തിനുനേരെത്തന്നെ നിന്ദ്യമായ രീതിയിൽ തിരിച്ചടിച്ചതും ശത്രുത വർദ്ധിപ്പിക്കാനിടയാക്കി. *ഗ്രിഗൊറോവിച്ചിന്റെ* അമ്മ ശരിക്കും ഒരു ഫ്രഞ്ച് സ്ത്രീയായിരുന്നു. തിരക്കുള്ള ഒരു നടിയോ നർത്തകിയോ ആയിരുന്നു. ഒരു 'പ്ലേബോയ്' പോലെ നല്ല പൊക്കവും നീണ്ട കാലുകളുമുള്ള ചെറുപ്പക്കാരനായ ഗ്രിഗൊറോവിച്ച് എന്നും ഒരു നല്ല സംഘാടകനും നൃത്തവേദിയിലെ ജ്വലിക്കുന്ന നായകനുമായിരുന്നു. നൃത്തത്തിലെ ഏറ്റവും സൂക്ഷ്മവും ക്ലേശകരവുമായ ചുവടുകൾ അയാൾ അനായാസേന ചെയ്യുമായിരുന്നു. നാല് ജോഡികളെ നയിച്ച് ചതുഷ്കോണരീതിയിൽ പങ്കാളിയുടെ മുന്നിൽ കാൽമുട്ട് മടക്കിക്കൊണ്ട് അയാൾ നടത്തുന്ന ഡാൻസ് പ്രത്യേക വൈദഗ്ധ്യം

ആവശ്യപ്പെടുന്നതാണ്. അത് അതിമനോഹരമായിരുന്നു. ഈ സന്ദർഭത്തിലും അയാൾ ഒരു കലാപരിപാടി നടത്തുന്നതുപോലെത്തന്നെയാണ് കാണപ്പെട്ടത്. സന്ദർശകരെ തന്റെ പിന്നിൽ അനുഗമിക്കാനനുവദിച്ച് കുറച്ചു വലതുമാറി മെല്ലെ ഒരു അടിവച്ച് നിശ്ശബ്ദനായി ഒരു നിമിഷം നില്ക്കും. പിന്നെ ഏതാനും കാൽവയ്പുകൾ കട്ടിലിന്നരികിലേക്ക്. സന്ദർശകർ അയാളുടെ സൂചന മാനിച്ച് പിന്നാലെ നീങ്ങും. അന്നാഗ്രിഗൊറ്യേവ്ന ഇത് ഊഹിച്ചുകാണണം. കാരണം, അവൾ കട്ടിലിന്നരികെ മുട്ടുകുത്തി, മരിക്കുന്ന ആളുടെ മുഖത്തിനു മുകളിൽ തലകുനിച്ചു നില്ക്കുകയായിരുന്നു. വാസ്തവത്തിൽ ആ മുറിയിൽ അവൾക്കു പിന്നിൽ നടക്കുന്നതൊന്നും അന്നാഗ്രിഗൊറ്യേവ്നയ്ക്കു കാണാൻ കഴിയില്ലായിരുന്നു. അവൾക്കതു ഗ്രഹിക്കാനും ഊഹിക്കാനുമേ പറ്റുമായിരുന്നുള്ളൂ. ഇത്രയും ഉത്കൃഷ്ടനും സ്നേഹംനിറഞ്ഞവനുമായൊരു വ്യക്തി കാര്യങ്ങളുടെ അവസാനം വരെ കാണാൻ എന്തുകൊണ്ട് നിന്നില്ല. പ്രത്യേകിച്ചും അയാൾ മരിക്കുന്ന ആളുടെ ഒരു സുഹൃത്തായിരുന്ന നിലയ്ക്ക്? അവളുടെ ഡയറിയിൽ ചിതറിക്കിടക്കുന്ന കുറിപ്പുകളനുസരിച്ച് പകൽസമയത്ത് *ഗ്രിഗൊറോവിച്ച്* അവിടെ വന്നിട്ടുണ്ട്.

അന്നാ ഗ്രിഗൊറ്യേവ്നയുടെ അമ്മ ഇപ്പോൾ ഒരു കസേരയിലിരിക്കയാണ്. അവളുടെ കൈകൾ കട്ടിലിന്റെ അറ്റത്ത് മുട്ടുകുത്തി നില്ക്കുന്ന മകളുടെ തോളുകളിൽ വച്ചിരിക്കുന്നു. രണ്ടു ദിവസമായി ആരാലും ശ്രദ്ധിക്കപ്പെടാതെ കഴിയുന്ന കുഞ്ഞുങ്ങളെ നോക്കാൻ അമ്മ ഇടയ്ക്കിടെ മകളെ വിട്ട് ഏതാനും നിമിഷങ്ങൾ പുറത്തുപോയി വരും. അപ്പോൾ അവിടെ കൂടിയിരിക്കുന്ന പുരുഷാരം ആദരവോടെ അവർക്കുവേണ്ടി വഴിമാറിക്കൊടുക്കും. ഇപ്പോൾ ഈ കറുത്ത പീറ്റേഴ്സ്ബർഗ് രാത്രിയിൽ ജനലകളിൽ പ്രതിബിംബിച്ചുകാണുന്നത് മേഘങ്ങൾക്കുമീതെ പൊങ്ങിക്കിടക്കുന്ന മഡോണയും കുട്ടിയും മാത്രമാണ്. പാരമ്പര്യമനുസരിച്ചുള്ള വിശുദ്ധമാലാഖകളില്ല. കാരണം, അടുത്തുവരുന്ന ജനക്കൂട്ടം ഡെസ്കിൽ കത്തിക്കൊണ്ടിരിക്കുന്ന മെഴുകുതിരികളുടെ വെളിച്ചം മറച്ചിരുന്നു. ആ തീനാളങ്ങൾക്ക് ഇനി പ്രതിഫലിപ്പിക്കാനാവില്ല. വല്ലാതെ ദുർബലമായിക്കഴിഞ്ഞിരുന്ന രോഗിയുടെ നാഡിമിടിപ്പ് പരിശോധിക്കാനായി *ഡോ.കൊസ്ലാക്കോവ്* ഇടയ്ക്കിടെ കട്ടിലിലേക്കു കുനിയും. മുഖ്യമായും അതൊരു പ്രകടനമായിരുന്നുവെന്നു തോന്നിച്ചു. *ഡോ. ചെറെപ്നിൻ* സഹപ്രവർത്തകനുമായി

ചേർന്നപ്പോൾ തന്റെ വെയിസ്റ്റ്കോട്ട് പോക്കറ്റിൽനിന്ന് *കൊസ്ലാക്കോവി* ന്റേതുപോലെയുള്ള വലിയൊരു വെള്ളിവാച്ചും ചെയിനും പുറത്തെടുത്തു. തന്റെ കരം മരിക്കുന്ന മനുഷ്യന്റെ കണങ്കാലിൽവച്ചു. യാതൊരു നാഡിമിടിപ്പും അനുഭവപ്പെട്ടില്ല.

അഗോചരമായ നേരിയ ഒരു ചൂട് അദ്ദേഹത്തെ ഇപ്പോഴും ഈ ലോകവുമായി ബന്ധിച്ചിരിക്കുന്നു. എന്നാൽ ഓരോ മിനിറ്റ് കഴിയും തോറും അതു കൂടുതൽ ദുർബലമായിക്കൊണ്ടിരിക്കുന്നു. ഒരഗ്നി പർവതത്തിന്റെ പൊള്ളയും അനന്തവുമായ അഗാധതയിലേക്ക് അയാൾ താഴ്ന്നുപോകുകയാണ്. എന്നാൽ അയാൾക്കു തോന്നുക താൻ ലോകത്തിലെ ഏറ്റവും ഉയരമുള്ള പർവതം കയറുകയാണെന്നായിരിക്കും. ഇതിനുമുമ്പ് കയറുകയോ കയറാൻ ശ്രമിക്കുകയോ ചെയ്യാത്തത്ര വലുത്. നേരെ കിടക്കുന്ന പ്രകാശമാനമായ സ്ഫടിക വീഥിയിലൂടെ അനായാസമായി നീങ്ങുകയാണ്. മുകളിലേക്കു കയറുന്നപോലെ തോന്നുന്നതേയില്ല. ഇപ്പോൾ ഗതി താഴോട്ടാണ്. ചിലപ്പോൾ തോന്നും അദൃശ്യമായ ചിറകുകളിൽ പൊന്തിക്കിടക്കുകയാണെന്ന്. ആ പാതയുടെ അന്ത്യത്തിൽ ആ മലയുടെ ശിഖരത്തിൽ സൂര്യൻ ജ്വലിച്ചുകൊണ്ടിരിക്കുന്നു. അയാൾ നീങ്ങിക്കൊണ്ടിരിക്കുന്ന ഹിമപാതയിലതു പ്രതിഫലിച്ചുകാണുന്നു. അയാൾ കൊടുമുടിയിലെത്തി. സൂര്യൻ നിമിഷനേരത്തേക്ക് തന്റെ കണ്ണുകളടപ്പിച്ചു. പിന്നെ അയാൾ താഴോട്ടു നോക്കി. മുമ്പ് അയാൾ കഷ്ടപ്പെട്ടു കയറാൻ ശ്രമിച്ച മലകൾ എത്ര പൊക്കം കുറഞ്ഞതും നിസ്സാരവുമാണ്. അവ വളരെ ചെറിയ കുന്നുകൾ, താണനിലവാരമുള്ളവ. ഈ മഹാപർവതത്തിന്റെ കൊടുമുടിയിൽനിന്ന് മനുഷ്യരുടെ ഭൂമി മാത്രമല്ല പ്രപഞ്ചം മുഴുവൻ കാണാൻ കഴിയും. അതിലെ മിന്നിത്തിളങ്ങുന്ന വൻനക്ഷത്രങ്ങൾ വ്യക്തമായി ദർശിക്കാനായി. വിദൂരതയിലുള്ള ആ നക്ഷത്രങ്ങളുടെ നിഗൂഢരഹസ്യങ്ങൾ മുഴുവൻ ഒരു നിമിഷംകൊണ്ടയാൾ ഗ്രഹിച്ചു. എന്നാൽ ആ സമയത്ത് സൂര്യൻ അണഞ്ഞു. അനന്തമായ അന്ധകാരത്തിലേക്കയാൾ ആണ്ടുപോയി.

കാണികളുടെ വലയം ഇപ്പോൾ അദ്ദേഹത്തിന് തൊട്ടടുത്തെത്തിക്കഴിഞ്ഞിരുന്നു. ആശ്വാസത്തിന്റേതായ നേരിയൊരു നെടുവീർപ്പും അടക്കിപ്പിടിച്ച സംസാരവും കാണികളിൽനിന്നുയർന്നു, നാടകത്തിന്റെ അന്ത്യത്തിൽ എല്ലാം വിജയകരമായി കലാശിക്കുമ്പോൾ ഉണ്ടാകുന്നതു

പോലെ. മരിക്കുന്ന മനുഷ്യന്റെ നെഞ്ചിൽ *ഡോ. ചെറേപ്നിൻ* സ്റ്റെത സ്കോപ്പ് വച്ച് അവസാന ഹൃദയമിടിപ്പ് പരിശോധിച്ചു. ആ സ്റ്റെത സ്കോപ്പ് പിന്നീട് പരമ്പരാഗത കുടുംബസ്വത്തായി കാത്തുസൂക്ഷി ക്കപ്പെട്ടു. അന്നാഗ്രിഗൊറ്യേവ്ന രേഖപ്പെടുത്തിയതനുസരിച്ച് ഇതു സംഭവിച്ചത് വൈകുന്നേരം എട്ട് മുപ്പത്തെട്ടിനാണ്. കാണികളിലൊ രാളായ എഴുത്തുകാരൻ *മർക്കേവിച്ച്* തന്റെ പത്രറിപ്പോർട്ടിൽ മരണ സമയം എട്ട് മുപ്പത്താറ് എന്നാണ് രേഖപ്പെടുത്തിയിരിക്കുന്നത്. സന്ദർഭത്തിനനുസരിച്ച് ദുഃഖം പ്രകടിപ്പിക്കുന്ന മുഖങ്ങളുമായി അവിടെ കൂടിയിരുന്നവരെല്ലാം മെല്ലെ പിരിഞ്ഞുപോയി. പ്രവേശന വാതിലിലെത്തിയപ്പോഴേക്കും അവരുടെ മുഖഭാവം ഉത്സാഹഭരിത മായിക്കഴിഞ്ഞിരുന്നു. അവരുടെ പതിഞ്ഞ സംസാരം ഉച്ചത്തിലായി. അവർ നാട്ടുവർത്തമാനവും ബിസിനസ് കാര്യങ്ങളും ചർച്ച ചെയ്യാൻ തുടങ്ങി. അവരെയെല്ലാം നയിച്ചിരുന്നത് തീർച്ചയായും *ഗ്രിഗൊറോ വിച്ച്* ആയിരുന്നു. അയാളുടെ കുഴഞ്ഞ കാലുകൾ കോണിയിലൂടെ മുന്നോട്ടു നീങ്ങി. പിരിഞ്ഞുപോകുന്ന സന്ദർശകരോട് തന്നെ അനു ഗമിക്കാനാവശ്യപ്പെട്ടു.

സന്ദർശകരെല്ലാം ഒഴിഞ്ഞുപോയപ്പോൾ എല്ലാ മുറികളിലും വിളക്കുകൾ കത്തിച്ചുവച്ചു. വീട്ടിൽ എന്തോ ആഘോഷം നടക്കാൻ പോകുന്നതുപോലെ. വാതിലുകൾ മുഴുവൻ മലർക്കെ തുറന്നിട്ടു. മൃത ദേഹം കുളിപ്പിക്കേണ്ട സമയമായപ്പോൾ അപ്രതീക്ഷിതമായി അന്നാ ഗ്രിഗൊറ്യേവ്നയുടെ സഹോദരൻ എത്തി. രാവിലെ മോസ്കോയിൽ നിന്ന് പുറപ്പെട്ടുവന്നതാണ്. സഹോദരീ ഭർത്താവിന്റെ അസുഖത്തെ ക്കുറിച്ചൊന്നും അറിയില്ലായിരുന്നു. നീണ്ട വേഷമണിഞ്ഞ ഏതാനും ആളുകൾ ഏതോ മരിച്ച സാഹിത്യകാരനുവേണ്ടി ശവപ്പെട്ടി ഓർഡർ ചെയ്യേണ്ട കാര്യം സംസാരിച്ച് കോണിപ്പടി ഇറങ്ങിവരുന്നതു കണ്ട പ്പോൾ ആണ് പെട്ടെന്ന് ഭീകരമായ ആ ചിന്ത അയാളിലുദിച്ചത്. ഏതാനും നിമിഷങ്ങൾക്കുശേഷം കണ്ണീരൊഴുക്കിക്കൊണ്ടിരുന്ന അന്നാഗ്രിഗൊറ്യേവ്ന സഹോദരന്റെ ചുമലിൽ തലചായ്ച് തേങ്ങു ന്നതു കാണാറായി. മൃതശരീരം കഴുകിക്കൊണ്ടിരിക്കുമ്പോൾ *സുവോ റിൻ* എത്തി. മാഡം *സ്ട്രെപ്പെട്ടോവ* അഭിനയിക്കുന്ന വിക്ടർ യൂഗോ വിന്റെ ഒരു നാടകം കണ്ടുകൊണ്ടിരുന്ന അയാൾ വിവരമറിഞ്ഞ് നേരെ അവിടെ എത്തിയതായിരുന്നു. വിളർത്ത മൃതശരീരം കണ്ടയാൾ

ഞെട്ടിപ്പോയി. വെറും തൊണ്ടുപോലുള്ള ഈ ശരീരം വൈക്കോലിൽ കിടത്തിയിരിക്കുന്നു. ഈ ശരീരത്തിന്റെ മുമ്പത്തെ ഉടമ തടവുകാലത്ത് എത്രയോ പ്രാവശ്യം വൈക്കോൽക്കിടക്കയിൽ ശയിച്ചവനാണെന്ന യാൾ ഓർത്തു.

അർദ്ധരാത്രി ആയപ്പോഴേക്കും എല്ലാം തയ്യാറായി. മുറിയിൽ കോണോടുകോണായി ഇട്ടിരിക്കുന്ന ഒരു മേശമേൽ മൃതദേഹം കിട ത്തിയിരിക്കുന്നു. എല്ലാ മൃതശരീരങ്ങളെയുംപോലെ ലളിതവും ശാന്ത വുമായ ഭാവം. പിറ്റേന്നു രാവിലെ പെയിന്റും മുക്കാലിയുമായി എത്തിയ *ക്രാംസ്കോയി* ആ രംഗം അതുപോലെ ചിത്രീകരിച്ചു. അദ്ദേഹത്തിന്റെ തലയ്ക്കു മുകളിൽ മഡോണയുടെ പടത്തിനു കീഴിലായി ഒരു വിളക്ക് കത്തുന്നുണ്ട്. നെഞ്ചിന് ഇരുവശത്തും കൈകളിൽ ഓരോ മെഴുകു തിരികൾ വച്ചിരിക്കുന്നു. പുലർച്ചെ നാലഞ്ചുമണിവരെ എല്ലാ മുറിക ളിലും വിളക്ക് കത്തിക്കൊണ്ടിരുന്നു.

ഇപ്പോൾ ഞാനിവിടെ നില്ക്കുമ്പോൾ എതിർവശത്തുള്ള എല്ലാ കെട്ടിടങ്ങളിലെയും ജനലകൾ ഇരുട്ടിലാണ്. ആരും അവിടെ താമസ മില്ലെന്നു തോന്നുന്നു. കെട്ടിടത്തിന്റെ മൂലയിലെ ഫ്ളാറ്റിലെ ജനലക ളിൽനിന്നു മാത്രം ചെറിയ വെളിച്ചം ഇളകിക്കൊണ്ടിരിക്കുന്നതായി കാണാം. അദ്ദേഹം മൂലയിലെ ഫ്ളാറ്റ് തിരഞ്ഞെടുക്കാറുള്ളതിന്റെ പ്രതീകമെന്നതുപോലെ. ഒരു പക്ഷേ *നെവ്സ്കി*യിലെ രാത്രി 'കാർണി വലിലെ' ദീപാലങ്കാരത്തിന്റെ ദൂരെനിന്നുള്ള പ്രതിഫലനമാകാം. *വ്ളാഡിമർ ചർച്ചിന്റെ* അനേകം ഗ്ലാസ് ജനലകളും അതുപോലെ അന്ധകാരത്തിലാണ്ട് നിലകൊള്ളുന്നു. ഇപ്പോൾ അതു വെയർ ഹൗസോ ഡെപ്പോയോ ആണ്.

നാല്ക്കവലയിൽ നാനാഭാഗത്തുനിന്നും കാറ്റടിച്ചുകൊണ്ടിരി ക്കുന്നു. മഞ്ഞ് പരത്തിക്കൊണ്ടുള്ള ഒരുതരം കൊടുങ്കാറ്റ്. ഞാൻ കെട്ടിടത്തിനരികിലേക്കു പോയി. ആ മൂലയിൽ വച്ചിരിക്കുന്ന സൈൻ ബോർഡ് വായിച്ചു *ഡോസ്റ്റോയെവ്സ്കി സ്ട്രീറ്റ്*. എന്നാൽ, എന്തോ കാരണത്താൽ *യംസ്കായാ സ്ട്രീറ്റ്* എന്നു പറയാനാണെനിക്കിഷ്ടം. അതിന്റെ മുമ്പത്തെ പേര്. ഞാൻ യംസ്കായാ സ്ട്രീറ്റിലൂടെ മുന്നോട്ടു നടന്നു. അങ്ങിങ്ങായി മിന്നിക്കത്തുന്ന തെരുവുവിളക്കുകൾ ദൂരെ എങ്ങോ എത്തി അപ്രത്യക്ഷമാകുന്നു. നാലോ അഞ്ചോ നിലയുള്ള

ഒരേപോലത്തെ കെട്ടിടങ്ങൾ ഞാൻ പിന്നിട്ടു. കറുത്ത ആർച്ചുള്ള പ്രവേശനകവാടങ്ങൾ, മുറ്റത്ത് അഗാധമായ കിണറുകൾ, എല്ലാം തനി പീറ്റേഴ്സ്ബർഗ് മാതൃക. പരിസരം കൂടുതൽ നന്നായി മനസ്സിലാക്കാനായി ഞാനവയിലൊന്ന് കയറി നോക്കുകപോലും ചെയ്തു. ഈ വിജനമായ അങ്കണത്തിനു ചുറ്റും കെട്ടിടത്തിന്റെ മതിലുകളാണ്. ഇവിടന്ന് നിങ്ങൾക്ക് മറ്റൊരു പ്രവേശന കവാടത്തിലെത്താം. പിന്നെ അടുത്ത അങ്കണം. ഇരുളടഞ്ഞ് ദീർഘചതുരാകൃതിയിലുള്ളത്. വീണ്ടും അടുത്ത അങ്കണത്തിലേക്കുള്ള ആർച്ചുഗേറ്റ്. മിക്കവാറും വിജനമായ മഞ്ഞ് മൂടിക്കിടക്കുന്ന *യംസ്കായ സ്ട്രീറ്റി*ലൂടെ ഞാൻ നടന്നു. നടപ്പാതകളിൽ മഞ്ഞുകൂമ്പാരങ്ങളാണ്. അവയ്ക്കിടയിലൂടെ മഞ്ഞുകാറ്റ് ഓടിക്കളിക്കുന്നു! എന്റെ ബൂട്ട്സുകൾ മഞ്ഞുനിറഞ്ഞ് തിളങ്ങി. വെള്ളരോമക്കമ്പിളികൊണ്ടുള്ള ബൂട്ട്സാണ് ഞാനിട്ടിരിക്കുന്നതെന്നു തോന്നിപ്പോകും. നിശ്ശബ്ദമായി ഇരുണ്ട ജനലുകളുമായി നിലകൊള്ളുന്ന കൂറ്റൻ മതിലുകളുള്ള കെട്ടിടങ്ങളെ പിന്നിട്ടുകൊണ്ട് ഞാൻ നീങ്ങി. ചില ജനലുകളിലൂടെ അരണ്ട വെളിച്ചം കാണാം. ഇലക്ട്രിസിറ്റിക്ക് പകുതി വോൾട്ടേജേ ഉള്ളൂ എന്നതുപോലെ. അല്ലെങ്കിൽ യുദ്ധകാലത്തേതുപോലെ എണ്ണ വിളക്കുകളായിരിക്കാം ഉപയോഗിക്കുന്നത്. ഒരു കെട്ടിടത്തിന്റെ പ്രവേശനകവാടത്തിൽ ഭംഗിയായി ആണിയടിച്ചുറപ്പിച്ച ഒരു സൈൻ ബോർഡ് കാണാം. "വാതിൽ ഭദ്രമായി അടയ്ക്കുക, താപം സംരക്ഷിക്കുക!" ഞാൻ എന്റെ മനക്കണ്ണിലൂടെ ഉപരോധകാലത്തെ *ലെനിൻഗ്രാഡ്* കണ്ടു. ദിനപത്രങ്ങൾ, ദൃക്സാക്ഷി വിവരണങ്ങൾ, പുസ്തകങ്ങൾ പ്രത്യേകിച്ച് ഗില്യായുടെ കഥകൾ എന്നിവയിലൂടെ മനസ്സിൽ പതിഞ്ഞ രംഗങ്ങൾ. ഒരുപക്ഷേ, ഈ നഗരം ഇപ്പോഴും ചൂടുപിടിക്കാതെ കിടക്കുന്നു. ആവശ്യത്തിനുള്ള ഊഷ്മളത ഇല്ലാതെ. അല്ലെങ്കിൽ ആ ഭീകരമായ ശിശിരകാലത്തിന്റെ ഓർമകൾ പിഴുതെറിയപ്പെടാനാകാതെ നിലനില്ക്കുന്നതാകാം.

യംസ്കായാ ഗതിഭേദം കൂടാതെതന്നെ മറ്റൊരു തെരുവായി മാറി. മഞ്ഞുനിറഞ്ഞ തെരുവു വിളക്കുകളുമായി നീണ്ടുപോയി വിദൂരതയിൽ അപ്രത്യക്ഷമാകുന്ന ഒരു റോഡ്. സത്യത്തിൽ ഞാനിവിടെ എന്തു ചെയ്യുകയായിരുന്നു? എന്നെയും എന്നെപ്പോലുള്ളവരെയും അവജ്ഞയോടെ വീക്ഷിച്ച ഈ മനുഷ്യന്റെ ജീവിതത്താൽ ഞാൻ എങ്ങനെ ഇത്ര വിചിത്രമായി ആകർഷിക്കപ്പെട്ടു? ആ അവജ്ഞയും

നിന്ദയും മനഃപൂർവം കണ്ണുകൾ തുറന്നുവച്ചുകൊണ്ടുതന്നെയായിരുന്നു അദ്ദേഹം പ്രകടിപ്പിച്ചത്. ഞാൻ എന്തിനാണ് ഇരുളിന്റെ മറവിൽ ഈ വിജനമായ നശിച്ച തെരുവിലൂടെ ഒരു കള്ളനെപ്പോലെ വന്നത്? *കുസ്നെച്ച്നി*ക്കടുത്തും മറ്റ് സ്ഥലങ്ങളിലും ഉള്ള അദ്ദേഹത്തിന്റെ മ്യൂസിയങ്ങൾ സന്ദർശിക്കവെ ഞാനെന്തുകൊണ്ടാണ് താത്പര്യമില്ലാത്ത ഭാവത്തോടെ മാറിനടന്നതും എല്ലാവരുടെയും പിന്നിലായി നീങ്ങിയിരുന്നതും? ഇതിലൊന്നും എനിക്കു പ്രതിപത്തിയുണ്ടായിട്ടല്ല. സന്ദർഭവശാൽ വന്നുപെട്ടതാണ് എന്ന നാട്യമായിരുന്നു എന്റേത്. ഗില്യായുടെ അടുത്തുവച്ച് ഈയിടെ ഉണ്ടായ എന്റെ വീക്ഷണം, 'അദ്ദേഹം ഒടുവിൽ ഒരു *ഈസയ്യഫോമിച്ച്* ആയി മാറി എന്നത്', എന്റെ വികാരം ന്യായീകരിക്കാൻ ഉപബോധമനസ്സിൽ നടത്തിയ ദയനീയമായൊരു ഉദ്യമം മാത്രമല്ലേ?

ബൂട്ട്സുകളിൽ തെരുവ് വിളക്കുകളുടെ പ്രകാശം പ്രതിഫലിപ്പിച്ചുകൊണ്ട് ഞാൻ ആ റോഡിലൂടെ നടന്നുനീങ്ങുകയാണ്. ദൂരെയുള്ള മറ്റൊരു ഡിസ്ട്രിക്ടിലേക്ക് അതെന്നെ നയിച്ചു. എനിക്കറിയാത്തൊരു സ്ഥലം. ഇനിയും മുന്നോട്ടുപോയാൽ തിരിച്ചുവരാൻ ഞാൻ കഷ്ടപ്പെടേണ്ടിവരും. അതുകൊണ്ട് പാർശ്വത്തിലെ ഒരു തെരുവിലേക്കു ഞാൻ തിരിഞ്ഞു. ഉടനെ രക്ഷപ്പെടാനുള്ള മാർഗം കണ്ടെത്തി, *ലിഗോവ്ക്കാ*യും അതിലെ ട്രാമുകളും. *സെമച്നോയ്ലെയിൻ* എന്നാണതറിയപ്പെടുന്നത്. അതിൽ എവിടെയോനിന്നാണ് *ബൊറോവായാ സ്ട്രീറ്റ്* പോകുന്നത്. രണ്ടും പഴയ പേരുകൾ തന്നെ, നൂറ് കൊല്ലമായി അതിനൊരു മാറ്റവുമില്ല. പല പ്രാവശ്യം അയാൾ ഇതിലെ കടന്നുപോയിരിക്കണം. ഈ രണ്ടു തെരുവുകളും യോജിക്കുന്നിടത്ത് ഒരു പഴയ കപ്പേളയോ തകർക്കപ്പെട്ട പള്ളിയോ ഉണ്ടായിരുന്നു. ചുറ്റും മിന്നിത്തിളങ്ങുന്ന വെള്ളമഞ്ഞിന്റെ കൂമ്പാരവും. ഇവിടെ നല്ല പ്രകാശമുണ്ട്. *ലിഗോവ്ക്കാ*യുടെ സാമീപ്യംകൊണ്ടോ തിളങ്ങുന്ന മഞ്ഞുകൊണ്ടോ ആകാം. ഒരു കുടുംബം - മോശം രീതിയിൽ വിലകുറഞ്ഞ വസ്ത്രം ധരിച്ച മാതാപിതാക്കളും ഏഴോ എട്ടോ വയസ്സുള്ള അവരുടെ മകളും (കീറിപ്പറിഞ്ഞ പഴയ ഉടുപ്പാണ് മകളും ധരിച്ചിരിക്കുന്നത്) ആ ജീർണിച്ച പള്ളിക്കു മുന്നിലൂടെ കടന്നുപോകുന്നു. ഫിൻലാൻഡുകാരുടേതായ വിളർത്ത മുഖമാണവരുടേത്. അച്ഛൻ സ്വല്പം പിന്നിലായി ഇടറി വിറച്ചുകൊണ്ടാണ് നടക്കുന്നത്. അയാൾ

കാൽവഴുതി ഭാര്യയെയും മകളെയും പിടിച്ചതോടെ മൂവരും പെട്ടെന്നൊരു മഞ്ഞിൻകൂമ്പാരത്തിലേക്കു വീണു. ആദ്യം ചാടി എഴുന്നേറ്റ പെൺകുട്ടി ശരീരത്തിൽനിന്നും മഞ്ഞ് കുടഞ്ഞുതെറിപ്പിച്ചുകൊണ്ട് അച്ഛനമ്മമാരോട് ദേഷ്യത്തിൽ എന്തോ അതിവേഗത്തിൽ പറയാൻ തുടങ്ങി. അവരാകട്ടെ എഴുന്നേല്ക്കാൻ പാടുപെടുകയാണ്. ഒരുവിധത്തിൽ അവർ എഴുന്നേറ്റു നടക്കാൻ തുടങ്ങി. അമ്മയും ഇടറി വിറച്ചുകൊണ്ടാണ് നീങ്ങുന്നതെന്ന് എനിക്ക് അപ്പോൾ കാണാൻ കഴിഞ്ഞു. ആ പെൺകുട്ടി ഒരു വഴികാട്ടിയെപ്പോലെ മുന്നിൽ നടന്നു. ഒരുപക്ഷേ, തന്റെ അച്ഛനമ്മമാരുടെ കാര്യത്തിൽ അവൾക്കു ലജ്ജ തോന്നിയിരിക്കാം. *സെവ്ച്ച്നോയ് ലെയിനി*ലെ തെരുവുവിളക്കുകളുടെ ദീപ്തിവലയത്തിൽ മഞ്ഞിൻചീളുകൾ മെല്ലെ ചുറ്റിപ്പറന്നു. ഞാൻ *ലിഗോവ്ക്ക*യെ സമീപിക്കാറായി. എന്റെ പിന്നിലായി അനന്തമായി നീണ്ടുകിടക്കുന്ന മഞ്ഞുമൂടിയ ഇരുണ്ട് ഒരു തെരുവ്. കാറ്റ് അവിടെ മഞ്ഞിന്റെ കൂമ്പാരങ്ങൾ സൃഷ്ടിച്ചുകൊണ്ടിരിക്കുന്നു. നിശ്ശബ്ദമായ വാടകക്കെട്ടിടങ്ങളാണവിടെ നിരനിരയായി നിലകൊള്ളുന്നത്. അതിൽ ഏറ്റവും ഇരുട്ടുപിടിച്ചതും നിശ്ശബ്ദമായതും ആ മൂലയിലേതാണ്.

ഏതാനും മിനിറ്റുകൾക്കുശേഷം ഞാൻ ട്രാമിൽ കയറി ഗില്യായുടെ വീട്ടിലേക്കു യാത്രതിരിച്ചു. അരമണിക്കൂർ കഴിഞ്ഞപ്പോൾ അവളുമായി വീണ്ടും മോസ്യായുടെ സോഫയിലിരുന്ന് സല്ലാപത്തിലേർപ്പെട്ടു. ഉപരോധത്തെക്കുറിച്ചും മോസ്യായെക്കുറിച്ചും 1937നെക്കുറിച്ചും അവൾ വീണ്ടും വാചാലയായി. പുറമെ പീറ്റേഴ്സ്ബർഗിന്റെ ശിശിരകാല രാത്രി. ഓരോ പ്രാവശ്യവും ട്രാം താഴെ ചടപട ശബ്ദത്തോടെ കടന്നുപോകുമ്പോൾ മോസ്യായുടെ വൈദ്യുതിദീപങ്ങളടക്കം വീട് മുഴുവൻ കിടുകിടാ വിറച്ചു; നങ്കൂരമിട്ട് കെട്ടി ഉറപ്പിക്കുന്ന ഒരു കപ്പൽ ആടി ഉലയുന്ന പോലെ.

■

ഫയദോർ ഡോസ്റ്റോയെവ്സ്കി (1821–1881)

'ഫെഡ്യാ'യ്ക്ക് പ്രായാധിക്യമുണ്ട്. അത്രയ്ക്ക് ഉയരമില്ല. കുറിയ കാലുകൾ. വെറും സാധാരണ മനുഷ്യന്റെ മുഖമാണദ്ദേഹത്തിന്റേത്. തന്റെ ഫോട്ടോ എടുക്കുന്നത് ഇഷ്ടപ്പെട്ടിരുന്നുവെന്നു വ്യക്തം. പ്രാർത്ഥനകളിൽ അദ്ദേഹം കടുത്ത വിശ്വാസമർപ്പിച്ചിരുന്നു. (പേജ് 35)

അന്നാ ഗ്രിഗൊറ്യേവ്ന

തന്നാലാവുന്നത്ര വേഗത്തിലതവൾ എഴുതിയെടുക്കാൻ ശ്രമിച്ചു. പിന്നെ സ്വന്തം വീട്ടിലെത്തി രാത്രി വളരെ വൈകുന്നതുവരെ ഇരുന്നു പകർത്തിയെഴുതും. പിറ്റേന്നു രാവിലെ അയാൾക്കു നല്കുവാനാണത്. ആ മാസം തീരുന്നതിനുമുമ്പ് അത് എഴുതിത്തീർക്കേണ്ടതാണ്; അങ്ങനെ *സ്റ്റെല്ലോവിസ്കിയിൽ*നിന്നു രക്ഷപ്പെടണം. അന്ന് അവളുടെ സഹായത്തിന്റെ ഫലമായി അയാൾക്ക് ആ കൃതി സമയത്തിന് പൂർത്തീകരിക്കാനും സ്വന്തം അടിമത്തം ഒഴിവാക്കുവാനും ആയി. (പേജ് 68)

സിസ്റ്റീൻ മഡോണ (റാഫേൽ)

കുരിശിലേറ്റിയ ക്രിസ്തു (ഹോൾബിൻ)

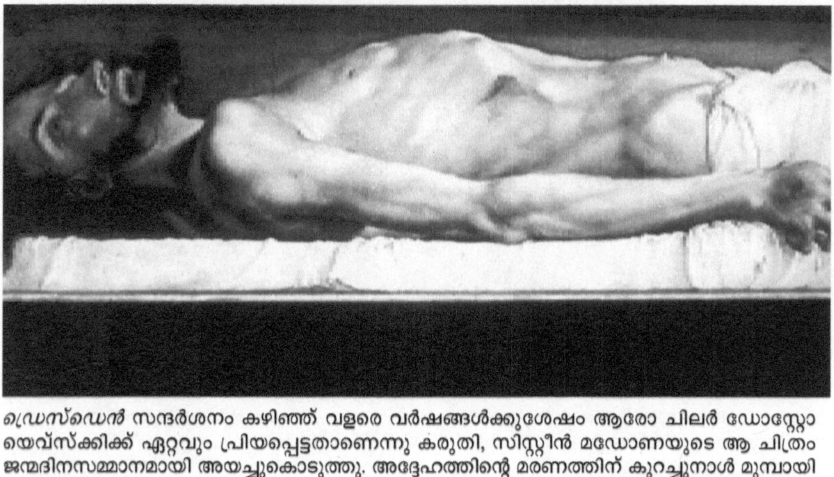

ഡ്രെസ്ഡെൻ സന്ദർശനം കഴിഞ്ഞ് വളരെ വർഷങ്ങൾക്കുശേഷം ആരോ ചിലർ ഡോസ്റ്റോയെവ്സ്ക്കിക്ക് ഏറ്റവും പ്രിയപ്പെട്ടതാണെന്നു കരുതി, സിസ്റ്റീൻ മഡോണയുടെ ആ ചിത്രം ജന്മദിനസമ്മാനമായി അയച്ചുകൊടുത്തു. അദ്ദേഹത്തിന്റെ മരണത്തിന് കുറച്ചുനാൾ മുമ്പായിരുന്നു അത്. ഡോസ്റ്റോയെവ്സ്ക്കിക്ക് പ്രിയപ്പെട്ട ചിത്രം ഇതാണെന്നു ചിലർ ഊഹിച്ചിരുന്നു. എന്നാൽ അദ്ദേഹത്തിന് ഇഷ്ടപ്പെട്ട ചിത്രം ഒരുപക്ഷേ, *ഹോൾബീന്റെ കുരിശിലേറ്റിയ യേശു* ആയിരിക്കണം. (പേജ് 37)

ഇവാൻ ടർജെനീവ് (1818-1883)

അയാളെ ഒരു എഞ്ചിനീയർ എന്നോ അല്ലെങ്കിൽ മുൻഎഞ്ചിനീയറെന്നോ വിളിക്കാനുള്ള ഒരവസരവും ടർജെനീവ് പാഴാക്കിയില്ല. ഡോസ്റ്റോയെവ്സ്കി സാഹിത്യലോകത്തിലേക്കു വരുന്നതിന്റെ അസഹിഷ്ണുതയാണ് അദ്ദേഹം പ്രകടിപ്പിച്ചത്. ടർജെനീവാണ് അവകാശപ്രകാരം സാഹിത്യലോകത്തിന്റെ രാജാവ്. ഡോസ്റ്റോയെവ്സ്കിയാകട്ടെ വെറുമൊരു അല്പൻ. പെട്ടെന്ന് താണ പദവിയിൽനിന്ന് ഉയർന്ന പദവിയിൽ കയറിയവൻ. ഒരു പുത്തൻ പ്രമാണി. (പേജ് 98)

അലക്സാണ്ടർ പുഷ്ക്കിൻ (1799–1837)

ഡോസ്റ്റോയെവ്സ്കി എന്ന ഗദ്യസാഹിത്യകാരൻ ഒരുപക്ഷേ ആ കാലഘട്ടത്തിലെ ഏറ്റവും വികാരോജ്ജ്വലനായ കവി ആയിരുന്നു. അതേസമയം പുഷ്കിൻ എന്ന കവി ഏറ്റവും പ്രശാന്തനായ 'റിയലിസ്റ്റും'. എന്തായാലും ഏറ്റവും സുപ്രധാനമായ കാര്യം അവർ വ്യത്യസ്ത കാലഘട്ടത്തിലാണ് ജീവിച്ചിരുന്നത് എന്നതാണ്. അതുകൊണ്ട് കവിയുടെ ഗൂഢമായ പരിഹാസങ്ങളിൽനിന്ന് ഡോസ്റ്റോയെവ്സ്കിക്ക് രക്ഷപ്പെടാൻ കഴിഞ്ഞു. അല്ലെങ്കിൽ, ഡോസ്റ്റോയെവ്ക്സിയുടെ എല്ലാ സാഹിത്യപ്രതിയോഗികൾക്കും മുകളിലായി പുഷ്കിൻ നിലകൊള്ളുമായിരുന്നു. (പേജ് 152)

ഡോസ്റ്റോയെവ്സ്കിയുടെ മരണം (9-2-1881)

അർദ്ധരാത്രി ആയപ്പോഴേക്കും എല്ലാം തയ്യാറായി. മുറിയിൽ കോണോടുകോണായി ഇട്ടിരിക്കുന്ന ഒരു മേശമേൽ മൃതദേഹം കിടത്തിയിരിക്കുന്നു. എല്ലാ മൃതശരീരങ്ങളെയുംപോലെ ലളിതവും ശാന്തവുമായ ഭാവം. പിറ്റേന്നു രാവിലെ പെയിന്റും മുക്കാലിയുമായി എത്തിയ *ക്രാംസ്കോയി* ആ രംഗം അതുപോലെ ചിത്രീകരിച്ചു. (പേജ് 219)

ലിയോനിഡ് ട്സിപ്കിൻ, നോവലിസ്റ്റ് (1926-1982)

തന്റെ നോവലുകളിലെ *നിന്ദിതരും പീഡിതരുമായവരെ* ആവേശത്തോടെ സംരക്ഷിക്കുന്നവൻ, ഈ ഭൂമിയിലെ ഓരോ വ്യക്തിക്കും ജീവിക്കാനുള്ള അവകാശത്തിനുവേണ്ടി വികാരതീവ്രതയോടെ പ്രഭാഷണം നടത്തുന്നവൻ, ഓരോ ഇലയോടും പുൽക്കൊടിയോടും വികാരത്തോടെ സ്തോത്രം ആലപിക്കുന്നവൻ. അങ്ങിനെയൊരാൾ ആയിരക്കണക്കിന് സംവത്സരങ്ങളായി പീഡിപ്പിക്കപ്പെടുന്ന ഒരു ജനവിഭാഗത്തെ ന്യായീകരിക്കാനോ രക്ഷിക്കാനോ ഒരു വാക്കുപോലും പറഞ്ഞിട്ടില്ല. അതെന്നെ വല്ലാതെ സ്പർശിച്ചു. (പേജ് 282)

അന്ത്യവിശ്രമം

www.ingramcontent.com/pod-product-compliance
Lightning Source LLC
LaVergne TN
LVHW060440051026
849518LV00002B/549
* 9 7 8 8 1 8 4 2 3 1 7 5 5 *